संघर्षमय आयुष्याची कहाणी...

— लोकप्रभा ३१-८-२०१८

जाईची सुगंधी पुरी

ग्रामीण व गरीब कुटुंबात जन्मलेल्या, स्वकष्टावर आणि
स्वकर्तृत्वावर पुढे आलेल्या किसन शिंदे यांचं आत्मकथन

किसन दगडू शिंदे

मेहता पब्लिशिंग हाऊस

◆ *या पुस्तकातील लेखकाची मते, घटना, वर्णने ही त्या लेखकाची असून त्याच्याशी प्रकाशक सहमत असतीलच असे नाही.*

JAICHI SUGANDHI PHULE by KISAN DAGADU SHINDE

जाईची सुगंधी फुले / आत्मकथन

© किसन दगडू शिंदे

author@mehtapublishinghouse.com

प्रकाशक   : सुनील अनिल मेहता, मेहता पब्लिशिंग हाऊस,
                    १९४१, सदाशिव पेठ, माडीवाले कॉलनी, पुणे ४११०३०

अक्षरजुळणी   : एच. एम. टाईपसेटर्स, ११२०, सदाशिव पेठ, पुणे ४११०३०

मुखपृष्ठ   : मेहता पब्लिशिंग हाऊस,

प्रकाशनकाल : फेब्रुवारी, २०१२ / सुधारित आवृत्ती : नोव्हेंबर, २०२१

P Book ISBN 9788184983326
E Book ISBN 9789391151614
E Books available on : play.google.com/store/books
                              www.amazon.in
                              https://books.apple.com

✱ पायरेटेड पुस्तकांची खरेदी-विक्री हा कायद्याने गुन्हा आहे आणि अशा गुन्ह्याविरोधात कायदेशीर कारवाई होऊ शकते.

'फुलांचा भार न व्हावा, कधी कोणत्याही देठा।
चालणाऱ्या पावलांसाठी दर्शविल्या मोकळ्या वाटा।'

निरपेक्ष बुद्धीने माझे जीवनगाणे जोपासणाऱ्या,
नुसत्या माझ्या अस्तित्वातच धन्यता मानणाऱ्या
व माझी सुखस्वप्ने जोपासणाऱ्या प्रेमळ माता-पित्यांच्या
प्रेरक स्मृतीस व माझ्या जीवनाची बाग संस्कारित करणारे
माझे गुरू श्री. शिवाजीराव पाटील यांस हे अर्पण!

मनोगत

'**शब्दांपेक्षा मौनात अधिक** अर्थ सामावलेला असतो.' सामान्य सरकारी नोकरी करणाऱ्या माणसाच्या जीवनाची वाटचाल खडतर, पण काहीशा वेगळ्याच वळणाची असते. या वाटेने प्रवास करणारे व त्यातील आनंद लुटणारे यात्रेकरू असले, तरी प्रवासवर्णन लिहिणारे त्यातील तुरळक असतील. जे अनुभवतो, ते त्याच्या दृष्टीतून व शब्दभांडारातून अल्पांशाने व्यक्त होत असते; मात्र त्यातील अनुभवसंपन्नता पूर्णांशाने व्यक्त होईलच असे नाही.

अनेक वेळा कंगाल व सामान्य जीवनातून उमलणारी व्यक्तिमत्त्वे महान, दानशूर व कर्तृत्ववान उद्योजक म्हणून प्रसिद्धी पावतात. किर्लोस्कर, गरवारे, बजाज अशी उदाहरणे लागलीच नजरेसमोर येतात; पण सरकारी नोकरीत अशा कौतुकाच्या संधी अपवादानेही वाट्याला आल्याचे ऐकिवात नाही. चांगल्या कामाचे कौतुकही अनेकांच्या वाट्याला येत नाही. अंमलबजावणी करण्यापुरती मर्यादित जबाबदारी पार पाडताना मूलगामी स्वरूपाचे बदल अपेक्षित नसतात व तसे काही चुकून घडले, तरी त्याचे श्रेय राज्यकर्त्यांना सोयीस्करपणे दिले जाते.

जीवनात ज्याला काही शुभ तत्त्वे अर्थात संकेत प्राप्त करावयाचे असतात, तो कधीही अनावश्यक किंवा अप्रिय मत व्यक्त करीत नाही. समतोल विचार कोणासही हानी न करता कार्यसिद्धी करण्यास समर्थ ठरतात. सामान्य माणसाला लागू असलेली ही तत्त्वे व शिस्त, सेवा कालावधीत सेवानियमांची बंधने शासन सेवकास काटेकोरपणे पाळावीच लागतात. सेवा नियमांचा तो एक परिहार्य भाग असतो.

आज जे चांगले वाटते ते उद्या वाईटही वाटेल कदाचित! कोणी आपली स्तुती केली तर तो आपल्याला चांगला वाटू लागतो. आजकालच्या जीवनात असेच

एकमेकांना सांभाळत व चमचेगिरी करित हेतुपुरस्सर कार्यभाग साधण्याकडे कल दिसून येतो. वाईट किंवा स्पष्ट बोलणे कडवट वाटते. कोणाला कमी लेखण्याने आपण चांगले ठरतो हे गणित साफ चुकीचे आहे. आपण कोणाला चांगले म्हणू शकलो नाही तरी, वाईट बोलून नाती व कार्यभागाचा विनाश करणे शहाणपणाचे नाही.

खडतर व कठीण प्रवासच जीवनाचे खरे ज्ञान प्राप्त करून देतात. जीवनावर अतूट श्रद्धा राखण्यात, केलेल्या कष्टाचाच वाटा असतो. स्वत:मधून, जगाचा शोध घेत गेले की, बेइमानी स्पर्शही करणार नाही. इतरांसाठी स्वत:चे आयुष्य ओवाळून टाकण्याची अंगभूतवृत्ती म्हणजे समाजसेवा, जी नवे जग उभे करायला शिकविते. विरहात प्रेमी जीवांची परीक्षा असते, तर मिलन हा तात्त्विकतेतून अशा प्रेमकथेचा अंत समजावा लागेल. मनुष्य आपल्या दृष्टिकोनात बदल करून आपले जीवन अतिशय संपन्न करू शकतो, हे अनुभवानेच समजू लागते. शासकीय नोकराचे करिअर व कुटुंब यांचा समन्वय व्यक्त करण्याचा प्रमुख हेतू मनात ठेवून घटनांची व अनुभवांची मालिका गुंफण्याचा हा एक प्रामाणिक प्रयत्न आहे.

जे केले त्याचे अवलोकन व मूल्यमापन करण्याचे इतके चांगले निमित्त आत्मकथनाशिवाय दुसरे नाही. म्हणूनच नेहमी असे वाटते की जे जगलो, जे अनुभवले, जे वाटले, ते कोठेतरी शब्दांकित करून मांडावे.

त्यातून आपले जीवन वाचता आले आणि उर्वरित आयुष्यातील इच्छा व अपेक्षा मर्यादित राखून, स्वत:च स्वत:ला समजून घेण्याचे काम करता आले तरी काही कमी नाही. जन्मताना निराकार, निर्गुण असा जीव साकार, सगुण जीवन कसा जगला याचे मूल्यमापन स्वत:इतके स्पष्ट व प्रामाणिक कोण देऊन जाईल.

आत्मकथनातून निर्माण झालेली मानवी मनाची ही प्रातिनिधिक वाटचाल भविष्यात पुसली जाणार असली, तरी त्यातील मातीला स्वत:चाच सहवास विसरता येणार नाही. आपल्या जीवनाचे अंतिम ध्येय गाठले की नाही हे ठरविताना,जीवनाच्या अंतापर्यंत प्रवास होतो व तो अपरिहार्यच असतो, असा सर्वांचाच अनुभव आहे. शांतता, आनंद व आरोग्य ही जीवन उद्दिष्टांची त्रिसूत्री खरोखर गाठली जाते का, हे जाणणे ही श्रद्धाळू जीवनाची इतिकर्तव्यता ठरते.

'जाण बाहेरून आत शिरते व कला आतून बाहेर येते' असे प्रसिद्ध कवी बाके बिहारी सांगतात. ते त्यात पुढे असेही नमूद करतात की, जाण होण्यासाठी मस्तक पुरे; पण कलेसाठी मस्तक व हृदय दोन्हीही हवे असतात. जाणीव जगाचे कोडे सोडविते; पण कला जगाचे कोडे घडविते किंवा निर्माण करते. जाणीव अभ्यासातून शिकता येते व शिकविता येते; पण कला लयीसारखी अंगात असावी लागते. शासकीय सेवा किंवा अभियांत्रिकी तंत्रज्ञान ही व्यावसायिक जाणीव आहे; पण त्यातून कुटुंब व नाती निर्माण करून आयुष्याचे ध्येय गाठणे ही कला आहे.

जगण्याची कला मात्र अभावानेच क्वचित अनुभवता येते. ही माझ्या मनातील पार्श्वभूमी 'जाईच्या फुलांचा सुगंध' तुमच्या हृदयापर्यंत पोहोचवू शकली तरी, माझ्या या आत्मकथनाचे सार्थक झाले असे मला वाटेल

मला आयुष्याचे गाणे गात जावे, असे नेहमी मनापासून वाटायचे. माझे विचार, कृती, अनुभूती ही आईच्या संस्कारांतून घडत गेली आहे. जे व्यक्त केले ते मातेचे प्रेम, प्रेरणा व जिव्हाळ्यातून श्रवलेले व वेचलेले परागकण आहेत, त्यातून जाईच्या फुलांचाच गंध मला अनुभवता आला आहे व भविष्यात येणार आहे.

माझ्या आईचे नाव जाईबाई असे होते. माझ्या पुण्यातील बंगल्याचे नावही तिच्या स्मृतिप्रीत्यर्थ व कृतज्ञतेपोटी मी 'जाई' असेच ठेवले. रोजच्या माझ्या जीवनात आईचे आशीर्वाद नित्य उपलब्ध व्हावेत, अशी त्यामागील संकल्पना माझ्या मनात सतत जागृत असते.

जाणिवेतून व अनुभवांतून प्राप्त झालेली प्रगल्भता आणि परिस्थितीने शिकविलेले शहाणपण, सुसंगतपणे मांडण्याचा हा माझा प्रयत्न आहे. जुन्याची अवहेलना न करता, चिंतनाने तयार झालेल्या, सुझ, नव्या विचारांची त्याला जोड देत घेतलेले निर्णय आणि त्यातून डोकाविणारी परिपक्वता व जिद्द, हे या आत्मचरित्र लेखनाचे मुख्य सूत्र आहे. शासकीय सेवा करताना आयुष्यात अनेक चढ-उतार अनुभवले, भरपूर वादविवादही झाले. त्यातल्यात्यात सरकारी नोकरीतील विकासकामांत तर अशा वादविवादास उधाणच येते. काही स्वहितसंबंधियांची व राजकीय आणि सामाजिक चढाओढींची झळ कर्तव्यपालन करताना मलाही लागली; पण जीवनावरील प्रेम व श्रद्धा टिकवून ठेवणाऱ्या अज्ञात शक्तीचे आभार मानले पाहिजेत. त्याच जीवनात वरिष्ठांच्या रूपाने भेटलेली प्रभावी व धारदार व्यक्तिमत्त्वे, विविध प्रसंगी मदतीस योगायोगाने उपलब्ध होत गेली.

माणसे आठवणींवर जगतात. आठवणींचा सुगंध व भविष्याची स्वप्ने त्याच्या वाटचालीत सोबत करतात व ती हवीहवीशी वाटतात. ओंजळीतून आठवणींचे क्षण व अनुभवाचे मोती नकळत निसटत गेले, तरी त्यांचा उबदारपणा मनाची सोबत करण्यासाठी तसाच प्रदीर्घ काळ चिकटून राहातो.

काळाचे चक्र कितीही पुढे गेले तरी जुन्या आठवणी मात्र नेहमीच ताज्या असतात. कालचक्राच्या खुणा, आठवणी व पुनर्विलोकन याद्वारे आयुष्याची गोडी वाढवितात. चांगले व वाईटही चित्रफितीसारखे पुढे पुढे सरकत असले, तरी वाईट व दुःखद आठवणी व भावना यांच्याभोवतीच मन अधिक पिंगा घालते. हा मनाचा दोष नाही, तर पूर्व पिढीने दिलेला विचारांचा व सवयीचा, परंपरेतून जपलेला वसा आहे. प्रत्येकजण प्रकाशांच्या अपेक्षेने वाटचाल करताना स्वप्रकाशास सोयीस्करपणे विसरतो.

भूतकाळातील दुःखद आठवणींची भुते, मनावरील दडपण व अंधार वाढविण्यास निमित्त बनतात; पण मन बिचारे त्यातच अडकून राहून अपरिहार्यपणे कालक्रमित असते.

आयुष्यातील आठवणींचा गुंता न उमजणारा व अनाकलनीय वाटला तरी त्याचे रंग, रूप किती मोहक व आकर्षक असते हे समजण्यासाठी मन मोकळे, स्वच्छ व रिक्त ठेवावे लागते. सगळ्याच आठवणी आनंददायी नसल्या तरी, काही आठवणी, मनाचा तळ ढवळून काढणाऱ्या आणि जुन्या जखमेवरील खपल्या काढणाऱ्याही असतात. निमंत्रण नसतानाही अवचित येणाऱ्या एखाद्या पाहुण्यासारख्या त्या धडकून जात असतात. शिताफीने जाणीवपूर्वक आपण काही माणसे व प्रसंग टाळत असतो. वर्तमान क्षणांचा आनंद लुटण्याऐवजी आठवणींवर जगण्यात खरे शहाणपण नसते, हे समजले तरी, जुन्या काही आठवणींच्या पावसात मनसोक्त भिजताना जगण्याशी भिडायला व लढायला वेगळाच उत्साह प्राप्त होतो. आठवणी म्हणजे केवळ भूतकाळ नसतो, भविष्यकाळाला सामोरे जाताना आत्मविश्वास देणारी शिदोरीच त्यातून प्राप्त होत असते.

आयुष्यातील सर्व कडू व गोड आठवणी, अनेक प्रसंगांशी जवळून गुंफलेल्या असतात. आयुष्यात प्रत्यक्ष किंवा अप्रत्यक्ष भेटलेल्या अनेक माणसांचे व प्रसंगांचे आपल्याला कथानकासंदर्भात विस्मरण होते, म्हणजे त्यांचे महत्त्व किंवा त्यांची भागिदारी या शृंखलेतून कमी होत नाही. आत्मकथनातून चित्रनिर्मितीची नेमकी संकल्पना स्पष्ट होत नसली तरी, यातील भाव किंवा तरंग सहज व्यक्त होतात. एकूणच, हे आत्मकथन म्हणजे जीवनप्रवासाचं सार आणि मनात साचलेल्या भावनांचं प्रतिबिंब आहे. स्वत:चे प्रतिबिंब तरंगत्या पाण्यात न्याहाळताना, प्रत्यक्षातील पुरेपणा व अपुरेपणा आत्मकथनाद्वारे अधिकच अधोरेखित होत जातो.

निवृत्तीनंतर शांत मनाने व चित्ताने केलेले हे पूर्वायुष्याचे चिंतन असले तरी, साहित्य किंवा शास्त्रीय निपुणतेचा त्यात लवलेशही आणता आलेला नाही. तुटक तुकड्यातुकड्यांनी स्फुरलेले हे विचार, फारसे नियोजन न करता मांडण्याचा कार्यप्रवण अभियंत्याचा हा प्रयत्न आहे. त्यामुळे त्यातील विचार व संगती धरणातील बांधकामाइतकी एकसंध नाही; पण त्यात जलाशयनिर्मितीचे सामर्थ्य निर्माण करण्याचा प्रामाणिक प्रयत्न करण्यात आला आहे. या उभारणीतील दोष किंवा गळती ही माझी स्वत:ला व्यक्त करण्यातील उणीव आहे.

पूर्वायुष्यातील अनेक आठवणींना उजाळा देण्यासाठी आपली प्रज्ञा कमी पडते. वेगवान आयुष्याच्या, त्याहूनही वेगवान प्रवाहात, माणसास स्वत:कडे पाहण्यासाठी वेळ कमी पडतो. बँकेच्या पासबुकाप्रमाणे आठवणींची पासबुके प्रसंगवत शोधण्याची व चाळण्याची मनाला सवय नसते. वास्तव व अवास्तव यातील भेद व त्याची जाणीव तितक्याच मनस्वीपणे चाळायला निवांत वेळ देण्याची गरज आहे. चित्रपटामध्ये

पुढे पुढे सरकणारी सर्वच चित्रे, कायमस्वरूपी विसरायची नसतात. विसरायचे ठरवले तरी, काही प्रसंग हट्टीपणाने पुन:पुन्हा समोर दर्शन देतात. अशा वेळी पूर्वायुष्य मनापासून चाळायला व वाचायला अंतर्मनातून उत्साह असावा लागतो. या प्रयत्नांतूनच स्वत:ला जाणणारी व जाणवणारी, तसेच आवडीची एखादी अमूल्य बाब शोधणे व नोंदविणे हेदेखील आत्मकथनाहून कमी नाही.

माझ्या आयुष्यातील स्वमूल्यांकनाचे उचललेले पहिले पाऊल म्हणजे हे 'आत्मकथन' आहे.

माणसाला स्वत:च्या आयुष्याचे गोड कोडे सोडविण्यासाठी दुसऱ्याचे मापदंड किंवा विचार पुरेसे ठरत नाहीत. स्वत:ची मनोभूमिका व विचारधारा निश्चित करून, विश्वसागरात थेंबाच्या रूपाने विलीन होत जाणे अत्यावश्यक ठरते; पण बुद्धिमान असूनही, भौतिक सुखांच्या मागे धावण्याच्या शर्यतीमुळे माणूस परमेश्वराला विसरला आहे. जे गाठायचे आहे ते स्वत:च्याच विचाराने; पण त्याची मनाला जाण नाही. प्रगतीच्या नव्या संकल्पनेने वेडा झालेला माणूस 'स्व'लाच विसरला आहे. भौतिक प्रगतीमुळे आत्म्याच्या जाणिवा बोथट झाल्या आहेत. त्याचं अस्तित्वच दुर्लक्षित केलं जातंय. केलेल्या कामाची जाणीव नसेल, तर नेणीव व योग्य अंमलबजावणी कशी होईल?

मनात योजिलेले संचित साकार करण्याचे साधन म्हणजेच जीवनाचे अध्यात्म असते. सोबतीने जगणाऱ्या अनेक सवंगड्यांच्या प्रेमाची, आपुलकीची स्नेहपूर्ण आठवण करण्यासाठीही आत्मकथन हे एक निमित्त आहे. आपल्या मनात मोठ्या आदराने आणि प्रेमाने जपून ठेवण्याच्या मूल्यवान भावना, हे न उकलणारे गूढच आहे. नवीन पिढीच्या दृष्टीने माझे जीवन कदाचित कालबाह्य, जुनाट भावनांनी व कल्पनांनी ओतप्रोत भरलेले असे भासेल; पण त्यातच माझ्या पूर्वजांची पुण्याई व शुभाशीर्वादही आहेत. चमचमणाऱ्या लखलखीत जगाशी जुळवून घेत केलेली वाटचालही आहे. अभियंत्यांची बाह्य स्वरूपातील, दगड-मातीशी जुळलेली अंत:करणे, आत किती मऊ व संवेदनक्षम असतात, याची जनसामान्यांना जाणीव नसते.

रोजच्या जीवनात व व्यवहारात येणाऱ्या अडथळ्यांची व अडचणींची तमा न बाळगता, प्राप्त परिस्थितीत, जे तात्त्विक स्फुरण मनात येते, तसे अनुभूतीपूर्ण लिहावे, असे सुरुवातीपासून वाटत होते. माझ्या वैयक्तिक व अभियांत्रिकी जीवनातील घटना-प्रसंग मला वारंवार साद घालत होते. ही कहाणी माझी एकट्याची असली, तरी माझी अभियांत्रिकी वाटचाल ही प्रातिनिधिक असू शकते. माझं आत्मकथन हे एक निमित्त आहे इतकंच.

आत्मकथनातून जाणतेपणाने लिहिलेले अभिप्राय, पुढील पिढीस सहज उपलब्ध होत जातील. वडीलधाऱ्यांकडून होणारे कौतुक व मार्गदर्शन खूपच प्रेरक व

महत्त्वाचे असल्याने, अशा निवेदनातून निखळ सुख व निर्मल शांती शोधण्याचा मार्ग सोपा वाटेल अशी मी अपेक्षा करतो. कृती व कारणमीमांसा शोधण्यापेक्षा, त्यामागची मनोभूमिका व अंतिम साध्य लक्षात घेतले की, त्याचा नेमका अर्थ समजून येतो. बालपणापासून वृद्धत्वापर्यंत साथ देणारे अनेक मित्र-मैत्रिणी व सखे यांचे स्मरण, कृतज्ञता या आत्मकथनातून व्यक्त केली आहे.

या विवेचनातील तत्त्वज्ञान कोणत्याही हेतूने किंवा मूळ संकल्पनेने प्रेरित नसून केवळ जे वाटले व अनुभवले, ते तसेच नमूद करण्याचा हा प्रामाणिक प्रयत्न आहे. वैचारिक किंवा आदर्श तत्त्वांचा विचार बाजूला ठेवून, अंतर्मुख होऊन, जीवनाशी प्रामाणिक राहत, अनुभूतीचा प्रत्यक्ष उल्लेख केला आहे. कदाचित बहुतेकांना तो आपलाच अनुभव वाटेल. कर्तव्यपूर्तीच्या ओढीने झालेल्या जीवनप्रवासात, तांत्रिक लिखाणापलीकडे अशा विवेचनात्मक लिखाणाचा विचारच मनात आला नाही व रुजलाही नाही. तशी मोकळीकही मिळाली नाही. सर्व दृष्टी व शक्ती विशिष्ट दिशेने व ध्येयाने कार्यरत राहिल्याने, त्यातील रहस्य नोंदविणे किंवा स्वत:शी हितगूज करणे राहूनच गेले.

आत्मकथा आकर्षक, सुशोभित स्वरूपात मांडणे हे किती कठीण आहे, हे प्रत्यक्ष लिहिताना क्षणोक्षणी जाणवत होते. अभियांत्रिकी व्यवसायात कार्यरत असताना होणारा आयुष्याचा प्रवास व पार्श्वभूमी विचारात घेता, साहित्यनिर्मितीशी अगदीच अल्प परिचय झाल्याचे शल्य मनात टोचत होते.

चिंतनशीलतेतून व जीवनाविषयीच्या औत्सुक्यातून काहीतरी लिहावे असे सतत सतत वाटत होते. त्यातूनच हा लेखनप्रपंच मांडला. तो किती साधला व त्याचा वाचणाऱ्याच्या भावविश्वावर काही परिणाम झाला की नाही, याचे उत्तर कालनिहाय व व्यक्तिसापेक्ष असणार यात शंका नाही. माझी कनिष्ठ कन्या सौ. प्रीती जाधव हिने या लिखाणात व संगणकीय कामात अत्यंत मोलाचा सहभाग घेतला, हे नमूद केल्याशिवाय राहवत नाही. बी. के. गंगावणे यांनीही सतत पाठपुरावा केला व लिहिण्याची प्रेरणा दिली म्हणूनच हे कथन पूर्णत्वास नेता आले. या पुस्तकाच्या छपाई व मुद्रणाच्या कामात अनमोल सहकार्य व सहभाग घेणाऱ्या सर्वांनाच धन्यवाद दिल्याशिवाय राहता येणार नाही. श्री. रावसाहेब कसबे यांनी अल्प कालावधीत मलपृष्ठावरील मजकूर लिहून पुस्तकाचे मूल्यांकन केले याबद्दल त्यांच्या ऋणात राहणेच मला आवडेल. अविनाश पंडित व उत्तरा पंडित यांनी बहुमोल मार्गदर्शन व सहकार्य केले. तसेच हे लेखन 'मेहता पब्लिशिंग हाऊस'च्या वतीने प्रकाशित होत असल्याने मी त्या सर्वांचा नेहमीच ऋणी राहणे पसंत करीन.

– किसन दगडू शिंदे

मी

महाळुंगे पडवळ या गावी मागासवर्गीय चर्मकार कुटुंबात माझा जन्म झाला. कुटुंबातील चालीरीती, रूढी व परंपरा पूर्वापार चालत आल्या होत्या. जन्माने जे पूर्वसंचित माझ्या वाट्याला आले, ते बदलण्याचा हक्क व अधिकारही माझ्याकडे नसल्याने मी त्याचाच एक अविभाज्य भाग बनलो आहे. माझ्या जन्मापूर्वीच सर्वांत थोरल्या बहिणीचे लग्न होऊन ती सासरी गेली होती. स्वातंत्र्यपूर्व काळात आमच्या समाजात अल्पवयात लग्न करण्याची प्रथा बऱ्यापैकी प्रचलित होती. दलित कुटुंबातील अत्यंत बाळबोध रूढी व चालीरीती पाळणारे वातावरण यामुळे योग्य वैद्यकीय मदत व औषधोपचार न मिळाल्याने मोठी बहीण व माझ्यामधील तीन-चार भावंडे लहानपणीच कालवश झाली होती. याबाबतची नेमकी तपशीलवार माहिती आज ज्ञात नाही.

आईच्या मृत्यूने स्वतःबरोबर लहान बहिणी व भाऊ या उमलत्या पिढीची जबाबदारी माझ्याकडे आली. या पिढीचे भवितव्य अंधारातून प्रकाशाकडे नेण्याचे मनोधैर्य, सामर्थ्य व मानसिक तयारी माझ्याजवळ नव्हती; पण प्रकाशाच्या दिशेने धडपड करणे अटळच होते. आईची अंत्यकर्मे उरकताच मनाने नक्की ठरविले की, मला शिकवण्याची आई-वडिलांची इच्छा पूर्ण करणे हीच त्यांना खरी श्रद्धांजली ठरणार होती. त्या वेळी कोणताही अन्य सोयीचा पर्याय उपलब्ध नव्हता. मनातील विचार नेमके व एका दिशेनेच प्रेरित झाले होते. येऊन पडलेली जबाबदारी धीराने स्वीकारून ती पार पाडण्यासाठी परिस्थितीचाही रेटा होताच. मनाची जिद्दही सोबत करीत होती.

स्वातंत्र्यप्राप्तीपूर्वीच १९४६मध्ये माझा जन्म झाला. पारतंत्र्यातून स्वातंत्र्यात संक्रमण होतानाच्या सीमेवरील कालखंडात माझा या जगात प्रवेश झाला. माझ्या

जन्मामुळे कुटुंबाला वारस मिळाल्याच्या अद्वितीय आनंदात सर्व कुटुंबीय न्हाऊन निघाले होते. माझे चुलते सावित्राबाबा यांच्या कुटुंबातही माझा जन्म होईपर्यंत पुत्र-लाभ झाला नव्हता. दोन्ही कुटुंबांत सात मुलीच वावरत होत्या. अशा अवस्थेत पुत्रप्राप्तीचा अद्वितीय आनंद त्यांच्या त्या काळातील भावनांवर व सामाजिक धारणेवर आधारित होता.

माझ्या वडिलांचे प्रथम कुटुंब म्हणजे माझी सावत्र आई व तिची संतती, तसेच माझा सख्खा मोठा भाऊ, अवेळी परिस्थितीच्या असहायतेने, देवी, पटकी व प्लेगसारख्या साथीच्या रोगामुळे कालवश झाले होते. अशा वातावरणात माझ्या जन्माचा आनंद कुटुंबामध्ये सर्वोच्च आनंद म्हटल्यास अतिशयोक्ती ठरणार नव्हती. परिस्थितीच्या चटक्यांनी या घटनेतील आनंद अधिकच द्विगुणित झाला असावा.

माझ्या जन्माने संपूर्ण कुटुंबाला एक नवी संजीवनीच प्राप्त झाली होती. गरिबीतही मानसिक श्रीमंतीचा अनुभव घेण्याचे चैतन्य सर्वत्र पाहावयास मिळत होते. माझ्या जन्माचा शुभशकुन म्हणून, माझ्या चुलत्यांनाही पुत्रप्राप्ती झाली. माझा चुलतभाऊ मारुती याचा जन्मही माझ्यापाठोपाठ चार ते पाच महिन्यांच्या अंतराने झाला. माझे वडील व चुलते दोन्ही भावांत वंशवृद्धीसाठी एकही पुत्र नसल्याने, माझ्या जन्माअगोदर, तिसरा विवाह करण्याचा प्रस्तावही वडिलांच्या विचाराधीन होता; पण नशिबाने साथ दिल्याने तो दुर्धर प्रसंग टळला.

लहानशा खेड्यात सोमवारी अमावस्येच्या मुहूर्तावर २६ ऑगस्ट, १९४६ या दिवशी माझा जन्म झाला. तो श्रावण महिना होता. श्रावण महिन्यातच कृष्ण जन्माष्टमी असल्याने, तसेच वडिलांना धार्मिक गोष्टींची आवड असल्याने माझे नाव त्यांनी श्रीकृष्ण असे ठेवले होते. त्यामुळे 'कृष्णा' अशाच नावाने वडील मला नेहमी हाका मारत असत. आईला व बहिणींना हे नाव उच्चारण्यास अवघड, अडचणीचे वाटल्याने व शिक्षणाच्या अभावामुळे त्या त्यांच्या सोयीनुसार बाळ, कृष्ण किंवा किसन म्हणूनच मला हाक मारीत. कृष्णाचे पुढे किसन कधी झाले, ते कोणालाच समजले नाही.

माझा सावळा वर्ण हेही कृष्ण या नावाशी समरूप असल्याने त्या दृष्टीनेही नामकरणास पुष्टीच मिळत होती. कौतुक व परमेश्वराबद्दल कृतज्ञता व्यक्त करत, सतत नामस्मरणाची पूर्वापार प्रचलित विचारधारा, या माझ्या नामकरणाशी जोडण्यात आली होती. माझ्या नंतर दोन वर्षांनी, एक बहीण व नंतर भाऊ, तसेच दोन वर्षाच्या अंतराने आणखी दोन बहिणी अशी कौटुंबिक साखळी तयार झाली होती. त्यात धाकट्या बहिणीचे नावही श्रियाळ राजाची 'चांगुणा' यावरून ठेवण्यात आले होते. त्यानंतर धाकट्या भावाचे नाव श्रीकृष्णाचा आवडता सुदाम व त्याहून धाकट्या बहिणींची नावे अहिल्या व जनाबाई अशी ठेवण्यात आली होती. माझ्याहून मोठी

बहीण सुंदराबाई व सर्वांत थोरली पार्वतीबाई! माझ्या जन्मापूर्वींच सर्वांत थोरल्या बहिणीचे लग्न होऊन ती सासरी गेली होती.

मोठ्या बहिणीच्या जन्मानंतर मधल्या कालावधीत माझेच काही सख्खे बहीण-भाऊ जन्मले व कालवश झाले. कुटुंबातील अत्यंत बाळबोध, परंपरागत वातावरण, यामुळे योग्य वैद्यकीय मदत व औषधोपचार न मिळाल्याने मधील तीन-चार भावंडे बालमृत्यूमुळे अनंतात विलीन झाली असावीत. त्यांची नावे किंवा इतर तपशील कोठेही सलग किंवा त्रोटकही उपलब्ध नाही. पारतंत्र्यातील समाजव्यवस्था, वैचारिक व आर्थिक कमकुवतपणा, शिक्षणाचा अभाव, परिस्थितीची अपरिहार्यता, यामुळे कुटुंब हालअपेष्टात जगत होते, असे अनुमान या घटनाक्रमातून सहज लक्षात येते. त्याचा साधा उल्लेख करण्याइतपत तपशील देखील आज माझ्याकडे उपलब्ध नाही.

जीवनात चांगले विचार व साहित्य वाचणे हा माझा आवडीचा छंद बनला होता. सुविचार, त्याचे वाचन, संकलन मनापासून आवडायचे; पण त्यांचे प्रकटीकरण करण्याची संधी फारशी मिळत नसे, त्यामुळे ते मनाच्या कप्प्यात सुप्तावस्थेत संग्रहित व्हायचे. प्राथमिक शाळेत असताना कधी समारंभात किंवा भाषणांत असे विचार प्रदर्शित केले, तर सर्वांकडून फार कौतुक व्हायचे; पण न्यूनगंडामुळे भीती वाटे, मन व विचार सतत मागेमागे ओढत असत. मागासवर्गीय समाजातील परंपरागत दुय्यमत्व, न्यूनत्वाची टोचणीच याला कारणीभूत असावी.

शालेय अभ्यासाबरोबरच मला माध्यमिक शिक्षणापासूनच वाचनाची अतिशय आवड निर्माण झाली होती. ग्रामीण भागात शाळेतील छोट्या ग्रंथालयाव्यतिरिक्त इतरत्र पुस्तकांची फारशी उपलब्धता नसायची. अगदी वर्तमानपत्रे वाचायची झाली तरी दोन ते तीन वर्तमानपत्रेच शाळेतील वाचनालयात उपलब्ध असल्याने कधीतरी वाचण्याइतपतच सोयीची वाटत. घरी वडिलांकडे जुन्या पोथ्या व भजनांची काही पुस्तके उपलब्ध होती. ती वाचण्याचा प्रयत्न केला; पण त्यातील विषय, तत्कालीन ज्ञान व जाण यांच्या पलीकडचे असल्याने शाळेतील त्या वयात त्यांचा आस्वाद घेण्याची क्षमताच नव्हती. मग शेवटी भेळीचे कागद किंवा सामानास गुंडाळलेले कागद वाचण्याचा आनंदही सोडता येत नसे. विपुल वाङ्मय वाचनाचे अमाप सुख ग्रामीण वातावरणात सहज उपलब्ध नव्हते. तोंडी गोष्टी व सामान्य ज्ञानाच्या अनेक गोष्टी आई, वडील यांचेकडून रोजच ऐकता येत. विशेषतः, रामायण, महाभारतातील व काही परंपरागत अलिखित गोष्टी मात्र करमणुकीचा व प्रशिक्षणाचा मुख्य विषय असत.

शाळेत, विशेषतः, वाढत्या वयाबरोबर, अभ्यासपूर्ण व सखोल माहितीदर्शक भाषणे देण्याची आवड मला मनापासून वाटत असे. महत्त्वाच्या समारंभांमध्ये छोटेसे

भाषण करण्यास शाळेतील शिक्षक नेहमी माझी निवड करीत असत. त्यातून सतत त्या दृष्टीने संकलन व वाचन हा छंद त्याची गोडी वाढून चांगलाच जोपासला गेला. प्राथमिक अवस्थेत निर्माण झालेली ही आवड आजही अबाधित आनंद देत आहे. चांगले वाचले की त्याची कात्रणे व टिपणे करण्याची सवय मनाला सतत सुखावत असे. पुढे नोकरीच्या निमित्ताने प्रशासकीय जबाबदारी पार पाडताना देखील ही सवय उपयुक्त ठरली.

सहजपणे सर्व व्यक्त करण्यास मनातील काही न्यूनगंडही सतत अडथळे निर्माण करीत गेले. मनातील विनम्रतेची भावना व स्वत:च्या क्षमतेबद्दलचा विनम्र दृष्टिकोन आपण वेगळे आहोत असे कधी वाटू देत नसे. म्हणून मला जे ज्ञान आहे व जे सांगायचे आहे ते इतरांनाही ज्ञात आहे, असा समज ठेवून सांगण्यातील उत्सुकता व उत्साह कमी होत असे. खूप वाचन, विचारमंथन होऊनही ते लेखन किंवा ज्ञान व्याख्यानाच्या माध्यमातून व्यक्त होऊ शकले नाही. समज व गैरसमजाची ही लढाई मात्र सुप्त मनात अव्यक्त स्वरूपात वस्ती करून घट्ट चिकटून राहिली.

लहानपणीचे जे काही स्पष्ट आठवते त्यांपैकी एक म्हणजे कधीतरी मी स्वत: कंदील व चिमण्या लावण्यासाठी हट्ट करायचो, कंदिलाची किंवा चिमणीची काच फुटेल या भीतीने ती अशा बाबी स्वत: करायची किंवा मोठ्या बहिणीकडे सोपवायची. त्या काळी ती काच चार ते आठ आण्याला मिळत असावी; पण ते परवडण्यासारखे नव्हते व उपलब्धही होत नव्हते. कंदील किंवा चिमणी स्वच्छ करून, रॉकेल भरून, आगपेटीने पेटवून प्रकाशित करण्याची एक ओढ मनात असायची; पण या नैसर्गिक ओढीलाही व्यवहाराचे बंधन वेसण निर्माण करायचे. आज या कंदील व चिमण्यांच्या गोष्टीला ५० ते ६० वर्षे होत आली. प्रकाशाकडे प्रवास करण्याची ती मनातील ओढ कधीच लपविता आली नाही. माता-पित्यांच्या प्रकाशानेच या जगात प्रवेश झाला व त्याच्या साहाय्यानेच जीवनाची प्राप्त सुरुवात अनुभवता आली.

लहानपणी कंदिलाच्या मंद पण काहीशा अंधूक प्रकाशात आम्ही बहीण-भावंडे ओसरीवर अभ्यास करत बसायचो. उठण्या-बसण्याच्या खोलीत, भिंतीवर बोटांच्या हालचालींतून वेगवेगळी चित्रे करण्याचे विलक्षण वेड बालवयात असायचे. हाताचे आकार एकमेकांत गुंतवून कधी पक्षी, कधी उंदीर, ससा, भूत अशी चित्रे आम्ही एकमेकांना दाखवायचो. तेव्हापासून या सावल्यांच्या आकाराचे वेड मनात घर करून बसले. लहान मुलांना आईबरोबर असले की, जंगल व स्मशानही आपले घरच वाटू लागते. वडीलमंडळी आम्हाला सांगायची की, 'सावल्यांकडे पाहू नये.'

शिक्षण व संगोपन या दोन्ही बाबतीत टोकाची स्थित्यंतरे व बदल अनुभवास आले. अशा कठीण परिस्थितीत प्रवाहाच्या दिशेने जाण्यातच आनंद व यश शोधण्याचा प्रयत्न करणे, मला जिद्द व मानसिकता यामुळे शक्य झाले. अपुरे

मार्गदर्शन, अपुऱ्या आर्थिक सोयी, दुर्लक्षित कौटुंबिक परिस्थिती व वातावरण यामुळे सर्वच प्रवास कष्टमय, खडतरपणे करावा लागत होता. तथापि, सर्व मनासारखे जुळत गेले. अनेकांचे सहकार्य व शुभाशीर्वाद माझ्या यशाला कारणीभूत झाले.

बुद्धीचे भांडवल व पुढे जाण्याची जिज्ञासा, स्वत:च्या पायावर उभे राहण्यास पुरेशी होती. आकाशात उंच झेप घेण्याच्या अपेक्षेने, मार्गक्रमण करताना, माता-पित्यांचा भक्कम आशीर्वाद सतत पाठराखण करत होता. मनाचे व बुद्धीचे आरोग्य उत्तम राखण्याची त्यांनी घालून दिलेली परंपरा व शिकवण हाच मोठा आधार होता. त्यांच्या आशीर्वादावरील दृढ विश्वासाने शिक्षणोत्तर प्रवास सुखकर वाटत होता. मी अभियंता होईन, असे स्वप्नही न पाहता प्रवास सुरू झाला होता. अभियंता नेमके काय करतो हे त्या वेळी मला ज्ञातही नव्हते. ग्रामीण वातावरण व कृषिप्रधान कुटुंबव्यवस्था या दृष्टिकोनातून निवडलेला प्रवास सोयीचा व जवळचा वाटत होता. आई-वडिलांच्या तीव्र आकांक्षा मला सतत प्रेरणा देत राहिल्या.

आई-वडिलांनंतर एक ज्येष्ठ बंधू म्हणून किंवा कुटुंबप्रमुख म्हणून मी माझी कौटुंबिक जबाबदारी माझ्या सोयीसाठी व आई-वडिलांच्या इच्छेखातर बरीचशी दुर्लक्षित केली होती. भविष्यातील ध्येयावर नजर ठेवून, वर्तमानाची अवहेलना प्रत्यक्षात टाळता आली नाही. वैयक्तिक स्तरावर चालू ठेवलेला शैक्षणिक प्रवास व ध्येयवादाचा पाठपुरावा हा श्रीमंती श्रेणीचा असला, तरी त्यासाठी मोजावी लागलेली किंमत माझ्याव्यतिरिक्त कोणाला जाणवली नाही. कुटुंबातील इतर सदस्यांचे जीवन मी मोठा असूनही निराधार व परावलंबी बनले होते. त्यांची जाण व त्यांचे मन सतत अव्यक्तच ठेवणे त्यांनी पसंत केले. माझ्या कृतीमुळे त्यांच्या अपेक्षांना अव्यक्ततेचा शाप भोगावा लागत होता.

माध्यमिक शालान्त प्रमाणपत्र परीक्षेनंतर सहा वर्षांचा कालावधी ही माझ्या आयुष्याची प्रखर तपश्चर्या होती. ती प्रक्रिया अडचणींच्या अंधारात पार पाडण्याची दिव्य कामगिरी माझ्या नशिबी आली.

लहानपणापासून जोर-बैठका, वैयक्तिक व सांघिक खेळ याद्वारे व्यायामाचे बाळकडू वडिलांकडून व परिस्थितीतून प्राप्त झाले होते. व्यायामाची आवड निर्माण करण्याइतपतच ज्ञान प्राथमिक व माध्यमिक शाळेतूनही प्राप्त झालेले होते.

वडिलांच्या कडक शिस्तीमुळे लहानपणापासून व्यायामाचे स्वरूप बदलत गेले, तरी सकाळी उठून कमीत कमी एक तास व्यायाम करणे, फिरणे, प्राणायाम अशा पद्धती व सवयी अविरत, न चुकता आयुष्याची सोबत देत आहेत. व्यायाम व दुग्धाहारामुळे प्रकृती सतत सुदृढ राहिली. त्यामुळे अभ्यास व इतर सर्व कामांत मनसोक्त सहभाग व आनंद अनुभवता आला. संस्कारांनी असे सहजगत्या आयुष्य

घडताना पाहून मन प्रसन्न होते. तालीम, अद्ययावत साधने, काहीही नसताना व्यायामाचे सातत्य व उपयुक्तता मनात कोरल्याने, अवघड परिस्थितीतही अडचण उद्भवली नाही. जमेल तेथे व जमेल तसा व्यायाम करायचे कधीच टाळता आले नाही. व्यायामाबरोबर पुरेसा आहार व विश्रांती असा दिनक्रम जीवनभर श्रद्धेने जोपासता आला. सुदृढ मन व प्रकृती, नियमित वाचन व अभ्यास, यांचा हा समन्वय व्यक्तिमत्त्वाच्या उभारणीत व उत्कर्षात योग्य साथ देत राहिला.

आज मागे वळून पाहताना जाणवते की, फक्त सरळपणा व पोकळ आत्मविश्वास विकासास पुरेसा न्याय देऊ शकत नाही. तसेच केवळ अवघड व कठीण गोष्टींचा गुंता सोडविणे म्हणजे काही आयुष्य नाही. जीवनाचा सरळपणा व अवघडपणा दोन्ही जाणून घेतले तरच, प्रगती करत सुखी होता येते. योग्य वेळी योग्य विचार व योग्य निर्णय हा यशाचा मूलमंत्र आहे. माझ्या लहानपणीच्या परिस्थितीचा गुंता सहज सुटण्यासारखा नव्हता व तसे नेमके गणितीय पद्धतीने जीवनाचे उत्तर शक्य वाटत नव्हते. तज्ज्ञांची व सुज्ञांची मती कुंठित करणारी असामान्य परिस्थिती हीच आयुष्यातील परिवर्तनाचे निमित्त बनली. सर्वसाधारण परिस्थितीत यशापयशाचे गणित मांडण्याचे माझ्या मनात व आवाक्यातही नव्हते.

राहणीमान व विचारसरणी आपोआपच पूर्वसंस्काराशी व परिस्थितीशी जोडली जाते. तसे हे तत्त्व आजही लक्षात येते. परिस्थितीनुरूप काही बदल व अनैसर्गिकता सतत सोबत करत राहते. मी लहानपणीच्या गरिबीतून कपड्यांबाबतही असाच निरिच्छ बनलो आहे. कपड्यांपेक्षा शरीराची, आरोग्याची निगा मला नेहमीच महत्त्वाची वाटते. व्यायाम, फिरणे, आहार व विचार यावरील नियंत्रण व नियमितपणा मला मनापासून आवडतो. त्यामुळे कॉलेजमध्येही पायजमा व शर्ट घालून जाताना मला कधी चुकल्यासारखे किंवा कमीपणाचे वाटले नाही. उलट मी माझ्या साधेपणाचा सार्थ अभिमान बाळगीत असे. मला परवडणारी व सोयीची आभूषणे परिधान करणे मी पसंत करीत असे. अजूनही फार किमती वस्त्रे मला मनापासून आवडत नाहीत. कपड्यांपेक्षा मनाचा मोठेपणा व स्वच्छता मला अधिक महत्त्वाची वाटते. ही विचारांची धारणा माझ्या स्वभावधर्मात व आई-वडिलांच्या पूर्वसंस्कारात अंतर्भूत आहे.

पायजमा व शर्ट हेच आजही माझे घरात घालायचे आवडते कपडे आहेत. विचारांनी मन सजविताना व समृद्ध बनविताना कपडे, बाह्यालंकार व आभूषणे मला आकर्षित करू शकली नाहीत. मनातील ही अंत:प्रेरणा कधी बदलेल असे वाटत नाही. मात्या-पित्यांच्या संस्कारातून या आवडी थेट मनाशी जोडल्या गेल्या आहेत.

पूर्वसंस्कारानुसार, डोक्यावरील केस वस्तऱ्याने पूर्ण काढण्याची सवय, शहरात आल्यानंतर मात्र सोय व तत्कालीन गरज, या पोटी केस कापणे व विंचरणे, या

आधुनिक कार्यपद्धतीत रूपांतरित करावी लागली.

कामाची सोय व गरज यानुसार टोपी व पागोटे घालण्याची पद्धत प्रचलित होती; पण पित्याकडून प्राप्त आदेश म्हणून आपलीशी वाटणारी ही प्रचलित व्यवस्था मनाने नि:संशयपणे स्वीकारली होती. ग्रामीण भागात थंडी, ऊन, वारे यांपासून संरक्षण होण्यासाठी टोपीचा वापर बंधनकारक मानला जायचा. झोपताना व जेवतानाच डोक्यावरील टोपी मांडीवर ठेवण्याचा प्रघात होता.

प्राथमिक शाळेत पहिल्या वर्गातच वार्षिक परीक्षेत बिनचूक उत्तरे देऊन मी वर्गात पहिला नंबर प्राप्त केला व सर्वांची प्रशंसा व शाबासकी प्राप्त केली. नैसर्गिकरीत्या प्राप्त बुद्धी व कौशल्याची जाण त्याच काळात शिक्षकांच्या ध्यानात आली. तिची वृद्धी व उचित वापर करण्याची प्रेरणा व प्रोत्साहन मला माझ्या प्राथमिक शिक्षणाच्या प्रथम चरणातच प्राप्त झाले.

हिंदी भाषेच्या परीक्षा व गणित विषयाच्या बाह्य संस्थांच्या गुणवत्ता परीक्षा हा माझा अत्यंत आवडीचा विषय. त्या परीक्षेचे प्रमाणपत्र प्राप्त करण्यात विशेष आनंद मिळत असे. ड्रॉइंगच्या परीक्षा किंवा वक्तृत्व स्पर्धा, क्रीडा स्पर्धा, (गावाबाहेरील जिल्हा व तालुका स्तरावर त्या काळी विशेष प्रचलित नसाव्यात.) यामुळे गावातील सर्व स्पर्धांमध्ये भाग घेऊन सर्वांगीण विकासास चालना मिळत असे. प्रत्येक वर्षी शाळेत प्रथम क्रमांक आला की होणारे कौतुक व छोटी-मोठी पारितोषिके ही सातत्य टिकविण्याच्या प्रेरणेचे खरे स्रोत ठरत होते. अभिमान व वेगळेपणाची जाण याबरोबरच वृथा अभिमानही त्यातून निर्माण होत होता. हे त्या वेळी जाणवलेही नाही; पण आज मनात सहजच येऊन जाते.

आजच्यासारखी तयार उत्तरे गाइडच्या स्वरूपात मोठ्या प्रमाणात उपलब्ध नसत. शाळेत किंवा शेतावर, अभ्यास करताना खूप शांतता असायची. कोंबड्या, बकऱ्या, मांजरी, कुत्री व उत्तम पर्यावरण यांची सोबत मात्र सतत असायची. शाळेत व घरीही फरशी नसलेली मातीची जमीन वापरात असायची. मातीने व धुळीने, विशेषत: उन्हाळ्यात हात-पाय माखून जायचे. साबण वापरून अंघोळीची फारशी सवय व सोयही नसायची. निसर्गाने बहाल केलेल्या जीवनाची बरीच व्यवस्थाही अतिनैसर्गिकच असायची. स्वच्छतेचे महत्त्व लक्षात आले असले तरी व्यवहारातील अडचणी व प्रत्यक्ष उपलब्धता यांचा मेळ राखणे भाग पडायचे.

माणसामाणसांचे संबंधही नैसर्गिक व सहज असायचे. त्यांत आधुनिक सोपस्कार व मुलामा अजिबात नसायचा. वाढदिवस साजरे क्वायचे नाहीत व ज्ञातही नसायचे. शाळेतील दाखल्यावरील जन्मतारीख खऱ्या तारखेशी न जुळणारी असायची. रेडिओ, टीव्ही, सिनेमा अशी साधने उपलब्धच नसल्याने, वेळ घालविण्याचे उत्तम साधन म्हणजे अभ्यास व गप्पागोष्टी किंवा खेळणे. मोठी माणसे गोष्टी सांगण्यात

तरबेज असायची. रात्रीच्या वेळी गावात कुस्त्यांसारखे गोष्टीचे फड जमत. संस्कार व धार्मिकतेच्या विचाराने भजन, कीर्तन, पोथी, जत्रा, तमाशे, सणवार अशी रेलचेल असायची. अभ्यास सांभाळत अशा विविधतेचा आनंद मनमुराद लुटता यायचा.

माझ्या मनातील जातीयतेबाबत व परिस्थितीबाबत असणारा न्यूनगंड दूर करण्याचा भरीव प्रयत्न माझ्या हायस्कूलमधील कालावधीमध्येच झाला. शिवाजीराव पाटील सर व सर्व शिक्षक मंडळी आणि त्या वेळचे सर्व मित्र यांनी यासाठी विशेष सहकार्य केले. माझी दुय्यमत्वाची जाणीव दूर करून, आपुलकीची, स्वाभिमानाची व आत्मविश्वासाची बीजे याच कालखंडात रुजली व जोपासली गेली. त्यातून साकारलेल्या मनातील प्रेरणा मला अभ्यासास प्रवृत्त करू शकल्या व माझा आधारही बनल्या. शाळेतील विविध स्पर्धा व उपक्रम, उदा. हस्ताक्षर स्पर्धा, गणित व हिंदी परीक्षा, नियतकालिकाचे लिखाण व त्यातील यश मला प्रेरणा देण्यास कारणीभूत ठरले.

अपुरा अनुभव व अल्प ज्ञान यापोटी कधी कधी गमतीदार प्रसंग निर्माण होत. वडिलांच्या मृत्यूनंतर काही चपलांचे जोड मी बनवित असे. चार पैसे घरखर्चासाठी मिळावेत म्हणून बाजारात विकण्यासाठी एकदा एकाच पायाच्या सर्व चपला माझ्याकडून बनविल्या गेल्या व ते माझ्या ध्यानातच आले नाही. पट्टे उलटे व विजोड लागणे, असेही मजेशीर प्रसंग येत. यासाठी सकाळी १२ वाजेपर्यंत घरी व्यावसायिक काम करून नंतर शाळेत जावे लागे. काही वेळा शाळेतील एखाद दुसरा तास बुडत असे; पण वर्गातील शिक्षक व मुख्याध्यापकांनी हे सर्व मला विशेष सवलत म्हणून करण्यास परवानगी दिली होती. मागे पडलेला माझा अभ्यास मुद्दाम माझ्यासाठी वेळ देऊन इतर वेळी समजावून देत पूर्ण करून घेतला जाई. दहावीच्या पूर्ण वर्षात असा दिनक्रम चालविणें भाग पडले; पण हे सर्व करून, शेतातील कामे करूनही, अभ्यासातील माझे लक्ष व प्रगती मी मागे पडू दिली नाही. अशी प्रेरणा यशातूनच द्विगुणित होत जाई.

या सर्व जबाबदाऱ्या व कष्ट, सशक्त शरीर व बुद्धी यामुळे मी पेलू शकलो. अभ्यासाची प्रगती व आवड गुणवत्ता टिकविण्यास साहाय्यभूत होत असे. याच काळात हायस्कूल स्कॉलरशिप व समाजकल्याण विभागातील स्कॉलरशिप मला विशेष आर्थिक आधार देऊ शकली. शाळेतील खर्चाशिवाय कौटुंबिक खर्चासही यातून मोठे साहाय्य झाले.

हायस्कूलमधील कालखंडात गणित व शास्त्र हे विषय मला सर्वांत जास्त आवडायचे. हस्तकला व चित्रकला हे माझे नावडते विषय होते. अजूनपर्यंतही त्रयस्थपणे त्या कला मुक्त मनाने प्रतिसाद देण्यास मनाची तयारी होत नाही. मुळांत रुजलेला दोष, पुढील विस्तारांतही टाळता येत नाही, असे यातून मला सतत

जाणवते.

या माध्यमिक शिक्षण काळातील आणखी एक आठवण म्हणजे दिवाळी व उन्हाळ्याच्या सुट्टीचा उपयोग कथा, कादंबच्या व वाचनालयांतील उपलब्ध पुस्तकांच्या व संदर्भ ग्रंथांच्या वाचनासाठी करत असे. सुट्टीमध्येच पुढच्या वर्गातील क्रमिक अभ्यास स्वत:च्या मनाने अगोदरच करून ठेवणे हा माझा आवडता छंद व ध्यास बनला होता. यासाठी गणित व इंग्रजी हे विशेष आवडीचे व प्राधान्याचे विषय असत. शालेय कालावधीतही रोज पाच स्पेलिंग्ज पाठ करण्याचा निश्चय मी तीन वर्षे अखंड पाळला. त्यामुळे स्पेलिंग व इंग्लिश विषयांतील शब्दभांडार यात फार मोलाची भर घालता आली. संस्कृत श्लोक व सुभाषिते याचीही विशेष आवड वाटत असे. मनाला पटणाऱ्या व रुचणाऱ्या निवडक बाबी संग्रहित व पाठांतरित करण्याचे वेडच मला लागलेले असायचे. गुरे सांभाळताना, शेतीवरील राखण करताना, विनापुस्तक मला करमत नसे.

अभ्यासाबाहेरील विविध विषयांची, अनेक लेखकांची पुस्तके वाचून, एक वेगळी अनुभूती प्राप्त होत गेली. सुट्टीतच काही आवडीच्या पुस्तकांची पारायणे केली जात. या ठिकाणी प्रामुख्याने नमूद करण्याची बाब म्हणजे खासगी क्लास ही संकल्पना त्या काळी ग्रामीण भागात माहीतच नव्हती. सुट्टीतील खासगी क्लासऐवजी स्वत:च अभ्यास करण्याचा पर्याय मी माझ्या सोयीने निवडला होता. पुण्यात कोठेतरी असे क्लासेस चालत असल्याचे काही पुस्तकांवरून म्हणजे नवनीत संच व प्रश्नपत्रिकांचे संच यावरून ध्यानात येई; पण क्लासला न जाता, वर्गात सर जे काही शिकवत, त्यावरूनच मी अभ्यास करायचो व त्यादृष्टीने अभ्यासाचे नियोजनही करायचो.

मी दहावीच्या परीक्षेनंतर उन्हाळ्याच्या सुट्टीत जुन्या वहीतील कोरी पाने फाडून नवीन वही दोऱ्याने शिवून तयार केली. अकरावीच्या स्पेशल अंकगणित व बीजगणित, भूमितीच्या क्रमिक पुस्तकातील सगळी उदाहरणे, न शिकवता व कोणाच्याही मदतीशिवाय मी त्या वहीत सोडविली. मला न जमलेले व न सुटलेले असे एकही उदाहरण संपूर्ण अभ्यासक्रमात मला आढळले नाही. इयत्ता अकरावीची बोर्डाची परीक्षा सात विषय घेऊन द्यावी लागे. सर्व सोडविलेली गणिते व प्रमेये मनापासून आत्मसात केल्याचा आत्मविश्वास इतका दुणावला की, एस.एस.सी.च्या अंतिम परीक्षेतील कोणतेही गणित मी बिनचूक सोडवू शकेन, अशी माझी तयारी ११वीचे वर्ष सुरू होण्यापूर्वी झाली होती. म्हणजे उर्वरित वर्षात फक्त पाच विषयांचाच अभ्यास करून विशेष प्रगती करायचे निश्चित ठरविले होते. पूर्वनियोजनाची ती त्या वयातील अभिनव संकल्पना आठवून आजही मन अभिमानाने भरून येते.

माझ्या एस.एस.सी.च्या निकालाने दाखवून दिले की, नेहमीच्या व्यवहारात

आपण योग्य दक्षता व काळजी घेतली, वस्तुस्थितीचे व छोट्या छोट्या गोष्टींचे भान ठेवले तर आत्मभान व आत्मजागृती साध्य करता येते. कामात सचोटी व प्रामाणिकपणा, अखंड जागरूकता व कर्तव्यदक्षता हेच खरे मूलगामी, परिणामकारक ठरते. मोठेपण किंवा वेगळेपण हे परमेश्वराने प्रत्येक व्यक्तीत व वस्तूत नैसर्गिकरीत्या कोणत्यातरी विशिष्ट बाबतीत निर्माण केलेले आहेच. त्याची जाण मात्र प्रत्येकाला आपल्या प्रयत्नांतून व आचरणातूनच करून घ्यावी लागते.

शिक्षणामुळे व्यक्तीच्या जीवनात प्रगती व प्रगल्भता येते, याची सार्थ जाणीव या ग्रामीण विद्यालयात शिक्षण घेतानाच माझ्या मनात प्राबल्याने निर्माण झाली. माझी शाळा, विशेषत: माध्यमिक विद्यालय हे माझ्या जीवनाचे प्रेरणास्थान व आधारस्थान बनले होते व आयुष्यभर मला सतत भावनिक आधार देत राहिले. अगदी पहिल्या दिवसापासून मी हायस्कूलच्या प्रेमात पडलो आणि त्या प्रेमाला शिक्षकांच्या प्रेमाचा प्रसाद, प्रतिसाद व आशीर्वाद मिळत राहिला. त्यातून अभ्यासाचा, पुढील वाटचालीचा सूर व संगीत अगदी सहज प्रवाहित होत गेले. शाळा माझ्या घराशेजारीच असल्याने शाळा म्हणजे घर व घर म्हणजे शाळा बनल्याचा आगळावेगळा अनुभव मला व्यवहारात घेता आला. तेथूनच खरं तर आयुष्याला कलाटणी व दिशा मिळाली.

कौटुंबिक आणि शैक्षणिक लढायांमध्ये यशस्वी होण्याचे श्रेय शाळा व शिक्षक यांना जाते.

नवीन अभ्यासाचा व विषयांचा आणि वातावरणाचा सराव होईपर्यंत स्वत:ला बरेच सावरून घेणे भाग पडले होते. कॉलेज होस्टेलवर राहत नसल्यामुळे, तेथील सोयी तसेच दुर्गुणही वाट्याला आले नाहीत. एकलकोंडा स्वभाव व न्यूनगंड यामुळे पुण्यातील मूळ पुणेकरांशी, फारशी घनिष्ट मैत्री कोणाशी जोडता आली नाही. अर्थात ही माझ्यातील मोठी उणीव आजही मला जाणवते. खऱ्या व निरपेक्ष मैत्रीच्या स्वरूपात फारच मोजकी देवघेव व आनंद मला अनुभवायला मिळाला. एस.एस.सी.ला महाराष्ट्रात पहिला आलेला अशोक निरफराके व तिसरा आलेला अरुण कुदळे हे एस. पी. कॉलेजमध्ये माझ्याच वर्गात सहाध्यायी होते.

माझ्या स्वभावामुळे व अलिप्ततेमुळे, का कोण जाणे कशामुळे, पण हे अत्यंत कमालीचे हुशार व बुद्धिमान मित्र, माझी अत्यंत आस्थेने चौकशी करायचे व जवळीक साधायचे; पण अनेक कारणांमुळे मी त्या मैत्रीचा लाभ व जवळिकीचा खरा आनंद घेऊ शकलो नाही. नंतरच्या आयुष्यातही या स्वभावात बदल करू शकलो नाही, याची खंत वाटते.

मोठ्या मोठ्या प्रयोगशाळा, वाचनालये अनेक हुशार विद्यार्थ्यांची सोबत, हा मोठा दैवयोगच मला महाविद्यालयीन स्तरावर उपलब्ध झाला होता. किती पुस्तके,

किती तज्ज्ञ शिक्षक हे सर्व इतके भव्य व दिव्य पाहून, अक्षरश: डोळे दिपून गेले होते. सर्वच सोयी अत्युच्च दर्जाच्या व मनापासून आवडाव्यात अशाच होत्या. मुले, मुली, मित्र, मैत्रिणी, पर्यावरण, सर्वच इतके चित्ताकर्षक व मनोहारी होते की, आपण कोठेतरी वेगळ्याच विश्वात प्रवेश केला आहे असाच भास स.प. महाविद्यालयात शिकताना मला होत होता. ते नाते व जवळीक नैसर्गिक असल्याने कायमस्वरूपी माझ्या मनात तिचे स्थान तसेच एकमेवाद्वितीय राहिले.

कॉलेजचे नवीन विश्व व अपरिचित वातावरण, जीवनाची अपरिहार्यता व परिस्थितीचे अनपेक्षित चक्रीय वादळ, यांनी शैक्षणिक प्रगतीवरही विपरीत परिणाम घडवून आणला. महाविद्यालयीन जीवनातील सर्वांच्या वाढलेल्या अपेक्षा, त्यांनी दिलेले सहकार्य व त्यागपूर्ण मदत अशा वेळी मनाला पुन:पुन्हा जागृत करू लागली व मुद्दाम डिवचू लागली. योग्य उत्तराच्या व कार्यवाहीच्या अपेक्षेने भारलेले क्षण, पुन्हा एकदा मनाला थांबवून स्वत:च विचारते झाले. आई-वडिलांच्या अकाली मृत्यूने सर्वच दिशेने अनिश्चितता झाकोळून आली. वार्षिक परीक्षेत जर अपयश आले तर काय, असा प्रश्न व विचार मनाचा पाठलाग करू लागला. माझे स्वत:चे करिअर व कुटुंबाचे भवितव्य, दोन्ही माझ्या यशाशी निगडित होते. आता मार्ग निवडीची व कर्तव्यपूर्तीची शेवटची निर्णायक संधी, मला पुन:पुन्हा आव्हान करत होती.

शासकीय वसतिगृहात राहण्याची सोय सर्वसाधारण स्वरूपाची व अतिसामान्य प्रतीची होती. हे वसतिगृह समाज कल्याण विभागाच्या संचालकांच्या कार्यालयाच्या आवारातच होते. प्रत्येक खोलीत चार ते पाच विद्यार्थ्यांची राहण्याची व्यवस्था केलेली असे. प्रत्येक मजल्यासाठी वेगळी कॉमन बाथरूम्स, थंड पाण्याची अंघोळ, कपडे धुणे इ. बाबी उपलब्ध होत्या. सर्वसाधारण ग्रामीण वातावरण असलेल्या विद्यार्थ्यांना अशा गोष्टी सवयीच्याच असल्याने मलाही फार अडचणीच्या कधीच वाटल्या नाहीत. पोशाखीपणात मात्र माझ्या बाबतीत मोठी तफावत दिसून येई. स्वत:च धुतलेला, साध्या कपड्याचा बिगर इस्त्रीचा, चुरगळ्या व गुढ्या असणारा पायजमा व शर्ट मी वापरत होतो. संपूर्ण महाविद्यालयीन कालखंडात माझे कपडे मी स्वत:च धुतले.

वसतिगृहातील ग्रामीण भागातील बहुतेक सहकाऱ्यांकडे साधारणत: दोन किंवा तीनच कपड्यांचे संच उपलब्ध असायचे.

वसतिगृहात जेवणाची सोय मोफत असायची; पण मर्यादित थाळी पद्धत असायची. वाढते शरीर व ग्रामीण सवयीनुसार आहाराच्या सवयी यांच्या तुलनेत येथील जेवण अतिशय अपुरे व्हायचे. बऱ्याच वेळा अर्धपोटी राहण्याचा एकमेव पर्याय हाताशी असायचा. खिशात दोन-चार आणे असल्यास, दोन-चार केळी, भेळ

किंवा पाव घेऊन खाण्याचा मोह कधीमधी व्हायचा. माझ्याबरोबर माझे सर्वच वसतिगृह रहिवासी मित्र, माझ्याइतकेच असहाय्य व परिस्थितीने अगतिक व लाचार बनलेले होते. समदुःखामुळे बऱ्याच गोष्टी एकमेकांच्या सहकायाने सुसह्य वाटायच्या.

महाविद्यालयाच्या सुरुवातीच्या वाटचालीत मी आईच्या आजारपणानंतर प्री-डिग्री सायन्सची सहामाही परीक्षा दिली; पण अपेक्षेप्रमाणे मार्क्स पडले नाहीत. घरची काळजी, त्यातून आईची नाजूक प्रकृती याची चिंता अधिक होती. कॉलेजमधील मुक्त, नवीन वातावरणाचा परिणाम अजाणताच अभ्यास व एकाग्रतेवर होत राहिला. मनाच्या काहीसे विरुद्ध स्वतःच्या संवेदना लपवत, सर्वांच्या वाढलेल्या अपेक्षांच्या पूर्तीसाठी, लोकलज्जेसाठी स्वतःचे नाव व खोटी प्रतिष्ठा जपण्यासाठी कॉलेज जीवनाचा प्रवास नाइलाजाने चालू ठेवला होता. बहीण-भावांची जबाबदारी टाळत असल्याचे शल्य आईच्या आजारपणामुळे अधिक गडद होत होते.

शास्त्रशाखेचा प्रवेश, भावंडांच्या शिक्षणाची हेळसांड, आर्थिक अस्थिरता, यांनी स्वतःचा निर्णय नक्कीच चुकल्याचे मनात पुनःपुन्हा येत राहिले. महाविद्यालयात जाण्याची भीती वाटत होती. सर्व प्रक्रियांची प्रेरणाच हरपली होती.

अशा स्थितीतही केवळ गणिताशी अधिक रुची राखणारी, मनातून आवडणारी व जवळची वाटणारी शाखा म्हणजे अभियांत्रिकी शाखा, असे स्वतःशी व मित्रांशी विचारविनिमयातून मला ज्ञात झाले होते. वैद्यकीय शाखा म्हणजे गणिताशी कायमची फारकत होणार किंवा गणिताचा कमीतकमी वापर करावा लागेल या एकाच विचारातून मी 'अ' ग्रुपची निवड केली. मी 'ब' ग्रुपची निवड का केली नाही, हे विचारण्यास किंवा या बाबतीत नेमका सल्ला देणारे कोणीही पाठीशी नव्हते.

स्वतःची आवड आणि जबाबदारीवर 'अ' ग्रुपची निवड करून मी स.प. महाविद्यालयामध्ये प्रथम वर्ष (इंटर) सायन्सचा अभ्यास केला. आईच्या नसण्याची आणि कौटुंबिक अव्यवस्थेच्या सतत टोचणाऱ्या भावनांची मनाला सवय करून घ्यावी लागली होती. कौटुंबिक पातळीवर मन अधिकच संवेदनाहीन ठेवावे लागले होते. अगोदरच काहीसा उदास असलेला माझा स्वभाव अधिक गंभीर बनला होता. आर्थिक ओढाताणीने परिस्थितीत अधिक भरच पडत होती. विचारांची कोंडी व भावनांचा आवेग मनःस्थितीशी लपंडाव खेळत होते, सतत काहीतरी चुकल्याची व फसल्याची रुखरुख मनाला अस्वस्थ करीत राही.

महाविद्यालयात असताना मनापासून रात्रंदिवस अभ्यास करून अपेक्षित यश संपादन करायचे अशी जिद् मनाशी बांधली होती. त्यामुळे जाणीवपूर्वक पोरकेपणा व अडचणींवर मात करत अभ्यासास सुरुवात केली. अथक प्रयत्न केले व जिवापाड मेहनत घेतली. अपुरे मार्गदर्शन व साधने नसतानाही प्रयत्नांची पराकाष्ठा करून प्रथम श्रेणीत प्री-डिग्री सायन्सला युनिव्हर्सिटीच्या परीक्षेत यश संपादन केले. तो

क्षण व ते वळण खरोखरीच पूर्ण आयुष्याची दिशा ठरविणारे होते.

आईच्या विरहाने निर्माण झालेली विरक्ती, निराशा, प्रेरणा व शक्ती, सामर्थ्य देऊन गेली. उदासीनतेच्या परिसीमेस पोहोचलेल्या मनाला आईचा मृत्यू हा न विसरता येणारा घाव होता. आई-वडिलांची इच्छा व स्वप्रतिष्ठा या सर्वांच्या पूर्तीसाठी त्या जिद्दीने व बौद्धिक क्षमतेने पूर्ण हात दिला. त्यातूनच कौटुंबिक व वैयक्तिक आत्मविश्वासाचा एक वेगळा आविष्कार कायम मनात रुजला व जोपासला गेला.

स.प. महाविद्यालयाच्या शेजारी हाकेच्या अंतरावर ना. सी. फडके यांचा बंगला, पेशवे उद्यान व पर्वती अशी आकर्षक ठिकाणे होती. मोकळ्या वेळी मरगळलेल्या मनाला रिझविण्यासाठी, तेथे जाण्याचा पर्याय उपलब्ध असे. पर्वतीच्या पायथ्याजवळच्या आताच्या शाहू महाविद्यालयाजवळ त्या वेळी अजिबात वस्ती व फारसा कोणाचाही वावर नसायचा. म्हशी व गुरे मुक्त चारण्यासाठी, त्या जागेचा वापर स्थानिक रहिवासी करायचे. झाडाखाली बसून, सुट्टीत अभ्यास करायला खूप चांगले व शांत वातावरण उपलब्ध होते. कोणताही गोंगाट किंवा विशेष हालचाली नसल्याने, अभ्यासासाठी उत्तम एकांत व सावली उपलब्ध असे. अभ्यासासाठी या जागेचे मला फारच आकर्षण वाटे. सुट्टीत काही तास सलग अभ्यासासाठी मी मुद्दाम या जागेची निवड करीत असे. पेशवेपार्कमध्ये देखील एका बाजूला झाडाखाली शांत बसून अभ्यास करणे शक्य होत असे.

मी कॉलेजमध्ये असतानाच पुण्यात हिंदू-मुसलमान दंगल झाली. पुण्यातील कॅम्प येथील लाल देऊळ, तसेच सोमवार पेठ हे या दंगलीचे केंद्र आमच्या वसतिगृहाशेजारी होते. प्रत्यक्ष जाळपोळ, मारामाऱ्या, जातिधर्माच्या भीतीने तळ्यात व अत्यंत अडचणीच्या ठिकाणी लपणे याचा अनुभव आम्ही घेतला. धार्मिक विषमता व जातीयवादाचे विष समाजात खोलवर कसे रुजले आहे याचे नेमके दर्शन या प्रसंगाच्या निमित्ताने घडले व मनात वैषम्य दाटून आले.

प्राथमिक व माध्यमिक शाळेत, एक अति हुशार, वेगळा विद्यार्थी म्हणून काहीशी प्रसिद्धी मिळत गेली. लेखन, वाचन, पाठांतर सर्वच बाबतीत पहिला नंबर सहजच प्राप्त व्हायचा. तसे विद्यालयातील सर्वच मित्रमंडळी व शिक्षक वर्ग गृहीत धरूनच चालायचा; पण कॉलेज जीवनात मात्र तसे यश मिळवू शकलो नाही. एखादे सशक्त रोपटे स्थलांतरित झाल्यावर जसे मूळचा वेग व आवेग आपोआप विसरते, तसेच काहीसे माझ्या अभ्यासाच्या बाबतीत मला अनुभवास आले. अनोळखी शहरी जीवन, अस्थिर व अडचणीची घरची परिस्थिती. इंग्रजी माध्यम, मातृ-पितृछत्राचा अभाव या बाबी शहरी अभ्यास व गुणानुक्रम यावर मूलगामी परिणाम करू लागल्या. शहरी भागात अभ्यासातील प्रगती मंद गतीने होत होती; पण

अभ्यासाची प्रत्यक्ष वाटचाल व स्पर्धा मात्र सर्वसुविधासंपन्न शहरी मित्रांबरोबर करावी लागली.

महाविद्यालयात असताना माझा स्वभाव अधिकच अबोल व गंभीर बनू लागला होता. विचार व भावनांची आणखी एक नवीन लढाई स्वत:बरोबरच सुरू झाली होती. शिक्षणाची गती राखताना माता-पित्याच्या स्मरणाने अंकुरित झालेली प्रेरणा पुसट व निष्प्रभ होऊ द्यायची नव्हती.

परमेश्वरी देणगी व सर्व परिचितांच्या सदिच्छा यांचा उचित मान व आदरही कृतज्ञतापूर्वक राखायचा होता. आईच्या मृत्यूच्या वेळी भेडसावणारा नोकरीचा पर्याय, दबलेल्या व सरावलेल्या मनाला पुन:पुन्हा वाकुल्या दाखवत होता; पण ते मनाला पटणारे व रुचणारे नव्हते.

शास्त्र शाखेचा अभ्यासक्रम यशस्वीपणे पार पडल्यानंतर मुख्य प्रश्न अभियांत्रिकी महाविद्यालयात प्रवेश घेणे हा होता. पदवीसाठी अभ्यासाचा कालावधी कमीतकमी चार वर्षांचा होता. आता पर्यायही उपलब्ध नव्हता. महाविद्यालयीन शिक्षणाच्या सुरुवातीसच परिपूर्ण विचार करणे शहाणपणाचे होते. भावाबहिणींची व्यवस्था व अडचणी, कौटुंबिक अस्थैर्य पुढील चार वर्षांसाठी पूर्ण दुर्लक्षित करून मार्गक्रमण करणे अपरिहार्य होते. सायन्स कॉलेजमध्ये बी.एस्सी. करण्याचा एक स्वतंत्र पर्याय होता. पुन्हा बुद्धी, आवड व हुशारी यांच्याविरुद्ध परिस्थिती असे अघोषित विचारयुद्ध सुरू झाले.

दरवर्षीप्रमाणे परीक्षेनंतर उन्हाळ्याच्या सुट्टीत घरच्या ओढीने व अंत:करणातील आवडीने गावी ओढला जात होतो. तसाच इंटर सायन्सनंतरही सुट्टीसाठी गावी गेलो होतो. आर्थिक परिस्थिती अधिकच बिकट बनली होती.

अभियांत्रिकी प्रवेश तर सोडाच; पण गावाहून पुण्याकडे प्रवास करणे व पुण्यातील मुक्काम, यासाठी अगदी दहा रुपयेही माझ्याकडे शिल्लक नव्हते.

माझी अवघडलेली मन:स्थिती व अडचण शिवाजीराव पाटील सर यांच्या चाणाक्ष दृष्टीतून सुटली नाही. त्यांनी मला बोलावून पुढील शिक्षणाचे काय करणार अशी विचारणा केली. मी थोडक्यात पर्यायांचा विचार मांडून, सरांकडूनच त्यांचे मार्गदर्शन मागितले. सरांनी नेमकी परिस्थिती ध्यानात घेऊन थोडक्यात पण निश्चित सांगितले की, तू पुढील अभियांत्रिकी शिक्षणासाठीच गेले पाहिजेस. तुझ्या बुद्धिमत्तेचा वापर व विकास साधण्यासाठी अभियांत्रिकी शिक्षणाशिवाय दुसरा उचित पर्यायच उपलब्ध नाही. तुझा नोकरीचा पर्याय विसर. बाकी सर्व माझ्यावर सोड. मी सर्व व्यवस्था पाहतो. या स्पष्ट अधिकारवाणीच्या व वडीलकीच्या सल्ल्याने मी संभ्रमित अवस्थेतून बाहेर पडलो. सरांचे शब्द ही माझ्यासाठी परमेश्वराची वाणी व कृती होती.

माझ्या परोक्ष माझ्याशी सल्लामसलतही न करता सरांनी आपुलकीच्या व

प्रेमाच्या हक्काने मोठेपणाची व वडीलकीची कामगिरी करायचे ठरविले होते. गावातील सर्व कर्तबगार व प्रभावशाली व्यक्तींना बोलावून माझी परिस्थिती सरांनी स्वत: सर्वांना ज्ञात करून दिली होती. आपल्या गावातील एक हुशार, पोरका विद्यार्थी, आर्थिक अडचणीमुळे शिक्षणास मुकतो, हे निश्चितच गावास भूषणावह नाही. सरांचे वैचारिक सामर्थ्य व प्रतिष्ठा यांच्या प्रभावाने सर्व गावकरी प्रभावित झाले. दुसऱ्या दिवशी सकाळी गावात जमून, आवाहन करून देणगीरूपाने मदत गोळा करण्याचे निश्चित केले. या सर्व गोष्टी मला अजिबात कळू दिल्या नाहीत; कदाचित मला लाचारी वाटू नये या भावनेने. दुसऱ्या दिवशी एक पेटी (पैसे गोळा करण्यासाठी) व वस्तुस्थितीची जाणीव करून देणारे निवेदन घेऊन गावातील मुख्य चौकात फेरी काढली. लोकांनी प्रेम, माया व आपुलकीपोटी जमेल तशी देणगी पेटीत टाकली. कोणताही हिशेब व पावती ठेवण्यात आली नाही. सर्वच प्रेमापोटी होत होते. चार तासाने फेरी समाप्त करण्यात आली.

संध्याकाळी मला बोलावून जमलेले चारशे रुपये माझ्या हातात देत, मला अभियांत्रिकी महाविद्यालयात प्रवेश घेण्यास सरांनी सूचना दिल्या. त्या काळी प्रवेश फी व इतर सर्व खर्चासह १०० ते १५० रुपये प्रवेशासाठी पुरेसे होते. उर्वरित रक्कम इतर व्यवस्थेसाठी उपलब्ध झाल्याने मी लागलीच पुण्यास येऊन अभियांत्रिकी महाविद्यालयात प्रथम वर्षास प्रवेश घेतला. पहिल्या वर्षात सर्वच शाखांचे शिक्षण एकत्रित व सामान्य असल्याने बाकी तपशील नंतर ठरविण्यास संधी मिळाली.

कॉलेजमध्ये असताना झापडे लावलेल्या घोड्याप्रमाणे एका दिशेत मार्गक्रमण सुरू झाले व चालूही राहिले. अभ्यासाची अडचण कधी वाटलीच नाही. सुट्टी, प्रवास व सर्व मोकळा वेळ, फक्त अभ्यासातच व्यतीत व्हायचा. कोणताही दुसरा छंद किंवा आवड मनापर्यंत पोहोचूच दिली नाही.

एकदा कॉलेजला जाण्यासाठी सेन्ट मीराज हायस्कूलच्या बसस्टॉपवर बसची प्रतीक्षा करत उभा होतो. नेहमीप्रमाणे व स्वभावधर्मानुसार बसस्टॉपवर बसची प्रतीक्षा करताना देखील मी पुस्तकातील व वहीतील काही टिपणे वाचण्यात व पाठांतर करण्यात व्यग्र होतो. बसस्टॉपवर कोण येते व कोण काय करते, हे माझ्या सहसा लक्षात यायचे नाही. त्या काळी गर्दीही फारशी नसायची; पण बसची ये-जा ही प्रदीर्घ कालावधीने असायची. त्याच वेळी माझ्याशेजारी चमत्कारिक वेशातील एक परदेशी गृहस्थ त्याच्या मित्राशी काहीतरी चर्चा करीत होता. स्टेशनजवळील विविधतेची अशी चित्रे नेहमीचीच असल्याने माझेही त्यांच्याकडे फारसे लक्ष गेले नाही. माझी बस आली व मी बसमध्ये चढत असताना तो माणूस इंग्रजीत आपल्या मित्राला म्हणाला, ''मित्रा, याचे कान पाहा, कानांच्या आकारावरून तो कोणीतरी तंत्रज्ञ किंवा शास्त्रज्ञ होणार असे स्पष्ट अनुमान काढता येईल.'' मी तेवढे ऐकले; पण मनातील

न्यूनगंड व अलिप्त स्वभावानुसार मी प्रतिक्रिया व्यक्त न करताच बसने प्रवास सुरू केला. पुढील प्रवासात मी अभियंता झालो; पण त्यांचे निरीक्षण व अभिप्राय मात्र गुलदस्तातच राहिले.

अभियांत्रिकी शिक्षण कालावधीत शासकीय नियमानुसार समाज कल्याण विभागाच्या संत ज्ञानेश्वर वसतिगृहातच निवास व भोजनव्यवस्था करण्यात येत असे. जेवण अपुरे, बेचव व दुय्यम दर्जाचे असायचे हा उल्लेख याआधीही एकदा आला आहे. त्यासंदर्भात अनेक आंदोलने व सतत मागण्या करूनही प्रशासनावर फारसा परिणाम होत नव्हता. अपुरे व निकृष्ट भोजन हे प्रकृती व अभ्यासावरही विपरीत परिणाम करत होते. संत ज्ञानेश्वर वसतिगृहात वासरात लंगडी गाय शहाणी या न्यायाने माझ्या मूळ स्वभाव धर्माविरुद्ध मी वसतिगृहाचा जनरल सेक्रेटरी बनलो. अनेक अडचणी व गैरसोयींविरुद्ध तक्रारी व आंदोलने केली, ती आम्ही विधिमंडळापर्यंत पोहोचविली. त्या वेळचे समाज कल्याण मंत्री बाबूराव भारसकर यांना समक्ष भेटून, चर्चा करून काही प्रश्नांना चालना मिळाली.

कॉलेज जीवनातील त्या संक्रमण अवस्थेतील वयात व विचारांच्या उर्मीत, सर्व मित्र सिनेमाला जात. माझ्याकडे आवश्यक खर्चासाठी पैसे नसायचे, तर सिनेमाच्या चार ते पाच रुपयांच्या तिकिटाचा खर्च कसा जमायचा? मनातूनही मला सिनेमाची आवड नव्हती. सिनेमा पाहणे वाईट असते, अशी आई-वडिलांची शिकवण होती. त्यामुळे मी सिनेमा पाहण्यास जाण्याचे टाळायचो.

अगदी जवळचे मित्र सिनेमास गेले तरी, मी हॉस्टेलवर अभ्यास करत बसायचो. चार वर्षांच्या अभियांत्रिकी शिक्षण कालावधीत, मी एकूण चार सिनेमे देखील पाहिले नसावेत. अभ्यासाच्या ओझ्याने इतर सर्व भाव व विचार नामशेष झाले होते. मित्रांचे आकर्षण, फिरणे, नवीन कपडे, सिनेमाच्या व मित्रमैत्रिणींच्या गप्पा यांत मी कधीही सहभागी होऊ शकलो नाही. ग्रामीण वातावरणात याबाबत मनात निर्माण झालेली भीती व न्यूनगंड, कायम होता.

या प्रवासात जीवनाकडे वेगळ्या कोनातून बघण्याची दृष्टी तयार झाली नाही. प्रत्यक्ष जीवनक्रम व अभिनय यांचा मेळ सहज घालण्याची कला मला आयुष्यात साधता आली नाही. जीवन नेहमीच गंभीर व जबाबदारीचे ओझे समजून जगण्याची चूक आज जाणवते. आजच्या आपल्या अनुभवसंपन्न जीवनात आपले कुटुंब, सहकारी, शेजारी, गाव, देश व समाज सगळे फार महत्त्वाचे वाटायला लागले आहे; पण या सर्वांसाठी पुरेसा वेळ आपण नेमका अजूनही देत नाही. दुसऱ्यासाठी कुणाला वेळ नाही, स्वत:साठी देखील स्वत:ला वेळ नाही.

साठ वर्षांपूर्वी गावी वास्तव्य करत असताना लाभलेले माझे बालपणीचे सगे सोबती, नातेवाईक, मित्र यांच्या आठवणी कधी पुसता येत नाहीत. त्यांनी काय दिले

हे आज सांगताही येत नाही. त्यांची भेटही सहज होत नाही. तरी त्यांनी दिलेली सोबत व बालपणीचा तो निरागस संग विसरता येत नाही. पाच ते दहा वर्षे वयाचा असताना, शाळेत पहिल्या काही वर्गांत मला भेटलेले सर्व मित्रमैत्रिणी आम्ही त्या वेळी एकमेकांच्या सहवासात मनसोक्त रमलो. अनेक खेळ, वाचन, गप्पागोष्टी, खोड्या यांनी एकमेकांशी कायमचे पक्के जोडले गेलो. आई-वडील, बहीण, भाऊ व शाळेतील मित्र-मैत्रिणी हे माझ्या जीवनाचा अविभाज्य भाग बनून स्मृतीद्वारे आजही माझी सोबत करतात.

याबाबत आठवणी काढताना वेळ व स्मरण अपुरे पडू लागते. मानवी स्मरणशक्तीची मर्यादा लक्षात येते. काही वेळा जुन्या आठवणींचा मनात गोंधळही होत जातो. महाळुंगे पडवळ, पुणे व नोकरीच्या निमित्ताने महाराष्ट्रातील विविध ठिकाणी मैत्री जुळत गेली व काळाबरोबर वृद्धिगतही होत गेली.

गाव व समाज

पुणे जिल्ह्यातील आंबेगाव तालुक्यातील महाळुंगे पडवळ या गावी माझा जन्म झाला. महान क्रांतिकारक, देशभक्त हुतात्मा बाबू गेनू यांचे जन्मगावही हेच. महात्मा गांधींच्या असहकार चळवळीपासून, संपूर्ण देशाला हे गाव परिचित झाले. स्मारक म्हणून बाबू गेनू यांचा पुतळा गावच्या प्रवेशद्वारातच उभारण्यात आला आहे. गावाची प्रतिष्ठा उंचावण्याचे व प्रेरणा देण्याचे कार्य या स्मारकाद्वारे अविरतपणे होत आहे. इंग्रजांच्या अत्याचारांना समर्थपणे प्रतिकार करण्यासाठी बाबू गेनू सैद या रत्नाने मुंबईमध्ये आत्मबलिदान केले. मुंबईतील काळबादेवी भागात परदेशी कापडाच्या ट्रकसमोर असहकार चळवळीचा भाग म्हणून देशभक्तीसाठी स्वरक्ताचा सडा शिपडला. क्रांतीची ज्योत प्रज्वलित करण्याचे महान कार्य बाबू गेनू या २२ वर्षीय तरुणाने केले.

अशा देशभक्तास जन्म देणाऱ्या त्या पुण्यभूमीचा वारसा व मातीचा सुगंध घेण्याचे भाग्य मला जन्मजात लाभले. देशभक्ताची भावना निर्माण करणारे वातावरण मला लाभले होते. आज माझ्या गावातील अनेक शैक्षणिक, सामाजिक व व्यावसायिक संस्था त्यांचे नाव व प्रेरणा अभिमानाने घेऊन गावाच्या प्रगतीची वाटचाल करीत आहेत. बाबू गेनू प्राथमिक शाळा, माध्यमिक विद्यालय, सहकारी संस्था ही त्यांच्या स्मृतीची व कीर्तीची सुगंधी फुले आजही गावाच्या विकासात भर टाकीत आहेत. स्वराज्याची स्वप्ने पाहणाऱ्या त्या महान आत्म्याच्या स्मृतीस अभिवादन करूनच त्यांच्या पुण्यस्मरणाने या गावातील कोणत्याही विकासकामाची परिक्रमा सुरू होते.

माझ्या गावाचे वर्णन करताना दुसरे अभिवादन अण्णासाहेब आवटे यांच्या स्मृतीस करणे महत्त्वाचे ठरेल. त्यांच्यासारखा निःस्पृह व निःस्वार्थी सेवाधर्म पाळणारा देशभक्त आजच्या काळात सापडणे दुर्मिळ आहे. स्वतःच्या घरची

आर्थिक घडी विस्कळीत असतानाही समाजसेवेची धुरा अखंडित वाहणारा त्यांचा पिंड एक वेगळा विचार व दिशा समाजाला देतो. गावपातळीपासून राज्यपातळीपर्यंत एकाच निस्सीम सचोटीने व प्रेरणेने काम करणयाची त्यांची हातोटी ही एक आदर्श समाजसेवेची उत्तम कार्यप्रणाली ठरावी अशीच अभिनव होती. अत्यंत दुर्मिळ अशी ही देशभक्ती या गावाने पाहिली व अनुभवली. एका प्रसिद्धिविन्मुख राज्यकर्त्याचे आदर्श उदाहरण म्हणजेच महाळुंगे पडवळ येथील आण्णासाहेब आवटे असे अभिमानाने नेहमीच सांगितले जाईल. मंचर या महत्त्वाच्या गावी त्यांच्या नावाने महाविद्यालय आहे, जे त्यांचे चालतेबोलते कायमस्वरूपी स्मारकच आहे.

ऐतिहासिक पार्श्वभूमी विशद करताना गावाचे तिसरे वैशिष्ट्य म्हणजे शिवाजी महाराजांचे जन्मस्थान असणाऱ्या शिवनेरी किल्ल्यापासून, साधारणत: १० ते १५ कि.मी. सरळ अंतरावर महाळुंगे पडवळ हे गाव आहे. या माझ्या जन्मगावाच्या चारी बाजूने उंच डोंगर व कडे असून, त्यांच्या कोंदणात किल्ल्याप्रमाणे संरक्षित असे हे स्थान आहे. महादेवाचे डोंगर, बाजूने घोड, मीना, कुकडी या नद्या हे एक वेगळेच वैभव गावाच्या बाजूच्या कोणत्याही उंच डोंगरावरून पाहताना सहजच लक्ष वेधून घेते. गावच्या पंचक्रोशीची ओळख सांगायची झाल्यास, तसे हे गाव एक स्वतंत्र भूतलावरील बेटासारखे किंवा भुईकोट किल्ल्याप्रमाणे आहे. मुख्य नाशिक-पुणे या राष्ट्रीय महामार्ग क्रमांक पन्नास पासून सहा किलोमीटर पश्चिमेस डोंगरकुशीत ते वसलेले आहे. बाल शिवाजींचे बालपण याच भूमीत व गावातील सवंगड्यांच्या, म्हणजेच मावळ्यांच्या सोबतीने व्यतीत झाले. अत्यंत प्रेरक, स्फूर्तिदायक व विलोभनीय पर्यावरण या गावास लाभले आहे.

गावातील मुख्य ओढा गावाच्या हद्दीतून वाहत जाऊन घोडनदीच्या कुशीत विसावतो. भीमेची उपनदी व मुख्य कृष्णा खोऱ्यातील पाणलोट क्षेत्रात घोडनदी या उपखोऱ्यात या गावाच्या पाणलोट क्षेत्राचा अंतर्भाव आहे. साधारणत: एक हजार ते १२०० मि.मि. वार्षिक पर्जन्यमान असले तरी, पावसाचे प्रमाण व वारंवारता ही फारच विषम स्वरूपाची आहे. पर्जन्यछायेच्या प्रदेशात या गावाचा समावेश आहे. सह्याद्रीच्या पूर्व उतारावर गावाची सर्व भूमी विसावली असल्याने, गावाचे सर्व क्षेत्र तीव्र उताराचे व मुरमाड व खडकाळ जमिनीचे आहे. ओढ्याकाठचा काही भाग सोडला तर बाकी सर्वच जमीन पूर्वी पावसावर अवलंबून म्हणजे पूर्णत: जिरायत स्वरूपाची होती.

सद्य:स्थितीत कुकडी प्रकल्पाच्या डाव्या कालव्याच्या लाभक्षेत्रात हे गाव येत असल्याने प्रकल्पातील पाण्याचा लाभ बऱ्याचशा शेतीस झाला आहे. जिरायत शेतीचे रूपांतर बागायत लाभक्षेत्रात होताना, होणारे बदल व अनुषंगिक समृद्धी, हल्ली गावात दृष्टिक्षेप टाकताच ध्यानात येते. गावाच्या शैक्षणिक व सांस्कृतिक

प्रगतीबरोबर आर्थिक बळकटी प्रदान करणाऱ्या सिंचन विकास प्रकियेचा येथील समाजजीवनावर लक्षणीय परिणाम दिसून येत आहे.

गावाचा नैसर्गिक परिसर अत्यंत सुंदर व कोणत्याही नवीन पाहुण्यास सहज आकर्षित करणारा असाच आहे. पावसाळ्यात सर्व नाल्यांतून पाणी वाहताना सर्व भूमीला नवसंजीवनी प्राप्त होते. वृक्षवल्लीने सर्व शिवार नटलेले असते. पेरणीनंतर हिरवा शालू पांघरून गावाभोवती आल्हाददायक वातावरण निर्माण होते. सर्व भूभाग सुगंधित व प्रसन्न बनत असतो. गावामधून वाहणाऱ्या ओढ्यांतून खळखळणाऱ्या प्रवाहामुळे ठिकठिकाणी पाण्याचे डोह, तर मधूनमधून खडकांतून वाहणारे नैसर्गिक धबधबे दिसून येतात. समृद्ध जलचर व वृक्षवल्ली यामुळे प्राणी, पक्षीही विपुल प्रमाणात गावाभोवती घिरट्या घालत, वातावरण आल्हाददायक बनवत असतात.

प्रकल्पपूर्व कालखंडात उन्हाळ्यात मात्र तीव्र उतारामुळे नाले कोरडे पडून, विहिरीशिवाय इतरत्र पाणी शोधणे कठीण होत जायचे. मुख्य ओढा हेच सर्व व्यवहाराचे व गरजांचे समाधान करणारा एकमेव मुख्य स्रोत असतो. कुकडी प्रकल्प बांधणीपूर्वी सर्व शिवार जिरायत पिकांनी व्याप्त असायचे. गावातील समाजजीवनाचा एकमेव प्रमुख व्यवसाय हा शेतीशी संलग्न आहे.

कुकडी प्रकल्प तयार होण्यापूर्वी, गावच्या शिवारात काही निवडक पाणथळ ठिकाणी नाल्याच्या कडेने विहिरी अस्तित्वात होत्या. आमच्या लहानपणी या विहिरीतील उपलब्ध भूजलाचा वापर मोट किंवा डिझेल इंजिनचा वापर करून बागा व भाजीपाला यांच्या सिंचनासाठी करण्यात येत असे. मोसंबी, चिकू, लिंबे यांच्या फळबागा व सर्व प्रकारचा भाजीपाला ही मुख्य बागायत पिके पाण्याच्या उपलब्धतेनुसार घेण्यात येत. जिरायत क्षेत्रांत सर्वत्र खरिपामध्ये बाजरी व भुईमूग ही प्रमुख पिके घेण्यात येत. त्यात आंतरपीक म्हणून सर्व प्रकारची कडधान्ये, उदा. मटकी, तूर, कारळे, हावरी, वाल अशी खरीप पिके घेण्यात येत. अल्प प्रमाणात गहू व हरभरा अशी रब्बीची पिके उपलब्ध भूगर्भातील पाण्यावर घेण्यात येत. प्रकल्पापूर्वी उसाचे एक एकर क्षेत्रही गावात पाहण्यासाठी देखील उपलब्ध नव्हते.

माझ्या लहानपणी म्हणजे १९५० ते १९६० या कालावधीत, बाहेरच्या जगाशी व क्षेत्राशी फारसा संबंध येत नसल्याने, तसेच दळणवळणाची साधने व रस्तेही नसल्याने बहुतेक कुटुंबांतील सर्व सदस्य, मुख्यतः शेतीवर अवलंबून असत. आधुनिकतेचे वारे गावापर्यंत पोहचले नसल्याने १९६०मध्ये गावात वीजही नव्हती. शेजारच्या गावाला जाण्यासाठी पायवाट व बैलगाडीच्या कच्च्या नैसर्गिक पांदीमधील रस्त्याखेरीज वेगळे रस्ते उपलब्ध नव्हते. वाहतुकीचे शीघ्र साधन म्हणजे बैलगाडी किंवा सायकल हेच प्रामुख्याने उपलब्ध असायचे. तोपर्यंत मोटरसायकल किंवा यांत्रिक गाडी गावात वर्षातून कधीतरी तुरळक वेळी व तीही बैलगाडीच्या

रस्त्यानेच येत असे. अशी यांत्रिक गाडी कौतुकाने व कुतुहलाने बघण्यासाठी लहान मुलांची गर्दी होत असे.

ग्रामपंचायत कार्यालयात सर्व गावातील एकमेव रेडिओ होता. त्यावर कधीतरी बातम्या, भक्तिगीते व भावगीते कर्ण्याच्या मोठ्या, कर्कश व फाटक्या आवाजात ऐकणे हे संपूर्ण गावचे मोठे आकर्षण होते. वीज नसल्याने गावात छोट्या लाकडी खांबांवर रॉकेलचे दिवे लावून, वस्तीतील रात्रीच्या वेळची सार्वजनिक प्रकाशाची व्यवस्था करण्यात येत होती. ते दिवे पेटवण्यासाठी श्री. घायाळ हे अनेक वर्षे आगपेटी व शिडी घेऊन येत असत.

दहा ते बारा फूट उंचीच्या लाकडी खांबावरील बत्तीत तेल घालून पेटवणे, हे महत्त्वाचे काम हा गावचा सेवक अत्यंत प्रामाणिकपणे पार पाडीत असे. तो गैरहजर असला आणि पर्यायी व्यवस्था न झाल्यास प्रकाशाशिवाय सर्व कारभार चालू ठेवणे भाग पडत असे. सर्व आनुषंगिक कामकाज ही व्यवस्था ध्यानात घेऊन करण्यात येत असे. बांबूची शिडी खांद्याला अडकवून, हातात रॉकेलचा डबा, सोबत नरसाळे व काड्याची पेटी अशा जय्यत तयारीसह ही मोहीम पार पाडावी लागत असे. वस्तीतले सर्व जण संध्याकाळी त्याची आतुरतेने वाट पाहत असत. ग्रामीण भागातील व्यवस्थापनाचा तो एक अविभाज्य भाग बनला होता.

पिण्याच्या पाण्याची स्वतंत्र व्यवस्था घरापर्यंत अस्तित्वात नव्हती. नाल्यात असेल तेव्हा वाहते पाणी, अन्यथा विहिरी किंवा नाल्यातील झरे यातील उपलब्ध पाणी हंड्या व कळशांनी वाहून आणून पिण्यासाठी वापरावे लागे. गावात पिण्याच्या पाण्याचे (नाल्यामध्ये वाहते पाणी असताना) वेगवेगळे पाणवठे अस्तित्वात असत. मागासवर्गीय समाजाचे पाणवठे ओढ्याच्या खालच्या बाजूस असायचे. त्यांना गावच्या सार्वजनिक विहिरीवर पाणी भरण्याची परवानगी नसायची.

सार्वजनिक विहिरीवर सवर्णांना विनंती करून, दूर उभे राहून पाणी मागून घ्यावे लागत असे. हरिजनांना जेवणाच्या पंक्तीतही दूर, वेगळे बसवून सर्व व्यवहार करण्यात येत असत. पाण्याचे भांडे न देता ओंजळीने किंवा वेगळ्या राखून ठेवलेल्या मडक्यातून पाणी पिणे भाग पडत असे. सर्वसाधारणत: घरात व मंदिरात हरिजनांस प्रवेशास मनाई असायची. हरिजनांना सर्वत्रच प्रत्येक सार्वजनिक कामकाजात दुय्यम वागणूक दिली जायची. १९६०नंतर यात हळूहळू बदल होण्यास सुरुवात झाल्याचे जाणवू लागले होते.

रात्रीचे जेवण लवकर आटोपून आठ ते साडे-आठ वाजेपर्यंत सर्वच ग्रामस्थ निद्राधीन होत असत. बहुतेक सर्व जण पहाटे चार ते पाच वाजता जागे होऊन दिनक्रम सुरू करीत असत. कोणी आजारी पडल्यास ज्ञात असलेल्या आयुर्वेदिक झाडपाल्यांचा व आजीच्या बटव्यातील औषधांचा वापरित होत असे. काही गंभीर

आजारांमध्ये रुग्णास दवाखान्यात न्यायचे म्हणजे मंचर किंवा नारायणगाव येथे घेऊन जाणे भाग पडत असे. उपलब्ध सोयींनुसार रुग्णास बैलगाडी, सायकल किंवा धोतराच्या झोळीतून पायी घेऊन जाणे भाग पडे. मंचरचे डॉ. आढाव हे एकमेव खासगी डॉक्टर सर्वपरिचित होते. त्यांचा सल्ला घेऊनच पुढील औषधोपचार ठरत असत.

गावातील सर्व गरजा गावातच भागविण्याचा प्रयत्न होत असे. किराणा माल व इतर वस्तू या गावातील एक किंवा दोन स्थानिक वाण्यांच्या दुकानांतून उपलब्ध होत असत. गावातील वाण्याच्या दुकानात शेंगदाण्याचे तेल तयार करणारे बैलाचे घाणे चालविले जात.

गहू व साखर रेशनिंगवरही फारशी उपलब्ध नसे. रेशनिंगशिवाय साखर खुल्या विक्रीसाठी उपलब्धच नसायची. काही डाळी व गूळ किराणा मालाच्या दुकानांतून प्राप्त होई. गावात नियमित स्वरूपाचे हॉटेल अस्तित्वात नव्हतेच. एका ठिकाणी भेळ, भजी, पेढे, रेवडी, गोडीशेव व गाठीशेव अशा स्थानिक पदार्थांची उपलब्धता अल्प प्रमाणात होत असे; पण असे पदार्थ घेण्यासाठी सर्वसाधारण कल नसे व त्यासाठी पुरेसा पैसाही ग्रामीण भागात सहज उपलब्ध होत नसे.

स्वच्छतेच्या सर्व वस्तू, साबण इ. गावामध्ये फारसे उपलब्ध नसायचेच. अशा वस्तू मंचर किंवा नारायणगाव येथील ठरावीक दुकानांतून प्रामुख्याने बाजाराच्या दिवशी उपलब्ध होत असत. आठवडा बाजार हा अशा गरजा भागविण्याचा एकमेव पर्याय असे. रविवारी मंचरचा व जुन्नरचा बाजार, शनिवारी नारायणगावचा व चाकणचा बाजार, सोमवारी बेल्ह्याचा बाजार हे सार्वत्रिक गरजा भागविण्याचे मुख्य स्रोत नेहमी वापरात असायचे. अगदी छोट्या छोट्या गरजांपासून तर अगदी मोठ्या जनावरांच्या खरेदी व विक्रीचे व्यवहार या बाजारात पूर्वीपासून केले जात.

गावातील प्रमुख व्यवसाय शेती हा होता. गावाच्या गरजेपुरते अन्नधान्य पिकले की, गावातील बळीराजा सर्वसाधारण समाधानी असायचा. इतर सर्व बलुतेदार हे या शेती धंद्यास पूरक कामे करून शेतकरी राजास मदत करीत असत. बलुतेदार मंडळींना उत्पादनाचे स्वतंत्र असे महत्त्वाचे साधन काहीही नव्हते. शेतीतील उत्पन्नाचे सर्वांना वाटप केले जायचे. त्यासाठी स्थानिक परंपरा व कार्यपद्धती वापरात असायची. कोणतीही लिखापढी किंवा करारमदार असे काहीच विचारात व अस्तित्वातही नव्हते. बलुतेदारांकडून सेवा प्रथम दर्जाची व हक्काची म्हणून करून घेतली जायची. त्यांना वागणूक व मानमरातब मात्र दुय्यम दर्जाचा दिला जायचा. बलुतेदारीव्यतिरिक्त इतर कामकाजासाठी पूर्ण स्वातंत्र्य असायचे; पण विक्रीव्यवस्था व स्थानिक गरजाच सीमित असल्यामुळे भांडवलाची कमतरता व आर्थिक टंचाई जाणवायची. या आर्थिक कुचंबणेमुळे मागासवर्गीय समाजाचा विकास जवळजवळ

थांबलेलाच होता.

मुंबई, पुणे यांच्या जवळिकीमुळे व स्थानिक रोजगार मर्यादित असल्यामुळे बरेचसे तरुण हमाली, सूतगिरणी, गोदी व माथाडी कामगार, तसेच भाजी मंडईतील विक्री व्यवस्थेत कामासाठी म्हणून स्थलांतरित होत; मात्र त्यांना आपली कुटुंबे गावाकडेच ठेवणे भाग पडायचे. त्यामुळे भाजी मंडईतील दलाली व विक्री व्यवसायावर या भागातील कामगारांचे प्रभुत्व दिसून यायचे. गावची आर्थिक घडी बरीचशी मुंबईतून येणाऱ्या मनिऑर्डरशी जोडली गेली होती.

चांभारकी किंवा महारकी या काहीशा अस्वच्छ कामाशी संलग्न असलेल्या सामाजिक प्रथा व रूढी ग्रामीण व्यवस्थेत प्रचलित होत्या. अस्वच्छता निर्मूलनानेच स्वच्छतेकडे प्रवास शक्य होतो, याची समाजमनात जाणच नव्हती. तत्कालीन परिस्थितीतही अस्वच्छ कामापोटी, स्वच्छ समाजसेवा करण्याची संधी बलुतेदार समाजास प्राप्त होत होती. नव्हे, ती त्या काळाची व पर्यावरणाची मूलभूत गरज बनली होती. चामड्याच्या खूप वस्तू, विशेषत: विहिरीचे पाणी उचलण्यासाठी मोट, शेती व्यवसायाचा अपरिहार्य भाग म्हणून मोठ्या प्रमाणात वापरात होत्या. मृत जनावरांची विल्हेवाट लावणे व त्यातून शेतीस उपयुक्त चामड्याच्या वस्तू निर्माण करणे अशा दुहेरी सेवेचा केंद्रबिंदू या बलुतेदारांच्या सेवेशी संलग्न असायचा. तरीपण समाजमन या सेवा देणाऱ्या जमातीस दुय्यम व हीन स्वरूपाची वागणूक देत असे. वैचारिक पातळीवर हा विरोधाभास, धार्मिक रूढी व परंपरा यांच्या गैरसमजातून निर्माण झालेला होता. तरीपण परंपरेच्या शृंखला घट्ट विणल्या गेल्याने सामाजिक बदल सहज शक्य नव्हता.

गावातून पायी जाताना अस्पृश्य समाजातील व्यक्ती व स्त्रिया यांनी पादत्राणे काढून हातात घ्यावीत असा शिरस्ता होता. शिष्टतेच्या व ग्रामीण सभ्यतेच्या कक्षेत दलित स्त्रियांनी गावातून चपला घालून व्यवहार करणे, असा उपमर्द समाजास मान्य नसे. ज्यांनी बनविलेल्या चपला गावातील सर्व समाज वापरायचा, त्यांना मात्र गावात चपला घालण्यास मनाई असा अजब न्याय त्या काळी रूढीमान्य होता. काळाच्या ओघात लोकशाही तत्त्वप्रणालीत या सामाजिक प्रथा हळूहळू नष्ट होत गेल्या. केवळ डॉ. बाबासाहेब आंबेडकर यांची दूरदृष्टी, घटनेतील तरतुदी, सामाजिक क्रांती, शैक्षणिक प्रगती या बाबी प्रामुख्याने हा बदल घडविण्यास प्रेरक ठरल्या.

सामाजिक दरी रुंदावल्याने न्यायाची व मूलभूत हक्कांची पायमल्ली सहजगत्या होत होती. ही सर्व व्यवस्था विनातक्रार अंगवळणी पडल्याप्रमाणे सहज वापरात होती. त्यामुळे विरोध होणे, सुधारणा होणे या बाबी विचारांतही येत नव्हत्या. अगदी सर्वसाधारण गरीब शेतकरी, जमिनदार, सवर्ण मजूर यांच्या घरातही अस्पृश्यांस प्रवेश दिला जात नसे. आर्थिक व सामाजिक अशा दोन्ही स्तरांवर मूलभूत हक्कांचे

उल्लंघन होत असल्यामुळे मनाची व विचारांची गुलामगिरी सर्वांच्याच सवयीची झाली होती.

आमच्या महाळुंगे पडवळ गावच्या प्रवेशद्वाराचे स्वत:च्या थाटाचे असे चित्र अस्तित्वात आहे. जमलेल्या गावातील ग्रामस्थांकडून येणाऱ्या गाड्या व बसची माहिती संपूर्ण गावाला लागलीच पोहोचते. कोण आले व कोण गेले, याची जणू अलिखित नोंदच आपोआप होत राहते. अत्यंत शांत व सौम्य अशा ग्रामीण वातावरणातही शहरीकरणाच्या अनुकरणातून असंख्य बदल घडत आहेत. गावातील सार्वजनिक स्वरूपाचे कार्यक्रमही पारावरील बैठकीत ठरून सर्वांना ज्ञात होतात. सर्व गावकरी व पाहुणेही अशा कार्यक्रमांत सहभागी होतात.

दुपारी पारावर पिंपळाच्या वृक्षाच्या छायेत आणि संध्याकाळी शाळेच्या ओट्यावर, एसटी बसची व इतर वाहनांची प्रतीक्षा करणारे गावकरी प्रवेशद्वारीच आपलेपणाचा व घट्ट नात्याचा अर्थ सहज सांगून जातात. फार देखावा किंवा औपचारिकता न करताही मनातील भावनांचे हे प्रकटीकरण ग्रामीण संस्कृतीची गोडी वाढविणारे ठरते. या चौकात जमणारे प्रवासी कमी; पण प्रवाशांची काळजी व सोयी करायला उत्सुक असलेले गावातील अनामिक सामाजिक कार्यकर्ते मोठ्या संख्येने हजर असतात. रात्री मुक्कामाला बस गावातील या मुख्य चौकातच थांबते. सकाळी सात वाजताच ती भरून परतीच्या प्रवासास निघते. त्यामुळे या चौकातील व्यवहार रात्री त्या बसच्या येण्याने थंडावतात आणि बसच्या जाण्याने सकाळी पुन्हा लवकरच सुरू होतात. येणाऱ्या बसेस मंचर किंवा नारायणगाव येथून येतात व तेथेच पुन्हा जातात.

प्रस्थापित ग्रामीण जीवनशैलीत रोजच्या रोजीरोटीसाठीच एवढा व्याप करावा लागायचा की, थकलेले शरीर आतुरतेने विश्रांतीचीच प्रतीक्षा करीत असायचे. यातून उपलब्ध होणारा अल्पसा वेळ करमणुकीचे साधन उपलब्ध नसल्यामुळे भजन, पोथी, गप्पागोष्टी यातच खर्च होत असे. जात्यावरील गाणी व मुलांचे पाळणे, काही पोवाडे ही त्यातल्या त्यात आवडीची करमणुकीची साधने होती. जीवनातील काही निष्ठा व मूल्ये ही अत्यंत कडकपणे पाळली जायची. उपवास, सणवार, देवधर्म, रीतीरिवाज, नीती-अनीतीच्या कल्पना, काही समज-गैरसमज, अंधश्रद्धा, देवऋषी, झाडपाल्याची औषधे, काही नियम व पद्धती या अतिशय कठोरपणे पाळण्याकडे कटाक्ष असे. काही चुकले तरी त्याची पुनरावृत्ती सहसा होत नसे. जगण्याची रीत ही तशी पूर्णपणे स्वीकृत व तत्कालीन परंपरांनी नटलेली असे. त्यांना त्या सर्व चालीरीती पाळताना कधी वैषम्य किंवा अडचणीचे वाटत नसे.

घरातील देवांची पूजा नियमित व यथासांग केली जायची. गावाच्या पूर्ण परिसरात व अवतीभोवतीच्या शिवारात बरीच देवळे होती. सर्वसाक्षी परमेश्वर खऱ्या

अर्थाने प्रत्येकाला कोणत्याही क्षणी उपलब्ध व्हावा अशी ही व्यवस्था निर्माण केलेली होती. मुळातच परमेश्वर या चैतन्यशक्तीला श्रद्धेमध्ये सर्वोच्च स्थान प्रदान करण्यात आले होते.

देवाला बकरी, कोंबडे देण्याची प्रथाही सर्वसंमत व प्रचलित होती. कधी कधी मांसाहार करण्यासाठीही बकरे व कोंबडे बळी देण्याचे कृत्य करणे, ही बाब रूढी म्हणून चालू राहत असे. एकूण जीवनाच्या गरजा व श्रद्धा या परंपरेने स्वीकृत असत; पण त्यात थोडीही लवचिकता मान्य करण्यात येत नसे. मुलांच्या जन्मानंतर सटवाईच्या पूजेसाठी व बारशाच्या कार्यक्रम प्रसंगी बकरे व कोंबडे मारण्यात येई. लग्नानंतरचा जागरण, गोंधळ हीसुद्धा अशा मांसाहारी जेवणाची खास आकर्षणे असत. विशिष्ट पूजा-विधी, श्रद्धा, देवधर्म हे फार कटाक्षाने पाळले जात व त्याची समाजमनात फार ओढही दिसून येई.

गावच्या समृद्धीनुसार खावे-प्यावे, घावे-घ्यावे, पाहुणचार करावा असा सर्वसाधारण समाजाचा कल असायचा. नात्यातील सर्वांसाठी कारणपरत्वे गोडधोड करून, आदर-सत्कारातून नाती घट्ट केली जात. वेळप्रसंगी उसनवारी व कर्जवारी करून-सुद्धा अशा सामाजिक बाबी पाळल्या जात. नात्यांच्या अशा घट्ट विणीतून आपुलकी व जवळीक पिढ्यानुपिढ्या राखली जात असे. लग्न किंवा रोटीबेटी व्यवहार पिढ्यानुपिढ्या परंपरेने पंचक्रोशीतील गावाशी व विशिष्ट घराण्यांशी राखणे, मानमरातबाचे चिन्ह मानले जायचे. नात्याच्या जाळ्यात येणारी सर्वच जण त्यामुळे जवळिकीतून एकमेकांची बनत व अशी नाती पिढ्यानुपिढ्या जपली जायची.

भाऊबंदकीची जोखडे अत्यंत काटेकोर पाळली जात असत. लग्नात व सार्वजनिक समारंभात विशिष्ट जेवणाचा हक्क कठोरपणे अमलात आणला जाई. पुरणपोळीचे जेवण, पुरी व लापशी यांचे जेवण आग्रहाने मागितले जाई. त्याबाबत सतत आग्रही भूमिका घेतली जायची. या नियमातून किंचित बदल देखील समाज प्रतारणा मानण्यात येई. मुलांच्या शिक्षणातून नवीन पहाटेची प्रतीक्षा त्यांच्या मनात व जाणिवेत जागृत झाली असावी.

ग्रामीण भागातील समाजजीवनातही तोपर्यंत विभक्त कुटुंबपद्धती बऱ्यापैकी रुजू लागली होती. अविभक्त कुटुंबाच्या तुलनेत विभक्त कुटुंबांची संख्याच अधिक होऊ लागली होती. सर्व भाऊ स्वतंत्र कामकाज पाहत, सर्वांची लग्ने उरकली की विभक्तपणाची प्रक्रिया, प्रभावीपणे कार्यान्वित होत असे. माझे वडील व चुलते कधी विभक्त झाले, हे आम्हास आठवत नाही; पण आमच्या जन्मापूर्वीच विभक्त कुटुंब पद्धती आमच्या घरी अस्तित्वात होती. सर्वसाधारणपणे कुटुंबात मुले मोठी होऊ लागली की आईचा प्रभाव वाढू लागतो. मुलांची मते विचार करण्यायोग्य वाटू लागतात. आई व मुलांची प्रभाव शक्तीही वाढू लागते. स्वच्या लालसेने व

तारुण्यातील ओढीने या व्यवस्थेसही समाजमान्यता प्राप्त होत गेली होती.

अशा स्वतंत्र कुटुंब व्यवस्थेस अनुरूप स्वत:चे वेगळे घर, त्यातील सोयी, तिथले सामानसुमान, भांडीकुंडी, गाडगीमडकी इ. कशी असावी याबाबतीत बायका स्वत:च्या सोयीने व्यवस्था निर्माण करीत असत. बायकांना स्वत:ची मते व कल्पना असतात, हे जुन्या परंपरेतूनही सहज लक्षात येते. माझ्या वडिलांच्या बाबतीत जुन्या घरातून नवीन घरात स्थलांतर करताना बरीचशी अतिरिक्त जागा उपलब्ध झाल्याने संसाराची स्वतंत्र मांडणी माझ्या आईनेही तिच्या स्वत:च्या कल्पनेने व सोयीने तयार केलेली होती. घरातील भांडीकुंडी व सर्व व्यवस्था तपशिलाने त्यांना माहीत असायची.

त्या काळात म्हणजे १९५० ते १९५६ या कालावधीत डॉ. बाबासाहेब आंबेडकरांच्या विचारांचा प्रभाव सर्वत्र होता. त्यातूनच बौद्ध धर्माच्या स्थापनेतून दलित क्रांतीचा पाया रोवला गेला. समाजात एक वेगळा दृष्टिकोन निर्माण झाला होता. दलित बांधवांचा स्वाभिमान व कर्तृत्व जागृत होण्यासाठी पोषक वातावरण या चळवळीतून खेड्यापाड्यांपर्यंत पोहोचले होते. दलितांचे हक्क, जबाबदाऱ्या व अधिकार यांची जाण समाजामध्ये जागृत होत होती. आंबेडकरांची आदर्श, अभ्यासू कारकीर्द व स्वभाव ही त्या वेळी नव्या पिढीला प्रेरित करीत होती.

स्वतंत्र भारताच्या घटनेतही मूलभूत हक्कांचे संरक्षण डॉ. बाबासाहेबांनी केले आहे, या भावनेने मला विशेष प्रेरणा प्राप्त झाली होती.

विकासाची व अस्तित्वाची लढाई समर्थपणे लढण्यासाठी शिक्षणाची धारदार अस्त्रे अत्यावश्यक आहेत, एवढी जाण समाजमनातील सर्व घटकांना व तत्कालीन पुढाऱ्यांना निश्चितच झाली होती. वातावरण व बदलती परिस्थिती याचाही तो परिपाक असावा. मुलाला मोठे करायचे तर भरपूर शिक्षण झालेच पाहिजे, अशी पक्की धारणा कुटुंबातील सर्वांच्या मनात चांगलीच रुजलेली होती. माझ्या बाबतीत वडिलांची दूरदृष्टी आणि मुलांना शिक्षण देण्याची दीर्घ काळाची इच्छा या निमित्ताने फलद्रूप ठरणार असल्याने वडील माझ्या शाळा प्रवेशासाठी अधीर व उत्सुक झालेले होते.

माध्यमिक शाळेच्या संपूर्ण कालखंडात म्हणजे १९६४पर्यंत गावात व रस्त्यावरही वीज उपलब्ध नव्हती. गावात बस, तीही दिवसातून एकदा, पावसाळ्याव्यतिरिक्त सोयीनुसार कच्च्या रस्त्याने येणारी. गावात फोन नाही. टीव्हीची कल्पना कुणी स्वप्नातही त्या काळी केली नसावी. रेडिओ क्वचित कुणाकडे असायचा. अभ्यासाव्यतिरिक्त व शालेय उपक्रमाशिवाय सर्व मुलांना व मित्रमंडळींना दुसरी फारशी वेगळी करमणूक उपलब्ध नसे. शैक्षणिक कालखंडात माझा स्वत:चा संपूर्ण दिनक्रम शालेय उपक्रमांशी संलग्न असायचा.

आमच्या वेळी माध्यमिक शिक्षणाचा उपक्रम नव्यानेच गावात सुरू झाला असल्याने पालकही अधिक संवेदनाक्षम, जागृत व लवचीक दृष्टिकोन ठेवणारे होते. प्रत्यक्ष कृती व सहभाग याद्वारे माध्यमिक शाळा ही गावच्या व्यवस्थेचा एक अविभाज्य भाग सुरुवातीपासूनच बनली होती. शाळेच्या वार्षिक स्नेहसंमेलनास संपूर्ण गाव व पालक मंडळी न चुकता आपुलकीने सहभागी होत असत. गावातील कर्त्या मंडळींत आवश्यकतेनुसार शाळेचे रोपटे रुजविण्याचे व वाढविण्याचे वातावरण ओतप्रोत भरलेले होते. शाळेची कोणतीही बाब एकमताने मान्य करून, सर्वच कार्यक्रम अत्यंत पोषक वातावरणात एकदिलाने पार पाडण्यात येत असत.

गावातील सरपंच, पाटील व नावाजलेली मंडळी शाळेची सर्वच कामे अभिमानाने, आपुलकीने व निःस्पृह भावनेतून करीत. ती जाण व एकोपा भविष्यात व आजच्या काळात दुर्मिळ दिसतो. मोठी भाषणे व नगण्य कृती अशा आजच्या वेगवान गुंतागुंतीच्या राजकीय वातावरणात, प्रगती व गुणवत्ता यांचे सर्वच मापदंड व मूलभूत तत्त्वेच बदलल्यामुळे निर्माण झालेल्या व्यवस्थेने अशी अव्यवस्था निर्माण झाली असावी. माझ्या गावच्या पुण्यभूमीत माध्यमिक शिक्षण घेण्याचे भाग्य ग्रामस्थांच्या या दृष्टिकोनामुळेच मला लाभले. याबाबत गावचा व ग्रामस्थांचा मी सदैव ऋणी आहे.

आंबेगाव तालुक्याच्या पश्चिम भागातील दुर्लक्षित आदिवासी मुलांना विशेष प्रयत्न करून महाळुंगे पडवळ येथील विद्यालयात आणण्यात आले होते. त्यांना त्या काळात आंबेगाव तालुक्यात जवळचे व सोयीचे शिक्षणाचे साधन उपलब्ध नव्हते. अशा उपेक्षितांना जाणीवपूर्वक विद्यालयात, वसतिगृहात आणून त्यांची राहण्याची व खाण्याची व्यवस्था स्थानिक मदतीतून करण्यात आली होती. वसतिगृहातील मुलांना खाण्यासाठी धान्य व सामुग्री गावोगाव जाऊन संपर्क शिबिरांद्वारे संकलित करण्याचा अभिनव उपक्रम या ग्रामीण विद्यालयात प्रथमच राबविण्यात आला होता.

रयत शिक्षण संस्थेला साजेसा तत्त्वांशी जुळणारा हा कार्यक्रम जोखमीचा व अडचणीचा असला, तरी तो अतिकष्ट व अपार जिद्दीने यशस्वी करण्यात आला होता. अनेक आदिवासी मित्रांना शिक्षणाची द्वारे उघडी करून आयुष्यात उभे राहण्याची नवी संधी व आशा या उपक्रमांतून गावाच्या सहभागातून निर्माण झाली होती. माझ्या विद्यालयाचे हे वेगळेपण नमूद करताना मला नेहमी अभिमान वाटतो.

सामाजिक जाणिवेचे व कर्तव्यपूर्तीचे इतके प्रखर प्रज्वलित उदाहरण इतरत्र असणे शक्य वाटत नाही. हे सर्व नाव, कीर्ती, प्रसिद्धी, मोठेपणा याची कोणतीही अपेक्षा न ठेवता, एक गट व समाजाभिमुख संस्था या प्रेरणेने करण्यात आलेले काम आज राष्ट्रीय पारितोषिक प्राप्त होण्याच्या मान्यतेचे म्हटले तरी वावगे ठरणार नाही. अनेक स्तुत्य उपक्रम समाजातील स्वत्व व सात्त्विकता टिकविण्यास पूरक

ठरत आहेत. चांगले-वाईट, प्रकाश-अंधार, छापा-काटा हे हातात हात घालून प्रवास करतात हेच याद्वारे प्रत्ययास आल्यावाचून राहत नाही. माझ्या विवेचनात या बाबींचा उल्लेख कदाचित अप्रस्तुत मानला जाण्याची शक्यता लक्षात घेऊन मी मुद्दाम नमूद करतो की, अशा वातावरणात शिक्षणाची व जीवनाची मूल्येही त्या दिशेने विकसित होत जातात. जाण व कृतज्ञता अव्यक्त राहिली तरी भाव व विचारधारा कुंठित होता कामा नये, अशी माझी धारणा आहे.

कुटुंब व घर

तत्कालीन कौटुंबिक व्यवस्थेचे अर्थकारणही सामाजिक व्यवस्थेशी व परिस्थितीशी चमत्कारिकरीतीने गुंफले गेले होते. दलित वर्गाची आर्थिक स्थिती अत्यंत हलाखीची व परावलंबी होती. माझे वडील करीत असलेल्या बलुतेदारीच्या पद्धतीनुसार सर्व कामे उधारीवर, शेतकरी व लाभधारकांच्या मर्जीवर आधारित करणे बंधनकारक व अटळ मानण्यात आले होते. केलेल्या कामांचे व सेवेचे प्रचलित बाजारभावानुसार आर्थिक मूल्य ठरविण्यात येत नसे. जमेल तशी व गरजेनुरूप तत्पर व सर्वकाळ सेवा द्यावीच लागत असे. मूल्याधारित रचना प्रचलित नव्हती. कितीही काम केले तरी त्याचा मोबदला वैयक्तिक नात्यांशी जोडला जात असायचा. परंपरा व सामाजिक जाण यामुळे सर्वच बंधने जाचक होऊन सवयीची बनत गेली होती.

सेवा करताना बलुतेदार वर्गास पूर्ण वेळ द्यावा लागत असल्याने, पर्यायी प्रगतीचे मार्ग आपोआपच बंद होत जायचे. पूर्ण वेळ बलुतेदारीसाठीच व्यतीत करावा लागल्याने व्यावसायिक कामासाठी वेळच उपबब्ध होत नसे. या व्यवस्थेतूनच आर्थिक, व्यक्तिगत व कौटुंबिक प्रगतीला खीळ बसली होती.

आर्थिक आवक जवळजवळ नगण्य असल्याने अगदी मूलभूत गरजा, म्हणजे अन्नधान्यही आषाढ-श्रावणात कमी पडायचे. मला आठवते, वडील प्रत्येक आषाढ व श्रावण महिन्यात त्यांच्या कानातली एकुलती एक सोन्याची भिकबाळी मंचरच्या सोनाराच्या पेढीवर गहाण ठेवत. गरजेनुसार कधी कधी आईच्या चांदीच्या विळ (कोपरात घालायचा जाड दागिना) तारण ठेवून ५० ते १०० रुपये व्याजाने उसने घेत. त्यावर किती व्याज होते हे माहीत नाही; पण अल्प मुदतीचे हे कर्ज दरवर्षीची प्रथा किंवा वहिवाटच बनलेली असायची.

१९५० ते १९६४ दरम्यान तांबडा एक पैसा, एक आणा, ढब्बू (दोन पैसे), चवली (दोन आणे), पावली (चार आणे), अधेली (आठ आणे), एक रुपयाचे चांदीचे नाणे, ५, १०, १०० रुपयांच्या नोटा चलनात वापरात होत्या. ही सर्व दौलत ठेवण्यासाठी आईची कापडाची तीन ते चार कप्प्यांची पिशवी व वडिलांचा बटवा, एवढीच सुरक्षित व्यवस्था अस्तित्वात होती. ही पैसे ठेवण्याची साधने प्रवासात कोपरीच्या खिशात अथवा कमरेला बांधलेली असायची. आईच्या पिशवीत मिशरीची डबी मोठी जागा व्यापायची. माझ्या आई-वडिलांचे राहणीमान व जीवनशैली यांचा परिचय करून देताना तत्कालीन परिस्थितीवर प्रकाश टाकण्याचा हा प्रयत्न होता.

माझ्या वडिलांची प्रत्यक्ष कानात न घालता जपून ठेवलेली मूल्यवान भिकबाळी आजही माझ्याकडे त्या कृतीची साक्षीदार व कुटुंबाचा एक मायेचा आधार म्हणून जपून ठेवली आहे. प्रत्येक दिवाळीत या मूल्यवान गोष्टीचा बहुमान केल्याशिवाय माझ्या मनाला शांतता व समाधान मिळत नाही. अनेक भावना, नाती, स्पर्श व प्रेमाची वीण त्या रूपाने आज माझ्याजवळ साक्षीला व सोबतीला आहे.

माझ्या लहानपणी अन्नधान्याच्या तुटवड्याबरोबर घरात साखर कधीही सहज पाहायलाही मिळायची नाही. अधूनमधून कधीतरी गूळ उपलब्ध असायचा. स्थानिक पातळीवर फळे ही अत्यंत दुर्मिळ अशी आनंदाची पर्वणी असायची; पण ग्रामीण व्यवस्थेत तयार होणारी बोरे, कवठे, चिंचा, सीताफळ ही मात्र आम्ही मनसोक्त खात असायचो. दूध, ताक, तूप मात्र भरपूर असायचे. कधीही कमी पडायचे नाही.

कुटुंबाचा डोलारा मात्र निरागस, भाबड्या कौटुंबिक प्रेमाने ओतप्रोत भरून स्वानंदात वाहत होता. पैशाची उणीव वेगळाच आत्मिक जिव्हाळा निर्माण करून जगण्याची ऊब व आशा पल्लवित करीत असे.

लग्न सर्वसाधारणपणे लहान वयात १० ते १५ किमी पर्यंतच्या अंतरावरील गावातच होत असत. माझी मोठी बहीण व इतर आप्तेष्टही याला अपवाद नव्हते. नातेवाइकांकडे येणे व जाणे पायीच असायचे. त्यामुळे अगदी लहान वयापासून पाच ते दहा कि.मी. पायी प्रवास हा सवयीचा बनला होता. बहुतेक सर्व बाजारहाट व गावातील तयार माल, वस्तू (चपला, जोडे, चाबूक इ.) मंचरच्या बाजारात विक्रीसाठी जात. विक्रीच्या पैशांतून आठवड्याचा बाजार व गरजेच्या वस्तू खरेदी केल्या जात. या आठवड्याच्या बाजारांतून मुलांना भेळ, गोडीशेव, बोरे आणि केळी अशा आवडीच्या वस्तूंचा लाभ व्हायचा. सर्वच मुले वडील बाजाराहून कधी परततात याची रस्त्यावरच वाट पाहत असायची. वडील येताच आनंदाचे भरते येऊन उड्या मारीत गप्पात रंगत, त्या पक्वानांचा आस्वाद सामुदायिक जिव्हाळ्याच्या भावनांनी एकत्रित घेतला जाई.

जुनी बैलगाडी, सायकल किंवा घोडागाडी अशी वाहतुकीची सोय होती, विजेची सोय नव्हतीच, पिण्याचे शुद्ध पाणी उपलब्ध नसे. असेल तेच पाणी वापरणे भाग पडे. शौचासाठी संडासची व्यवस्था नव्हती. कोठेतरी शेतात किंवा झाडाझुडपात, आडोशाला शौचास जाणे भाग पडे. रात्री-अपरात्री शौचास गेले की विंचू, साप किंवा जंगली प्राण्यांची भेट अधूनमधून घडे.

सर्वच शेजारीपाजारी व भाऊबंद हे कुटुंबासारखे बंधूभाव राखत असत. अगदी रोज जेवताना प्रत्येकाकडे भाजी व कालवण काय केले याची विचारपूस व देवाणघेवाण अगदी सहजच होत जायची. संध्याकाळचे जेवण तर अंगणात सर्वांनी एकत्र बसून, अंगतपंगतीसारखे व्हायचे. गप्पागोष्टी करत जेवणाचा आस्वाद घेतला जायचा. सर्वांचे जीवन व राहणीमान हे तसे समान पातळी व तत्त्वावर आधारित असायचे. आमच्या वाड्यात तर पाहुणा आला की, वाड्यातील किंवा वस्तीवरील सर्वांना लागलीच ज्ञात व्हायचे. तसा तो सर्वांचा पाहुणा असायचा.

सकाळी संपूर्ण वस्तीवर पाहुणचाराचा चहा ही सन्मानाची व आपुलकीची बाब ठरायची. प्रत्येक घरी चहाचे आमंत्रण व रुसवा टाळण्यासाठी थोडा थोडा गुळाचा चहा जरी पितळीतून घेतला तरी पाहुण्याची पुरेवाट होऊन जाई. त्यामुळेच त्या जीवनातील गरजा व आनंद याचा समन्वय अशा सामाजिक बांधिलकीतून जपला जात असे.

लहानपणी आई-वडील, चुलते व भाऊबंद यांच्या सान्निध्यात असताना दिवाळी कधी एकाच घरात किंवा अंगणापुरती मर्यादित नव्हती. आमच्या बहिणी, आत्या, काकू व वहिन्या सर्वच जणी परस्परांशी व स्वतःशी स्पर्धा करीत. स्वतःच्या अंगणाबरोबर सडासंमार्जन करताना इतरही चार-दोन अंगणांत त्यांचे हात उत्साहात फिरायचे. पाने, फुले, चक्रे व काही धार्मिक प्रसंगांची चित्रे व रांगोळ्या यांची चढाओढ व प्रदर्शने रोजच अनुभवास येत. पहाटेच्या वेळी शेजारच्या दारी फुललेली जाई-जुईची व जास्वंदी, कण्हेरीची फुले तोडताना एकमेकांची परवानगी घ्यावी लागत नसे. झेंडू, शेवंती, ऑस्टर, गुलछडी अशी विपुल फुले शेतात उपलब्ध होती. त्यांचा वापरही सणात किंवा विशेष प्रसंगी केला जायचा.

स्थानिक कला व पाककला यांचा सुंदर समन्वय म्हणजे बायकांच्या मनाचे, अनुभवाचे व परस्पर सहकार्याचे उत्तम मिश्रण असायचे. करंजीला हाताने नक्षी किंवा मोड घातली जायची. गणपती, मकर संक्रांत, होळी, पितृपंधरवडा अशा वेळी गोड जेवणाची पर्वणी असे.

आईच्या हाताची व कष्टाची चव त्यातील गोडी, स्निग्ध प्रेम यांची या सर्वांत भर असायची आणि म्हणूनच त्याची चव आजही मनात व जिभेवर दरवळते आहे. एरवी कोणताही विशेष पदार्थ किंवा खास बेत असला तरी तो शेजारीपाजारी

पोहचविला जायचा. परंपरा व रूढीपेक्षाही या अलिखित चालीरीती मनाचे व प्रेमाचे बंध अखंडित चालू ठेवायचे.

माझ्या कुटुंबातील पूर्वपिढीचा कोणताही तपशील, लिखित वा अलिखित स्वरूपात कोठेही उपलब्ध नाही. पणजोबांच्या पलीकडे कोणतीही नोंद उपलब्ध होत नाही. तथापि, मी माझ्या जवळच्या कुटुंबीयांचा तपशील संकलित करण्याचा प्रयत्न केला आहे. असा माझ्या कुटुंबाशी संबंधित वंशवृक्षाचा तपशील उपलब्धतेनुसार तयार करून सोबत स्वतंत्रपणे आत्मकथनाच्या शेवटी परिशिष्ट एक म्हणून जोडला आहे.

घर अत्यंत जुन्या पद्धतीचे, मातीच्या विटा व दगडगोट्यांचे होते व लाकडी सांगाड्यावर जुने कौलारू छत अशा स्वरूपाचे होते. त्या खोल्यांतही, प्रत्येक खोलीची पातळी वेगवेगळी होती. गावठाणाबाहेर काही अंतर राखून पांढऱ्या मातीत व जुन्या पद्धतीने बांधलेली, जुन्या वळणाची ती घरे होती. सामाजिक सोय व दुय्यमत्वाची जाणीव घट्ट करून, भविष्यातही तो फरक कायम राखण्याची तरतूद ठेवून करण्यात आलेली ती चिरस्थायी व्यवस्था होती. सभोवतालची जमीन उंच-सखल असल्यामुळे जमिनीतील पाण्याचा निचरा कार्यक्षम पद्धतीने होत नव्हता. त्यामुळे जमीन ओल धरून ठेवत असे. आरोग्याच्या दृष्टीने ही व्यवस्था अत्यंत गैरसोयीची व अनुचित होती.

घराची जमीन माती व मुरूम यांच्या मिश्रणाने व पाणी मारून लाकडी चोपणीने किंवा लोखंडी धोपटण्याने चोपून तयार केलेली होती. त्या जमिनीला प्रत्येक वर्षी किंवा दोन वर्षांनी खोदून, पाणी मारून विशिष्ट घरगुती वापरासाठी तयार करावे लागे. त्याला 'जमीन घालणे' असा शब्दप्रयोग प्रचलित असे. खालच्या मातीची ओल, भिंती व जमिनीत ऋतुनिहाय बदल होत असे. घराला मुख्य दरवाज्या-व्यतिरिक्त इतर उघडी साधी एकही झडप अथवा खिडकी नव्हती. हवा व प्रकाशासाठी एखाद्या लहान झरोक्याचाही पत्ता नव्हता. सर्व वायुवीजन मागच्या व पुढच्या दरवाज्यातूनच होत असे. कदाचित सुरक्षिततेचा मुख्य विचार ही रचना व कल्पना यामध्ये अधिक महत्त्वाचा मानला गेला असावा.

घराच्या बाजूला चामडे कमविण्यासाठीची परिपूर्ण व्यवस्था होती. कच्च्या चामड्याचे रंगीत व कमावलेल्या चामड्यात रूपांतर करण्यासाठी स्वयंपूर्ण व्यवस्था तयार करण्यात आली होती. त्यासाठी विविध कुंडे तयार केलेली असायची. ती सतत वापरात असायची. या प्रक्रियेत चामड्याचा तीव्र वास ही चर्मकार वस्तीची विशेष खूण व ओळख असायची.

घराच्या भिंती मातीने सारवाव्या लागत व जमीन शेणाने सारवली जायची व आजही ती व्यवस्था अबाधित आहे. शुद्धीकरण व टापटीप या दृष्टिकोनातून

महिन्यातून एकदा भिंतीचे सारवण व आठवडयातून एकदा जमिनीचे सारवण अशी पद्धत प्रचलित होती. विशेष सणवार, कार्यक्रम किंवा इतर खास प्रसंगी हे दोन्ही सारवण्याचे प्रकार सोयीस्करपणे वापरात आणले जायचे.

घरातील धनधान्य व महत्त्वाची साधनसामुग्री ठेवण्यासाठी, रांजण व मडक्याच्या उतरंडी एका भिंतीला टेकवून उभ्या केलेल्या असायच्या. धान्य साठविण्यासाठी कोथळी, हे साधारण पन्नास ते दोनशे किलो धान्य साठविता येईल असे मातीचे व जाड भिंतीचे मोठ्या आकाराचे भांडे मुद्दाम बनवून घेतलेले असायचे. याशिवाय एका बाजूला पाणी पिण्याचे हंडे व कळश्यांची उतरंड असायची. कधीतरी सुधारित अवस्थेत लाकडी घडवंचीचा पाण्याची भांडी ठेवण्यासाठी उपयोग करण्यात यायचा.

या सर्वानंतर उर्वरित जागा माणसांच्या रोजच्या वापरासाठी म्हणजे जेवण बनविणे, खाणे, गप्पागोष्टी, झोपणे व इतर सामान, विशेषत: गोधड्या व चादरी ठेवण्यासाठी वापरावी लागे. काही ठिकाणी देवळ्या व कोनाडे स्वरूपात, भिंतीतील अपारदर्शी खिडक्या म्हणजेच आजच्या भाषेत कोनाडे, कपडे ठेवण्यासाठी व काही वस्तू साठविण्यासाठी वापरले जायचे. वापरातील कपडे अडकविण्यासाठी, भिंतीत लाकडी खुंट्या व एखादी लाकडी फळी अशी व्यवस्था असे.

ओसरीवर म्हणजे माजघराच्या पुढील खोलीत नैसर्गिक आणीबाणीत अथवा पावसात व हिवाळ्यात शेळ्या व बकऱ्या बांधलेल्या असायच्या. त्यासाठी खुंट्या व लांब गोल टोकाचे मोठे खिळे जमिनीत कायमस्वरूपी घट्ट रोवलेले असायचे. पाळीव जनावरे व कोंबड्या यांचीही सोय ओसरीवरील याच जागेत पावसाळ्यात किंवा थंडीत केली जात असे. कुत्री-मांजरे मात्र स्वत: होऊन हक्काने याच जागेत सोय करून घेत असत. त्यासाठी वेगळी तरतूद ठेवलेली नसायची; पण त्यांचा हा स्वयंघोषित वापर सर्वसंमत असे.

रस्त्याच्या बाजूकडील पुढच्या खोलीचा वापर माजघरासारखा होत असे. सर्व येणारे-जाणारे, व्यवसाय व बलुतकीची कामे पुढच्या खोलीत चालत. व्यवसायाची हत्यारे व इतर सामुग्री पुढच्या खोलीत ठेवण्यात येई. या सर्व व्यवस्थेत घरात एखादे कुत्रे व मांजर नक्कीच मुक्कामास असे.

अशा या आमच्या घराला विजेचा पत्ता व ओळखही नव्हती. रात्रीच्या प्रकाशासाठी रॉकेलवर चिमणी, बत्ती किंवा कंदील याचा वापर होत असे. हवेच्या ठिकाणी कंदील व सुरक्षित ठिकाणी चिमणी अशी पद्धत वापरात होती. कंदिलाचा वापरही फार कमी म्हणजे पूर्ण कुटुंबासाठी एखादा कंदील असा होत असे. रॉकेलची उपलब्धता व आर्थिक क्षमता या महत्त्वाच्या मर्यादा या व्यवस्थेच्या नियंत्रक असायच्या. भांडी जुन्या घाटणीची व पारंपरिक होती. तांब्याचे व पितळेचे हंडे पाणी साठविण्यासाठी, तसेच कांस्याची ताटे (थाळे) व वाट्या, पितळेचे तांबे व पेले अशी मोजकीच व

गरजेपुरतीच भांडी असायची. कांस्याचे थाळे हे अधिक समृद्धीचे लक्षण असायचे.

याशिवाय धान्य व इतर मौल्यवान किंवा महत्त्वाच्या दुर्मिळ वस्तू साठविण्यासाठी मडकीच वापरात असायची. मोठ्या आकाराची मडकी खाली व त्यावर छोटी एकावर एक मांडून पाच ते सहा फूट उंचीची उतरंड तयार व्हायची. प्रत्येक मडक्यात वेगळे सामान ठेवले जाई व ते नेहमी फक्त आईलाच बिनचूक सापडे. पैसे किंवा एखादा दागिना बटव्यात किंवा कापडी पिशवीत घालून त्या खालच्या रांजणात, धान्यांत लपवून ठेवण्याची प्रथा होती. पूर्ण उतरंड खाली उतरल्याशिवाय त्याला हात लावता येत नसे. घरांतील मुख्य गृहिणीस व मालकास त्यातील ठेवीची आणि हिशेबाची माहिती असायची.

लोणच्यासाठी काच किंवा पोर्सेलिनच्या बरणीऐवजी छोटा रांजण म्हणजे त्याला 'रांजणी' म्हणायचे, ती वापरात असायची. थंड पाण्यासाठीही रांजणच वापरात असायचा. घराच्या बाहेर किंवा आत सोयीस्करपणे मातीच्या बांधकामात असा रांजण बसवला जाई व पाण्याने भरला जाई. रांजणीवर झाकण व पाणी काढण्यासाठी तांब्या उपलब्ध असायचा.

अशी ही बरीचशी अडचणीची व अव्यवहार्य निवासव्यवस्था, फार काळ चालू ठेवणे अशक्य झाले, म्हणून माझ्या वडिलांनी जुन्या घरासमोरील पश्चिम दिशेकडील कुटुंबाच्या मालकीच्या मोकळ्या प्लॉटवर स्वतंत्र घर बांधले; पण पूर्वीच्या जुन्या घराच्या तुलनेत बरीच ऐसपैस व मोकळी जागा वापरण्यास उपलब्ध झाली. शिवाय घराच्या पाठीमागे बाभळीची झाडे व शेराची ताटी अशी संरक्षणव्यवस्था अस्तित्वात होती. समोरच्या बाजूचे उंच दगडी जोते घराची शान व शोभा वाढवित असायचे. याशिवाय वापरण्यासाठी आठ बाय पंचवीस फूट रुंदीचे ऐसपैस अंगणही उपलब्ध असायचे. संध्याकाळी झोपणे व गप्पागोष्टींचा फड याच ओट्यावर रंगत असे.

घराच्या मागील बाजूस घर व मागील सीमारेषांच्या मध्यभागी पंचवीस ते तीस फूट रुंदीची मोकळी ऐसपैस जागा उपलब्ध होती. त्या जागेचा विविधांगी वापर करता येत असे व तसा तो होतही असे. दूरच्या टोकाला घराच्या सरहद्दीतच कचरा टाकण्यासाठी उकिरडा तयार करण्यात आला होता. सर्व कचरा त्यात टाकला जात असे. जमिनीखाली साधारण पाच फूट खोलीचा खड्डा करून त्यात कचरा टाकला जाई. सर्व प्रकारची राख, कचरा व व्यवसायातील टाकाऊ चामड्याचे तुकडे, शेतीतील व जनावरांच्या खाद्यातील टाकाऊ भाग व शेण इत्यादी या खड्ड्यात टाकले जायचे. पावसाचे पाणी पडून वर्षातून एकदा किंवा दोन वेळेला उत्तम दहा ते पंधरा बैलगाड्या कंपोस्ट खत शेतीसाठी उपलब्ध होत असे. वाऱ्याबरोबर उकिरड्यावरील राख व धूळ घरात मुक्तपणे संचार करीत असे; पण सवयीने त्यात काही वावगे वाटत नसे.

बाथरूम म्हणून एक मोठा चपटा दगड असायचा. त्याच्या शेजारी एका

बाजूला कोरड्या गोल दगडाची भिंत स्त्रियांना आडोसा म्हणून वापरण्यासाठी तयार केली होती. अंघोळीचे वापरलेले पाणी फेरवापराच्या हेतूने वापरले जाण्यासाठी शेजारी पाच बाय पाच फुटाचा खड्डा करण्यात आला होता व त्यात अळू लावलेली असायची. अळूशेजारचा दगड हे स्नानगृह म्हणून वापरले जायचे. त्या वापरलेल्या टाकाऊ पाण्यावर येणाऱ्या अळूचा वड्या करण्यासाठी उपयोग व्हायचा. अंघोळीच्या पाण्यावर वर्षभर अळूची पाने मनसोक्त वापरण्यास मिळायची. याशिवाय अतिरिक्त पाण्याचा उपयोग व्हावा म्हणून काही झाडे व वेली लावल्या जायच्या. उदा. कारले व भोपळ्याचे वेल, घेवड्याच्या शेंगांचा वेल व मांडव.

घराच्या समोरील अंगणात तुळशी वृंदावनाखेरीज काही तुळशीची व सब्जाची झाडे मोकळ्या जागेत लावलेली असायची. मागे अंगण व पुढेही अंगण अशी व्यवस्था नव्या घरासाठी उपलब्ध होती. रस्त्यापेक्षा घराचे जोते तीन ते चार फूट उंच असल्याने पुढचे अंगण म्हणजे ओटा रात्री झोपण्यासाठी वापरता येत असे. आकाशातील चांदण्या पाहत, मोकळ्या थंडगार हवेत, अभ्यास व झोप दोन्हीचाही मनमुराद आनंद लुटता यायचा. वृद्ध नातेवाइकांच्या गोष्टी व कधी आध्यात्मिक वाचन व चर्चा या उंच सोप्यावर नेहमीच फुलायच्या व रंगातही यायच्या. दिवसभराच्या कामानंतर शिळोप्याच्या गप्पा सहकुटुंब मारत मोकळीक अनुभवायचे ते आकर्षक सार्वजनिक सभागृहच बनायचे.

कोंबड्या, शेळ्या, बैल, गाय, म्हशी व घोडी असे शेतीशी संलग्न पाळीव प्राणी-पक्षी पाळले जात. गरजेनुरूप त्यांची संख्या राखण्यात येई. मात्र बैल, गाय यांच्या संख्येनुसार व गुणवत्तेनुसार आर्थिक समृद्धीचे मोजमाप होत असे.

कोंबड्यांसाठी खुराडे, डारले व पाट्या असत. कोंबड्यांची अंडी ही सतत रतिबासारखा रोख उत्पन्नाचा अविरत स्रोत असे. गायी, शेळ्या व म्हशी यांचे दूध वापरासाठी, विशेषत: मुलांसाठी व मोठ्या माणसांसाठी मुबलक प्रमाणात उपलब्ध होई.

अगदी अडचणीला अंडी व कोंबड्या किंवा शेळीची बकरे यांच्या विक्रीतून घरांची तात्पुरती आर्थिक गरज भागविण्यात येत असे.

विवाहाने बहाल केलेल्या जीवनशैलीत शेतीस प्राधान्य देता आले नाही व येण्यासारखे नव्हतेही; पण धाकट्या भावाने गावाकडील घराची व शेतीची पूर्ण जबाबदारी घेतल्यानंतर आधुनिकीरणास काही प्रमाणात सुरुवात झाली.

आई-वडील

माझे आई-वडील बाळबोध वळणाचे होते. अशा बाळबोध वळणात बालपण व्यतीत झाल्याने, आजही ते संस्कार मनावरून पुसले गेले नाहीत.

त्या काळात स्त्रियांच्या वाटेला जी अवहेलना यायची त्याला माझी आईही अपवाद नव्हती. गरोदरपण असो, बाळंतपण असो, आईला कधीही विश्रांती किंवा कोणाची मदत झाली नाही. घरातील सर्व कामे व मुलांचे संगोपन अशी अवघड सर्कस, ज्यामध्ये रांधा, वाढा, उष्टी काढा असे सर्व व्याप अटळ असत. ते सर्व जमेल तसे आईने पार पाडले. बाळंतपणापूर्वी पोटात दुखायला लागेपर्यंत काम व नंतरही चार दिवसांत सर्व दिनक्रम स्वत:च पार पाडणे क्रमप्राप्त होई. आईच्या माहेरचे कोणीही नातेवाईक नसल्याने अगदी आणीबाणीच्या परिस्थितीतही कोणाची मदत होत नसे.

बरे, दर दीड-दोन वर्षांनी पाळणा हलत असल्याने काळजी व विशेष व्यवस्था कोण करणार असाही प्रश्न असायचा. या दिव्यातून आईच्या प्रकृतीची हेळसांड आयुष्यभर होत राहिली व अंतही तसाच अनाकलनीय परिस्थितीतच झाला.

आईला तसे कमी वयातच मृत्यूने गाठले. आई १३, डिसेंबर १९६४ रोजी आम्हास पोरके करून स्वर्गवासी झाली. वडील तिच्या अगोदर दोन वर्षे म्हणजे २७ मार्च, १९६२ रोजी आम्हास सोडून गेले. मृत्युसमयी आई-वडिलांचे वय किती होते याची साधी नोंदही कोठेच मिळाली नाही. वाढते वय व वाढती जबाबदारी, विशेषत: कौटुंबिक जाण, त्यामुळे मातृ-पितृप्रेमाची किंमत अधिकच जाणवत राहिली.

माझ्या मनात अंधार दाटला तो आईच्या अकाली मृत्यूमुळे. मी गाव सोडून, पुण्याच्या शहरी वातावरणात महाविद्यालयीन शिक्षणास सुरुवात करताना प्रारंभीच आईचे आजारपण दत्त म्हणून उभे राहिले होते. जूनमध्ये महाविद्यालयात शिक्षणासाठी

हजर होताच, अल्पावधीतच म्हणजे ऑगस्टमध्ये उद्भवलेले हे आजारपण पुढे तिच्या मृत्यूस कारणीभूत झाले. चार महिन्यांत काळाने आईचा कायमचा वियोग घडविला. वडिलांच्या मृत्यूने खचलेली तिची जीवननौका, अडीच वर्षांच्या कालावधीत अनंताच्या यात्रेला, आम्हा सर्वांना पोरके करून निघून गेली. आईचा अचानक ओढवलेला मृत्यू सर्व काही बदलून गेला. लहानपणातील परिस्थितीने खचलेले अपरिपक्व मन अगदीच निराधार होऊन इतस्तत: वेडेपिसे धावू लागले.

माझ्या जीवनात आईच्या रूपाने मोठी धनदौलत मी माझ्या लहान वयातच हरवून बसलो. नंतरच्या माझ्या कर्तृत्वास मला आईचा आशीर्वाद व ममतेचा प्रेमळ हात कधीच अनुभवता आला नाही.

आई-वडिलांच्या अकाली मृत्यूने आयुष्याचे सर्व गणितच चुकत गेले आणि मग जगण्यासाठी शिकणे व शिकता शिकता काहीतरी मनातील करणे माझ्या नशिबी आले.

माझे वडील माझ्या लहानपणी, संध्याकाळच्या वेळी घरासमोरच्या ओट्यावर बसून स्वयंस्फूर्तीने मराठी भजने, अभंग गुणगुणत असत. 'देव जरी मज कधी भेटला, माग हवे ते माग म्हणाला...' हे गीत समजून देताना वडील सांगत की, 'म्हणेन प्रभू रे, माझे सारे जीवन देई मम बाळाला...' हे सांगता सांगता भविष्याच्या चिंतेने किंवा अगतिकतेने त्यांच्या डोळ्यांत अश्रू जमा व्हायचे. जवळ घेत ते सांगू लागायचे, 'मुलांनो, हे माझे व तुमच्या आईचे देवाजवळ मागणे आहे.'

वडिलोपार्जित चांभारकी, म्हणजेच बलुतेदारी व शेती, हे व्यवसाय आई-वडिलांना सतत कामात व्यग्र ठेवीत असत. गरिबी व परिस्थिती बदलण्यासाठी नवीन पिढीने शिकून शहाणे व्हावे, यावर मात्र त्यांची दृढ श्रद्धा होती. प्राप्त आर्थिक परिस्थितीत मुलींना नाही शिकविता आले तरी चालेल; पण वंशाचा दिवा म्हणून मुलांना तरी भरपूर शिकवावे, याबाबत त्यांच्या मनात अजिबात शंका नव्हती. माझ्या शिक्षणाची खरी प्रेरणा, मनातूनच नव्हे तर त्यांच्या हृदयातून जागृत झाली होती. तशी नेमकी जाण त्यांच्या प्रत्येक कृतीतून व्यक्त होताना आम्हा मुलांनाही जाणवे.

वेगवान जीवन पद्धतीत, मानवी मनाची संवेदना व त्यांचे प्रसारण दूरदर्शन वाहिन्यांवरील प्रसारणाइतकेच अनिश्चित स्वरूपाचे व परिवर्तनक्षम होऊ पाहत आहे. महाळुंगे पडवळ या खेडेगावात त्या काळात माझे वडील चौथीपर्यंत शिकलेले होते. संपूर्ण कुटुंबात, त्यांच्याव्यतिरिक्त कोणत्याही व्यक्तीने पूर्वी शाळेची पायरीदेखील चढली नव्हती. पिढीजात व परंपरागत चांभारकीचा व्यवसाय हेच जीवनव्यवस्थेचे एकमेव साधन होते. बलुतेदारीची समाजव्यवस्था, ही पिढ्यान्पिढ्या चालत आलेली होती. वडिलांची सर्वांत मोठी अपेक्षा म्हणजे मुलाने शिकून खूप मोठे व्हावे. त्या वेळच्या परिस्थितीतही, परंपरा मोडून, व्यावसायिक बांधिलकीचे जू झुगारून, मुलाने

वेगळे काहीतरी करावे असे त्यांच्या मनात होते. जी संधी परिस्थितीने व तत्कालीन समाजव्यवस्थेने त्यांना नाकारली, ती मुलाला उपलब्ध करण्याची त्यांची अपेक्षा प्रथम प्राधान्यात अंतर्भूत होती. कौटुंबिक विकासाची भव्य स्वप्ने भावी पिढीच्या शिक्षणाद्वारे पूर्ण करण्याचा त्यांच्या मनात दृढ संकल्प होता.

माझे वडील पोथी उत्तम वाचत, अभंग, भजने म्हणत व पौराणिक कथा सांगत. त्या परिस्थितीतही त्यांच्या शिक्षणाचा व ज्ञानाचा दबदबा, चर्मकार समाजात पंचक्रोशीत होता. त्यांच्या शब्दांना व विचारांना मान व प्रतिष्ठा असे. गरीब असले तरी त्यांच्या कर्तृत्वाची व बुद्धीची वेगळी छाप त्यांनी समाजावर पाडली होती. माझ्या जन्मसमयी त्यांचे वय ५० वर्षे तरी असावे. त्या वेळी प्रदीर्घ अनुभव व ज्ञान याचा सार्थ अभिमान त्यांच्या व्यक्तिमत्त्वात जाणवे.

हा आजार आपला जीव घेईल असे आईला कधी वाटले नसावे. जमेल तसे उपचार घेत, पडेल ते दुःख सहन करीत मुलांसाठी जगण्याची तीव्र इच्छा मनात बाळगीत, ती जगत होती. प्रकृती नाजूक असूनही अनेक वर्षांच्या काळात आईचे मोठे आजारपण कधी आम्हाला जाणवले नाही. औषधपाणी स्वतःच्या मनाने व उपलब्ध अडाणी सल्ल्यानुसार घेत, त्या अवस्थेत घरकाम ती जमेल तसे करतच राही. आजारी पडण्याची हौस गरिबीस वर्ज्य असायची. खरे आजारपणदेखील अंगावर काढीत सर्व कौटुंबिक जबाबदारी पार पाडणे भाग पडत असे. मोठ्या बहिणी मदतीचा प्रयत्न करीत; पण त्यांचे प्रयत्न व समज अपुरी पडत असे. आई अंथरुणात पडून आराम करतेय आणि इतर कोणी तिची सेवाशुश्रूषा करतेय, असे दृश्य प्रयत्न करूनही आमच्या आठवणीत येत नाही. अत्यंत अडचणीच्या आजारपणातही रोजची नित्यकर्मे पूर्ण कसोशीने करण्याची कर्तव्यपरायणता त्या पिढीत उपजत होती, हे माझ्या मनात खोलवर कोरले गेले होते.

मी नवीन कॉलेज व अभ्यास याने गोंधळून व गडबडून गेल्याने अनामिक भीतीने ग्रासलो होतो. आईच्या आजारपणात दोन-तीन महिन्यांत फारसे गावी येणे जमले नाही, विशेष काळजी घेता आली नाही. येण्या-जाण्यासाठीही पैसे नसत. अपरिपक्व बुद्धी व अपुरी समज यामुळे तिच्या प्रकृतीतील चढ-उतार व त्यातील गांभीर्य कधी कळलेच नाही. आई सोडून जाईल असे कधी मनातही आले नाही. तिच्या सेवेला काही वेळ देण्याचा ओझरता विचारही मनाला कधीच स्पर्श करून गेला नाही. तिच्या शेवटच्या क्षणाला मी तिच्याजवळ नव्हतोच. ती माझ्या गैरहजेरीतच मला कायमस्वरूपी सोडून गेली होती.

आज विचार करताना मन अत्यंत कष्टी होते. माझा दोष व दुःख तसे सुप्तच राहिले. यामुळे वरचेवर मनाचा अधिक गोंधळ होतो व उलटसुलट विचारांचा हा

गुंता अधिक कठीण बनत जातो. माझ्या कॉलेजच्या व्यापाने व परिस्थितीच्या अपरिहार्यतेने, मला आईचे अंत्यदर्शन लाभलेच नाही. आईसाठी काही करू शकलो नाही ही खंत मनात सतत सलत राहिली. बहिणी-भावांनीही माझ्या शिक्षणाच्या काळजीपोटी ही बाब जाणीवपूर्वक माझ्यापासून लपवून ठेवली. प्रत्येकजण मला जपायचा. माझी व माझ्या शिक्षणाची मनापासून काळजी करायचा. मी मात्र ही माझी मूलभूत जबाबदारी शिक्षणाच्या ओझ्याखाली, सोयीस्करपणे विसरत दूर ठेवत गेलो.

आता आई व वडील या माझ्यासाठी फक्त खोल दडलेल्या, माझ्या रक्तात वाहणाऱ्या रक्तपेशींप्रमाणे माझ्याशी संलग्न व एकरूप झालेल्या आठवणी आहेत. मागे वळून पाहताना परिस्थितीच्या अगतिकतेने मनाचा नेहमीच गोंधळ होतो. या आठवणीत आई-वडिलांचे मोठेपण सतत जाणवत राहते. आपण अशा आई-वडिलांची काहीच सेवा करू शकलो नाही याची खंत मनाला टोचत राहते. आईचे रूप व गुण काही प्रमाणात मी माझ्या थोरल्या बहिणीमध्ये अनुभवू शकत असे; पण काळाच्या ओघात निसर्ग नियमानुसार तिनेही या जगाचा निरोप घेतला. मायेची व कृपेची छाया सरली.

वडील गेल्यानंतर घरची परिस्थिती आर्थिक दृष्टीने अधिकच नाजूक बनू लागली. तसे घरातले अर्थकारण हा सर्वस्वी पुरुषांचा विषय असल्याने, स्त्रिया त्यात अजिबातच लक्ष घालत नसत. त्यामुळे वडील असताना फक्त गरजा भागविण्यापुरते उपलब्ध झाले की, त्यातच भागवणे हे स्त्रियांचे काम; पण वडिलांच्या मृत्यूने आता ती अर्थार्जनाची जबाबदारी आईवर येऊन पडली. बाहेरच्या जगाची व व्यवहाराची काहीही माहिती नसल्याने, ती गोंधळली. घर कसे चालवायचे हा प्रश्न तिच्यासमोर दत्त म्हणून उभा राहिला.

मुलांच्या काळजीपोटी संसार जमेल तसा पुढे रेटण्याचा प्रयत्न ती मनापासून करत राहिली; पण कधी कधी घरातील काही भांडी, वस्तू गहाण ठेवणे किंवा शेळी, कोंबड्या विकणे अशा प्रकारे आर्थिक तरतूद करणे भाग पडे. गरिबीच्या चटक्यांनी त्या अननुभवी व निरक्षर मातेचे अवसानच गळून पडे; पण अगदी जिवापाड धडपड करीत सर्व चालू ठेवणे तिला क्रमप्राप्त होते.

माझी आई तशी अत्यंत साधी व भोळी होती. वडील मात्र काहीसे व्यवहारी व दक्ष होते; पण एकमेकांवर कमालीचे प्रेम व जीव होता. आईला माहेरचे अगदी रक्ताचे नात्याचे कोणीच नसल्याने माहेरची जी नैसर्गिक ओढ स्त्रियांना असते ती तशी नव्हती. त्यामुळे माहेरी क्वचितच जाणे होई. इतर नातेवाइकांकडेही ती राहायला फारशी जात नसे. गेलीच तर अगदी एखाद-दुसरा दिवस कधीतरी तेही सहकुटुंब जात असे.

म्हणजे आई-वडील सतत बरोबर असले तरी दिवसांतले दोन तास जरी घरी

आई नसली, किंवा चार पाच तास शेतावर गेली तरी वडील तिची सतत विचारपूस व चौकशी करीत. प्रत्येक बाबतीत विचारविनिमय होऊनच घरातील सर्व कारभार चालत असे. सततच्या सहवासाने त्यातील गोडी व ओढ अधिकच प्रभावी बनली असावी. परंपरेने बहाल केलेला विश्वास व श्रद्धा यांचा तो परिपाक होता. त्यांच्या मनातील सुप्त भावना, प्रेम, आपुलकी व जिव्हाळा शब्दांत मांडणे अशक्यच वाटते.

माझ्या वडिलांची विचारसरणी हीच आईची अलिखित गीता व गाथा बनत असे. विचार व भावना यांची समृद्धी अव्यक्त स्वरूपात आईजवळही विपुल प्रमाणात होती. विचार व्यक्त करण्याची साधने व मार्ग मात्र अज्ञात असल्याने, तिचा इतरांना परिचय होण्यास मार्ग नसे. आईचा परंपरा, धार्मिकता व कौटुंबिक मूल्यांवर कमालीचा विश्वास व श्रद्धा होती. परंपरेने पूर्वजांनी बहाल केलेली विचारधारा व कार्यप्रणाली ही तिला अगदी मनापासून आवडे.

आईचे लग्न लहान वयातच झाले. माझे वडील विधुर असतानाही आईने लग्नाला विरोध केला नाही. वयातील मोठ्या फरकासही विरोध करण्याची हिंमत दाखविता आली नाही. मनातील साधा निषेधही अप्रत्यक्ष कोठेही व्यक्त केला नाही.

याच स्वभावाची व विचारांची छटा माझ्या बहिणींच्या स्वभावात आज व अजूनही मला प्रकर्षाने जाणवते. अगदी कोणाच्याही वाट्याला न जाता, वाट्टेल ते सहन करत, जीवनाशी तडजोड करीत चालत राहायचे, हा त्यांचा जीवनविषयक दृष्टिकोन. आज मी माझ्या पद्धतीने व मानसिकतेतून तसा विचार करीत असलो, तरी कदाचित त्यांच्या जीवनाबाबत त्या मनस्वी समाधानी असतीलही; पण प्राप्त परिस्थितीचा स्वीकार व सर्व शक्य तडजोड ही प्रमुख सूत्रे दोन्ही पिढ्यांमध्ये जशीच्या तशी दिसून येतात.

आई-वडील असताना आमच्या जिरायत शेतात हुलगे व मटकी विपुल प्रमाणात पिके. त्यामुळे कुटुंबाची गरज भागवून उरलेला माल आम्ही बाजारात विकत असू. या हुलग्यांची शेंगोळी हा अगदी खास पदार्थ, चविष्ट कसदार व सकस मेजवानीच असायची. मटकीच्या पिठाची अगदी कडक खुसखुशीत भाकरी आता ऐतिहासिक बाब होत चालली आहे; पण लहानपणी आम्ही कंटाळेपर्यंत मटकीच्या भाकरी खाल्ल्या आहेत. त्या कितीही दिवस टिकत असत व चवही तशीच राहत असे. आई गेल्यानंतर हे पदार्थ आमच्यासाठी दुर्मिळ झाले.

कष्ट करून वडील थकले होते. घरातील रोजची धावपळ त्यांनाही नकोशी वाटत होती. मुलांना शिकविण्यासाठी तरी आर्थिक सुबत्ता असावी, असा विचार त्यांच्या मनात सतत घोळत होता. त्यासाठी व्यावसायिक नियोजन करण्याचे त्यांच्या मनात होते. भावाबरोबर किंवा चुलतभावाबरोबर एखादा मोठा व्यवसाय उभा

करण्याचा त्यांचा प्रयत्न सतत सुरूच असायचा. माझा जन्म झाला त्या वेळी वडिलांचे वय बरेच जास्त असल्याने, मुलांसाठी काहीतरी विशेष तजवीज करून ठेवण्याचे त्यांच्या मनात निश्चितच होते.

मद्रास किंवा मुंबईस जाऊन चामड्याची व कच्च्या मालाची खरेदी करण्याचे प्रयत्न त्यांनी मनापासून केले होते; पण त्यांच्या अपेक्षेप्रमाणे यश किंवा आर्थिक प्राप्ती त्यांना होऊ शकली नाही. घरातील खाणारी तोंडे व वाढती कौटुंबिक जबाबदारी यातून करण्यात येणारे प्रयत्न अपुरेच पडत होते.

नियोजन करूनही परंपरा व व्यवहार सांभाळताना पुरेसा वेळ, भांडवल व नेमके मार्गदर्शन प्राप्त होत नव्हते. प्रयत्न करूनही अडचणी संपतच नव्हत्या; पण त्या काळातील प्राप्त परिस्थितीत त्यांचा प्रयत्न निश्चितच कौतुकास्पद होता. प्रदीर्घ अनुभवातून उच्च दर्जाची व्यावसायिक कुशलता व तंत्र ज्ञात झालेले होते. जोडे बनविणे, नवीन चपला बनविणे, नवीन मोटा तयार करून विकणे यात त्यांचा हात धरणारा कोणीच व्यावसायिक पंचक्रोशीत नव्हता. बलुतकीव्यतिरिक्त या नवीन मालाच्या व्यवसायातून चार पैसे नफाही होत असे. धंद्याचा असा चांगला जम बसलेला असतानाच, अचानक मृत्यूने त्यांच्यावर घाला घातला. मुलांना शिकवून मोठे करण्याचे त्यांचे मनसुबे त्यांच्या हयातीत पूर्ण होऊ शकले नाहीत.

माझ्या वडिलांची प्रथम पत्नी व मुले प्लेगच्या साथीत मरण पावले, वडिलांनी माझ्या आईशी दुसरा विवाह केला होता. त्यामुळेच आई-वडिलांच्या वयात जास्त अंतर असावे. नेमका गणितीय अंदाज नसला तरी ते २५ ते ३० वर्षांचे तरी असावे. माझ्या आईचेही आई-वडील लहानपणी वारल्यामुळे चुलत्यांनी कर्तव्य भावनेतून स्वतःच्या जबाबदारीतून मुक्त होण्याच्या हेतूने, हा असमान तत्त्वावरील विवाह प्रस्ताव मान्य केला केला असावा, असा तर्क करण्यास वाव आहे. त्या वेळच्या समाज परंपरेत व जातीय व्यवस्थेत अशा कृतींना विरोध व अवरोधही नसावा.

आमच्या तरी माहितीत आईला कोणीही सख्खे बहीण किंवा भाऊ नव्हते; पण आईचे चुलते व इतर दूरस्थ नातेवाईक हे माझ्या आजोळचे नातेसंबंध आम्हा लहान मुलांना तत्काळी फारच आकर्षक व ममतापूर्ण वाटत असत. आंबेगाव तालुक्यातीलच शिनोली हे माझ्या आईचे माहेर, ते आमच्या गावापासून थेट मार्गाने पायवाटेने सात ते आठ कोस म्हणजे साधारण १५ किमी अंतरावर होते. सरळ प्रवासाचे कोणतेही साधन उपलब्ध नसल्याने पायी, घोड्यावरून अथवा पर्याय म्हणून मंचर मार्गे बसने प्रवास, अशी आजोळी पोहचण्याची व्यवस्था त्या काळी अस्तित्वात होती.

बालवयातील आजोळची ओढ तत्काळी मोठी आकर्षक वाटे. मावळातील भरपूर आंबे व करवंदे यांचे आकर्षण अजूनही मनाला मोहित करत राहते; पण नात्याची सावली संपली की, आपोआपच या बाबींकडे पाहण्याचा दृष्टिकोन बदलत

जातो. आईचे चुलते व चुलती वारल्यानंतर ती मनातील ओढ आपोआप कमी होत होत गेली. निसर्गाची ही करामत खरोखरीच अतर्क्य म्हणावी लागेल.

वडिलांकडे एक स्वतंत्र अनेक कप्प्यांची पिशवी होती, तिला चंची म्हणायचे. ती नेहमी त्यांच्याजवळ असायची; पण ती मुख्यत: तंबाखू, पान व त्यासाठी लागणारी सामुग्री, उदा. सुपारी, अडकित्ता यांनी भरलेली असायची. बाहेरच्या प्रवासात आईची पिशवी व वडिलांची चंची ही नेहमीच बरोबर असायची. वडील नेहमी तंबाखू, चुना पानासोबत किंवा पानाविरहित खात असत. आईही दिवसातून पाच ते सात वेळा मिशरी लावीत असे. गप्पा मारताना व पाहुणचारार्थ चहाऐवजी तंबाखू व पानाची देवघेव आवडीने व आग्रहाने केली जायची. नवीन पिढीस सुरक्षिततेसाठी ही व्यवस्था कल्पनेतूनच समजून घ्यावी लागेल, इतकी ती नामशेष होत गेली आहे. घरातील मौल्यवान वस्तू अवघड ठिकाणी ठेवणे हेच त्या काळी व्यवहार्य होते. तिजोरी, कपाट, पेटी या वस्तू ग्रामीण व्यवस्थेत सहज उपलब्ध व वापरात नव्हत्या.

आईकडे विशेष मूल्यवान दागिने नव्हते. एक काळ्या मण्यांची पोत व त्यांत सोन्याचा मणी, हातात चांदीचा गोट व प्रसंगी दंडात घालण्यासाठी चांदीच्याच वेळा, पायांत चांदीचीच जोडवी. या पलीकडे दागिने नव्हते. वडिलांची कानांतील सोन्याची भिकबाळी ही वैभवाची एकमेव खूण असायची. आई कासुट्याचे लुगडे नेसायची व खणाची चोळी घालायची. कपाळाला लांब कुंकवाची आडवी रेखा, मेणावर घट्ट लावलेली असायची. कुंकवाचा लाकडी करंडा व लहानसा आरसा एवढीच मेकअपची साधने त्या काळी असत. केस विंचरण्यासाठी जनावरांच्या शिंगापासून बनविलेली जाड फणी (सध्याचा कंगवा नव्हे) उपलब्ध असायची.

वडील व सर्व पुरुष मंडळी महिन्यातून किंवा दोन महिन्यांतून एकदा पूर्ण डोक्याचे केस वस्तऱ्याने काढायचे. हे एकाने दुसऱ्याचे काढायचे असत, त्या प्रक्रियेला 'डोकी करणे' असे म्हटले जायचे. न्हाव्याच्या दुकानात जाण्याची प्रथा नव्हती. तेथे जाणे रूढीसंमत व शिष्टाचारात बसणारे नव्हते. त्यामुळे बहुतेक बलुतेदार मंडळी कात्री व वस्तऱ्याचा वापर करून स्वत: किंवा परस्परांचे केशकर्तन घरच्या घरी करीत असत. त्यात आवश्यक कौशल्य त्यांनी सहजगत्या व सवयीने प्राप्त केले होते. अशा या व्यवस्थेमुळे केसांसाठी खोबरेल तेल वापरण्याची गरज लागत नसे. स्त्रिया मात्र आठ-पंधरा दिवसांनी एखादेवेळी खोबरेल तेलाचा वापर करीत असत. गरिबीमुळे केसांच्या निगेकडे पूर्ण दुर्लक्ष होत असे. केसांमध्ये भरपूर धूळ जाऊन केसांच्या जटा होत असत.

आई कधी तरी मोकळ्या वेळी जवळ बसवून विचारायची, "अरे, मला तरी सांग, काय शिकतोस ते. काही दोन-चार देवाधर्माच्या व पूजापठणाच्या गोष्टी तरी

सांग बाबा.'' कधी तरी आठवीतले इंग्रजीचे पुस्तक हातात घेत स्वर, बाराखडी व त्या शब्दांसोबतची चित्रे पाहून तिला गंमत वाटे. काही न समजताच गमतीने ती म्हणायची, ''अरे, हे तर सर्व आपण रोजच पाहतो व करतो. याचा काय एवढा अभ्यास करायचा?'' श्रावण बाळाची व अर्जुनाची इंग्रजीतली गोष्ट मला सांग, असा तिचा आग्रह असायचा; पण जे मलाच समजत नव्हते ते मी तिला कसे सांगणार?

आईने दळताना जात्यावर म्हटली जाणारी कौटुंबिक जिव्हाळ्याची ही गाणी सामाजिक व कौटुंबिक संबंधांची एक घट्ट वीण असायची. ती बालमनावर संस्कार करण्यास पोषक ठरत असत. शिक्षण, माहिती, नातेसंबंध यांचा तो अनुभवाधारित खजिनाच रोज मातृमुखातून ऐकण्याचे अनोखे सुख आम्हाला लाभले. त्यामुळे आम्ही समृद्ध होत गेलो. आईला शिकविता आले नाही तरी, जीवनातील सर्व अनुभव तिने जात्यावरील ओव्यांत गुंफले होते. ऐकण्यातून व स्मरणातून आजही ती परंपरा आमच्या मनात घर करून आहे.

माझी आई अननुभवी असली, तिच्याकडे विचारशक्ती नसली तरी तिला भव्यदिव्य स्वप्नांचा पाठपुरावा करण्यासाठी सज्ज व्हायचे होते. वडिलांच्या मृत्यूनंतर प्राप्त परिस्थिती व नियतीशी खऱ्या अर्थाने स्वतःच्या हिमतीवर लढायचे होते. कशाचीही तमा न बाळगता, स्वतःचे दुःख व असहायता लपवित, शारीरिक व मानसिक आघाडीवर पुढे जायचे होते. कोणत्याही आधाराविना, भविष्यातील आधाराच्या व स्वप्नांच्या शोधासाठी मार्गक्रमण अनिवार्य ठरत होते. ती तिची परीक्षा व अग्निदिव्यही होते.

वडिलांच्या मृत्यूमुळे घर व शिक्षण विस्कळीत होऊ पाहत होते; पण आईची जिद्द व मला शिकविण्याची तीव्र इच्छा यामुळे शिक्षण चालू राहिले. घरी आईचा व शाळेत पाटीलसरांसह सर्व गुरुजनांचा भक्कम आधार व प्रोत्साहन मिळत राहिले. बालवयातच मला शिक्षणाची ओढ व गोडी लागलेली होतीच. शाळेचे वातावरण व प्रगती पुढच्या वाटचालीस पोषकच बनत चालली होती.

आज मी अभियंता होण्यापाठीमागची ही प्रेरणा अव्यक्त असली तरी ती माझ्या मात्यापित्यांच्या रूपाने मला बहाल केलेली अप्रत्यक्ष देणगीच आहे. त्यात त्यांच्या सुप्त इच्छा व आशीर्वाद आहेत. त्यांच्या मनातील ती शिकविण्याची व मला सुखी व आनंदी बनविण्याची इच्छा बरीच फलद्रूप झाली असावी असे निदान मला तरी वाटते. मला माझ्या बहीण-भावांनाही आई-वडिलांच्या भूमिकेतून मार्गदर्शन करता आले. हे बळही मला आई-वडिलांच्या आशीर्वादातूनच प्राप्त झाले, असे मला निःशंक मनाने वाटते.

बालपण व शाळा

माझ्या जन्माअगोदर मागासवर्गीयांना शिक्षण अभावाने मिळे. माझे वडील १९२५च्या दरम्यान चौथीपर्यंत शिकलेले होते. त्या वेळी गावात चौथीपर्यंतच शाळा होती, असे सांगण्यात येते. पुढील शिक्षणासाठी परगावी जाणे त्या काळी अशक्य होते व प्रचलितही नव्हते.

सावलीची व निवाऱ्याची सोय नसल्यामुळे, माझ्या वडिलांना उघड्यावरच उन्हापावसात, वादळवाऱ्यात बाहेर बसून शिक्षण घेण्याशिवाय पर्यायच नसायचा. तत्कालीन व्यवस्थेत शिक्षणाचा, पोथी वाचणे, पत्र वाचणे व लिहिणे एवढाच मर्यादित उपयोग नजरेसमोर होता. नोकरी किंवा भौतिक प्रगती शिक्षणाशी निगडित झालेली नसावी. वडिलांना शिक्षणात चांगली गती व आवड असल्याचे यातून स्पष्ट होत होते. अस्पृश्यांना स्पर्श करणे म्हणजे विटाळ होतो, अशी त्या काळी समाजमनात धारणा होती.

शिक्षणाबाबत मत व्यक्त करताना त्या वेळच्या समाजातील प्रचलित दोन वाक्ये मला मन:स्थितीदर्शक वाटतात व आठवतातही. 'पोरांना शिकून कुठं लई बॅलिस्टर व्हायचंय' व 'पोरींना कुठं मडुम करायचं अन् मडुम बनली, तर तिला साहेब कुठं शोधायचा' असा विचारप्रवाह मुलांना शाळेत न पाठविण्याला कारणीभूत ठरत होता; पण काळाबरोबर व स्वातंत्र्योत्तर समाजसुधारणेच्या वाऱ्यामुळे मात्र हा दृष्टिकोन बराचसा बदलला होता. शिक्षणाशिवाय परंपरागत चामडे चिवडण्याचे कष्टदायक काम पुढच्या पिढीला करावे लागू नये, या भावनेने माझ्या कुटुंबात शिक्षणाची गरज स्वानुभवातून निर्माण झाली होती. वडिलांच्या शैक्षणिक पार्श्वभूमीवर देखील शिक्षणाचे महत्त्व निर्विवाद पटलेले होते, असे दिसून येते.

म्हणजे मुलांनी शाळेत जावेच, याची पालकवर्गात जरी कमी जाण होती, तरी

तशी जाण वाढविणे व मुलांमध्ये आवड निर्माण करून किंवा काही वेळा थोड्या जबरदस्तीने व भीतीने शाळेत येण्यास भाग पाडण्याचे पवित्र कर्तव्य, कोणत्याही अपेक्षेशिवाय त्या वेळची शिक्षक पिढी, अत्यंत तळमळीने व प्रामाणिकपणे पार पाडत होती. श्री. कुंभार, श्री. पडवळ, श्री. बेल्हेकर, श्री. वाघ या सर्व शिक्षकांचा गावात दरारा निर्माण झालेला होता. उनाड मुलांना भीती दाखविण्यासाठी या नामावलीचा गावकरी सोयीस्करपणे उपयोग करताना दिसून येत.

माझ्या आठवणीप्रमाणे मी चार ते पाच वर्षांचा असताना माझी थोरली बहीण सुंदराबाई, शाळेत जाण्यास योग्य वयाची असूनही शाळेत जात नव्हती. म्हणून अनेक वेळा गुरुजींनी तिला उचलबांगडी करून शाळेत नेले. घरी कोठेही दडून बसली, तरी स्थानिक मुलांच्या मदतीने शोध घेऊन, शाळेत घेऊन जाण्याचे काम पार पाडण्यात येत असे. अशा त्या परिस्थितीत माझ्या वयाची पाच वर्षे पूर्ण झाली असल्याने वडील मला एक पाटी व पेन्सिल हातात देऊन, शाळेत घेऊन गेले. मी शाळेत एक तासही बसलो नाही. अगदी सुरुवातीला शाळा म्हणजे अनेक बंधने व नेहमीच्या खेळण्यातील अडथळा, या गैरसमजातून शाळेत बसण्याची माझ्या मनाची तयारी नव्हती. मी लागलीच तासाभरात रडत रडत घरी आलो व मुद्दाम कोठेतरी लपून बसलो. घरच्यांनाही शोध घेणे कठीण झाले.

असे दोन-तीन वेळा झाल्याने वडिलांनीही शिक्षकांशी सल्लामसलत केली. अजून सहा वर्षे पूर्ण झाली नसल्याने पुढील वर्षी शाळेत घाला म्हणजे वयाची अट पूर्ण होते, असे सुचविण्यात आले. त्यामुळे वडिलांचा नाइलाज झाला. या परिस्थितीतही वडिलांनी वरचेवर पाठपुरावा व शाळेबद्दल मतपरिवर्तनाचा प्रयत्न वर्षभर चालू ठेवला.

माझ्याबरोबर माझे चुलत भाऊ, मारुती व मनोहर मात्र त्याच वर्षी शाळेत जाऊन लिहू व वाचू लागले, अक्षरे ओळखू लागले. ते पाहून मलाही त्यांचा पाठ गिरवण्याची सद्बुद्धी व प्रेरणा त्या वेळी प्राप्त झाली. आपले कुटुंबीय हीच आपली सर्वांत मोठी प्रेरणा असते, हे यातून नेमके जाणवते. आपले सवंगडी, चुलत भाऊ लिहितात व वाचतात, एवढ्या भावनेनेच माझ्या मनातील ईर्ष्या जागृत झाली व मी स्वतःच्या मनानेच शाळेत जायचे ठरविले. भावांचे शाळेत जाणे हीच माझी अप्रत्यक्ष प्रेरणा बनली. वडिलांची इच्छाही त्याला कारणीभूत होतीच.

अर्धा तास अगोदर शाळेत जाऊन वर्गाची साफसफाई करण्यात व खेळ खेळण्यात फारच मजा यायची. शाळेत जाण्यासाठी, वेळ समजण्यासाठी जवळपास कोणाकडेही घड्याळ नव्हते. त्यामुळे उन्हामुळे घराची पडणारी सावली शाळेची वेळ ठरविण्यास उपयोगात येत असे. उत्सुकतेपोटी फार अगोदर कधी कधी अर्धा तास अगोदर शाळेत जात असे, याचे संपूर्ण श्रेय मात्र घरच्या सावलीला द्यावे लागेल.

शिकवतानाही गुरुजी प्रत्येकास प्रश्न विचारत, चाचणी घेत व घटवून सर्व ज्ञान पक्के करण्याचा प्रयत्न करीत. इतरांना सहज न जमलेल्या अवघड प्रश्नाचे अचूक उत्तर देण्यात माझा हातखंडा होता. त्यामुळे गुरुजींची शाबासकी मिळून, माझ्याबद्दलचा त्यांचा विश्वास व आपुलकी आपोआपच वृद्धिगत होत गेली. आम्हाला त्या काळीही प्राथमिक शाळेतून सरकारमार्फत मोफत पाटी व पुस्तके कधीतरी वाटण्यात यायची. ती नवीन पुस्तके घेऊन अधिक आनंदात अभ्यास केला जायचा. घर व शाळेतूनही अभ्यासास प्रोत्साहक व पूरक वातावरण, त्यातच माझ्या मनाचा कल व आवड यामुळे न समजताच शाळा व अभ्यास हा माझा आवडता छंद व वेड बनले होते.

प्राथमिक शिक्षणाची एकमेव व्यवस्था म्हणजे ग्रामीण व्यवस्थेशी एकरूप होऊन काम करणारी महाळुंगे पडवळ येथील आमची जीवन शिक्षण मंदिर शाळा. त्या वेळीही ही शाळा तालुक्यातील एक आदर्श व नावाजलेली शाळा होती. शाळेचे मुख्याध्यापक बा. शि. पाटील गुरुजी हे मंचरचे रहिवासी आणि ग. ह. पाटील यांचे जवळचे नातलग होते. त्यामुळे त्यांची शाळेतील सर्व व्यवस्थेवर व शिस्तीवर करडी नजर व पूर्ण नियंत्रण होते. गावच्या समाजजीवनाचीही त्यांना पूर्ण, खडान्खडा माहिती असायची. एकरूपता, समरसता असल्याने शाळेचे महत्त्व व गावातील विविध कामांत शाळेचा सहभाग हा फार मोलाचा असायचा. गावातील सर्वांनाच मुख्याध्यापकांचा व सर्व शिक्षक मंडळींचा फार आदर व आधार वाटायचा.

शाळामंदिर हे समाजमंदिर बनल्याचे चित्र विलक्षण विलोभनीय होते.

छान मंगलोरी कौलांच्या छपरामुळे गावातील इतर इमारतींपेक्षा वेगळा रुबाब शाळेच्या वास्तूचा होता. गावात प्रवेश करताच प्रथम दर्शन शाळेच्या इमारतीचे व नंतर गावातील इतर गोष्टींचे, अशी गावाची रचना राखण्याचा दूरदर्शीपणा त्या काळच्या नियोजनात दिसून येतो. त्यामुळे शाळा गावापासून वेगळी, शांत वातावरणात होती. शाळेच्या पुढे खेळाचे प्रशस्त मैदान व समोर शाळेचे मोठे शेत होते. शाळेचे शेत अनेक पिकांनी व झाडांनी बहरलेले असे. पर्यावरणाच्या दृष्टीने आजही ही व्यवस्था आदर्श ठरण्यायोग्य म्हणता येईल.

शाळेतील सर्व शिक्षक स्थानिक पंचक्रोशीमधील कायमस्वरूपी रहिवासी असल्याने तेथील मातीशी नाते जुळलेले होते. मुख्याध्यापक श्री. बा. शि. पाटील मंचरचे, नाईकरे गुरुजी चासकमानचे, शेवाळे गुरुजी कळंबचे, पडवळ गुरुजी गावचेच, ठाकर गुरुजी, वाघ गुरुजी शेजारच्या नारायणगाव व इतर जवळच्या गावचे असे सर्व शिक्षक अत्यंत आपुलकीने व जिव्हाळ्याने शाळेत योगदान देत होते.

प्रथम वर्गापासून सर्व मुलांना व मुलींना सहजीवनातून जीवनशिक्षण देत, परिपूर्ण बनविण्याचा आटोकाट प्रयत्न शाळेत होत होता. अभ्यास, पाठांतर, वाचन,

संस्कार, आचार व विचार यांची फार उचित व्यवस्था शाळेच्या अभ्यासक्रमात जाणीवपूर्वक करण्यात येत होती. आमच्या त्या ग्रामीण वातावरणामधील शाळेत सामुदायिक पाठांतर नित्य करावे लागे. संध्याकाळी शाळा सुटताना उद्या पाठांतरासाठी काय दिले आहे, याची नीट आठवण ठेवावी लागे. बऱ्याच वेळा घरचा अभ्यास पाटीवर लिहून घेतला जात असे. एखादे दिवशी पाठांतरात लहानशी चूक झाली, तर छडीचा प्रसाद ठरलेला असे. पाठांतर म्हणजे शुद्ध घोकंपट्टी असे, त्या वेळी हे मनात पक्के बिंबले होते. वेगवेगळ्या प्रार्थना, कविता, श्लोक, इतिहासाच्या सनावळ्या, पाढे, बाराखड्या इत्यादी गोष्टींचे पाठांतर अत्यंत काटेकोरपणे व नित्यनियमाने करण्यात येत असे. बुद्धीच्या विकासासाठी साखळी प्रक्रियेची त्यांची ही धारणा खरोखर शैक्षणिक परिपक्वतेची खूण होती. शिक्षणाचे नाते शिस्तीशी व रक्ताशी जोडले गेल्याशिवाय ते हाडीमांसी भिनू शकत नाही. आज मात्र पाठांतर म्हणजे निव्वळ अनावश्यक घोकंपट्टी असे समजण्यात येत आहे.

आपले बालपणीचे मित्र व सहाध्यायी यांच्या भेटीत असे संदर्भ सहज चर्चेत येतात. काही चूक नसताना एके दिवशी अपवादात्मक मिळालेला छडीचा प्रसाद आठवतो. वर्गात त्या काळी शिक्षकांना तंबाखू तोंडात ठेवून शिकविण्याची सवय असे. एके दिवशी छडी आपटता आपटता तंबाखूबरोबर लागणारी चुन्याची पुडी हातातून निसटून खाली पडली. ती उचलण्यासाठी शिक्षक वाकले तर सर्व तंबाखू जमिनीवर इतस्तत: विखरून पडली. त्याबरोबर डोक्यावरच्या टोपीनेही खाली झेप घेतली. काही मुले हे अद्भुत दृश्य पाहून हसू आवरू शकली नाहीत. माराची भीती किंवा आदर यांचा विसर पडून बालपणाची ती सहज कृती होती; पण शिक्षकांनी शिस्त व दरारा या भावनेतून सर्व मुलांना छड्या दिल्या. तत्पूर्वी कधीही छडी न मिळाल्याने त्या छडीने मन कष्टी होऊन, काहीसा अलिप्त स्वभाव अधिक संवेदनशील बनला; पण त्यानंतर पुन्हा कधी असे घडले नाही.

या बाळबोध शाळेने माझ्या व्यक्तिमत्त्वाच्या अनेक छटा व पैलू नकळत घडविले. शाळेतील वातावरणाशी व सर्व मित्रमंडळींशी आम्ही इतके मिसळलो की, शाळेशिवाय वैयक्तिक असे काही राहिलेच नव्हते. सकाळी उठल्यापासून झोपेपर्यंत तेच मित्र, तीच शाळा व त्यातील खेळ व संस्कार यांची शृंखला मन व्यापून राहत होती. शाळेतील बाराखडी व पाढे घोकून व घटवून इतके तोंडपाठ झाले की, सकाळी खेळतानाही मातीवर संख्या व पाढे बोटाने लिहिले जायचे व एकमेकांना विचारले जायचे. खेळताना गोष्टी व कवितांच्या स्पर्धा नेहमीच सर्वांची करमणूक करीत असत. शिक्षणाचे सर्व तंत्र व मंत्र त्या आमच्या अजाणता होणाऱ्या सर्व कृतींत सामावलेले होते, असे आजही प्रकर्षने जाणवते.

खेळाबरोबर अभ्यास, शरीराबरोबर मन व विचाराबरोबर बुद्धी यांच्या संयोगाने

सतत प्रगती होत गेली. इयत्ता चौथीत या बुद्धीचा कस लावण्यासाठी मिडल स्कूल स्कॉलरशिप परीक्षेस बसण्याची संधी आम्हाला प्राप्त झाली. त्या परीक्षेची व्यवस्था पुण्यातील भावे हायस्कूलमध्ये असल्याने पहिल्यांदाच पुणे पाहण्याचा योग आला.

गावात तोपर्यंत वीजही आलेली नसल्याने पुण्याचा झगमगाट व रस्ते पाहून, त्या वेळी आम्ही दिपून गेलो होतो. राहण्याची खर्चिक व्यवस्था शक्य नसल्याने, शाळेच्या गुरुजींनी त्या वेळी गावचे प्रतिष्ठित व्यक्तिमत्त्व अण्णासाहेब आवटे यांच्या घरी, आउटहाउसमध्ये राहण्याची व जेवण्याची व्यवस्था केली. प्रथमच शहरातील बसचा प्रवास त्या वेळी घडला. गावच्या मुलांच्या कौतुकाच्या दृष्टिकोनातून श्री. आवटे यांनी आमची केलेली व्यवस्था आजही मनाला सुखावून जाते. या आमच्या पुणे भेटीत गुरुजींनी आम्हाला एका सिनेमागृहात 'संत तुकाराम' हा सिनेमा दाखविला. ती एक वेगळीच आठवण मनात कायमची कोरली गेली. परीक्षेला पुण्यातील अद्ययावत मुले, त्यांचे राहणीमान पाहून आम्ही जास्तच बुजरे होऊन गेलो.

पुन्हा इयत्ता ७वीत हायस्कूल स्कॉलरशिप परीक्षेस बसण्याची संधी प्राप्त झाली. त्याच वातावरणात उपलब्ध मार्गदर्शन व पूर्वानुभव यांच्या मदतीने या वेळी मात्र परीक्षेत यशस्वी झालो व पुणे जिल्ह्यात दुसरा क्रमांक आला. त्या वेळच्या वर्तमानपत्रात नाव आल्याने बरेच कौतुक झाले. येथेच पुढील वाटचालीचा व स्पर्धेचा खरा अर्थ व स्वरूप ध्यानात आले. शाळेतील निर्विवाद प्रगती ही पुढच्या शिक्षणासाठी एक वेगळा दृष्टिकोन देऊन गेली. इयत्ता सातवीत लोकल बोर्डाची व्हर्नाक्युलर फायनल परीक्षा मंचर येथील केंद्रावर द्यावी लागली. त्या वेळीही विशेष प्रावीण्यासह गुणवत्ता प्राप्त करण्यात मी यशस्वी ठरलो.

शाळेतील वाटचालीतील काही बाबी नमूद करणे योग्य होईल. शाळेतील विविध सभा व कार्यक्रमांत विद्यार्थी प्रतिनिधी म्हणून भाषण करण्यास शिक्षक मुद्दाम माझी निवड करीत. सुरुवातीस बोलताना नेमके विचार व माहिती व्यक्त करण्यास अडचण वाटे; पण हळूहळू सर्व माहितीचे वाचन, संकलन, टिपण करून सुविचार व सुभाषितांची योग्य योजना करून अत्यंत प्रभावी, आलंकारिक भाषण करण्याची सवय झाली. त्यामुळे भाषणचातुर्य, बुद्धीचे सामर्थ्य वाढीस लागण्यास मदत झाली. भाषण कौशल्यातील बक्षिसे व प्रोत्साहन वरचेवर प्राप्त होत राहिल्याने, एक आदर्श व हुशार विद्यार्थ्याची प्रतिमा आपोआपच निर्माण होत गेली. ती प्रतिमा टिकविण्याची व उंचावण्याची जिद्दही त्यातूनच उगम पावली.

प्राथमिक शाळेतील ग्रामीण व्यवस्थेतील आणखी एक महत्त्वाचा विषय म्हणजे, व्यावसायिक शिक्षण म्हणजेच शेतीशिक्षण व प्रात्यक्षिके होय. शेतीसाठी जमीन शाळेकडे उपलब्ध करण्यात आली होती. सर्व वातावरण शेतीप्रधान व

शेतीपूरक असल्याने, शेतीत विविध पिके, भाजीपाला लावून, त्यांची सर्व मशागतीची व इतर संलग्न कामे प्रात्यक्षिकाच्या स्वरूपात मुलांकडून करून घेतली जात. पिकांची माहिती, त्यातील आधुनिक तंत्रज्ञान, त्यासाठी मशागतीचे व पीकवृद्धीचे विविध टप्पे मुलांना उत्तम पद्धतीने समजावून सांगितले जात.

पेरणी, खुरपणी, वेटाळणी, कापणी, खळे लावणे, धान्य तयार करणे, साठविणे या सर्व बाबी, त्यातील सर्व तपशिलांसह मुलांना त्यांच्या कुवतीनुसार आदर्श व्यवहारी स्वरूपात ज्ञात होत असत.

बादली, झाऱ्या घेऊन ओढ्यावरून पाणी वाहून पिकाचे संगोपन करण्याचे तंत्र व अवघड ज्ञान त्या वेळी मुलांना प्रत्यक्ष कृती करून प्राप्त होत असे. शाळेची बाग, फुलझाडे व स्वच्छता या बाबींची सर्व मुले स्वतःच देखभाल करीत असत. त्यासाठी शिस्तबद्ध व क्रमबद्ध व्यवस्था बसवून कार्यान्वित केली जात असे. यासाठी वर्गात विद्यार्थ्यांमधून एक सेक्रेटरी नेमला जात असे. सर्व कामे पार पाडण्याची व नियंत्रित करण्याची जबाबदारी तो सर्वांच्या सहकार्याने पार पाडीत असे. मेहनतीची व नेतृत्वाची बीजे अशा प्रकारे पेरली जात होती.

आणखी एक महत्त्वाची नमूद करण्यायोग्य प्राथमिक शिक्षणातील गोष्ट म्हणजे शिक्षकांची आपुलकी व प्रेम. आपल्या विद्यार्थ्यांविषयी मुलासारखे प्रेम व काळजी घेण्यात शिक्षकांत चढाओढ असे. इयत्ता ४थी व ७वीमध्ये, तसेच इतर वर्गांतही शिक्षक महत्त्वाचे विषय व विशेष अभ्यास घरी बोलावून संध्याकाळी व रात्रीच्या वेळी स्वयंप्रेरणेने विनामूल्य घेत असत. कोणतीही फी किंवा अपेक्षा न ठेवता, कौटुंबिक अडचण सोसून, शिक्षणदानाचे पवित्र कार्य शिक्षक तळमळीने पार पाडत होते. श्री. शेटे गुरुजी, पडवळ गुरुजी तर आमची झोपण्याची, अभ्यासाची व्यवस्था त्यांच्या राहत्या घरीच करीत. मुले शाळेव्यतिरिक्त इतर वेळीही अभ्यास करतील याची परिपूर्ण दक्षता घेत. विद्यार्थ्यांना स्वतःच्या मुलाप्रमाणे प्रेम, आपुलकी व जिव्हाळा दाखवून अभ्यास घेणारे ते शिक्षक खरोखरीच पूजनीय असेच होते.

त्या काळी घरच्या आत्यंतिक गरिबीमुळे शाळेत जाताना, साध्या कापडी पिशवीचेही नवेकोरे दप्तर उपलब्ध नसायचे. उपलब्ध जुन्या बारदानाची पिशवी, कापडी बंद लावून दप्तर म्हणून वापरावी लागे. अन्यथा, आई जुन्या, फाटक्या शर्ट किंवा धोतराच्या जुन्या मांजरपाट कापडाची पिशवी हाताने शिवून तयार करून द्यायची. जुन्या फाटक्या कपड्यातून अशी पिशवी अगदी कौशल्यपूर्वक व काळजीपूर्वक सुई-दोऱ्याचा वापर करून तयार केलेली असायची. पाटी व पुस्तके या पिशवीत नेहमी सुरक्षित नेता-आणता यायची. दगडी स्लेटची काळीकुळकुळीत पाटी व खडूसारखी पण अधिक कठीण कॅल्शियम कार्बोनेटची माऊसर दगडी पेन्सिल, ही लिहिण्यासाठी प्रमुख साधने होती. तिसरीनंतर वही व शाईची दौत, टाक आणि बोरू अशी नवीन आयुधे

त्यांत समाविष्ट होत. सध्याच्या कार्बन पेन्सिलचा वापर फारसा परिचित नसला तरी अभावाने तो कधीतरी होत असे. त्या पेन्सिलला शिसपेन्सिल असे म्हटले जायचे.

शाईची छोटी पुडी एक ते दोन पैशाला विकत घेऊन काचेची दौत भरून शाई घरीच बनविली जात असे. शाईच्या पातळ किंवा घट्ट मिश्रणासाठी कौशल्य वापरावे लागे. वडील स्वत: लक्ष घालून ही बाब समजून देत असत व करूनही घेत असत. शाईची दौत दप्तरातच ठेवावी लागे. कधीमधी गळती झाली, झाकण ढिले झाले किंवा फुटली तर पुस्तकासह कपडे निळ्या रंगाने रंगून जायचे. कधी ना कधी हा प्रसंग शाळेत जाणाऱ्या प्रत्येकाच्या वाट्याला यायचाच. टाकातून शाई घेऊन लिहिताना सुरुवातीस हात शाईने भरणे हा नित्याचाच सोपस्कार असायचा. शाईचे डाग बरेच दिवस हाताच्या बोटांची साथ द्यायचे. दौतीच्या वाहतुकीसाठी पातळ दोरीचे शिकाळे तयार करून वापरण्याचा पर्याय विशेष प्रसंगी उपलब्ध केला जात असे. निळ्या शाईबरोबरच कधी कधी लाल शाईची दुसरी दौतही सोबत बाळगावी लागे.

आमच्या चर्मकार वाड्यात शिक्षणाची खरी मुहूर्तमेढ मी व माझे चुलत भाऊ मारुती व मनोहर यांनी रोवली, असे म्हटल्यास वावगे ठरणार नाही. प्राथमिक व माध्यमिक शाळेत असताना मोकळ्या वेळी शेतातील झाडांच्या फांद्यांवर बसून एकांतात शांत व स्थिर मनाने अभ्यास करण्याचे तंत्र मला विशेष आवडे. लहानपणापासून आंब्याच्या झाडावर मोठ्या, परिपक्व, विविध चवीच्या कैऱ्या व चिंचेच्या झाडावरील चिंचा खाणे मला फारच आवडायचे. भुईमुगाच्या शेंगा, बोरे, कवठे, आवळे, जांभळे हा स्थानिक, सहज उपलब्ध होणारा रानमेवा मनसोक्त लुटत, अभ्यास करण्याचे आगळेवेगळे तंत्र मला विशेष आवडे. निसर्ग व पर्यावरण यांच्या संगतीत मन व बुद्धी सतत ताजेतवाने राखत अभ्यासाचे क्षेत्र अधिकच विकसित करता येई.

रोज ओढ्यावर अंघोळ करताना थंड, ताज्या, नैसर्गिक वाहत्या पाण्यात पोहणे, मनसोक्त डुंबणे आपोआप व्हायचे. शेतातील खळे तयार करणे, पिकांची व धान्याची निर्मिती व साठवण करणे, पिकाची व धान्याची वाहतूक करणे, कृतीतून व प्रत्यक्ष श्रमातून शिक्षण, अनुभवातून शिक्षण, या जीवनविज्ञान शिकविणाऱ्या बाबी व्यवहारज्ञानातून ज्ञात होत असत. रात्री मोकळ्या आकाशाखाली झोपणे, सूर्य, तारे, चंद्र, ओढे, नाले, वृक्ष, वेली, गवत, माती, जमीन, पाणी यातून जीवननिर्मितीसाठी मार्गदर्शन, वापर, विस्तार, संगोपन, संदेश, सामान्य व व्यवहार ज्ञान अंतर्मनापर्यंत सहज पोहचत असे. पंचमहाभूतांचा जीवनातील सहभाग अशा प्रकारे पुस्तकांतून नव्हे, तर कृतीतून शिकण्याचे भाग्य मला ग्रामीण भागात राहिल्यामुळे सहज प्राप्त झाले. या व्यवहारातील सर्व बाबी इतक्या विस्तृतपणे व तपाशीलवार मांडणे शक्य असले तरी, या चरित्रकथनात ते प्रस्तुत नसल्याने जाणीवपूर्वक टाळले आहे.

भौतिक वस्तूपेक्षाही मन व विचार माणसास घडवितात, हे या अनुभवातून

मला शिकता आले व अनुभवासही आले. अशा संवेदनाक्षम कार्यप्रणालीतूनच जीवन संस्कारित करता येते. छोट्या छोट्या बाबींच जीवनाचे मोठेपण अधिक प्रभावीपणे व्यक्त करू शकतात, हे प्रत्यक्ष कामकाजातून माझ्या ध्यानात येत गेले. संवेदनक्षम वयातच आयुष्य फुलते व खऱ्या अर्थाने सुगंधित बनविता येऊ शकते, हा पाठही या शेतातील नैसर्गिक कामातूनच मला शिकता आला.

दगडाच्या लगोऱ्या, भोवरा, विटी-दांडू, लंगडी, हुतूतू, खोखो, लपाछपी, पळणे, लांब उडी, उंच उडी, पुलप्स, सूर्यनमस्कार, गोट्या खेळणे, कोया खेळणे, जमल्यास पत्ते व कवड्या खेळणे, आठचल्लस, लाकडाच्या काठीचा घोडा घोडा, मित्राच्या पाठीचा घोडा, झाडांच्या काठ्यांच्या तलवारी व त्यांची लढाई, मल्लखांब, दंड-बैठका, झाडावरील सूरपारंब्या, नदी-नाल्यावर, विहिरीत व डोहात पोहणे व डुंबणे, नाल्यातील मोकळ्या वाळूतील मैदानातील कुस्त्या अशा अनेकविध खेळांचा आनंद मनसोक्त लुटता यायचा.

मोकळ्या वेळी, विशेषत: सुट्टीत, आई-वडिलांच्या शेतातील, व्यवसायातील व घरातील कामास हातभार लावावा लागे. शेतावर राखणीसाठी रात्री झोपण्यास जाणे मला मनापासून फार आवडायचे. ओबडधोबड शेतजमीन साफ करून, पेंढ्याचा व गोधडीचा बिछाना घातला की, आकाशातले तारे, झाडे आणि रातकिड्यांचा आवाज यांच्या सोबतीत अभ्यास करता करता कधी झोप लागायची हे समजायचे देखील नाही. परिस्थितीनुसार मी घरातील व्यावसायिक व शेतातील कामामध्ये जमेल तेवढा सहभाग आनंदाने घेत असे.

कोणतेही आवश्यक काम करण्यात मला कमीपणा कधीच वाटला नाही. शेतीतील सर्वच कामे मला आवडायची व जमायची देखील. माझ्या वैयक्तिक निवडी व अपेक्षाही फारच मर्यादित होत्या. कुटुंबाने व समाजाने घालून दिलेल्या मार्गाने जाण्याची मनात धारणा होती व आज्ञाधारकपणा होता. बालपणातील कामात खेळांचे सुख अनुभवण्याचे शहाणपण परिस्थितीने मला शिकविले व तसे ते आवडीतही रूपांतरित होत गेले.

सुगीच्या हंगामात दरवर्षी शेतातील मातीचे पाणी व चोपणी वापरून छान खळे तयार केले जात असे. खळे करण्याच्या सर्व अटी व प्रमाणके ही स्वघोषित, स्वनियंत्रित व अनुभवाधारित असत. कोणत्याही तांत्रिक ज्ञानाशिवाय, गरज व अनुभव यांच्या मदतीने सर्व कार्यपद्धती अवलंबिली जायची. घराच्या अंगणाप्रमाणे, शेतातील माती घट्ट थोपटून, शेणाने सारवून, बहुउद्देशीय खळे वापरासाठी सिद्ध व्हायचे.

शाळेत असतानाच खेळांची फार आवड व ओढ वाटत असायची; पण अभ्यासाची ओढ त्याहूनही अधिक होती. शाळेतील भिंतीवर कोरलेली व लिहिलेली सुभाषिते मात्र कायमची मनावर कोरली गेली होती. त्याची नोंद जीवनात कायमस्वरूपी

दिशादर्शनासाठी उपयोगी पडली. घरी गायी किंवा म्हशीचे दूध विपुल प्रमाणात नेहमीच असायचे. अडचण आली तरी शेळीचे दूध नेहमीच खात्रीशीर उपलब्ध होत असे. माझ्या प्रकृतीच्या बाबतीत वडील फार कटाक्षाने लक्ष देऊन, आग्रहाने सकाळी व्यायाम करण्यास भाग पाडीत. सकाळी लवकर उठून जवळच्या महादेवाच्या देवळात पाण्यासारखा घाम गळेपर्यंत जोर-बैठका काढणे हा छंद बनला होता. चुलत भाऊ व मित्रांच्या सोबतीने त्यातही स्पर्धा व चढाओढ होत असे. त्यामुळे रोज व्यायाम करण्याची सवय अंगी बाणली ती आयुष्यभरासाठी. मांडीच्या स्नायूंचे पीळदार वळण व कठीणपणा हे व्यायामाचे दर्शक असायचे.

मैत्री, संगत, कामकाज, जीवनाबाबत वास्तववादी दृष्टिकोन या बाबी रोजच्या जगण्यातच अधिक निरोगी पद्धतीने जोपासल्या जायच्या. खेळण्यानंतर ओढ्यावर हात-पाय धुणे व निवांत गप्पा मारण्याचे क्षण आजही मनाला ताजंतवानं करतात. गप्पागोष्टीतून अभ्यासाचे टॉनिक प्राप्त होत असे.

थंडीमध्ये शेकोटीवर शेकताना शेकोटीजवळील मातीत व राखेत बोटाने बाराखडी व अंक गिरवायला लावून मी लहान बहिणीस लिहायला व वाचायला शिकविले. ही माझी बहीण एकही दिवस शाळेत न जाता संपूर्ण लिखाण व वाचन उत्तम करू शकते. त्या काळी पाढे व कविता म्हणण्याच्या स्पर्धा शेकोटीभोवती रंगायच्या. उन्हाळ्यात बोरे, चिंचा, कवठे गोळा करून त्यांचे समान वाटप केले जायचे. त्यामुळे गणिती कौशल्य आपोआप वापरले जायचे. सामाजिकता व कौटुंबिकता या मूल्यांची व संस्कारांची पायाभरणी, या बालवयातील जाणिवेतून व दृष्टिकोनातून होत जाई. शारीरिक व वैचारिक विकासासाठी, खेळ व अभ्यासातून हिशोबी दृष्टिकोन जोपासला जाई. जीवनाचे खरे शिक्षण शाळेबरोबरच या बाह्य गोष्टींतून अधिक प्रभावीपणे मनावर बिंबत जाई.

माझ्या संपूर्ण शालेय जीवनापर्यंतच्या कालावधीत मी एक किंवा कदाचित दोन यापेक्षा अधिक चित्रपट पाहिल्याचे आठवत नाही. चित्रपट पाहणे चांगले नाही, असं आई-वडील म्हणत. त्यामुळे चित्रपटांचे आकर्षण कधीच वाटले नाही.

इयत्ता चौथी व सातवीत स्पर्धा परीक्षेस बसण्याची संधी मला माझ्या कार्यप्रवण शिक्षकांनी दिली. फारशी पूर्वकल्पना व वातावरण नसताना केवळ मुलांच्या क्षमतेचे कौतुक व कर्तृत्वपूर्तीचा निखळ आनंद प्राप्त करण्याच्या हेतूने त्यांनी आमच्या ग्रूपमधील निवडक हुशार विद्यार्थ्यांना या परीक्षेला बसवले. जिल्हा स्तरावरील या सातवीतील परीक्षेत मी जिल्ह्यात दुसरा क्रमांक प्राप्त करू शकलो. श्री. शेवाळे गुरुजी व श्री. पडवळ गुरुजींचे मार्गदर्शन मला लाभले. आपल्या शाळेतील मुलांचे योग्य कौतुक व्हावे हाच त्यांचा त्यामागील निखळ हेतू असायचा. ती त्यांची कर्तव्यनिष्ठा वाखाणण्यासारखी व कौतुकास्पद होती.

अर्धी खाकी चड्डी तीही कधी कधी ठिगळे लावलेली, मांजरपाट शर्ट, तेही चुरगळलेले पण साफसुफ, असा आमचा गणवेश असे. कधी विशेष प्रसंगी इस्त्री करायची ठरली, तर कपडे घड्या घालून उशाला रात्रभर ठेवणे किंवा कधीतरी जळता कोळसा तांब्यात घालून इस्त्री करण्याची करामत साधली जात असे.

स्वच्छतेचे धडे शाळेने देणे सुरू केले. शाळेमुळेच रोज ओढ्यावर नित्यनेमाने अंघोळ हा परिपाठ, हरिपाठ बनला होता.

संस्कृतीबरोबर सहज समरस होणारे शिक्षण देणारी 'शाळा', हे खऱ्या अर्थाने या भागातील समाजमंदिर होते व ते तसे आजही आहे. आधुनिकतेचे वारे अल्पांशाने पोहोचल्यामुळे असावे कदाचित; पण आजही समाज उभारणीच्या कार्यात शाळा पूर्वीप्रमाणेच कार्यरत आहे.

माझ्या जीवनाने घेतलेले वळण हे पूर्वजांचेच पुण्य व संस्कार आहेत. नंतरचे सर्व श्रेय मात्र परंपरा, परिस्थिती, साथ व सोबत यांना आहे.

आई-वडिलांचा वियोग

आईच्या प्रेमळ व सोज्वळ रूपाने, मायेने स्त्रीत्वाच्या सर्व सुंदर कल्पना साकार होत माझ्या जीवनात प्रवेश करीत राहिल्या. माझ्या पुण्यातील बंगल्याचे नामकरण 'जाई' असे करून व्यवहारात मातेची स्मृती जपण्याचा प्रयत्न मी केला.

वडिलांच्या मृत्यूनंतर अडीच वर्षांत आईही निघून गेली. आईचा अल्पवयातील मृत्यू घशाच्या व श्वासनलिकेच्या कॅन्सरसारख्या आजाराने झाला असावा, असा माझा अंदाज आहे. आई व वडिलांच्या मृत्यूचे नेमके कारण, कोणालाही कधीच समजले नाही. त्यांना विशेष वैद्यकीय मदतही मिळाली नाही. केवळ अज्ञान व कमालीची निष्क्रियता या मृत्यूला कारणीभूत ठरली होती.

माझ्या वडिलांचा मृत्यू हृदयविकाराच्या झटक्याने झाला असावा, असे आता मला वाटते. काहीही उपचार किंवा मदत मिळण्यापूर्वीच एका तासाभरातच सर्व संपले होते. मृत्यूपूर्वी पाच-सहा दिवस अगोदर काही औषधे घेण्यास सांगितले, ती औषधे डॉक्टरांच्या सल्ल्यानुसार चालू होती.

वडील ती औषधे घेणे टाळत होते; कारण त्यांचा त्या औषधांवर व एकंदरीतच डॉक्टरी उपचारांवर विश्वास नव्हता. मुलगा व पत्नी औषधे घेणे बंधनकारक करतात म्हणून त्यांचा आमच्यावर राग असायचा. औषधांची उपयुक्तता जाणून घेण्याची त्यांची मन:स्थिती नसायची आणि वयामुळे आम्हालाही त्यांना ते पटवून देणे शक्य नसायचे. आजाराने, दु:खाने व काळजीने खचलेल्या वडिलांपर्यंत आमच्या भावना पोचायच्या नाहीत.

आपला गंभीर आजारही आईने माझ्या शिक्षणातील खंड टाळण्यापायी माझ्यापासून लपवून ठेवला होता. माझ्या शिक्षणात व्यत्यय येऊ नये म्हणूनच मला जाणवू न देता व बोलवूनही न घेताच तिने जीवनयात्रा संपवली होती. अडाणी व्यक्तिमत्त्वात

दडलेली ही विचारधारा मातृत्वाची सर्व उंची पार करून विचारांना व भावनांना नतमस्तक करणारीच आहे. आजही या भावना मला अतिउच्च जीवनप्रेरणा देतात. प्रबळ इच्छा व तत्त्वनिष्ठा यातूनच असा कणखर पण कठीण विचार तिने मृत्यूसमयी देखील भंग पावू दिला नाही किंवा विचलित होऊ दिला नाही.

तिचा मृत्यू कसा झाला हे मला माहीत नाही व नंतरही माहीत करून घेण्याचा प्रयत्न मी केला नाही. मी विचारूनही माझ्याच मानसिक संतुलनाच्या दृष्टीने तो प्रसंग माझ्यापासून दूर ठेवण्याचा प्रयत्न सातत्याने सर्व नातेवाइकांकडून करण्यात आला. मायेपोटी व काळजीपोटी ही भावना माझ्यापासून दूर ठेवण्यामुळेच ती मला अजूनही अधिक अस्वस्थ करते. त्या विचारांची धारा मला अखंड साथ व सामर्थ्य देत राहिली आहे. भावा-बहिणींच्या रूपाने आजही आईची मूर्ती व विचारधारा सतत सोबत करीत असते. रक्ताच्या नात्याने व रेशमांच्या धाग्याने गुंतल्यामुळे मी या सर्वांच्यात, आई-वडिलांच्याच दर्शनाचा लाभ घेतो.

आई-वडिलांचे साधे छायाचित्रही उपलब्ध नसल्याचे दुःख आहे. त्या काळी तशी व्यवस्थाच ग्रामीण भागात नव्हती. आणि आर्थिक कुवतीत व प्रचलित जीवनपद्धतीत ती सहज बसणारी नव्हती. त्यामुळे आई-वडिलांचे जन्मदिवस किंवा जीवनक्रमाचा कोणताही तपशील आज कोणाकडेच उपलब्ध नाही. मानवी अस्तित्वाची क्षणभंगुरता व अशाश्वतता यातूनच अधिक बोचरी होत असते.

मी लहान असताना सुट्टीसाठी आत्याकडे मुंबईला दहा-पंधरा दिवस राहण्यासाठी आई व आम्ही मुले गेलो होतो; पण तो काळ वडिलांना इतका असह्य झाला की, त्यांनी आत्याला खरमरीत पत्र लिहून आईला गावाकडे पाठवण्याची सक्त ताकीद दिली. कधी एकमेकांपासून दूर न गेल्याने हा वियोग त्यांना किती तीव्रतेने अस्वस्थ करीत असावा, हे पत्रातील त्यांच्या सूचनांतून कळत होते. व्यवहाराच्या पलीकडे गुंफलेली ही जीवनाची फुले माळरानावर व परिस्थितीच्या कडक उन्हातही फुललेली व सुगंधित झालेली जाणवत असत. त्या सुगंधाचा स्पर्श आमच्याही वाट्याला व सोबतीला नेहमी असे. आमचे दुर्दैव की, अशा प्रेमळ छत्राची छाया अवेळी आम्हाला सोडून दूर गेली.

मी आठवीतून १९६१ साली नववीत गेलो. नववीत असताना सुरुवातीस वडिलांचे कृपाछत्र होते. त्यांची शिक्षणाची ओढ व जाण अद्वितीय होती. मुलाला शिकवून खूप मोठे करायची स्वप्ने त्यांनी रचली व जोपासली होती. काहीही झाले तरी मुलाचे शिक्षण मी थांबवणार नाही. अगदी सर्वस्व पणाला लागले तरी शिक्षणाच्या बाबतीत माघार नाही, असा दृढ निश्चय त्यांनी बोलून दाखविला होता. वेळोवेळी कृतीतून व्यक्तही केला होता. माझ्या अभ्यासातील प्रगतीने त्यांचा उत्साह अधिकच द्विगुणित झाला होता. वडिलांच्या कृपाछत्राचे बळ मला वडिलांच्या

मृत्यूनंतर अधिक जाणवले. त्यांच्या मार्गदर्शनाने मला कदाचित जीवनाचा अधिक शक्तिशाली पर्याय उपलब्ध होऊन माझ्या जीवनाची दिशाच बदलली असती.

इंग्रजी शाळेत मुलाला घातलं म्हणजे आता सर्व जगाचे इंग्रजीतील ज्ञान त्याला लागलीच प्राप्त होणार असा पक्का विश्वास त्यांच्या मनात ठाण मांडून बसला होता. प्रत्यक्षात तो त्यांचा स्वतःवरील व शिक्षणावरील अतूट विश्वास व श्रद्धेचे घोतक असावे. मी आठवीत गेल्यानंतर एक ते दोन महिन्यांतच 'ए, बी, सी, डी' वाचू व म्हणू लागलो. स्पेलिंग पाठ करू लागलो. त्याचा धागा पकडून त्यांनी आपले दैनंदिन काम करता करता, काही वर्तमानपत्रांचे जुने कागद जमा केले. त्यात इंग्रजी जाहिराती किंवा काही ओळी येत असत. त्यांनी मला बोलवून त्या वाचायला सांगितले. काही मोजक्या पाच ते पन्नास शब्दांच्या पलीकडे ज्ञान व ओळख नसणाऱ्या मला, त्यातील उच्चार व अर्थबोध होणे शक्य नव्हते. 'अरे, तू एवढा इंग्रजी शाळेत शिकतो व एवढ्या दोन ओळी वाचता येत नाहीत,' असे आश्चर्य ते व्यक्त करू लागले.

वडिलांच्या मृत्यूनंतर पोरका झालेला मी व माझे कुटुंब अनेक अडचणींच्या वादळात सापडले होते. आईची प्रकृती क्षीण असताना सर्व निभावणे किती त्रासदायक असावे हे त्या वेळी समजले नाही; पण आज त्याची कल्पना येते. गावकी, व्यावसायिक कामकाज, शेतावरील कामे व सांसारिक जबाबदाऱ्या त्या माउलीने मोठ्या धीराने आम्हाला जराही झळ न लागू देता अलगद स्वीकारल्या व पार पाडल्या होत्या. माझी जबाबदारी व कामही निश्चितच वाढले होते. गावकीतील बलुतेदारीमुळे मोटा शिवणे, चपला दुरुस्ती अशी कामे जमेल तशी मी करू लागलो होतो. घरखर्चासाठी जुन्या मोटेच्या चपला, नवीन चपला बनविण्याचे कामही अभ्यासाव्यतिरिक्त मिळालेल्या वेळात मी आईच्या मार्गदर्शनाखाली करू लागलो होतो. घराच्या आर्थिक आधारासाठी काही मदत करता येईल या मनातील जाणिवेतून मी पूर्ण वेळ कामात व्यतीत करू लागलो.

१९६४ मध्ये पुण्यात महाविद्यालयीन शिक्षण सुरू झाले. नवीन अभ्यास, प्रयोगशाळा, जर्नल्स, वाचनालय, पुस्तकांची वानवा, इंग्रजी माध्यम या सर्वाबद्दल मनात भीती होती; परंतु विद्यार्थी मित्रांचे प्रभावपूर्ण व प्रभावशाली वर्तन, एकूण शिक्षक व विद्यार्थी यांच्या नात्यांतील व संपर्कातील आमूलाग्र बदल अशा अनेक बाबी समजावून घेत, आपल्याशा करत महाविद्यालयीन शिक्षणाची वाटचाल सुरू झाली.

कॉलेज जीवनाच्या पहिल्या तिमाहीतच आई अचानक आजारी पडली. आजाराचे स्वरूप समजले नाही. तेवढी समज व ज्ञानही माझ्यासह कुटुंबातील आम्हा कोणाला नव्हते. तो ऑगस्ट महिना होता. आर्थिक अडचणीपोटी खासगी दवाखान्यात नेणे

शक्य नव्हते. सरकारी दवाखान्याचा एकमेव पर्याय उपलब्ध होता. पुण्यात उपचार होऊ शकेल व मीही तेथेच होतो या जाणिवेने आई उपचारार्थ पुण्यात आली होती. ससून रुग्णालयात तपासण्या व उपाययोजना सुरू झाल्या. एका दूरच्या हरिभाऊ लाड या नातेवाइकाने त्यांची परिस्थिती हलाखीची असूनही आपुलकीने अधूनमधून जेवण देण्याची व्यवस्था केली. अन्यथा दवाखान्यातल्या जेवणावरच भागविणे अटळ झाले असते.

आईचा आजार अन्ननलिका व श्वासनलिकेशी निगडित होता. घसा दुखत असे. काहीही खाण्यास व गिळण्यास बराच त्रास होत असे. तपासणीअंती सर्जरी करावी लागेल म्हणून माझी सही घेऊन डॉक्टरांनी उपचार सुरू केले. नेमका कोणता आजार होता व कोणत्या टप्प्यावर होता, हे समजले नाही. डॉक्टरांनीही खुलासा केला नाही. अन्ननलिका व श्वासनलिका यांची पाहणी केली असावी; पण तसे काहीच स्पष्ट सांगण्यात आले नाही. आणखी पंधरा ते वीस दिवस औषधे व निरीक्षणे करून फारसा फरक पडला नव्हता; तोच डॉक्टरांनी तिला घरी नेण्याची परवानगी दिली. थोडासा फरक झाला आहे, आणखी फरक पडेल व दोन ते तीन महिन्यांनी पुन्हा घेऊन या, असे सांगून आईची घरी रवानगी झाली.

जून महिन्यात कॉलेजची सुरुवात व अभ्यासाचा श्रीगणेशा झाला असतानाच ऑगस्ट महिन्यातील आईच्या आजारामुळे मनावर अनेक खोल आघात झाले. आई ससूनला असताना रोज सकाळी सहा वाजता एक आण्याचा चहा व ब्रेड घेऊन मी भेटण्यास जात असे. कॉलेजला जाताना व परत आल्यानंतर हॉस्पिटलमध्ये गेल्याशिवाय मनाला चैन पडत नसे. आईचा रुग्णालयातील मुक्काम व आजाराची चिंता हा मन बेचैन करणारा विषय बनला होता. कॉलेजमध्ये गेलो तरी मन आईभोवती घोटाळत असायचे. अभ्यास व आईची प्रकृती या परस्परविरोधी विचारांच्या ओढाताणीने अनेक उलटसुलट विचार मनात यायचे. शिक्षणाचा फेरविचार करावा का, असेही अधूनमधून मनात यायचे; पण आईची मला शिकविण्याची ठाम भूमिका विचलित मनास स्थिरता देत असे. आईची इच्छा व तळमळ पाहताच द्विधा मन पुन्हा अभ्यासाचा पाठपुरावा करू लागायचे.

मी पुण्यात असतानाच एक दिवस १३ डिसेंबर, १९६४ रोजी आई जगाचा निरोप घेऊन आम्हाला पोरके करून गेली. शेवटच्या क्षणी प्रत्यक्ष भेट किंवा बोलण्याची संधीसुद्धा मला मिळाली नाही. मी घाबरून जाऊ नये म्हणून, आईच्या मृत्यूनंतर माझे एक चुलते, ज्यांना मी 'तात्या' म्हणायचो ते मला नेण्यासाठी मुद्दाम बसने पुण्यास आले. कॉलेजमध्येच त्यांची भेट झाली. आई गंभीर आजारी असल्याने घेऊन जाण्यास आलो आहे. तातडीने चल, असा निरोप व आग्रह त्यांनी केला.

कॉलेजमधून बसस्टॅन्डवर व तेथून सरळ गावाकडे आम्ही गेलो. मनात विचारांच्या

लाटा, आईची वात्सल्य भावाने भरलेली मूर्ती व भेटीची आतुरता एवढेच होते. आई कशी असेल या विचारांनी मन भरून येत होते. आई या जगात नसावी हा विचार करण्यासाठी देखील मनाची तयारी नव्हती.

गावी पोहोचताच वाड्यात वेगळाच देखावा पाहून कोसळण्याचीच अवस्था झाली होती. चुलत्यांनी आधार देत, चुचकारत घराजवळ नेले. तिथे अंत्ययात्रेची तयारी चालली होती. आईचे शव अंतिम विधीसाठी सजविले जात होते. मन मोकळे करून रडायला देखील वेळ व संधी नव्हती. भावाबहिणींचे दु:खाने कोमेजलेले व रडून थकलेले चेहरे पाहताच सर्व अवसान संपले; पण त्या वेळी तिथे आमच्या हायस्कूलचे मुख्याध्यापक शिवाजीराव पाटील सर व सर्व शिक्षकही माझ्या सांत्वनासाठी, मदतीसाठी हजर होते. एकदाच सरांच्या कुशीत जाऊन मनसोक्त रडलो. अगदी हंबरडा फोडून कोसळलो. जेथे हक्काने रडायचे, ती आईची कूसच कायमची पारखी झाली होती. माझ्या कृतीचा पश्चात्ताप मनात दाटला होता. जिवंतपणी मी शेवटचे तिला पाहू शकलो नाही. जी भीती मनात होती, ती प्रत्यक्षात अनुभवताना त्या वयात मनाचे सामर्थ्य नव्हते; पण पर्यायही नव्हता.

लहान भाऊ-बहीण यांना छातीशी कवटाळत अंत्यविधी आटोपला. आटलेले अश्रू जबाबदारी व मनाच्या घालमेलीमुळे पुन्हा बाहेर पडेनात. मनाचा हिय्या केला, एक चूक झाली, आता दुसरी नको. मी खचलो, रडत बसलो, असहाय झालो तर या छोट्यांनी काय करावे? कोणाकडे पाहावे व हे सर्व कसे सहन करावे? म्हणून छोट्यांसाठी तरी न रडण्याचा दृढ निश्चय करून, मी धीराने विचार करण्याचे ठरविले. वयानुसार हे शहाणपण हा फक्त प्राप्त परिस्थितीचा परिपाक होता. दुसरा पर्यायच समोर दिसत नव्हता.

पतीच्या निधनाने विस्कटलेल्या आपला डावामुळेच आईने मृत्यू ओढवून घेतला असावा असे अजूनही मनात येते. काळाने त्याचा डाव साधला व आमच्या माथी कायमचा पोरकेपणा चिकटवून, आईने जीवनाची सांगता केली.

श्री. पाटील सरांनी त्यांच्या जवळील कॅमेऱ्याने एक शेवटचा फोटो टिपला होता; पण पुरेशा प्रकाशाअभावी तो फार अस्पष्ट व अंधूक आला. अंत्यविधी व इतर संस्कार पार पाडतानाही फोटोबाबत कोणतीच पूर्तता करता आली नाही. आई-वडिलांच्या जाण्याने एक संस्कारपीठच आमच्यापासून हिरावले गेले होते.

अशा या अवस्थेत महाविद्यालयीन अभ्यासात सातत्य राखणे जवळजवळ अशक्य झाले होते. आईची इच्छा व वडिलांची प्रेरणा मार्ग दाखवत होत्या. तो मार्ग म्हणजे पुढचे शिक्षण चालू ठेवणे हाच होता. त्यांच्या अंतिम इच्छा पूर्ण करण्याची माझी प्रामाणिक व अत्यावश्यक जबाबदारी पार पाडण्याचा तोच एकमेव मार्ग माझ्यासाठी महत्त्वाचा व तर्कसंगत होता.

सर्व विसरून अगदी पराकाष्ठेने मी पुन्हा अभ्यासास लागलो. माझ्या बळावर पूर्ण कुटुंबास पुन्हा उभे करण्याचा निश्चय केला. हा निर्णयच कुटुंबाला वळण देणारा ठरला.

बालपणातील खडतर दिवस

आईच्या मृत्यूच्या वेळी धाकटा भाऊ सुदाम हा प्राथमिक शाळेतील शिक्षण पूर्ण करून माध्यमिक शिक्षण घेत होता.

धाकट्या दोन बहिणी अहिल्याबाई व जनाबाई या दोघीही शिक्षण घेत होत्या. त्या मोठ्या बहिणीकडे राहत होत्या. उदार व मोकळ्या मनाने मोठ्या बहिणीने व मेहुण्यांनी त्यांचा स्वतःचा संसार व इतर जबाबदाऱ्या पेलत, ही फार मोठी जबाबदारी अत्यंत आनंदाने स्वीकारली होती.

आईच्या मृत्यूनंतर या कौटुंबिक वाटचालीत सुलभता व सलगता राखण्यासाठी, माझ्या चुलता व चुलतीने भरपूर सहकार्य केले. शिवाजीराव पाटील सरांनी कौटुंबिक परिस्थितीनुसार आशीर्वाद व कृतीद्वारे जाणीवपूर्वक मदत, प्रोत्साहन व सहकार्य केले. निर्हेतुक मदत करण्याची त्यांची इच्छा व कृती दुर्मिळ व अद्वितीय म्हणावी लागेल. यासाठी कृतज्ञता व भावना व्यक्त करण्यास शब्द असमर्थ आहेत.

वडिलांच्या मृत्यूने विस्कटलेली घडी पूर्ववत होणे अवघड होते. आईच्या मृत्यूने त्यावर अधिकच कडी केली होती. काय करायचे हे मला कळत नव्हते. अशा वेळेला माझ्या मोठ्या बहिणी, नातेवाईक व श्री. पाटील सरांच्या सल्ल्याने वागायचे ठरवले.

ज्याप्रमाणे मोठ्या बहिणीने छोट्या दोन बहिणींच्या संगोपनाची व शिक्षणाची संपूर्ण जबाबदारी उचलली त्याचप्रमाणे सरांनी व चुलत्यांनी धाकट्या भावाची, गावातच शाळेच्या वसतिगृहात भोजन व्यवस्थेसह, शिक्षण व इतर संगोपनाची संपूर्ण जबाबदारी उचलली. अशा प्रकारे मला माझ्या मार्गाने म्हणजे पुढील शिक्षणासाठी जाण्यासाठी सर्वांनी मदतीचा हात पुढे केला.

महाविद्यालयातील शास्त्र शाखेकडील पूर्वपरीक्षेनंतर कोणता ग्रूप घ्यायचा हे

ठरवावे लागे. अभियांत्रिकी व वैद्यकीय दोन्ही शाखांना जाता येईल, असा नेमका व सामान्य अभ्यासक्रम त्या काळी उपलब्ध नसे. प्रथम वर्ष शास्त्र किंवा इन्टर सायन्स असे त्या वर्षाला म्हणत. एकदा एक ग्रूप निवडला की तो बदलता येत नसे; कारण ग्रूप बदलणे, म्हणजे वर्ष वाया गेलेच समजा. अशा परिस्थितीत 'अ' किंवा 'ब' अशी ग्रूपची निवड आवश्यक ठरे. तशी ही निवड करण्याचे प्रत्येकास पूर्ण स्वातंत्र्य असे; पण त्यासाठी नेमके मार्गदर्शन उपलब्ध होत नसे. डॉक्टर किंवा अभियंता (इंजिनिअर) व्हायचे ठरले की, मग ग्रूपची निवड अंतिम होई; पण काय व्हायचे हेच ज्याला माहीत नाही किंवा पूर्वनियोजित नाही त्याच्या बाबातीत सर्वच प्रश्न अनुत्तरित राहत होते आणि अनेक नवीन प्रश्नांना जन्म देत होते. माझे नेमके तसेच झाले होते; कारण मलाच माहीत नव्हते की, मला नेमके पुढे काय करणे अपेक्षित आहे. अपेक्षांचा गोंधळ व मार्गदर्शनाचा अभाव हेच तर खरे मनातील गोंधळाचे कारण होते.

आईच्या जाण्याने माझा व माझ्या भावंडांचा आधारच गेला. संरक्षण व अन्नपाणी यांची सोय झाली तरी आईच्या ममता आम्ही कुठून आणणार होतो?ते न्यून कोण भरून काढणार होते? विस्कटलेली घडी, निराशा व कोमेजलेली मने अशा पार्श्वभूमीवर मला शिक्षणाची आघाडी सांभाळावी लागली होती. लग्नानंतर इंदूच्या आगमनाने कुटुंबातील प्रेमाचा व मायेचा ओलावा मातृत्वाच्या भावनेतून व मायेच्या ऊर्जेतून त्यांना प्राप्त झाला होता. वहिनीच्या भूमिकेतून माझ्या लहान भावाबहिणींची सर्व काळजी व दक्षता घेत इंदूने त्यांच्यावर अपार माया केली. तिचा समन्वय व प्रेम, आपुलकी, मनाचा मोठेपणा, जिव्हाळा, समजूतदारपणा सर्व अडथळे व अडचणींवर मात करून गेला. स्वत:वरच्या दृढ विश्वासातून तिने बालमनांना आधार दिला व त्यांची सुप्त शक्ती जागृत केली. मनाने खचलेली व्यक्तिमत्त्वे स्वत्व विसरली होती, ती पुन्हा जोमाने कार्यरत झाली.

स्वत:ची ताकद व शक्ती इतरांकडे शोधताना स्वकर्तृत्वाचा विसर पडतो, ही जाणीव मायेने व प्रेमाने सहज जागृत करता येते, हे इंदूने मला दाखवून दिले व सिद्ध करूनही दाखविले. याबाबत बहिणाबाई एका ज्योतिषाला समर्पक विचार ऐकविते,

नको नको रे ज्योतिषा। नको हात माझा पाहू।

माझे दैव माले कले। माझ्या दारी नको येऊ।

मायेच्या सावलीने त्यांच्यातील अस्मिता जागी करीत, इंदूने त्यांना आधार तर दिलाच; पण कर्तृत्वाची जाण व ओळखही करून दिली. कौटुंबिक स्तरावरील पुढील सर्व यशस्वी वाटचालीचे श्रेय हे इंदूच्या मनातील संवेदनांना व कष्टपूर्वक केलेल्या व करून घेतलेल्या प्रयत्नांना जाते. बालपणातील प्रवास गृहस्थाश्रमात विलीन होत सफल संपूर्ण होतो तो असा.

शिक्षण

दु:ख सोसून सोसून त्यातील संवेदनाच बोथट बनू लागल्या होत्या; मात्र प्रयत्नपूर्वक ध्येयमार्गावरील प्रवास व त्यावरील अपेक्षित यश उमेद वाढवत होता. कोठून एवढी समज व सामर्थ्य त्या वयातही प्राप्त होत असे, याचे आज मागे वळून पाहताना आश्चर्य वाटते. अडचणी व दु:खाच्या डोंगरातूनच सुखाची शिखरे गाठता येतील, असा आशावाद मनास आधार देत होता. जवळचे नातेवाईक म्हणून चुलती व चुलते यांच्याकडून फारशी आर्थिक मदत होऊ शकली नाही, तरी प्रेम व आधार त्यांनी सातत्याने दिला.

आई-वडिलांच्या मृत्यूनंतरचा संक्रमणकाल तसा फारच संवेदनशील असल्याने त्या वेळी माझ्या काही जवळच्या नात्यांतूनच मला माझे पोरकेपण खऱ्या अर्थाने विसरता आले. माझा चुलत भाऊ मारुती यानेही प्रेमाची पखरण करीत मला सतत आधार दिला व प्रोत्साहित केले. त्याच्या वेळोवेळी मिळालेल्या मदतीने व बंधुप्रेमामुळेच मला माझ्या मार्गाने चालण्याची ताकद दिली. सुख-दु:खात वाटा उचलून, प्रेरणा व आव्हाने सांभाळण्यासाठी आर्थिक पाठबळाबरोबरच, मानसिक आधार अधिक महत्त्वाचा वाटतो.

शेती, घर, लहान भावाच्या लहरी स्वभावाला चुचकारीत चुलत्यांनी कौटुंबिक जबाबदारीचा एक भाग चांगल्या पद्धतीने सांभाळला. त्यामुळेच मला शिक्षण घेता आले. त्यांची मदत नसती तर एखादी छोटीशी बाबही माझं शिक्षण थांबवायला कारणीभूत ठरली असती; पण परिस्थितीच माणसाला सर्व शिकविते व योग्य मार्गही दाखविते, असे म्हटल्यास वावगे ठरणार नाही.

गावातील काही निवडक सुज्ञ व कर्तव्यदक्ष नागरिकांनी माध्यमिक विद्यालय सुरू करण्यासाठी विचारविनिमय व हालचाल सुरू केली होती. नवीन पिढीची

माध्यमिक शिक्षणाची तातडीची गरज त्यांच्या ध्यानात आली होती. परिणामत:, त्यांच्या प्रयत्नांची फलश्रुती म्हणून महाळुंगे पडवळमध्ये १९५७ मध्ये शिक्षणमहर्षी कर्मवीर भाऊराव पाटील यांच्या प्रत्यक्ष भेटीचे आयोजन करण्यात आले होते. शिक्षणाची गरज व लोकांमधील जाण परिपक्व व परिपूर्ण अवस्थेप्रत पोहोचली असल्याचे कर्मवीर अण्णांनी पहिल्या भेटीतच जाणले होते. गावात परस्पर सहकार्यातून रयत शिक्षण संस्थेच्या प्रशासकीय व्यवस्थेखाली हायस्कूलची स्थापना करण्यास अनुमती मिळाली. त्या दृष्टीने रयत शिक्षण संस्थेमार्फत सर्व कागदपत्रे व प्राथमिक कामे पूर्ण होऊन १९५८च्या जून महिन्यात इयत्ता आठवीचा पहिला वर्ग गावात सुरू झाला. म्हणजे मी सातवीची परीक्षा उत्तीर्ण होईपर्यंत म्हणजेच आठवीत प्रवेश घेताना गावात दरवर्षी एक इयत्ता यानुसार दहावीचा वर्ग १९६०मध्ये सुरू झाला होता.

इमारत व इतर प्रस्थापित व्यवस्था अस्तित्वात नसतानाही गावातील गणपतीच्या मंदिरात व खासगी भाड्याच्या घरात, शाळेतील वर्ग व विद्यालयाचा प्रशासकीय कारभार सुरू झाला होता. शिक्षणाची गरज मनापासून गावकऱ्यांच्या ध्यानात आली होती. मी सहावीत असताना आठवीचा वर्ग सुरू झाला. हायस्कूलची सोय माझ्या राहत्या घराच्या इतकी शेजारी होती की, घरात उभे राहून हाक मारली, तरी हायस्कूलमध्ये ऐकू जायची. शाळेतील मुले कधी कधी पाणी पिण्यास आमच्या घरी येत असत. प्राथमिक शाळेत आम्ही खाली जमिनीवर मातीत किंवा जमीन शेणाने सारवून बसायचो. साधी शहाबादी फरशी देखील त्या वेळी परवडत नव्हती; पण हायस्कूलमध्ये मात्र बसण्यासाठी बेंच व डेस्कची सोय होती. इंग्रजी शिकताना साहेबी थाटाची ती पहिली खूण व छाप मनात पक्की झाली.

तत्पूर्वी खुर्ची ही शाळेतील शिक्षकांना बसण्यासाठीच असते, असा दृढ समज मनात होता; कारण ग्रामपंचायतीमध्ये गादी व समोर डेस्क ठेवून सर्व कारभार चालायचा. इतर कोठेही खुर्चीचा वापर फारसा होत नव्हता. हॉटेलमध्ये बसण्याची व्यवस्था म्हणून विटांची भिंत किंवा त्यावर लाकडाची फळी असायची. म्हणून बेंचवर बसण्याची अपूर्वाई व आनंद त्या काळात खरोखरीच मनाला सुखावणारा व अभिमानास्पद वाटत होता. शिवाय हायस्कूलमध्ये सर्वांना एकच प्रकारचा ड्रेस वापरणे बंधनकारक होते. तो म्हणजे खाकी अर्धी चड्डी व पांढरा शर्ट. या युनिफॉर्ममुळे शाळेची शिस्त व महत्त्व मनावर कोरले गेले व त्याचे आकर्षणही वाटू लागले होते. हायस्कूलमध्ये शाळेचे मुख्याध्यापक व मुख्य सूत्रधार म्हणून श्री. शिवाजीराव पाटील हे अत्यंत कार्यक्षम, तरुण, उमदे, उत्साही व्यक्तिमत्त्व कार्यरत झाले होते.

अगदी सुरुवातीस १९५८ मध्ये पांढरास्वच्छ पोशाख व आकर्षक व्यक्तिमत्त्व

असणारे, कडेगाव जवळील तडसर या सांगली जिल्ह्यातील गावचे मुल्ला सर प्रथम शिक्षक म्हणून विद्यालयात हजर झाले. हायस्कूलची पाटी तयार करून शून्यातून शाळेची उभारणी करण्याची अवघड जबाबदारी त्यांनी अंगावर घेतली. त्यांनी शून्यातून सुरुवात केली, नंतर श्री. खवरेसर यांनी प्रथम मुख्याध्यापक पदाची जबाबदारी स्वीकारली. रयत शिक्षण संस्थेतच धडे घेऊन तयार झालेले त्यांचे व्यक्तिमत्त्व होते. सर्व कष्ट व अडचणींवर मात करीत माध्यमिक शाळेची मुहूर्तमेढ रोवण्यासाठी रयत शिक्षण संस्थेने त्यांना पाठविले होते. राहण्याची, शाळेची कशाचीही सोय व आर्थिक मदत नसताना त्या काळी गावकऱ्यांच्या मदतीने हायस्कूलची मुहूर्तमेढ रोवली गेली. अशा त्या आमच्या गावच्या नव्या हायस्कूलमध्ये मी १९६०मध्ये जूनमध्ये इयत्ता आठवीत दाखल झालो.

१९६२मध्ये मी नववीत असतानाच वडिलांच्या मृत्यूने प्रस्थापित स्थिरस्थावर कुटुंबव्यवस्था अस्थिर व अस्ताव्यस्त झाली होती.

त्या सुरुवातीच्या कालावधीत शिवाजीराव पाटील सर, हे स्वत: आठवीच्या वर्गाला इंग्रजी शिकवायचे. त्यांचे इंग्रजीचे स्पष्ट उच्चार व ज्ञान याने आम्ही सर्व वर्गमित्र अवाक व चकित होऊन जायचो. अत्यंत प्रभावी व परिणामकारक अशी त्यांची शिकवण्याची हातोटी होती. त्यांच्याबद्दल एक आदरयुक्त भीती आणि आपुलकी आमच्या मनात असायची.

मला मिळालेल्या सर्व प्रकारच्या आधाराने, सल्ल्याने व प्रेरणेने मनाची तयारी नसताना मी वडिलांच्या मृत्यूनंतरही लागलीच इयत्ता ९वीच्या वार्षिक परीक्षेस बसलो. प्रथम क्रमांकाने व ८७ टक्के अशा उच्च गुणसंख्येने वार्षिक परीक्षा उत्तीर्ण झालो. तिथेच टोकाच्या प्रतिकूल परिस्थितीतही बुद्धीचं स्फुलिंग अधिक तेजस्वी बनलं. पुढची शैक्षणिक आव्हाने पेलण्यास मी आत्मविश्वासाने सज्ज झालो. प्रतिकूल परिस्थितीचे आव्हानच पुढील प्रगतीचे निमित्त बनले, हे मला अजूनही जाणवते.

माध्यमिक शिक्षणातील एक वैशिष्ट्यपूर्ण पैलू म्हणजे ग्रामीण भागातील ज्युनिअर एन.सी.सी.चे पथक हे होय. श्री. घावटे सर यांनी व श्री. शिवाजीराव पाटील सरांच्या प्रयत्नाने आमच्या त्या ग्रामीण भागातील आडवळणी गावच्या माध्यमिक शाळेत एन. सी. सी.चे ज्युनिअर युनिट मंजूर करून घेतले. त्या काळात ज्युनिअर एन.सी.सी.चे ते पहिलेच ग्रामीण युनिट होते. त्या वेळी लष्कराच्या खास प्रतिनिधीने प्रथम ट्रेनिंग दिले होते. 'प्लॅटून', 'कॅडेट'पासून सर्व संज्ञा त्या निमित्ताने आम्हाला त्या लहान वयातच ज्ञात झाल्या होत्या. आठवड्यातून तीन ते चार दिवस गावाजवळील योग्य, मोकळी जागा शोधून तेथे परेडचे आयोजन होत असे.

'वॉर्मअप'पासून 'रनिंग'पर्यंत प्रत्यक्ष संचलन अगदी काटेकोरपणे परेड घेऊन करून घेण्यात येई. श्री. घावटे सरांचे काटेकोर लक्ष व कडक शिस्त ही शाळेचे

व ग्रामीण जनतेचे कौतुक व आकर्षण बनले होते. या युनिटमध्ये सहभागी होत प्रशिक्षण घेण्याचे भाग्य मला लाभले होते.

हायस्कूल म्हणजे नुसती बौद्धिक कसरत नसून, त्यासाठी आवश्यक शारीरिक व्यायाम व साधना या उपक्रमांतून सर्वांना प्राप्त होत होती. त्यातही ग्रूप कॅप्टन, कॉर्पोरल अशा पदांमुळे नेतृत्वगुणांची रुजवात झाली. नियमित व्यायामाने सुदृढ शरीर कमावल्याने वैयक्तिक आयुष्यात मला तरी अशा उपक्रमांचा खूप आनंद घेता आला. सकाळी लवकर उठून एन.सी.सी.चे कपडे, टपटप आवाज करणारे जाड काळे बूट व लाल गोंड्याची टोपी घालताना छाती दोन इंच नक्कीच फुगत असे. शिस्तीचे व देशप्रेमाचे बाळकडूच या उपक्रमाने हायस्कूलच्या वातावरणात उपलब्ध झाले.

त्या काळात शिक्षकांचे पूर्ण वेळ एकच काम होते आणि ते म्हणजे शाळेतील सामाजिक उपक्रमांशी संलग्न राहणे. शिक्षक वर्गात नियमित व परिश्रम घेऊन शिकवतच; पण हुशार व 'ढ' मुलांसाठी जादा वर्ग व शिकविण्याची विनामूल्य व्यवस्था करण्यात येई. सोयीनुसार शाळेतील वर्ग संपले की लागलीच किंवा नंतर म्हणजे जेवण उरकल्यावर असे अतिरिक्त वर्ग भरविले जात. अभ्यासाची विशेष तयारी, तसेच मागे पडलेल्यांना अधिक समजावून देण्याचे विशेष कार्य शिक्षक आवडीने व निष्ठापूर्वक पार पाडीत असत.

सुरुवातीस शाळेला वेगळे स्वतंत्र ग्राउंड नव्हते. एन.सी.सी. व शारीरिक शिक्षणातील विविध खेळ यासाठी असणारी क्रीडांगणाची गरज तात्पुरत्या व्यवस्थेतून भागविण्यात येत होती. रयत शिक्षण संस्थेच्या स्वावलंबनाच्या धोरणातून ही प्रेरणा व कृती केली जात होती. सर्व प्रकारचे खेळ खेळण्याची उत्तम व्यवस्था शाळेत होती. वेटलिफ्टिंगसह डंबेल्स व इतर सर्व इनडोअर व आउटडोअर खेळांची व्यवस्था करण्यात आली होती. या सर्व व्यवस्थेचा लाभ आम्हा सहाध्यायींना त्या वेळी ग्रामीण भागातही प्राप्त झाला होता. सर्व शिक्षक व मुख्याध्यापकही तरुण व उत्साही असल्यामुळे विद्यार्थ्यांबिरोबर तेही खेळात सहभागी होत.

माध्यमिक शाळेत आणखी एक फार आवडणारी गोष्ट म्हणजे रोज व्हॉलिबॉल खेळणे. या खेळामुळे दिवसभरचा अभ्यासाचा ताण व विचार क्षणात विसरले जात. आपुलकी, प्रेम, जिव्हाळा, वैयक्तिक जवळीक बळकट करण्याचे हे मोठे प्रभावी साधन आम्हा सर्वांना या साधनेतून नित्य उपलब्ध होत असे.

मला वैयक्तिक स्तरावर व्हॉलिबॉल खेळणे मनापासून आवडायचे. सांघिक व खेळांच्या स्पर्धेतही प्राविण्यासाठी तयारी करून घेण्यात येत असे. तालुका स्तरावरील खेळातही आमची टीम उत्साहाने सहभागी होत असे. एक वेगळी कार्यप्रणाली या विद्यालयात विकसित होत विद्यार्थ्यांच्या जीवनातही प्रस्थापित झाली होती. कुस्ती,

लांब उडी, गोळाफेक, कबड्डी अशा अनेक खेळांत आम्ही आनंदाने सहभागी होत होतो.

हायस्कूलमधील वातावरणात शिक्षकांच्या प्रोत्साहनाने व परिस्थितीच्या रेट्यामुळे माझी बौद्धिक क्षमता व भूक अधिक प्रज्वलित होत गेली. अभ्यासातील माझी प्रगती व यश चढत्या भाजणीने विकसित झाले. गणित व शास्त्र या दोन विषयांसाठी आमचे एक शिक्षक श्री. टी.डी. पाटील यांनी माझे इतके कौतुक केले की, त्यांच्या प्रोत्साहनामुळे मी त्या विषयाचा अभ्यास वर्गात शिकविण्यापूर्वी उन्हाळ्याच्या सुट्टीतच करून ठेवत असे. गणित व शास्त्र विषयातील अभ्यासक्रम मला मनापासून खूपच आवडायचा. त्या विषयांचा अभ्यास माझ्या हातचा मळ बनला होता. पाठांतर शक्तीचे पाठबळ हे त्याला पूरक होत असावे.

श्री. टी.डी. पाटील या इन्टर सायन्सपर्यंत शिक्षण घेतलेल्या सरांनी मला प्रत्येक प्रश्नाकडे पाहण्याचा स्वतंत्र दृष्टिकोन व आत्मविश्वास दिला.

एकदा शाळेतील चाचणी परीक्षेत गणिताच्या पेपरमधील पर्यायी प्रश्नांसह सर्व प्रश्न मी सोडविले होते. मी सर्व पर्यायी प्रश्नही विहित वेळेतच सोडवून ठेवत असे. याचाच अर्थ शंभरपेक्षा अधिक मार्कांचा गणित विषयाचा पेपर लिहिण्याची सवय मी फार अगोदरपासून स्वतःला लावून घेतली होती. सरांनी माझा पेपर प्रथम तपासून मला शंभर पैकी शंभर मार्क्स दिले. इतर वर्गमित्रांचे पेपर तपासताना बऱ्याचजणांचा एक उपप्रश्न चुकीचा धरण्यात आला होता. त्यांनी तक्रार केल्यावर अधिक तपासणीत माझ्या पेपरमधील एक उत्तर चुकले होते, असे नंतर माझ्याही ध्यानात आले. सरांना सांगितल्यानंतर त्यांनी इतरांना दुरुस्ती करून मार्क्स दिले. माझ्यावरील विश्वासापोटी माझ्या इतर प्रश्नांचा विचार करून माझे मार्क्स कमी केले नाहीत, हा त्यांचा दृष्टिकोन अधिक महत्त्वाचा वाटला.

मी १९६३-६४ साली ११वीच्या म्हणजेच मार्च १९६४च्या एस.एस.सी. परीक्षेस बसलो. त्यापूर्वी शाळेच्या दोन बॅचेस एस.एस.सी. परीक्षेस बसल्या होत्या. परीक्षेसाठी सर्वात जवळचे परीक्षा केंद्र मंचर असल्याने व वाहतुकीची सोय नसल्याने पूर्ण परीक्षा कालावधीसाठी मंचरमध्ये मुक्काम अपरिहार्य होता. राहण्याची व जेवणाची सोय हासुद्धा अडचणीचा प्रश्न त्या वेळी श्री.पाटील सरांनी स्वतःच्या शेतावर सोय करून सोडवला होता.

माझा एस.एस.सी.चा निकाल हा सर्वांच्या म्हणजे गावकऱ्यांच्या, तसेच विद्यालयातील शिक्षकांच्या कुतुहलाचा व उत्सुकतेचा विषय होता. त्या काळी ठरलेल्या वेळेवर व दिनांकास निकाल जाहीर होत असत. अगदी पूर्वनियोजित तारखेलाच आमचा निकाल जाहीर झाला. गणितात अपेक्षेनुसार शंभर पैकी शंभर मार्क्स न मिळता ९९ मार्क्स मिळाले. दोन मार्कांचा एक तोंडी प्रश्न चुकला, तर

९८ मार्क्स मिळ्ळायला हवे होते. त्याबद्दल नंतर पुनर्तपासणी किंवा चौकशी करण्याचे मनात आले; पण त्यासाठी काय करावे लागते हे माहीत नव्हते. बीजगणित, भूमिती व शास्त्र शाखेच्या विषयांच्या प्रत्येक पेपरमध्ये नव्वदपेक्षा अधिक मार्क्स मिळाले; पण तीनही भाषा विषयांत ७० ते ८० टक्क्यांच्या दरम्यान मार्क्स मिळाले.

भाषा विषयांमुळे टक्केवारी कमी झाल्याने एखाद्या टक्क्याने राज्यातील पहिल्या तीस क्रमांकाची बोर्डाची मेरिट लिस्ट चुकली; पण शाळेत पहिला क्रमांक होताच, संपूर्ण राज्यात मागास वर्गीय विद्यार्थ्यांत तिसरा क्रमांक आला. त्यामुळे पेपरमध्ये नाव व सर्वत्र कौतुक होऊ लागले होते. मला एस.एस.सी. बोर्डाचे बक्षीसही मिळाले. विशेष म्हणजे माझ्यानंतर माझ्या शाळेतील दुसऱ्या क्रमांकास माझ्यापेक्षा वीस टक्के मार्क्स कमी होते.

सुट्टीमध्ये मनसोक्त पुस्तके वाचणे इतके आवडायचे की सुट्टी कधी संपली हे लक्षातही यायचे नाही. आजही सुट्टी कशी संपली ते कळत नाही; पण ती उपयुक्त नसलेल्या कारणांसाठी खर्ची पडते. सुट्टीतील मोकळा वेळ जमेल तेव्हा मी आई-वडिलांना घरातील व शेतातील कामात हातभार लावीत असे. घरात भरपूर काम करणे, आईला सर्व कामात मदत करणे, शेतातील कामात आनंदाने सहभागी होणे, रात्री शेतावर संरक्षणासाठी जाणे व अभ्यासासाठी शेतातच झोपणे, पिकांच्या सर्व अवस्था व व्यवस्थेचे बारकाईने निरीक्षण करणे, मनापासून त्यांचा अभ्यास व आकलन करणे, अशा सर्व बाबी मला मनापासून आवडायच्या.

माध्यमिक शालांत परीक्षेच्या निकालाने सुखावलेले माझे मन मात्र पुढील भविष्याबाबतच्या विचाराने चिंताग्रस्त बनले होते. शिवाजीराव पाटील सरांनी व सर्व शिक्षकांनी तर, 'तू फक्त पुढे शिकण्याचाच विचार कर. मागची काळजी करू नकोस', असा आदेशच दिला होता.

गावाजवळ ग्रामीण भागात किंवा तालुका स्तरावर कोठेही महाविद्यालयीन शिक्षणाची सोय त्या काळी उपलब्ध नव्हती. सर्वांत जवळचे आणि कोणत्याही विद्याशाखेचे महाविद्यालय फक्त पुण्यातच होते. मग प्रश्न उभा राहिला की राहण्याची व भोजनाची सोय कशी व कोठे करायची? शिवाजीराव पाटील सरांच्या सल्ल्याने समाज कल्याण विभागाच्या संत ज्ञानेश्वर वसतिगृहाची माहिती मिळाली. तेथे गुणवत्तेच्या आधारावर प्रवेश निश्चित झाला. पुण्यातील सर परशुराम भाऊ महाविद्यालयात शास्त्र शाखेस प्रवेश घेतला.

प्रथमदर्शनी महाविद्यालयीन प्रवेशासाठी रांगेत उभे असताना पुढे-मागे पुण्यातील बोलकी, देखणी मुले व मुली पाहूनच बुजल्यासारखे वाटू लागले होते. मी ग्रामीण वातावरणातील पायजमा-शर्ट व तेही इस्त्री नसणारे असा पोशाख घातलेला, त्या

ओळीत वेगळा व उठून दिसत होतो. थोडीशी सावळी छटा, डोक्यावर टोपी व केस कापणे माहिती नसल्याने डोक्यावरील लहान लहान खुरटे उभे केस, अशा अवतारात असल्याने न्यूनगंडाने मला अधिकच पछाडले होते. बरं, रांगेत बघितले, तर पुष्कळ मुलांना माझ्यापेक्षाही अधिक मार्क्स असल्याचे दिसून आले. मला 'अ' तुकडीत प्रवेश मिळाला. त्या काळी 'अ' तुकडीची कमीत कमी टक्केवारी ७५ टक्क्यांच्या वर होती.

स.प. महाविद्यालयाची भव्य दगडी इमारत, त्या भोवतालची बाग व सुंदर दाट झाडी, पोहण्याचा तलाव, तितकेच भव्य क्रीडांगण, प्रत्येक विषयासाठी वेगळी डिपार्टमेन्ट्स व त्या त्या विभागांच्या स्वतंत्र इमारती या सर्वच बाबी कल्पनेच्या पलीकडे आकर्षक वाटल्या, भले मोठे, अवाढव्य विस्तार असणारे वाचनालय व प्रयोगशाळा पाहून पहिल्यापहिल्यांदा वेगळेच कुतूहल व आश्चर्यही वाटे.

कॉलेजमध्ये प्रवेश घेतला. जीपीओ जवळील संत ज्ञानेश्वर वसतिगृहात राहून रोज स.प. महाविद्यालयाला जाण्यासाठी सुरुवातीस बसव्यतिरिक्त फारशा सोयी नव्हत्या. त्या वेळी वीस पैसे तिकीट असे; पण बऱ्याच वेळा बससाठी पुरेसे पैसे खिशात नसत. मग असतील तसे पैसे वापरून अर्धा प्रवास बसचा व अर्धा पायी असा पर्याय निवडावा लागे; पण बऱ्याच वेळा पैसे नसले की, संपूर्ण प्रवास पायीच करावा लागायचा; मात्र पैसे नसताना विनातिकीट प्रवास करायचा विचारही कधी मनात आला नाही.

प्रत्येक वेळी समाज कल्याण विभागाकडून बस पास उशिराने मिळायचा. बस पास उपलब्ध झाला की, मग मात्र बसचा प्रवास नियमित व्हायचा. ग्रामीण भागातील रोजची चालण्याची व व्यायामाची सवय यामुळे पास नसताना स.प. महाविद्यालय ते पुणे स्टेशन हा पायी प्रवास मला कधी कंटाळवाणा किंवा त्रासाचा वाटला नाही. त्या काळी पुणे शहरात रास्ता पेठ, मंडई या मार्गे कॉलेजला पायी जाताना गल्लीबोळांतील रस्ते इतके मोकळे असायचे की, अगदी सहज आपल्याच तंद्रीत, वाचन व पाठांतर करीत आपल्याच गतीने प्रवास करता यायचा.

प्रत्येक विषयाचे स्वतंत्र प्राध्यापक व 'डेमॉन्स्ट्रेटर' यांच्यामुळे अभ्यासासाठी नेमके मार्गदर्शन मिळवून घेणे बरेचसे फायदेशीर व सोपे वाटत होते. शिवाय संदर्भासाठी ज्या पुस्तकांची शिफारस केली जायची तीही बहुधा शिकविणाऱ्या प्राध्यापकांनीच लिहिलेली असत. म्हणजेच खऱ्या अर्थाने त्या त्या विषयाचे ज्ञान त्यांच्याकडे असायचे. कॉलेजचे वातावरण व सोयी फारच उत्तम; पण नवीन व अनोळखी होत्या. अद्ययावत अभ्यासक्रम, आधुनिक प्रयोगशाळा व प्रशस्त वाचनालय सर्व अत्यंत प्रभावी व परिणामकारी पद्धतीने उपयोगात आणता येत होते. कॉलेजचे एखादे व्याख्यान होणार नसले, तर सुसज्ज लायब्ररी सतत उघडी असे. लायब्ररीत

जाणे शक्य नसले तर, सभोवतालची उंच झाडे, प्रशस्त बागा व मोकळी जागा, ही अत्यंत शांत व रम्य अशी पर्यायी जागा, अभ्यासासाठी होतीच.

सारसबाग त्या वेळी (१९६५-६६) बरीचशी दुर्लक्षित होती. मुळात तळ्यातील गणपतीच्या दर्शनासाठी सोयीचा व वापरण्यास योग्य असा रस्ताच नव्हता. पाणथळ व दलदलीतून दर्शनासाठी पायवाट असे. अगदी प्रयत्नपूर्वक काहीजण गणपती दर्शनासाठी जात. अन्यथा, त्या तळ्यात सर्वत्र चिखल, दलदल व पाणी यांचे साम्राज्य असे. अनेक अनावश्यक वनस्पती, त्यातच गायी व म्हशी चरत व डुंबत असायच्या. पेशवे उद्यानात प्राणी-पक्षी चुकूनच तुरळक कोणीतरी दर्शनाच्या निमित्ताने सारसबागेकडे प्रस्थान करीत. पर्वतीवर चढणे, वृक्षवल्ली न्याहाळणे, झाडाखाली अभ्यासास बसणे, शहराचे दर्शन घेणे अशा गोष्टींचा आनंद आम्ही घेत असू.

कॉलेजमध्ये येण्यासाठी बहुतांश विद्यार्थी सायकल वापरत, तर काही मोजके शिक्षक व विद्यार्थी दुचाकीवर येत. त्यात प्रामुख्याने बजाज स्कूटर व काही मोटरसायकली असत. टांगे व बस अशी सार्वजनिक वाहतूक व्यवस्था येण्या-जाण्यासाठी उपलब्ध असे. रिक्षांची संख्या मात्र अल्प होती.

प्रकाशने, पुस्तकांची छोटी-मोठी दुकाने या परिसरात होती. पुण्यातील गाढ्या पंडितांची विद्वत्ताप्रचुर व्याख्याने डोक्यावरून गेली, तरी थोडंसं काहीतरी कळायचं. सारसबागेच्या परिसरातील 'दौलत' बंगला तर माझ्या कुतुहलाचा अग्रबिंदू होता. कॉलेजमधील प्रथम वर्षास मराठी विषयात शीघ्र वाचनासाठी 'दौलत' ही कादंबरी असल्याने, त्या 'दौलत'ची निर्मिती करणारे ना. सी. फडके या बंगल्यात राहतात याचे मला अपूप वाटत असे. माझ्यासारख्या ग्रामीण भागातील मुलाला लेखकाचे प्रत्यक्ष दर्शन म्हणजे एक अद्वितीय आनंदमय अनुभव वाटत असे. तर तो बंगला मंदिरासम वाटे.

तेथेच जवळपास राहणारे शरद तळवलकर कधी कधी दिसायचे; पण त्यांच्या अभिनयकौशल्याविषयी, मोठेपणाविषयी त्या वेळेला मी अनभिज्ञ होतो. त्या अनभिज्ञतेचा आजही मला पश्चात्ताप होतो.

कॉलेजमधील शिक्षक अगदी तज्ज्ञ होते. प्रिन्सिपॉल मालेगावकर व उपप्राचार्य परांजपे कॉलेजची शान होते. लेखक स्वत: शिकविणार ही कल्पना त्या काळी फारच अभिनव वाटायची. विषयातील त्यांचे प्रभुत्व, सखोल ज्ञान व चिंतन नेहमी अनुभवास येत असे. त्यांच्या प्रभावी शिक्षण कौशल्यामुळे मनात आदर व आपुलकी निर्माण होत असे. आम्ही अभ्यासाच्या ध्यासाने त्या प्रवाहात एकरूप होऊन जात असू. अपेक्षेप्रमाणे व नियोजनाप्रमाणे एफ.वाय. सायन्स (अर्थात इन्टर सायन्स)ची परीक्षा उत्तम मार्कांनी उत्तीर्ण झाल्याने व्यावसायिक शिक्षणाच्या पूर्वतयारीचा एक

टप्पा यशस्वीरीत्या पार पडला होता.

अभियांत्रिकी महाविद्यालयात प्रवेश घेतानाच सुरुवातीस काही विषय सामान्य असले, तरी अभियांत्रिकीच्या तीन शाखांची निवड सुरुवातीसच स्पष्ट घ्यावी लागत असे. प्रामुख्याने स्थापत्य, यांत्रिकी, विद्युत हे अभियांत्रिकीचे तीन प्रमुख अभ्यासक्रम होते. टेलिकम्युनिकेशन व मेटॅलॉजी या दोन शाखाही त्या वेळी होत्या; पण फारशा महत्त्वाच्या व अधिक परिचित नव्हत्या.

मी प्रवेश घेतला त्या वेळी श्री. नगरकर हे अभियांत्रिकी महाविद्यालयाचे प्राचार्य होते. त्यांचे पहिल्या दिवसाचे भाषण व मार्गदर्शन अत्यंत प्रभावी व परिणामकारक झाले होते. कॉलेजची व्याप्ती व वाटचाल त्यांनी नेमकी आमच्या दृष्टीसमोर उभी केली होती. आम्हाला व्यावसायिक बांधिलकी व जबाबदारीची जाणीव करून दिली होती. शाखा निवड करताना माझ्या ग्रामीण वातावरणाशी बांधिलकी स्वीकारून मी स्थापत्य अभियांत्रिकीची निवड केली. माझी तत्कालीन निवड योग्य होती की अयोग्य, तसेच त्याचे पुढील आयुष्यावरील परिणाम कोणीही विचारले वा तपासलेही नाहीत. सहज अंत:प्रेरणेने स्फुरले ते अनुसरले एवढाच आज त्याचा अर्थ सांगता येईल.

त्या काळी अभियांत्रिकी महाविद्यालयात पायजमा, शर्ट तोही विना इस्त्रीचा घालून येणारा मीच एकमेव विद्यार्थी होतो. तो माझ्या मनातील आदर्शवादाचा किंवा दिव्य जाणिवेचा चमत्कार नव्हता; पण परिस्थितीचा रेटाच तसा होता.

कमीतकमी पुस्तके व वह्या आणि साधने यांची मदत घेत, अभियांत्रिकीच्या शिक्षणाची नौका संगम घाटावरील बोटक्लबच्या साक्षीने व सोबतीने प्रवासास निघाली होती. बोटक्लबची विस्तीर्ण, गर्द वृक्षवल्ली, शांत व सुगंधी वातावरण प्रेरणादायक होते.

अभियांत्रिकी महाविद्यालयातील लायब्ररीमध्ये जाधव नावाचे माझे एक नातलग होते. त्यांचा मला फार आधार वाटायचा. कोणतेही पुस्तक ते मला दीर्घ काळ उपलब्ध करून देत.

मी थोड्याच कालखंडात कॉलेजमध्ये बऱ्यापैकी रमलो. मित्र व खेळ यातही सहभागी झालो. कॉलेजमध्ये एन.सी.सी. बंधनकारक असल्याने सहभागी व्हावेच लागत असे. कॉलेजमध्ये आंतरकॉलेज कबड्डी व व्हॉलिबॉल स्पर्धांतही सहभागी झालो. बोट क्लब व मुळा-मुठा या नद्यांच्या रम्य तीरावरील महाविद्यालयीन परिसरामुळे अभ्यासाची गोडी वाढायची. सुसज्ज प्रयोगशाळा, तो निळा कोट, वर्कशॉप, तेथील लेथ मशिन व इतर यांत्रिकी उपकरणे याबद्दल उत्सुकता वाटे. त्यांचा परिचय, वापर व अनुभव वेगळेच काहीतरी सांगून व देऊन गेला. इंजिनिअरिंग ड्रॉइंग व गणित हे विषय समजण्यास सुरुवातीस कठीण व दमविणारे वाटले; पण

परिचयाने चांगलेच जमू लागले. अभ्यासाशी मैत्री झाली. लायब्ररीने, कार्यशाळेतील प्रात्यक्षिकाने ही दोस्ती अधिकच फुलविली.

कॉलेजमध्ये प्रॅक्टिकलच्या बेंचला माझ्या शिंदे या आडनावामुळे 'एस'च्या जवळपास 'पी' व 'टी'ने सुरू होणाऱ्या आडनावांची सोबत असायची. आमच्या अभियांत्रिकी विद्यालयात स्थापत्य शाखेकडे पूर्ण वर्गात तीनच मुली होत्या. परांजपे व साठे अशा आडनावांमुळे त्या नेमक्या माझ्या बेंचला प्रॅक्टिकलसाठी असायच्या; पण आधीच बुजरा, अबोल स्वभाव व न्यूनगंड असल्याने त्या चार ते पाचजणांच्या ग्रूपमध्ये मिसळणे मला सहज जमायचे नाही. एक मानसिक दडपण, परिस्थितीची सतत टोचणी, जाण व न्यूनगंड यांमुळे मी अलिप्त राहत होतो. हायस्कूल जीवनातील वक्तृत्व व वाचन, धडाडी व उत्साह मात्र खरोखरीच लोप पावला होता. जीवनपथावरील ऐहिक यश व प्राप्ती यांच्या पूर्तीसाठी कर्म, कर्तृत्व व बुद्धिमत्ता कार्यरत झाली होती. इतर सर्व विसरून, आहे ते स्वीकारणे भाग पडत होते.

अभियांत्रिकी महाविद्यालयात प्रथमतःच प्रत्येक सहा महिन्यांनी वार्षिक म्हणजे अंतिम परीक्षा याचा परिचय झाला. यापूर्वी वार्षिक परीक्षा ही शैक्षणिक वर्षात एकदाच होत असते, असा पक्का समज झालेला होता. या 'सेमिस्टर' पद्धतीत तो पूर्णपणे बदलला गेला; पण अभियांत्रिकी अभ्यासक्रमाच्या सुरुवातीपासूनच म्हणजे प्रथम वर्षापासून तशी सवय झाल्याने फार अडचणीचे वाटले नाही.

वर्गात व्याख्यानांना आत्यंतिक गरज म्हणून हजर राहायचे, हे माझ्या स्वभावातच होते. एक व्याख्यान जरी चुकले, तरी तो विषय पुन्हा समजून घेण्याची संधी नसायची. त्यामुळे व्याख्यान चुकविणे अजिबात पटत नसे. काही नावडत्या तासांना कधी कधी वर्गातील बहुसंख्य मित्र दांड्या मारीत. मी मात्र न चुकता एकटादुकटा असलो तरी, व्याख्यानास हजर राहायचो. त्यामुळे शिक्षककही सहानुभूतीने माझ्याकडे विशेष लक्ष द्यायचे. संपूर्ण महाविद्यालयीन कालावधीत मी चुकूनही कॉलेज कॅन्टीनमध्ये कधी गेलो नाही, हे कोणालाही पटण्यासारखे नाही, तरीपण वास्तव आहे.

चार वर्षांच्या या पूर्ण कालावधीत दरवर्षी सरासरी दहा विषय व प्रत्येक सहामाहीस चार ते सहा विषय असायचे. वर्गात शिक्षक कर्तव्यपालन म्हणून असले तरी विशेष वेळ देऊन व्याख्याने देत असत. पुण्याच्या शासकीय अभियांत्रिकी या सर्वांत जुन्या महाविद्यालयात तज्ज्ञ, अनुभवी व स्वतः पुस्तकांचे लेखन करणारे असे शिक्षक होते. त्यांना विषयाचे सखोल ज्ञान व अभ्यास होता.

अभियांत्रिकी शिक्षणक्रमात एफ.ई.च्या वर्गापासून सुरू झालेली ही परिक्रमा बी.ई.पर्यंत अत्यंत सुलभ व सहज पार पाडता आली. प्रत्येक विषयात पहिल्याच प्रयत्नात यशस्वीरीत्या पास होण्याचे श्रेय माझ्या प्रयत्नांस व अभ्यासाला द्यावे लागेल. एफ.ई.ला पहिल्या सेमिस्टरमधील गणित हा एकच विषय दुसऱ्या सेमिस्टरला

रिपीट करावा लागला; पण त्यानंतर कधीही व कोणत्याही विषयाचा पुन्हा अभ्यास करण्याचा प्रसंग उद्भवला नाही. अंतिम बी.ई.ची परीक्षा देखील मी त्या काळी प्रथम वर्गात उत्तीर्ण झालो होतो.

वडिलांच्या व मातेच्या इच्छेनुरूप व आशीर्वादाने काहीही पार्श्वभूमी व नेमके नियोजन नसताना मी अभियांत्रिकी पदवी शिक्षण १९७० मध्ये पूर्ण केले. तत्कालीन परिस्थितीत बी.ई.नंतर एम.ई. करणे किंवा इतर व्यावसायिक अभियांत्रिकीत 'पोस्ट ग्रॅज्युएशन'चा अभ्यास करणे व्यवसायिक दृष्टीने फारसे प्रचलित नव्हते. त्या वेळच्या कालप्रवाहात आवश्यकही नव्हते. बी.ई. म्हणजे अभियांत्रिकी व्यवसायासाठी अंतिम पदवी अशी सर्वत्र धारणा होती.

गृहस्थाश्रम

लग्न व संसार

सरकारी नोकरीत कनिष्ठ अभियंता या पदावर काम करत असताना बारामतीहून पुण्यात बदली झाली. नोकरीत स्थिरस्थावर होत असल्याचे ध्यानात येताच पुण्यातील माझी काळजी घेणारे नातेवाईक व शुभचिंतक माझ्या लग्नाचा विचार करू लागले. वैयक्तिक माहिती व तपशील त्यांच्याकडे तयारच असल्यामुळे लग्नाबाबत अनेक प्रस्ताव एकाच वेळी गर्दी करू लागले होते. वधूबाबत शिक्षणाची, बौद्धिक क्षमतेची प्रमुख अट माझ्या मनात घर करून होती. प्रस्तावित वधूबाबत ग्रामीण भागातील कौटुंबिक वातावरण मला अधिक महत्त्वाचे वाटत असले तरीही शिकलेल्या व अपेक्षित गुणवत्तेच्या मुली त्या काळात ग्रामीण भागातील चर्मकार समाजात फारशा आढळत नव्हत्या. मुलींच्या निवडीसाठी जातीचे बंधन महत्त्वाचे नसले, तरी परंपरा जपताना ते पाळणे क्रमप्राप्त होई व तसा संकेत मनात होताच.

माझ्या स्वभाव, मन व विचारप्रवृत्तीनुसार विवाहपूर्व प्रेम किंवा अल्पसा परिचय देखील मुलींशी होऊ शकला नाही. मनात आकर्षणरूपी कोमल भावना मात्र जागृत व्हायच्या. सोबतीची तीव्र जाणीव झाल्याने, लग्न करणे मलाही मनातून हवेहवेसे वाटू लागले होते.

बालपणाचे व शिक्षणाचे सोपस्कार, परिस्थितिनुरूप सर्वांच्या सदिच्छा व सहकार्य यामुळे उचित प्रकारे पूर्ण करता आले. बौद्धिक क्षमता व व्यावसायिक यशाबाबत विविधता सामान्यपणे सर्वत्रच पाहावयास मिळते. अज्ञानातून आपण स्वत:चे अनुभवच महत्त्वाचे व अत्यंत वेगळे मानतो, निदान मनात तसा गैरसमज तरी असतो; पण वास्तवात प्रत्येक गोष्टीस पर्याय व विविधता ही परमेश्वराचीच रचना असते. एस.एस.सी.चे यश, अभियांत्रिकीची प्रथम वर्गातील पदवी, अर्जही

न करता नोकरीसाठी प्राप्त झालेले पत्रासच्या वर नेमणुकीचे आदेश या व्यक्तिगत बाजू अधिक प्रभाव टाकणाऱ्या व लग्नाच्या दृष्टीने जमेच्या नक्कीच होत्या.

स्वत:बद्दलचा आत्मविश्वास जरी सार्थ असला, तरी त्यात मोठेपणा व अहंगंड डोकावत नसल्याचे सुजास नक्कीच जाणवले असते. या संदर्भात बा. भ. बोरकर यांची कविता खूपच यथार्थ वाटते. '*मी पण ज्यांचे पक्व फळापरी। सहजपणाने गळले हो। जीवन त्यांना कळले हो।*' माझे मी पण जगाच्या दृष्टिकोनातून मलाच उमजले नव्हते, हे मला आता पाठीमागे वळून पाहताना लक्षात येते. माझ्यातील मी किती कच्चा होता, याचे हे निदर्शक होते. मनातील सर्वच समज व अपेक्षा अवाजवी व अवास्तव होत्या.

विवाह प्रस्तावासाठी पात्रता ठरवताना आर्थिक स्थिरतेच्या दृष्टिकोनातून अनेक वादग्रस्त विषय चर्चेत घेता येऊ शकतील, असे त्या वेळीही जाणवत होते व तशी प्रथाही त्या वेळी प्रचलित होती. माझ्या बाबतीत महाळुंगे पडवळ येथील वडिलोपार्जित जुने मातीचे कौलारू घर, शिवाय काही शेती एवढीच काय ती मालमत्ता होती. शेती कोरडवाहू स्वरूपाची असल्याने कष्ट केल्यास पोट भरण्यासाठी जेमतेम आधार देणारी होती. कष्ट करून किंवा मजुरीने शेती करून घेणेही त्या वेळच्या माझ्या कौटुंबिक परिस्थितीत जमण्यासारखे नव्हते. त्यामुळे इंजिनिअरिंगची पदवी आणि शेतीची व्यवस्था यांचा मेळ बसणे अवघड होते. व्यावहारिक दृष्टीने लग्नासाठी त्याचा फारसा उपयोग नव्हता. कुकडी प्रकल्पाच्या लाभक्षेत्रातील बागायत शेतीची कल्पनाही त्यावेळेला मनात धूसर स्वरूपात होती. वारसाहक्काने प्राप्त साधनसामुग्री किंवा स्थावर मालमत्ता या स्वरूपात तिचे महत्त्व भविष्याच्या दृष्टीने होते.

घरसुद्धा फारच जुन्या पद्धतीचे व गाडग्या-मडक्यांनी सजविलेले होते. आईच्या स्वरूपात घरात वावरणारी लक्ष्मी निघून गेल्यानंतर दीर्घ कालावधीसाठी वडिलोपार्जित घर व व्यवसाय दुर्लक्षित राहिले होते. व्यवहारी जीवनातील आयुष्याचे गणित पुस्तकी गणिताइतके सोपे नसते, हे आज परिस्थितीची आठवण करताना प्रदीर्घ अनुभवानंतरही जाणवते. वधूपित्याच्या दृष्टीने या गोष्टी नक्कीच महत्त्वाच्या व लक्षवेधक होत्या.

छोट्या दोन्ही बहिणी – अहिल्याबाई व जनाबाई या दोघीही मोठ्या बहिणीच्या आधाराने शिक्षण घेत होत्या; पण माझे शिक्षण संपल्यानंतर व नोकरी लागल्यानंतरही, त्यांना तिथे ठेवणे मला प्रशस्त वाटेना. आपण लग्न करून सगळ्या कुटुंबाला एकत्र आणावे, हा विचार मनात जोर धरत होता. मी लग्न करून, सर्वांना एकत्र आणून, त्यांना सक्षम, सुखी व आनंदी ठेवणे, हे मी माझे कर्तव्य समजत होतो. या विचारांमुळे व जाणिवेनेही घाईने लग्न करणे, हा एकच पर्याय त्या काळात मला दिसत होता. बहीण-भावांची भविष्यकालीन जबाबदारी, ही वधू परीक्षणातील महत्त्वाची

अट होती.

सर्व नातेवाईक व हितचिंतक यांच्याकडूनही माझ्या स्थिर कुटुंबाची अपेक्षा व्यक्त होत होती. माझा स्वभाव व जाणीव या विचारास सहमत होत भरच घालीत होते. अंशत: स्थिरता व नोकरीच्या स्वरूपात उदरनिर्वाहाची हमी प्राप्त झाल्याने, माझ्याही तारुण्यसुलभ मनात लग्नाचे एक वेगळे स्वप्न तरळू लागले होते. परिस्थितीची गरज, मनातील जबाबदारीची जाण, परंपरेतील संस्कार व विचारधारा, लग्नाच्या प्रस्तावास पूर्णत: पूरक बनली होती. लग्न करण्याचा प्राधान्यक्रम सर्वांच्या सहमतीने निश्चित करण्यात आला होता; पण आता हे कसे साधायचे? त्यासाठी योग्य व अनुभवसिद्ध मार्गदर्शन प्राप्त होणे आवश्यक होते. वडीलकीचा आधार अशा वेळी फार महत्त्वाचा वाटत राहतो.

आपल्या मनातील हितगूज जाणून घेण्यासाठी, मन मोकळे करण्यासाठी, आहे ते सर्व खऱ्या अर्थाने, आपुलकीने वाटून घेण्यासाठी एका सहचारिणीची गरज होती. पवित्र प्रेम, भावना व विचार समजून घेणारी सक्षम साथ हवी होती. पत्नीच्या रूपात आयुष्यभर साथ देणारी मैत्रीण मला शोधायची होती.

त्या काळात मी स्वतंत्र राहत नव्हतो. माझे चुलतबंधू मारुती यांच्यासमवेत जनवाडीतील महानगरपालिकेच्या चाळीतील दोन खोल्यांत माझं वास्तव्य होतं. त्या खोल्यांच्या जवळपासची अस्वच्छता व अत्यंत दुर्लक्षित व अशिक्षित गरीब वडार समाजाचा शेजार, सवयीने आपला बनला होता. सघ:स्थितीतील ही राहण्याची उपलब्ध व्यवस्था किंवा अव्यवस्था विचारात घेऊनच संसाराचा थाट उभा करायचा मानस होता व तेवढाच एकमेव पर्याय उपलब्ध होता.

मारुतीची पत्नी व मुले यांच्यासह आम्ही सर्व जण त्याच दोन खोल्यांत आनंदाने व गुण्यागोविंदाने नांदत होतो. सर्व जण काहीही भौतिक उपलब्धता नसताना, असंख्य अडचणी असताना, कुटुंबाच्या व नात्याच्या नाजूक धाग्यांनी त्या उपलब्ध व्यवस्थेचाही आनंदाने उपभोग घेत होतो. कौटुंबिक एकी व आपुलकी हीच या व्यवस्थेची मर्मबंधातील ठेव असल्याने त्या अव्यवस्थेत वावगे व अडचणीचे काहीच जाणवत नव्हते.

लग्न ठरवताना बी.ई. झालो असलो तरी महाराष्ट्र लोकसेवा आयोगाच्या स्पर्धा परीक्षेचा निकाल जाहीर झाला नव्हता. त्यामुळे पुढील कामकाजाचा, वाटचालीचा नेमका अंदाज येत नव्हता. तरीपण मिळेल ते काम यशस्वी व चांगल्या पद्धतीने करण्याचा आत्मविश्वास होता. त्यामुळे अवास्तव अपेक्षांचे ओझे निवडप्रक्रियेवर पूर्वग्रहानुसार स्वार झाले होते. मुक्त मनाची मानसिकता जपता येण्यासाठी मनापासून साथ व सोबत देणारी समजूतदार पत्नी असावी. सर्वगुणसंपन्न वधू असावी, असे जे सर्वांनाच वाटते, तसेच मलाही वाटत होते. गुणवान, शांत, आनंदी, वैचारिक

प्रौढत्व, देवाणघेवाणीची क्षमता, दिसायला सुंदर, उंच, सडसडीत, प्रसन्न व्यक्तिमत्त्वाची, मनुष्याच्या रूपात देवत्व वाहणारी, सुशील व अध्यात्माकडे झुकणारी असावी, अशा अनेक आदर्श अपेक्षा मनात गर्दी करत होत्या. विचारांबरोबर अपेक्षांची यादी लांबतच होती.

स्त्री-पुरुषातील शारीरिक ओढ हे पाप आहे, अशा वैचारिक संस्कारात व गैरसमजात मी वाढलो होतो. ना. सी. फडके, वि. स. खांडेकर, ह. ना. आपटे यांच्या कादंबऱ्या वाचताना प्रेम, त्याग वगैरेंचे महत्त्व व वेगळेपण यात मन अगदी तन्मय होऊन जायचे. आपले आयुष्यही असेच कोणासाठीतरी निस्वार्थ बुद्धीने व खऱ्या प्रेमाने ओतप्रोत व्हावे अशी पक्की धारणा व ज्वलंत ऊर्मी मनात सतत स्फुरत होती. पत्नीच्या नात्यासाठी वाटणारी ही ओढ, शरीराबरोबरच अंतर्मनाची व मानसिक भावनांचीपण होती. सामाजिक संवेदना, धार्मिक परंपरा अशा पवित्र प्रेमासाठी पूरक वाटत होत्या. ही पवित्र भावना एवढी सशक्त व प्रभावी होती की, शारीरिक व कौटुंबिक ओढ अगदीच दुय्यम बनली होती. माझे वयही त्या वेळी जेमतेम २३ ते २४ वर्षांचेच होते.

मुलीला रूपापेक्षा गुण महत्त्वाचे, हे सूत्र किंवा पोक्त विचार लग्न करण्याच्या वयातील मुलामुलींना आवडण्यासारखा नव्हता. महाविद्यालयीन शिक्षण व शहरी संस्कार यामुळे माझ्याबाबतीत मात्र गुण व रूप मला सारखेच महत्त्वाचे वाटायचे व त्याच भावनेतून मी वधूसंशोधन केले होते. ज्या वातावरणात शिक्षण व नोकरीच्या निमित्ताने प्रवेश करावा लागला त्यात निसर्गसुलभ भावना व आदर्शवादाची झालर पांघरून मी शोध घेत होतो. तरी खऱ्या अर्थाने नियंत्रणे व बंधने ही माझी मलाच पाळणे क्रमप्राप्त होते.

चुलता, चुलती, भाऊ, बहिणी व इतर नातेवाईक यांच्या विशिष्ट अशा अटी व शर्ती नव्हत्या. त्यातून शिक्षण व वर्तणुकीच्या सभ्यतेमुळे माझ्या बाबतीत अशा बंधनांचा विचार कोणाच्याही मनात आला नाही. माझी शैक्षणिक प्रगती हा सर्वांच्याच कौतुकाचा व आदराचा केंद्रबिंदू बनला होता. थोडक्यात, मला माझ्या बंधनातही मोकळीक होती.

माझे चुलतबंधू मारुती व आत्या बदामबाई हीच काय ती कौटुंबिक जिव्हाळ्याची माणसे लग्नाबाबत सल्लामसलतीसाठी होती; पण तीही माझ्या उज्ज्वल यशाने व कर्तृत्वाने प्रभावित, मोहित व भारित झालेली असायची. आपुलकी व जिव्हाळा यामुळे त्यांनाही मी वेगळा, मोठा आणि कोळशाच्या खाणीतील हिऱ्यासारखा मौल्यवान वाटत असेन. ते या वातावरणात अभिमानाने माझ्यासाठी वधूसंशोधन करू लागले. सर्व प्रस्तावांचा सांगोपांग विचार व पाहणी करण्याची कार्यपद्धती विचारविनिमयाने ठरविण्यात आली होती. त्यानुसार मुलगी पाहणे, माहिती घेणे,

चर्चा, संपर्क व कौटुंबिक वातावरण पाहणे या बाबी सुरू झाल्या होत्या. वेळेचा व आर्थिक ओझ्याचा विचार दुर्लक्षित करून प्रत्यक्ष भेट व चर्चा, या द्वारे वधू संशोधनास सुरुवात झाली.

स्वत:बद्दलचा वृथा अभिमान, व्यवहारज्ञानाची उणीव, अनुभवाची कमतरता, यातून द्विधा मन:स्थिती निर्माण झाली व गोंधळ आणखीनच वाढून स्पष्ट मार्ग सापडत नव्हता. मनाची चंचलता वाढत होती. माझ्या वधूसंशोधनाच्या समस्येतून मी मार्ग कसा शोधला यात यशापेक्षा अपयशच जास्त शहाणे करून जाते, हे लक्षात आले.

ही शाश्वत धारणा मनात असतानाच इंदूचा प्रस्ताव सहज समोर आला आणि फारसा विचार व चिकित्सा न करता स्वीकृत झाला. इंदूमतीचे मामा हा प्रस्ताव घेऊन आले होते. त्यांनी माझी पार्श्वभूमी व परिस्थिती किती जाणून घेतली हे मला माहीत नाही; पण माझा प्रस्ताव त्यांना पसंत पडला होता. त्यामुळे त्यांनी माझे बंधू व आत्या यांच्याकडे माझ्याबाबत सहमती दर्शवली होती. मला मुलगी पाहण्यासाठी नेले. इंदूचे वडील त्या वेळी पोलीस खात्यात सहायक आयुक्त म्हणून कार्यरत होते. श्री. कारंडे यांचे नाव व कामाचा दबदबा पुणे परिसरात सर्वज्ञात होता. आमच्या समाजात तर ते एक अत्यंत ठळक व प्रभावी व्यक्तिमत्त्व होते.

इंदूचा प्रस्ताव हा प्रकृती व शिक्षण या प्राथमिक स्तरावरच पसंत होण्यासारखा नव्हता. माझ्या अपरिपक्व मनाला प्रस्ताव पटला नाही; पण परमेश्वरी संकेत वेगळाच असावा. प्राथमिक स्तरावर माझ्या सर्वच कल्पनांविरुद्ध हा लग्न प्रस्ताव सर्व संमतीने स्वीकारण्यात आला. लग्न समारंभ, त्यातील विधींबाबतची आई-वडिलांची उणीव चुलता व चुलतीने भरून काढली. आत्याने पुढाकार घेतला. लग्नसमारंभ अपेक्षेप्रमाणे व चांगला पार पडला. वधू पक्षाकडील माझ्या निवडीबाबत करण्यात आलेला विचार व कारणमीमांसा मला माहीत नाही. त्यानंतरही याबाबत काहीच कळले नाही; पण दूरदर्शीपणा, प्रौढत्व, वास्तववादी, व्यवहारदक्ष दृष्टिकोन, अनुभव व परिपूर्णता याचा योग्य समन्वय या बाबी तिच्यामध्ये प्रकर्षाने दिसून आल्या.

इंदूला भेटेपर्यंतचा माझा स्वत:चा व माझ्यावर अवलंबून असणाऱ्या सर्वच कुटुंबीयांचा जीवनप्रवास बराचसा असहाय मन:स्थितीत झाला होता.

विशेष म्हणजे कारंडे साहेबांचा स्वत:चा दीप बंगला चौकात मॉडेल कॉलनीजवळ स्वतंत्र सुंदर बंगला होता. मोठा मुलगा यशस्वी व्यवसायिक होता. कौटुंबिक स्थिती व आर्थिक सुबत्ता सहज जाणवण्याइतकी व उत्तम होती. बंगल्यात जाऊन मुलगी पाहणे अडचणीचे, काहीसे बुजल्यासारखे व अवघडल्यासारखे वाटत होते. अनेक कल्पना व भव्यदिव्य अपेक्षा मनात घेऊन जाताना, का माहीत नाही, पण तेथील परिस्थिती व शिस्त पाहून अपेक्षांचा विसर पडल्यासारखे झाले.

सर्व प्रकारच्या गुणवत्ता बाजूस पडून, पाहिल्याबरोबर चेहऱ्यावरील तरतरीतपणा व सोबत नैसर्गिक भाबडे भाव पाहाताच, मन थोडे थबकले. नुसते शरीर सशक्त असून चालत नाही, तर त्याचबरोबर मनाचा मोठेपणा, मोकळेपणा, धीटपणा आवश्यक असतो. इंदू शरीराने किडकिडीत असली तरी तरतरीत व मोकळ्या मनाची वाटत होती. फुलांचा गुच्छ जसा रंग, गंधानी आकृष्ट करतो, तशा इंदूच्या व्यक्तिमत्त्वातील अनेक अनोळखी छटा, मनाला व जीवनाला सुगंधित करू शकतील असे उगीचच वाटून गेले. सर्व कौटुंबिक जबाबदाऱ्या, ग्रामीण जीवनाशी माझी जवळीक यांना पेलण्यास हे हात योग्य साथ देतील का, अशी शंकेची पाल मनात चुकचुकू लागली.

मधल्या कालावधीत कारंडे साहेबांनी त्यांची माणसे व सहकाऱ्यांच्या मदतीने, माझा सर्व वैयक्तिक तपशील गुप्तपणे स्थानिक पोलीस यंत्रणेकडून ज्ञात करून घेतला. त्यांची ज्येष्ठ कन्या असल्याने अधिक चिकित्सक दृष्टीने त्यांनी त्यांचे मेहुणे श्री. खरात यांना पुन्हा आम्हाला पटविण्याच्या कामगिरीवर पाठवले. श्री. खरात हे खरोखरीच अत्यंत व्यवहारी व अनुभवी गृहस्थ असल्याने, त्यांनी सर्व नातेवाइकांना व मलाही प्रस्तावास होकार देण्यास भाग पाडले. मुलीची, घरच्यांची व भविष्याची उचित स्वप्ने, आडाखे मांडून अननुभवी व गोंधळलेल्या माझ्यासारख्या मुलाला त्यांनी खरोखर कौशल्यपूर्ण पद्धतीने पटवून दिले.

विवाहोत्तर चर्चेत आदर, जिव्हाळा, प्रेम व आपुलकी पदोपदी जाणवल्यावाचून राहिली नाही. खूप आत्मविश्वास व मनाची खात्री यातूनच या कौटुंबिक संबंधाची पायाभरणी झाली आणि त्याचे श्रेय वधूपित्याकडे जात होते. माझ्या बाबतीत मी स्वत: बोलू शकत नव्हतो व बोलू शकलोही नसतो. मनातल्या भावना ओठांवर येऊन शब्दांत गुंफण्याचा माझा स्वभाव नव्हता. दुसऱ्या कोणी माझ्या भावना व्यक्त करण्याची शक्यताच नव्हती. म्हणून वधूपित्यालाच पुढाकार घ्यावा लागला.

अशा प्रकारे पुण्यातील श्री. कारंडे यांच्या मुलीशी माझा विवाह निश्चित झाला व मुहूर्तावर तो व्यवस्थित पारही पडला. अशा प्रकारे कौटुंबिक जीवनाच्या पुनर्बांधणीचा श्रीगणेशाच झाला म्हटले तर वावगे नव्हते. पुण्यातच जनवाडी येथील भावाकडील भाड्याच्या जागेत काहीशा गैरसोयी व अडचणीत नवीन वैवाहिक जीवनाची सुरुवात झाली. लग्न झाल्याबरोबर भाऊ व बहिणी यांना पुण्यात शाळा व कॉलेजमध्ये ॲडमिशन घेतली. प्रदीर्घ कालावधीनंतर एकत्र कुटुंबव्यवस्था नव्याने प्रस्थापित करता आली होती. पोरकेपणामुळे एकमेकांच्या सहवासास आसुसलेली ही छोटी छोटी भावंडे, वहिनीच्या मायेने व ओढीने कधी एकरूप झाली हे समजलेदेखील नाही.

माझ्या दोन्ही धाकट्या मेव्हण्या, सिंधू व सुशीला, यांचाही कालपरत्वे

डॉ. भोसले व डॉ शिंदे यांच्याशी विवाह झाला. माझ्या नवीन संसारात या धाकट्या मेव्हण्यांची लाडीगोडी व लुडबुड सुखावह व आनंददायक वातावरण राखण्यास सुरुवातीपासूनच मदत करत होती. दोन्ही साडूदेखील तंत्रज्ञ व व्यावसायिक असल्याने त्यांच्याशी चांगलेच धागे जुळत गेले. त्यातले त्यात डॉ. शिंदे तर माझे सहाध्यायीच असल्याने त्यांच्या वाङ्‌निश्चयासही निमित्त व अनुमोदक आम्ही उभयताच होतो. आमची गट्टी, कौटुंबिक मेळ इतका जुळला की, नंतरही आयुष्यभर आम्ही एकमेकांस आधारच बनत राहिलो.

प्राप्त परिस्थिती व रीतीरिवाजास धरून लग्नाची बोलणी व मुहूर्ताची निश्चिती दोन्ही कुटुंबांच्या सोयीने ठरविण्यात आली. नेमकी बोलणी, देवाण-घेवाण व विवाह खर्च याबाबत तपशील महत्त्वाचा नसला, तरी या सोहळ्यास आवश्यक खर्चाची उभारणी करण्याची आर्थिक क्षमता माझ्याकडे नव्हती; पण नियमित सरकारी नोकरी असल्याने व नियमित पगार येणे सुरू झाले असल्याने वधूचे कपडे व दागिने करण्याइतपत जबाबदारी मी स्वीकारली होती. बाकी येण्या-जाण्याच्या व्यवस्थेसह सर्व खर्च कारंडे साहेबांनी स्वखुशीने व आनंदाने स्वीकारला होता.

मुलीचे दागिने अर्थात सोन्याच्या अलंकारांसाठी, त्या वेळी सोन्याचा भाव दीडशे रुपये तोळा व जरीचे अगदी भारी वस्त्र ७०० ते ८०० रुपये किमतीचे व इतर किरकोळ बाबी असा लग्नाचा खर्च झाला. लग्न मंगल कार्यालयाऐवजी दीप बंगल्याजवळच कारंडे साहेबांच्या राहत्या घरासमोर मोकळ्या प्लॉटवर भव्य मंडप उभारून करण्यात आले.

वाहुतकीसाठी व वऱ्हाडाच्या व्यवस्थेसाठी ट्रकची व्यवस्था करण्यात आली होती. लग्नासाठी पोलीस बँडचे खास आयोजन करण्यात आले होते. तरीपण फार देखावा किंवा अवाजवी खर्च टाळण्यात आला होता. अत्यंत आटोपशीर पण त्या काळातील प्रेक्षणीय विवाह, कारंडे साहेबांच्या प्रतिष्ठेला साजेल असा, त्यांनी पार पाडला होता. वऱ्हाडी माणसांचा विचार केला तर, माझे सर्व नातेवाईक, चुलते, चुलती, बहिणी, भाऊ सर्व ग्रामीण भागातून, तेथील चालीरीतींशी परिचित असल्याने त्यांच्या अपेक्षा ध्यानात घेण्यात आल्या होत्या. वधूचे नातेवाईक मात्र त्यातल्या त्यात चांगले व आर्थिकदृष्ट्या सबळ आणि थोडेफार शहरी, आधुनिक वळणाचे असल्याने त्यांचाही विचार व व्यवस्था पाहण्यात आली होती. लग्नास अनेक मोठ्या व्यक्तींचे आशीर्वाद व शुभेच्छा पत्रांद्वारे व समक्ष प्राप्त झाल्या होत्या.

येथूनच खरी गृहस्थाश्रमास सुरुवात झाली. प्रथम दिवशी सर्वसाधारणपणे वधू लग्नविधीनंतर सासरी येते; पण नववधूसाठी सासरचे स्वतंत्र व हक्काचे घरच नसल्याने हळदीच्या अंगाने लग्नाच्या दिवशीचा मुक्काम वधूच्या माहेरच्या घरीच ठेवण्यात आला. दुसऱ्या दिवशी हळद उतरविणे व आनुषंगिक विधी पार पाडून,

जनवाडी येथील कॉर्पोरेशनच्या भाड्याच्या चाळीतील दोन खोल्यांच्या निवासस्थानी वधूस घेऊन गृहस्थाश्रमात प्रवेश झाला. प्रथमच तेथे सत्यनारायणाची पूजा करण्यात आली.

नववधूला गावचे घर, देव आणि कुलाचार समजण्यासाठी व सर्व नातेवाइकांच्या वैयक्तिक गाठीभेटी व आशीर्वाद घेण्यासाठी, तसेच आभार व धन्यवाद व्यक्त करण्यासाठी गावचा दौरा हेतुपूर्वक आयोजित केला होता. तेथे ग्रामदेवता व कुलदेवतेच्या साक्षीने सर्व नातेवाइकांचे आशीर्वाद घेतले व त्यांचे आभारही मानले. लग्नानंतर गावाकडील सर्व नातेवाइकांसमवेत वैयक्तिक परिचय होण्याची ही मोठी सुवर्णसंधीच इंदूस प्राप्त झाली होती.

माझी नोकरी नवीनच असल्याने रजा फारशी शिल्लक नव्हती. म्हणून दहा दिवसांच्या रजेनंतर कार्यालयीन कामकाजावर हजर व्हावे लागले.

घरात स्वयंपाकाची पुरेशी भांडी व ताटेदेखील नव्हती. गॅस त्या काळी सहज उपलब्ध होत नसल्याने स्टोव्ह वापरावा लागे. सुरुवातीस दोन-तीन ताटे, कप व बश्या यावरच काम भागवावं लागे. दोन लोखंडी खुर्च्या, एक टेबल आणि लग्नात भेट म्हणून श्री. गाढवे यांच्याकडून मिळालेला सोफा एवढेच काय ते फर्निचर नवीन संसाराच्या सुरुवातीस होते.

इंदूबरोबर लग्नाच्या सुरुवातीच्या काळात, तिचा अव्यक्त स्वभाव व लाजरे स्त्रीत्व, माझ्या गोंधळलेल्या मन:स्थितीला आधार देण्यास निमित्त झाले. तिची समजूतदार वृत्ती व समंजसपणा सहज लक्षात येण्याजोगा होता. इंदूपेक्षा रूपाने उजवी, हुशार व अत्याधुनिक विचारांची पत्नी माझ्या नशिबास जोडली गेली असती, तर कदाचित संसाराची वाटचाल पूर्णत: बदलली असती. इंदूचा निरहंकारी स्वभाव व निरागसता माझे मुख्य आकर्षण बनली. सुरुवातीस माझ्या कलाने, तंत्राने व गरजेनुसार चाललेला संसार, नंतरच्या काळात हळूहळू तिच्या नियंत्रणात गेला. ही किमया मात्र रूपाची, अधिकाराची नव्हती, तर ती पूर्णत: प्रेम व जिव्हाळ्याची साभार भेट होती. मला माझ्या अपेक्षेप्रमाणे सोबत प्राप्त झाली, हे मी माझे नशीबच समजतो.

इंदूने प्रथम काय साधले असेल, तर सर्वांना प्रेमाने आपलेसे करणे व कुटुंबामधील सदस्यांचे परस्पर आपुलकीचे बंध घट्ट करणे. माहेरास पूर्ण विसरून एका वेगळ्या जाणिवेने भारलेली इंदू सर्व भौतिक उणिवा भरून काढण्यास सक्षम बनली.

बंगल्यातून चाळवजा घरात स्थलांतरित झालेली व कामाची सवय अजिबात नसलेल्या इंदूने कपडे धुणे, भांडी घासणे, झाडणे, लोटणे, निवडणे, स्वयंपाक व सर्वांच्या वेळा सांभाळून त्यांच्या विविध गरजांची तत्पर पूर्तता करणे, ही सर्व कामे

मन:पूर्वक, उत्तम समन्वयाने पार पाडली.

माझ्यात तू आणि तुझ्यात मी, असा न उलगडणारा गोड गुंता, जीवनाची गोडी अधिकच वृद्धिंगत करत गेला. तू आणि मी असे अस्तित्व, वैचारिक व मानसिक स्तरावर संपून निखळ आनंदाचा सुगंध दरवळू लागला. यासाठी मात्र स्वमधील अहंभाव, हुशारी, बुद्धिमत्ता, व्यवहार यांचा विसर पडावा लागतो. काही नसणे म्हणजेच सर्व असणे, असा बेहिशेबी भाव निर्माण करून घ्यायचा असतो. निरागसता व भावनांचा मोकळेपणा सर्व देण्यास समर्थ बनतो. इंदूची संवेदनक्षमता हाच माझ्या आनंदाचा ठेवा बनला होता.

भौतिक सुखाची, गरजांची परिपूर्ती व हाव हीच निर्मळ सुखाची शत्रू आहे. प्रेमातील देवत्व व स्वत्व अनुभवताना भौतिक अभिलाषा व वैयक्तिक धूर्तपणा हाच मुख्य अडथळा असतो. घरातील पूर्वपीठिका आणि स्वभावधर्मातील साधर्म्य यामुळेच अशा भौतिक गरजांचे आकर्षण कधीच वाटले नाही. त्यांची कधी अंतरात्म्यातून जाणही झाली नाही. म्हणून इंदूच्या रूपाने व स्वभावाने शाश्वत सुखाचा वेगळाच खजिना माझ्या वैवाहिक जीवनात माझी सोबत करत राहिला.

इंदूच्या बाबतीत तिलाही तिच्या आईच्या नसण्याने व तत्कालिक इतर काही कारणांमुळे माहेरचे खूप आकर्षण सुरुवातीपासून कधीच जाणवले नाही. लग्नानंतर तर तिने स्वत:मध्ये बदल केला. तिची सासरकडची ओढ व आतुरता, माहेरच्या तुलनेत मला तरी कधीच वेगळी व भेदभावाची जाणवली नाही.

इंदूकडून माझ्या व माझ्याकडून तिच्या अपेक्षा समजून न घेता सहज प्रेरित झाल्या होत्या. अगदी निरागस, पवित्र व मंगल भावनांच्या सहज प्रेरणा जे हवे, तेच देत राहिल्या. जे जसे होते ते तसे स्वीकारताच सर्व पावन व पवित्र बनले, हे सत्य पत्नीच्या रूपात नेहमीच सातत्याने अनुभवता येते. सहजीवनाचे हे सूत्र इंदूच्या सहवासात उमजले. त्यामुळे संसाराचा व सहजीवनाचा मंत्र सहज प्राप्त होत गेला.

कुटुंबस्तरावरील सर्व सण, समारंभ, कार्यक्रम, धार्मिक व आध्यात्मिक क्रिया व विचार याबाबत अत्यंत दक्षता व काटेकोरपणा तिच्या स्वभावात दिसून आला. मुलांचे वाढदिवस, स्वत:च्या व मुलांसह इतरांच्या लग्नाचा वाढदिवस, इतर विशेष प्रसंग आठवणीने व अगदी मन:पूर्वक करण्याची दक्षता ती घेत असते. अशा प्रत्येक प्रसंगाचे आयोजन, व्यवस्थापन व नियोजन तिच्याकडे वेळेवर व नेमक्या पद्धतीने तयार असते. निमंत्रण देण्याचे कामही तीच सांभाळते, त्यासाठी फोन नंबर व संपर्काचे पत्ते, यांचीही शिस्तबद्ध सूची व अद्ययावत यादी ठेवण्याची काळजी ती सातत्याने घेत असते. एकूणच, कौटुंबिक स्तरावर माझा सर्व भार स्वत: उचलत मला इंदूने, माझ्या कामासाठी, पर्यायाने सरकारी कामासाठी व सार्वजनिक सेवेसाठी भरपूर सहकार्य दिले.

अगदी आजारी माणसाला भेटायला जायचे, फोनवर चौकशी करायची, जमेल तशी मदत करायची, याबाबत जमेल तितकी विशेष काळजी ती घेत असते. सर्व डॉक्टरांशी घरगुती स्वरूपाचे संबंध राखण्याचे तिचे कौशल्य वाखाणण्यासारखे आहे. प्रौढत्वातील स्त्रीत्वाने व पत्नीत्वातील मातृत्वाने तिला अधिकच परिपक्व बनविले आहे.

अनेक तातडीच्या औषधांची यादी तिच्याकडे तयार असते. किरकोळ आजारांत प्राथमिक औषधे देण्यासाठी ती तत्परतेने काळजी घेते. माझे साडू डॉ.शिंदे यांच्या औषधांचे डोस हा तर तिचा हक्काचा उपचार, सर्वांसाठी सतत उपलब्ध असतो. सर्दी, पडसे, अंगदुखी, पोटदुखी, किरकोळ जखमा, डोळे व डोकेदुखी अशा वरचेवर येणाऱ्या आजारावर नेमकी औषधे, तिला प्राथमिक स्वरूपात नक्की माहीत असतात. अनेक बाबी ज्या आपण दुर्लक्षित करतो, त्या तिच्या नेमक्या विचारांत, मनात व ध्यानात असतात. गृहिणी म्हणून कृत्यांची व विचारांची पुस्तकाशिवाय तिची स्वत:ची एक शैली बनली आहे. मन:पूर्वक काम करण्याची हातोटी प्राप्त करीत तिने स्त्रीत्वातील पूर्णत्व गाठले.

स्त्रीचे यथार्थ वर्णन व दर्शन शब्दांनी करणे अशक्य कोटीचेच आहे, असा साक्षात्कार मला इंदूच्या सहवासात झाला.

इंदूचे असे वेगळेपण व स्वरूप माझ्या तिच्याबद्दलच्या जाणिवेतून व्यक्त होत असल्याचे, मला अनुभवास आले. इंदूचे स्त्रीत्व अनुभवत, तिला माझ्या स्वत्वात मिसळून घेत, मी स्वत:ला शोधण्याचा प्रयत्न करीत आहे. माझे हितचिंतक व वाचक या माझ्या गोड पण अव्यक्त भावना समजून घेतील, अशी रास्त अपेक्षा बाळगतो.

लहानपणी बालवयात इंदूची बुद्धी केवळ अभ्यासात कधी रमली नसावी, असे तिच्या आताच्या प्रगतीवरून व स्वभावावरून अनुमान काढता येईल. क्षमता असूनही अपेक्षेप्रमाणे यश गाठता आले नाही याचे शल्य, तिच्या मनातही सतत टोचत असावे. पोषक वातावरण घरात असूनही वडिलांच्या कामाच्या व्यापात मुलगी मनासारखी शैक्षणिक प्रगती का करू शकत नाही, याबाबत विशेष लक्ष व प्रयत्न झाले नसावेत. पाच भाऊ व तीन बहिणी अशा मोठ्या कुटुंबात वैयक्तिक लक्ष कमी पडणे स्वाभाविक होते. बहीण-भाऊ यांच्याकडूनही योग्य प्रतिसाद किंवा प्रेरणा मिळाली नसावी; कारण वयाने सर्वच लहान होते. एका मोठ्या झाडाच्या सावलीत दुसरे झाड जोमाने वाढत नाही, तशीच काहीशी अवस्था वैयक्तिक बुद्धिमत्तेच्या दृष्टीने तिची झाली असावी. लहानपणीही अशक्तपणामुळे ती जास्त काही करू शकली नसावी.

विवाहोत्तर जीवनात मी तिच्यामधील हीच महत्त्वाची उणीव काही प्रमाणात

भरून काढली. तिला स्वतःत व तिच्या संसारात मुक्तपणे विहार करू दिला. एक अव्यक्त, खुरटलेले, भाबडे, कोमेजलेले व्यक्तिमत्त्व जीवनातल्या आव्हानांनी व अनुभवांनी कधी व कसे कणखर बनत गेले, ते मला देखील समजले नाही. मी विशेष काही करायची गरजच पडली नाही. मुळातच सुप्त शक्ती व क्षमता असलेली इंदू कधी मला प्रेमाने सांभाळू लागली व काळजी घेत गेली, हे माझे मलाच कळले नाही. व्यवहार, नाते, व्यक्तिगत अपेक्षा, जिद् सर्व कसे एकदम स्फुरण पावत तिचे व्यक्तिमत्त्व फुलवत गेले. माझ्या मनातील अपेक्षित सोबत व प्रेम, यांनी मी संसाराचे सुख लुटत, माझ्या कामात अधिकच व्यग्र होत गेलो.

प्रत्येक पुरुषामागे एक अव्यक्त शक्ती स्त्रीच्या रूपाने सोबत करीत असते व त्याला यशस्वी बनविते. मी माझ्या वाटचालीचे सर्व श्रेय इंदूच्या पूर्ण विकसित व्यक्तिमत्त्वास, तसेच स्त्रीत्वाचे तिचे विचार व सोबत यांना बहाल करतो. समर्पण व एकरूपता, जिव्हाळा व प्रेम, मनापासून आपलेपणा या आदर्श पत्नीत्वाच्या सर्व कसोट्या, तिने सहज प्राप्त केल्या होत्या. पुरुषी स्वभावातल्या अवखळपणाला अशा प्रेमाच्या मर्यादाच मर्यादशील जीवनाची परिभाषा सहजच ज्ञात करून देतात. स्त्रीच्या मनाचे व बुद्धीचे हे अतर्क्य वागणे, हे माझ्यासाठी तरी न सुटणारे कोडे बनले आहे.

इंदूची पाककला हा आज सर्वांच्या कौतुकाचा विषय आहे. पती-पत्नीच्या सहजीवनात पोटपूजेच्या माध्यमातून प्रेम व निस्सीम भक्तीकडे पोहोचता येते. या महत्त्वाच्या खात्याची धुरा सांभाळण्याचे श्रेय भारतीय स्त्रीने लीलया सांभाळले व जोपासले आहे. इंदूच्या हातचे घरचे जेवण जेवूनच आम्ही धष्टपुष्ट बनलो आहोत.

लग्नपूर्व आयुष्यात स्वयंपाकाची जबाबदारी व मार्गदर्शन इंदूला माहेरी अजिबातच झाले नाही. इंदूच्या आईच्या अकाली मृत्यूमुळे मार्गदर्शन व शिकवण्यासाठी कोणीही नव्हते; पण कोणतीही कुरकुर न करता किंवा अज्ञान प्रकट न करता अगदी सहजगत्या इंदूने स्वयंपाकाची धुरा हाती घेतली आणि सक्षम पद्धतीने सांभाळली देखील. प्रथा, पद्धती, गरज लक्षात घेत, जनाबाई व धाकटा भाऊ सुदाम यांच्या मदतीने हळूहळू एक एक बाब ती जमवून घेत गेली. हे परिवर्तन इतके सहज व स्वाभाविक होते की, पहिलाच डाव अशा यशस्वी व प्रभावी पद्धतीने हाताळताना भविष्याची याबाबतची लढाई पूर्णपणे जिंकल्यासारखेच होते. तिचा आत्मविश्वास जागृत झाला होता.

चव, विविधता, प्रमाणबद्धता, उरक या सगळ्याच गोष्टी तिने आत्मसात केल्या. आम्हाला आनंद व समाधान दिले. 'ती आली आणि तिने जिंकले' अशीच आमच्या सगळ्यांची भावना झाली.

माझ्या पस्तीस वर्षांपिक्षा अधिक प्रापंचिक जीवनात स्वयंपाकाची कृती, त्यासाठी

लागणारे साहित्य, यांत्रिकी व इलेक्ट्रॉनिक साधने, साठवणीसाठी फ्रिज, ओव्हन, मिक्सर, भांडी धुणे, भाजी निवडणे व कापणे अशा कामांसाठी अनेक नवीननवीन साधनांची भर पडत राहिली.

इंदूची व तिच्या माध्यमातून संपूर्ण कुटुंबाची खाण्याची व चवीची एक वेगळी शैली तयार होत गेली आहे. या सर्व नावीन्याची जनक व नियंत्रक इंदूच असल्याने, तिला ती शैली सहज अंगवळणी पडली आहे. खाद्यपदार्थांची मोठी यादीच त्यांच्या शब्दकोशात तयार झाली आहे. कोठे काय मिळते यानुसार प्रवासातही मुद्दाम थांबून, खाण्यासाठी वेळ देण्याचे कटाक्षाने त्यांना अवगत झाले आहे.

नेमकी जाण व ज्ञान, अनुभव व पाठपुरावा या बाबी इंदूव्यतिरिक्त आताही कोणाला जमणार नाहीत. याबाबतचे माझे अज्ञान तिने मला कधीच जाणवू दिले नाही. मी नोकरीच्या ठिकाणी एकटा राहताना देखील स्वयंपाकाची सर्व व्यवस्था तिच्या कल्पनेप्रमाणे ती स्वत: बसवून देत असे. खाण्याच्या बाबतीत मला फारशी आवड-निवड नव्हती. 'अन्न हे पूर्णब्रह्म' ही माझी भावना. इंदूने माझी रसना तृप्त केली. मनासारखे व आवडीचे अन्न ग्रहण करताना समाधानाचा, आनंदाचा व आपलेपणाचा वेगळाच अनुभव घेता आला.

माहेरचा वियोग भावनात्मक क्लेश निर्माण करणारा असला तरी, खऱ्या अर्थाने कायमस्वरूपी नसतो. सिंधू व सुशीला या बहिणी लग्नानंतर वेगळ्या राहत असल्या तरी, मनाने कधीच दूर गेल्या नाहीत. नात्यांची ही वीण तशीच अबाधित राखीत नवीन नात्यात रमण्यात किती मजा येते, हे उमजायला स्त्रीमन घेऊनच जन्माला यावे लागेल. इंदूने हा बदल अगदी सहज स्वीकारला व आपला केला. या सर्व प्रक्रियेत होणारी प्राप्ती मनानेच मनाला सांगितली. मनातील ती ओढ व नवीन पिढीबरोबरच्या नात्यातील हे बदल तिने सहज स्वीकारले. ती माझी व मी तिचा कधी बनलो, हे आमचे आम्हालाही समजले नाही.

मानवी मनाचे व व्यवहाराचे त्रैराशिक जुळविताना भावनांची आणि उदात्ततेची निर्मिती पती-पत्नीच्या नात्याचे गोड सूत्र बनली होती. हे सर्व करताना कधीतरी वादविवाद किंवा मतभिन्नता जाणवलीच नसेल, असे शक्य नाही; पण इंदूचा स्वभाव व स्वत्व विसरण्याची क्षमता हीच खरी तिची जादूची कांडी आहे. जे सामान्य माणसाला सहजासहजी जमणार नाही, ते सहज विसरत व टाळत ती सहज सर्वांशी जुळवून घेते. ही बौद्धिक उणीव नसून, ती तिची जन्मजात लकब आहे. ती परमेश्वराने तिला बहाल केलेली, पण तिलाही न समजलेली अद्वितीय शक्ती आहे. म्हणून मी रागावलो व भांडलो तरी, तिच्यापासून दूर होऊ शकलो नाही व तिला टाळू शकलो नाही. माझ्या रागाचा मलाच पश्चाताप करणे भाग पडायचे; कारण तिची निरागस दृष्टी व लाघवी नजर, मला तिच्या अधिकच जवळ नेत असे. अशा

गोड मिठीतून सुटणे मलाही जमले नाही व मानवलेदेखील नाही. मुक्त मनाने मी तिच्या स्वाधीन होत, स्वत:ला पूर्ण विसरत तिचाच एक भाग बनलो.

इंदूने मला काय दिले यापेक्षाही मी तिच्यात काय पाहिले व अनुभवले हे अधिक महत्त्वाचे आहे. इंदूला मी कन्या, माता, पत्नी, प्रेयसी अशा अत्यंत कोमल, पवित्र व मंगल रूपांतही पाहिले. तिच्या या रूपांत भेटणारे स्त्रीत्व, त्याची विलक्षण क्षमता व चातुर्य, व्यवहारदक्षता, निष्ठा, अप्रतिम सौंदर्य, आकर्षक व्यक्तिमत्त्व, प्रसंगानुरूप तिने धारण केलेली भूमिका व त्यांतील धिटाई, नात्यांची ओढ, जिव्हाळा, ममता, प्रेम, वाणीचे चातुर्य, मनातील भावना, कृतीतील सेवाभाव, तिचे गुण, तिचा दृढ निश्चय याने तिने प्रत्येक भूमिकेचे सोने केले. ते सर्व नातेवाइकांना व नवीन पिढीला बहाल करून त्याचा उपभोगही घेऊ दिला.

गृहिणी, प्रिय सखी, सहकारी व आवडती अनुयायी, प्रेमळ सावली व मायेची ऊब ही तिच्या सान्निध्यात मला सहजच प्राप्त होत गेली. जीवनातले सर्वांत महत्त्वाचे स्थान व्यापणारी इंदू माझी प्रेरणा, इच्छा व शक्तीही बनली. जीवनासक्तीची निष्ठा, श्रद्धा, सहनशीलता तिने मला बहाल केली. ती केवळ विचारांतून नव्हे तर, कृतीतून समरस व समरूप जीवनाच्या आविष्कारातूनही होती. एकाच बंधनात सर्वांना व्यापत कुटुंबाची वीण अधिक घट्ट व बळकट बनविण्याचे पूर्ण श्रेय इंदूला बहाल करताना मला अजिबात संकोच जाणवत नाही. 'स्वीट होम'ची यशस्वी कल्पना मला इंदूच्या सोबतीने अनुभवता आली.

दृढ नाती, भावना व नाजूक संबंध यांनी बहरलेल्या अशा संसार बागेत आनंद घेण्यास मला सरकारी नोकरीमुळे मोकळा वेळ मिळत नव्हता. कर्तव्याच्या ओझ्याखाली या सर्व सुखसंवेदना दबून जात होत्या. परिस्थिती व मानसिक धारणा यातून भविष्याची स्वप्ने रंगवताना वर्तमान हातातून निसटून जात होते. प्रत्येक क्षणाचा आनंद व सुख साठविता येत नाही व तो पुनरुत्पादित होऊ शकत नाही, ही जाणीव व्हायला बराच कालावधी व अनुभव खर्ची पडतो.

आज वाटते, आपण प्रत्येक क्षणात त्याच वेळी एकरूप झालो असतो तर, आजचा जीवनपट निश्चितच अधिक आल्हाददायक पद्धतीने प्रस्थापित करता आला असता; पण क्षण कधीच परत फिरत नाहीत, हा त्रिकालाबाधित नियम ज्ञात असूनही मी कृतीत तो उतरवू शकलो नाही. नोकरी न करणाऱ्या किंवा स्वत:चे व्यवसाय करणाऱ्यांची परिस्थिती फार वेगळी आहे, असे मला मुलाकडे पाहून वाटत नाही. योग्य वेळी योग्य भान हाच त्यावर योग्य उपाय आहे.

गृहस्थाश्रमाच्या सुरुवातीस एकमेकांचे प्रेम व आपुलकीत भौतिक अडचणी सहज दूर झाल्या किंवा विशेष जाणवल्याच नाहीत. परिस्थितीच जीवन शिकविते व घडवितेही आणि वास्तवाकडेही घेऊन जाते. घरात अनेक अडचणी असूनही

कोणतीही कामे थांबली नाहीत. रेशनिंगची साखर, तांदूळ व गहू आर्थिक गरज भागविण्यासाठी वापरावे लागले; पण त्याची खंत मनाला वाटली नाही; कारण नवीन संसार उभा करायची जिद् होती. इंदूची नेमकी मानसिक तयारी व आवड-निवड सुरुवातीस ध्यानात येत नव्हती व तिने व्यक्तपण केली नाही; पण तिला माझ्याशी एकरूप होण्याची नैसर्गिक ओढ असल्याने सर्व अडचणीदेखील सहज निवारण होत गेल्या. मी व माझे नाते हे तिच्या कोवळ्या मनात व लवचीक विचारात स्वत:चे बनल्याने कोणत्याही प्रकारचा दुरावा राहिलाच नाही.

आईवाचून पोरकी असल्याने माझ्याकडून प्राप्त प्रेमाचा ओलावा व ओढ यांची भूक तिलाही अंतर्मनात खोल कोठेतरी जाणवत असावी. माझ्यापेक्षाही माझ्या कुटुंबाशी खरी जवळीक तिला साधता आली ती प्रेमाच्या ओढीपोटी. प्रेम, आपुलकी व जिव्हाळा हीच प्रमुख अस्त्रे तिने सुरुवातीपासून प्रभावीपणे वापरली आहेत. ते आपले मानले की, मग किरकोळ तक्रारींचे महत्त्व नगण्य बनत जाते.

लग्नानंतर अगदी सुरुवातीच्या कालखंडात माझी महाराष्ट्र लोकसेवा आयोगाच्या परीक्षेत निवड झाली. त्यासाठी प्रशिक्षण व त्यामुळे अल्प कालावधीतच नोकरीच्या मुख्यालयात वरचेवर बदल होत होता. प्रशिक्षणाच्या वर्षानंतर माझी पहिली बदली कणकवलीस झाल्यामुळे घरातील रोजच्या कामांत मी सहभागी होऊ शकत नसे. सुरुवातीपासूनच घरकामांतील माझा सहभाग तसाही नगण्यच असायचा. एखाद्या प्रसंगी घरात कोणी नसले, तर बिना चहा-पाणी, नाश्त्याशिवाय राहण्याची माझी तयारी असे; पण हाताने चहा बनविणे मला जमले नाही. ही तशी माझ्या कार्यप्रणालीतील सर्वांत मोठी उणीव सुरुवातीपासून मलाच प्रकर्षाने जाणवत होती व बोचतही होती.

नवीन संसारातील पहिला गॅस एका परदेशी विद्यार्थ्याकडून अवैध मार्गाने विकत घ्यावा लागला; पण तोही ओळखीनेच. वर्षभराने एक कपाट व काही खुर्च्या हप्त्याने विकत घेता आल्या. अशा गरिबीच्या व अडचणीच्या काळातही दोघांना एकमेकांना समजून घेण्यात अडचण आली नाही. माझी तर मानसिक तयारी होतीच व तशीच नैतिक जबाबदारीदेखील होती; मात्र तुलनात्मकदृष्ट्या माहेरी सधन असलेल्या इंदूने पूर्वीचे सर्व वैभव विसरत ही अडचण आपली मानली. आणि म्हणूनच स्वभाव व विचार जुळत आपुलकी व ओढ वाढत गेली. त्यामुळेच एकरूपतेकडे प्रवास शक्य झाला होता.

बहीण व भाऊ यांना अभ्यासाला पूर्ण मोकळीक व वहिनीची भावनिक मदत मिळत असे. भुकेल्याला काहीही खायला दिले तर, सर्वच फार गोड वाटते. तसेच इंदूचे सर्वच व्यवहार अर्थात गोड असल्यानेच सर्वांनी ते आपलेसे केले होते. वहिनीशी गप्पा व जवळीक आणि रोजची देवघेव हा त्यांच्या आनंदाचा भाग बनला होता. एकमेकांत गुंतत सर्वच जण पूर्ण एकरूप बनले होते. 'आमची वहिनी' असा

आदराचा व आपुलकीचा भाव त्यात होता. मला माझ्या या महत्त्वाच्या सांसारिक जबाबदारीतून चांगलीच सवलत पुढील आयुष्यातही कायमस्वरूपी मिळत गेली.

आठवड्यातून एकदा रविवारी, मटणाचा बेत असायचा. रामोशीवाडीतून विशिष्ट दुकानातून ओळखीने चांगल्या गुणवत्तेचे मटण आणत असू. इतर वेळी मांसाहारी जेवण सहसा होत नसे; पण कधी तरी सुकट, बोंबील असा ग्रामीण धाटणीचा रंगीत व चवदार बेत असायचा. शहरी वातावरणातील वाढीव तेल, मीठ, मसाले व गावचे पाट्यावर वाटून तयार केलेली भाजी व कालवण यांची मनातून तुलना होत राही; तशी ती अजूनही होतेच. आईच्या हाताची चव आपली पत्नी आई किंवा आजी झाली तरी स्मरणातून जात नाही. आजही गावाकडील जेवणाची वेगळीच चव, सर्वांनाच अगदी नातवंडांनादेखील आवडते. अगदी इंदूलाही गावाकडचे जेवण अजूनही मनापासून आवडते.

तुळशीपुढे रोज दिवा लावून नमस्कार करताना फक्त पावित्र्याचीच प्राप्ती व अनुभूती होते. ही प्राप्ती दूर नसते, तर ती नित्य जवळ आपल्या सहचारिणीच्या सहवासाने गृहस्थाश्रमात अनुभवता येते. या बाबतीत नेमकी इंदूची भूमिका तितकीच सातत्याची व सात्त्विक आहे. रोज सकाळी कुलदेवतेच्या पूजेची तयारी व सर्व व्यवस्था विनाविलंब तळमळीने करण्याची ती दक्षता घेते. सणवार, विशिष्ट प्रसंग याची आठवण ठेवत सर्व कौटुंबिक उपचार यथासांग पार पाडण्याची तिची मनापासून धडपड व प्रयत्न असतो. जीवनावरची श्रद्धा व प्रेम द्विगुणित किंवा शतगुणित होण्यास माझी खरी प्रेरणा इंदूच आहे.

माणसेही स्वतःच्या घरात रमतात. विचारांनी त्यांच्या सर्व कृती सतत अर्थपूर्ण भावाने प्रेरित असतात. पक्ष्यांत किंवा प्राण्यांत विवाहबंधन नसले तरी, जोडीचे महत्त्व व सोबत त्यांनाही नेहमीच जाणवत असावी असे वाटते. इंदूच्या सोबतीने उभ्या केलेल्या 'घर' नावाच्या वास्तूला आम्ही आपोआपच जोडले व बांधले गेलो होतो. त्यांतील प्रत्येक बाब आम्ही विचाराने एकमेकांसाठी उभी केली होती. आज त्या वास्तूत वावरताना या बागेतल्या झाडांच्या व त्यावर विहरणाऱ्या पक्ष्यांच्या व प्राण्यांच्या भावना स्वतःतही अनुभवता येतात. जोडीतील गोडी व नैसर्गिकता प्रत्येक क्षणी जाणिवेत वाढत्या प्रमाणात भरते.

इंदू व माझा वाद होतोही; पण ती विवाद होऊच देत नाही. दोन तीव्र गतीने धावणारे प्रवाह एकमेकांत मिसळताना आदळणार व खळखळाट होणारच. नंतर शांत व शीतल प्रवाह एकत्र आनंदाने बागडतात. या पवित्र संगमात तिसरा कोणी अजिबात नसावाच; कारण त्यातूनच संवादाऐवजी विसंवाद होतात. आदर्श पती किंवा पत्नी अशी व्यक्तीच अजून निर्माण झाली नाही व तशी निर्माण करण्याची परमात्म्याचीही संकल्पना नसावी. कोणतीही पत्नी ही अतिसुंदर, सुदृढ, शिकलेली,

श्रीमंत, सुगरण, कामसू, सुगृहिणी, कलावंत अशी सर्वगुणसंपन्न कधीच नसते. ती फक्त एक सर्वसामान्य स्त्री असते; पण तिच्या वागणुकीमुळे तिची जागा दुसरी कोणीही घेऊ शकत नाही, असा प्रेमाचा विश्वास परस्पर निर्माण होत, अंत:करणातून दृढ व्हावा लागतो. इंदू नुसती पत्नी झाली नाहीतर ती माझाच भाग बनली.

कुटुंबाचा आत्मा प्रेम, आदर होय! ते कमवावे लागतात. हक्काने भांडून, रडून, ओरबाडून, अहंकाराने, द्वेषाने ते कसे मिळवता येतील? कुटुंब हा प्रेम देण्याचा संस्कार आहे. तो घेण्याचा व्यवहार कधीच मानता येणार नाही. इंदूने प्रेमासारख्या उदात्त भावनेचा आदर व आनंद एकमेकांना मनसोक्त लुटू दिला. प्रेमाचा सट्टा हरणे, म्हणजेच जिंकणे असते. या अशा हरण्यासाठी आवश्यक गुण म्हणजे संयम, सेवाभाव. समंजसपणा, सात्त्विकता, तडजोड, लवचिकता, सोशिकता, भरपूर एकांत, सहवास व सुसंवाद. नवरा-बायकोतील आपसातल्या प्रेमाच्या बाबतीत आई-वडील देखील कोणतीच मदत करू शकत नाहीत. एकमेकांचे गुण-दोष न शोधता फक्त निखळ प्रेम हाच सुखी संसाराचा पाया आहे. अर्थात तो शोधण्यासाठी आयुष्यभराची तपश्चर्या व सामंजस्य आवश्यक ठरते.

माझ्या आयुष्यातील इंदूबरोबरच्या या प्रवासात लग्नानंतर एकमेकांचे प्रेम व भक्ती फुलून वृद्धिंगत होताना दोघांनाही समजलेच नाही; पण सहवासातील एक वेगळा अनुभव व आनंद सदैव सोबत करित आहे. आम्ही एकमेकांकडे काहीही न मागता मनापासून प्रेम करित सर्वस्व अर्पण करित एकमेकांसाठीच जगत राहिलो. प्रेम म्हणजे परमेश्वर व पती-पत्नीची एकमेकांवरची भक्ती म्हणजेच परमेश्वरप्राप्ती, या सोप्या गणिताने आमचे सगळेच प्रश्न सहज सुटत गेले. न मागताच सर्व प्राप्त होत गेले व आम्ही एकमेकांसाठी देत गेलो. जे शोधायचे ते तुमच्याकडे अगोदरच उपलब्ध असेल, तर मग शोधण्याचा खटाटोप कशासाठी करायचा? या शुद्ध भावनेने एकमेकांच्या सोबतीची गोडी विनासायास एकमेकांस प्राप्त होत गेली.

आपल्या जीवनाचा अर्थ जेव्हा आपणास दुसऱ्यात दिसतो, तेव्हाच एक दिव्य शक्ती तुमच्यात विराजमान होत जाते. इंदूच्या सोबतीने व सहवासाने दोघांतील दुजेपणच संपुष्टात आले.

मला सांगता येणार नाही नेमके इंदूला काय वाटते; पण याबाबतीत माझा वैयक्तिक अनुभव मला सुखावणाराच आहे. असे म्हणतात की, आयुष्यात एक क्षण भाळण्याचा, उरलेले सगळे सांभाळण्याचे! माझ्या बाबतीत मात्र सांभाळत भाळण्याचे क्षणच अनुभवास आले. आजही तो सुरुवातीचा भाळण्याचा आनंद टिकून आहे. दुसऱ्याला आणि अगदी पतीलाही कठोर सत्य सांगण्याची इंदूची मानसिकता नाही. दुसऱ्याला दुखवणे तिला सहज जमत नाही. आणि तसे बोलणेही ती काळजीपूर्वक टाळते; मग कृती दूरच. मनातील विचार मोकळेपणाने व्यक्त

करण्याची तिची सवय नाही.

पती-पत्नीच्या नात्याला किती पदर व विविध रूपे, रंग व सुगंध असावेत याची उकल अशक्य आहे. जितके उलगडत जावे, तितके उलगडत जाते आणि त्याचे सौंदर्य अधिकच खुलते अशी माझी अनुभूती आहे. या नात्यात सर्व नात्यांचे दर्शन एकाच ठिकाणी घेता येते.

स्वातंत्र्यवीर सावरकर यांना अंदमानच्या कारावासाची शिक्षा झाल्यावर त्यांची पत्नी जेव्हा रडू लागली, तेव्हा सावरकर तिला म्हणाले, 'चिमणाचिमणीप्रमाणे काड्यांचे घरटे बांधून संसार सर्वच जण करतात. आपला संसार तसा नाही.' त्यांची पत्नी समजली. तिने आपले अश्रू आवरले आणि हसतमुखाने सावरकरांना निरोप दिला. इंदूने असेच न बोलता कृतीने सांगितले. इतरांचे संसार वाचवायला सीमेवर जाणाऱ्या वीर जवानांचे आणि त्यांच्या पत्नीचे नाते, ही नाती कुठून आणि कशी उकलावीत? या नात्यांतील गूढ न उलगडण्यासारखे आहे.

आयुष्यात सगळ्यांना सगळे मिळत नाही, असे म्हणतात, ते त्रिवार सत्यही आहे. जरी देव सगळे हवे ते देत नसला, तरी कुठली तरी एक गोष्ट इतकी भरभरून देतो की, तीच सगळ्या बाकीच्या उणिवा भरून काढते. फक्त नजर हवी ती अपूर्व क्षमता ओळखण्याची; ओळखता आली तर खरे सुख कशात दडलेय, हे अगदी सहज जाणवेल व उमजेलही. माणसाला आयुष्यात काय हवे असते? एक निर्विवाद प्रेम करणारी व्यक्ती, जी आपल्या जीवनात समरस होत सुखातच नाही, तर दु:खातही साथ देऊ शकेल. अशीच एक अनमोल ठेव माझ्या जोडीदाराच्या रूपात नशिबाने मला लाभली. तिने म्हणजेच इंदूने नुसतेच भरभरून प्रेम केले नाही, तर समजूतदारपणा व आपुलकीचा अखंड वाहणारा झरा मला भेट दिला.

सुरुवातीला जड वाटलेल्या अनेक बाबी, ती सहज समजून करू लागली. कोऱ्या पाटीवर हवे तसे लिहिता येते, अगोदर लिहिले असेल, तर दुरुस्ती किंवा सुधारणा करताना अवघड होते; पण इंदूची पाटी माझ्याकडे येताना कोरीच होती. मला चांगली साथ देत व एकरूपता दर्शवित मला जगण्याचा व प्रेमाचा खरा अर्थ गवसला. जोडीदाराच्या सहवासात व आपुलकीतच माझ्यातल्या मीची ओळख प्रेमाने करून देत, इंदूने मला प्रोत्साहित केले. पाटबंधारे खात्यातील वर्ग-तीन मधील कनिष्ठ अभियंत्याशी विवाह करून, त्याचे एका अधिकाऱ्यात रूपांतर होताना, प्रेरणा, सहकार्य व प्रोत्साहन हे इंदूचेच होते. सेवेतही अत्युत्तम पदाची जिद् गाठताना ज्या अज्ञात शक्तीचे सातत्याने प्रोत्साहन व पाठबळ असावे लागते, ते मला माझ्या सहचारिणीने भरभरून दिले होते. माझी तीव्र इच्छा व प्रयत्न आणि तिची सोबत व वातावरण यामुळेच माझ्या स्वप्नाचे वास्तवात रूपांतर होऊ शकले.

उणिवा कुणात नसतात? माझ्यात आहेत तशाच त्या इंदूतही आहेत व

होत्याही; पण एकमेकांवरच्या जुळलेल्या नितांत प्रेमामुळे, विश्वासामुळेच आम्ही उणिवांच्या पलीकडील चांगल्या प्रकाशमय गोष्टी पाहू शकलो. सुखाचा आस्वाद घेता घेता, आम्हाला दैवाने अनेक चटके व आघातही दिले. अनेक खोल जखमाही दिल्या; पण त्यातून सावरायची शक्तीही दिली. स्वतःचे दुःख, अडचणी बाजूला ठेवत, अपेक्षा जुळवत एकरूप होण्याचे व साथ देण्याचे खरे श्रेय, पत्नी म्हणून इंदूचेच आहे. तशी बरीचशी विस्कळीत झालेली जीवनशैली व कौटुंबिक व्यवस्था, परिस्थितीची बंधने यांतून रस्ता निवडताना व चालताना, जी अचूकता व प्रेरणा हवी असते, ती योग्य वेळी प्राप्त झाली व त्यातून जीवनशिल्पाचे मोहक स्वरूप अनुभवायला मिळाले.

'स्वभावाला औषध नसते' असे माझे वडील म्हणायचे –

आधी होता वाघ्या। दैवयोगे झाला पाग्या।
त्याचा येळकोट राहीना। मूळ स्वभाव जाईना।

या काव्यातील मथितार्थाची जाणीव तीव्रतेने होते. जीवनाचे गाणे, त्याचा ताल व लय सोडत नाही. कुटुंबरूपी नौकेतून प्रवास करताना अनेक अवधाने सांभाळणे भाग पडते. मागे वळून पाहताना असे जाणवते की, सहजीवनाच्या या प्रवासात, प्रत्येकाचा स्वभाव प्रत्येक बाबतीत एकमेकांशी जुळेलच असे नाही. इतरांचा स्वभाव बदलणे आपल्या हातात नसते व मनावरही अवलंबून नसते; परंतु आपल्या स्वभावामध्ये योग्य तो बदल करून, अनेक गोष्टी मनासारख्या घडवून आणता येतात; पण त्यासाठी तुम्ही स्वतः प्रामाणिकपणे आत्मपरीक्षण केले पाहिजे आणि बदलासाठीची लवचिकता तुमच्याकडे असली पाहिजे. प्रेमाच्या आपल्या माणसासाठी स्वभाव व विचार बदलणे फारसे कठीण जाऊ नये.

अंतर्मनाची भूक, हाक व प्रेरणा ऐकणे आज वेळेअभावी दुर्मिळ झाले आहे. मी इंदूच्या सहवासात श्रद्धेने जे शोधण्याचा प्रयत्न केला, ते मला सहज व नेमके प्राप्त झाले. जे प्राप्त झाले होते तेच मी शोधले असे म्हटले तरी तेवढेच उचित ठरेल; पण हा माझाच गुण किंवा मोठेपणा नाही. तर मलाही त्याच आत्मीयतेने स्वीकारायचे तिचे मोठेपणसुद्धा आगळेवेगळेच म्हटले पाहिजे. तिच्या प्रतिभेने जीवनातील बळ व विचारांची शक्ती प्रेरित होत प्रभावी बनत गेली. डोळस श्रद्धा व सारासार विचार प्रकाशाकडे नेत राहिले. मी हे अनुभवले व उपभोगले देखील. त्यामुळेच मी पूर्ण समाधानाने व शांतपणे निवृत्तीनंतरही जीवनक्रम आनंदी राखू शकलो.

स्वामी विवेकानंद सांगतात की, हे विश्वशक्ती, जे बदलता येते, ते बदलण्याचे सामर्थ्य दे, जे बदलता येत नाही, ते स्वीकारण्याचे धैर्य दे आणि यातील फरक

ओळखण्याचं शहाणपण दे... योग्य सोबत व आत्मपरीक्षण या सत्याकडे घेऊन जातात. रोजच्या कटकटींनी त्रासलेल्या मनाला विरंगुळा खऱ्या अर्थाने घरातच मिळू शकतो. परिस्थितीशी लढण्याची शक्तीही निर्विवादपणे कुटुंबाच्या प्रेमातून मिळते.

इंदूच्या सोबतीने व नात्याने मला जीवनाकडे एका वेगळ्याच दृष्टीने पाहण्यास उद्युक्त केले व शिकविलेदेखील. जगाला गीता सांगणाऱ्या ज्ञानेश्वर महाराजांनी आयुष्य यथार्थ जाणले व उपयोगात आणले. मी इंदूच्या जोडीने तेच अनुभवण्याचा प्रयत्न करीत होतो व सध्याही अनुभवत आहे. कोणत्याही गोष्टीचा अतिविचार किंवा अतिरेकी वापर टाळला की, उत्तरे सहज सापडत जातात. अंतर्मनाची संवेदना ही स्वयंप्रेरणाच असल्याने शिक्षण, विचार, परिस्थिती यांना तेथे फार महत्त्व असत नाही. खरे प्रेम करताना अटी व शर्ती विहित केलेल्या नसतात. जे जसे असेल तसेच मान्य करीत स्वीकारले जाते. जे जे शाश्वत, शुभ, सत्य व उदात्त त्याबद्दल कृतज्ञता व निष्ठा व्यक्त केली जाते.

आपण ज्या वेळी मनापासून खरे प्रेम करतो तेव्हा मानवी व्यवहाराच्या अत्युच्च पातळीपर्यंत पोहोचतो. तिथे संपूर्ण एकरूपताच प्रकट होते. तेथे मी व तू हे दोघांचे एक बनतात व सर्व भेदाभेद व अहंकार लय पावतात. जीवनातील आपली भूमिका व त्याचा हेतू नेमका समजून घेता आला की, इच्छित ध्येयाकडे पोहोचता येते.

माझा नात्यांचा गोतावळा माझा भाग बनून माझी सोबत आजही करीत आहे. इंदूचाही असाच सर्व गोतावळा तिला चिकटलेला व तिचा बनलेला असणारच; पण विवाहानंतर तिने नवीन नातीही तेवढ्याच आत्मीयतेने जपली.

कामाची गरज व कर्तव्यपूर्ती यासाठी इंदूची मदत व प्रोत्साहन मला होतंच. नोकरीतील बदल्या व स्थित्यंतरे यांनी गोंधळून न जाता अगदी खंबीरपणे माझ्याबरोबर राहत चढ-उतारांचा जीवनप्रवासही इंदूने स्वीकारला. मुलांच्या शिक्षणाची व घराच्या व्यवस्थापनाची कठीण जबाबदारी सहज व आत्मविश्वासपूर्वक पार पाडली. संस्काराचे व प्रगतीचे संचित मागच्या पिढीकडून पुढच्या पिढीकडे संक्रमित करताना माझी गैरहजेरी तिने स्वतःच भरून काढली होती. नवीन संकल्पना व गरजा यांची जाणीव ठेवत नव्या पिढीला घडविण्याचे पूर्ण श्रेय इंदूलाच दिले पाहिजे. काही उणिवा व दोष जाणवल्यास त्यांत सरकारी नोकरीमुळे माझा वाटा अधिक मानण्यास हरकत नाही.

इंदूच्या सोबतीने संसारातील अडचणींचे रूपांतर आनंदमय स्नेहात व भक्कम आधारात झाले. माझ्या घरात, तसेच घराभोवतीच्या बागेत असणारी सर्व फुले कलात्मक पद्धतीने वेगवेगळ्या रचना करीत मांडण्याचे माधवीचे व इंदूचे वेड प्रसन्नता द्विगुणित करते. घरातील अनेक लहान-मोठ्या कामांत व व्यवस्थापनात ती व्यग्र राहते. प्रत्येक कामातील तिचा सहभाग व बारकावे स्वनिर्मित व स्वच्छंदी

असतात. स्वत:साठी निवांत वेळ शोधण्याचे तिला जमले नाही. प्रपंचाच्या धबडग्यात ते अवघडच होते. वैयक्तिक सुख-दु:खाचा इतरांना पत्ता लागू द्यायचा नाही, असा तिचा कटाक्ष व स्वभाव आहे.

गृहस्थाश्रमाची व्यवस्था बाहेरगावी राहूनही सहज करता येई. माझ्या कल्पनेप्रमाणे प्रेमाचे व आपुलकीचे बंध अधिक सशक्त व परिणामकारक होण्यासाठी ही व्यवस्था 'टॉनिक' बनून राहत असे. काही सुट्ट्यांत कामकाजाच्या सोयीनुसार मी पुण्याला जात असे, तर अधूनमधून कधीतरी कुटुंबाचाच नोकरीच्या मुख्यालयाकडे प्रवास होत असे, असा मजेशीर चक्रीय समन्वय सोयीप्रमाणे राखता येई. कामाच्या जबाबदारीनुसार ज्येष्ठ अधिकाऱ्यांशी, राजकीय व सामाजिक कार्यकर्त्यांशी असलेला संपर्क श्रेणीबरोबर अधिकच वृद्धिंगत होत जातो. कामाच्या गरजेनुसार मुख्यालयाबाहेर प्रवास, विशेषत: बैठका व चर्चा, ही रोजच्या कामाची अविभाज्य गरज बनली होती. त्यामुळे कुटुंबासोबत पुण्यातील मुख्यालयात काम करतानाही कुटुंबासाठी अगदी मर्यादित वेळ देता येई. तसाच अनुभव मुख्यालय कुटुंबापासून दूर झाल्यानेही येत असे. फार मोठी गैरसोय किंवा अडचण ही जात्याच मनाची व विचारांची तयारी तशी झाली असल्याने फारशी कधी जाणवत नसे. सतत फिरतीवर असणाऱ्यांसाठी आजही अधिक सोयीचा दुसरा पर्यायच उपलब्ध नाही. त्यामुळेच इंदूसह कुटुंब पुण्यात ठेवून शासकीय सेवेची माझी जबाबदारी मी मनासारखी पार पाडू शकलो होतो.

नोकरीनिमित्त पुण्याबाहेरील मुख्यालयात काम करून सुट्टीला घरी येण्यासाठी मन नेहमीच आतुर बनत असे. कौटुंबिक ओढ, जिव्हाळा, काळजी व गरज अशा दृष्टीकोनातून अशी ओढ अगदी स्वाभाविक होती. नोकरीच्या निमित्ताने वीस वर्षांपिक्षाही अधिक काळ कुटुंबापासून दूर राहावे लागले.

कार्यालयीन वेळेनंतर बस पकडून प्रवास करणे गैरसोयीचे वाटत असे. पुण्यात बस किंवा रिक्षाचा प्रवास तसा खर्चिक व रात्रीच्या वेळी फारसा सोयीचा नसे. मी नक्की येणार या अपेक्षेने पत्नी व मुले अवेळी प्रतीक्षा करीत बसायचे. दारात रिक्षा उभी राहिली की, तातडीने माझ्या स्वागतासाठी बाहेर येऊन माझी बॅग घेत. आपल्यासाठी आपले जिवलग एवढ्या आतुरतेने वाट पाहतात हा अनुभव सर्व त्रास व श्रम विसरण्याचे प्रभावी 'टॉनिक' असते.

थकून आल्यानंतर रात्री-अपरात्री, वेळी-अवेळी, सर्व जण माझ्या सोयीसाठी मनापासून धडपडत असत. अगदी बॅग उचलणे, कपडे, टॉवेल जागेवर ठेवणे, पाणी गरम करून देणे इ. लहानसहान बाबी अत्यंत काळजीपूर्वक करण्यात कधीही कंटाळा दिसून आला नाही. त्यामुळे उलट आपण उगीचच त्रास देतो, असे वाटून मला संकोच वाटायचा. कितीही उशिरा व अवेळी आलो तरी, घरचे गरमगरम

जेवण टेबलावर सर्वांबरोबर घेताना एक वेगळेच समाधान व आनंद मिळे, यामुळे मन तृप्त होऊन जाई. श्रमपरिहार होऊन, मन सुखावून जाई. गृहमंदिरातील असे प्रेमाचे स्वागत व धडपड मनातील सर्व भाव सुगंधित करीत जाई. कौटुंबिक स्तरावरील चांगल्या-वाईट घटना, विचार व सूचना याबाबत बोलत असताना मी आठवडाभर पुण्यात नव्हतो, असं मला वाटतच नसे. मुलांच्या अभ्यासापासून नातेवाईक व पै-पाहुण्यांच्या भेटी, वेगवेगळे निरोप, असा सर्वच आढावा आपोआप घेतला जाई.

अशी परस्पर देवाण-घेवाण जीवनक्रमाला अर्थपूर्ण बनवत जाई. आणखी एक हृदयस्पर्शी आठवण नमूद केल्यावाचून राहवत नाही. ती आठवण म्हणजे, आमचा आवडता 'टायगर' नावाचा जर्मन शेफर्ड कुत्रा. मी घरापासून पन्नास ते शंभर मीटर अंतरावर गाडीत किंवा रिक्षात असतानाच त्याला मी आल्याची चाहूल लागत असे. मी घरी पोहोचण्याच्या अगोदरच, आमचा टायगर भुंकून सर्वांना पूर्वसूचना देत असे. ते त्याचे भुंकणे खास माझ्या स्वागतासाठीच असायचे. वीस वर्षांपिक्षा जास्त सोबत देऊन कृतज्ञ भावनेने त्याने या जगाचा निरोप घेतला. त्याच्या भावना कधीच विसरता येणार नाहीत. त्याच्या डोळ्यांतील ती आपुलकी आठवत आजही मन गहिवरते.

तसे पाहिले तर शॉपिंग ही खरोखरच आनंद देणारी बाब असते; पण जोपर्यंत खरेदी होणाऱ्या वस्तूची खरी गरज असते तोपर्यंतच. गरज नसताना केवळ चांगली, स्वस्त, एखाद्या स्कीममुळे फ्री मिळण्यासाठी केलेली खरेदी म्हणजे स्त्रियांच्या बाबतीत मानसिक दिवाळखोरीच ठरते. या बाबी इंदूबाबतही तंतोतंत लागू पडतात. इंदूने निवृत्तीनंतरही खरेदी या तंत्रातून मला पूर्ण मुक्त ठेवले आहे, याचा मला मनापासून आनंद वाटत आला आहे. तरी रिकाम्या वेळी शॉपिंगचे हे वेड ही मानसिक, वैचारिक व बौद्धिक दिवाळखोरीच समजावी लागेल.

आमच्या लग्नात इंदूची चांदीची कलाकुसर असणारी ४५० रुपयांची अवजड साडी ही दागिन्यांसारखीच मोहक होती. मुंबईत एकदा फ्लोराफाउंटन जवळून आवडीने दोन साड्या आणल्या; पण त्यांचा रंगही घरच्यांना आवडला नाही व तशाच साड्या निम्म्या किमतीला पुण्यात उपलब्ध आहेत, अशी उपरोधक टिप्पणी पुन:पुन्हा ऐकायला मिळाली. यातून एक धडा घेत, तसे धाडस पुन्हा केले नाही. पुस्तके व काही किरकोळ वस्तू याच फक्त मी स्वत: घेत असे; पण माझे स्वत:चे कपडेही माझ्या निवडीने आणायचे मी टाळू लागलो. मन सतत द्विधा विचार करत राहायचे. यामुळे खरेदी आणि आवडनिवड या बाबी मी जाणीवपूर्वक टाळत गेलो व नंतर तशी सवयच झाली. परिणामत:, ही जबाबदारी पत्नी व मुलांनी आनंदाने स्वीकारली व सातत्याने यशस्वीरीत्या आजही पार पाडत आहेत.

स्त्रियांचं आणखी एक वेड म्हणजे दागदागिने. विवाहसमयी अगदी मोजक्या

दागिन्यांनी सजलेली इंदू माझ्या परिस्थितीच्या साधेपणाशी समरस होत संसारात प्रवेश करती झाली, त्या वेळी सोन्याचा दहा ग्रॅमचा भाव १५०रुपये होता; पण त्यावेळी पैशाच्या कमतरतेमुळे इंदूसाठी मी जास्त दागिने करू शकलो नाही. तिनेही याबाबत कधी असमाधान दर्शविले नाही. दागिने नेहमी सौंदर्य खुलविण्याचे, सजावटीचे काम करतात. बायका काही दागिने नित्य वापरतात. त्यांतील मंगळसूत्र व बांगड्या हे सौभाग्याचं लेणं, म्हणून त्यांचं महत्त्व अलौकिक आहे.

इंदूने सुरुवातीपासून दागिन्यांचा हव्यास केला नाही; पण संसारातील आर्थिक बचत दागिन्यांत रूपांतरित करण्याचे परंपरागत व रूढीने रुजलेले वेड मात्र तिनेही पद्धतशीरपणे उचलले होते. प्रसंग, परिस्थिती व उपलब्धी यांचा समन्वय राखत एक एक दागिना वाढत जाई. कानातले, नाकातले, पायातले, हातातले व गळ्यामधल्या माळा या स्वरूपात काही प्रकार जमा झाले.

सरकारी नोकरीतही कामाची जबाबदारी व दळणवळणाची सोय म्हणून दूरध्वनीची गरज निर्विवाद मान्य करण्यात येते. कॉलेजला पुण्यात येईपर्यंत दूरध्वनी मी पाहिलाही नव्हता. पोस्टातून तार येणे, हे शीघ्र निरोपाचे एकमेव साधन त्या वेळी होते; पण इंदूचे वडील पोलीस खात्यात जबाबदारीच्या पदावर असल्याने शासकीय निवासी दूरध्वनी लग्नाअगोदरच तिच्या चांगला परिचयाचा बनला होता. नंतरही व्यवसायाची गरज म्हणून घरगुती दूरध्वनीही इंदूच्या माहेरी होताच. सुरुवातीपासून अत्यंत महत्त्वाच्या कामासाठी व पोस्टातील तारेप्रमाणे कमीतकमी वेळेत व शब्दांत निरोप देण्यासाठी दूरध्वनी असावा, असे मला वाटत असे.

कार्यकारी अभियंता पदावर निवासी दूरध्वनीची सुविधा गरजेनुसार उपलब्ध करण्यात येत असे. पानशेतमधील व्यवस्थापन व बांधकाम नियंत्रण यासाठी दूरध्वनीची सुविधा उपविभागीय स्तरावर उपलब्ध करण्यात आली होती. त्यामुळे कार्यालयीन आणि कौटुंबिक दृष्टीने संभाषणाची चांगली सोय झाली. दूरध्वनी वापराची संस्कृती व सवय ही अगोदरच अंगी मुरलेली असल्याने इंदूला दूरध्वनी वापरणे कधीच नवीन वाटले नाही. नंतर ज्या वेळी पुण्यातील नवीन घरीही खासगी दूरध्वनीचे कनेक्शन उपलब्ध झाले, त्या वेळी दूरध्वनी वापराचे पूर्ण स्वातंत्र्य व मोकळीक सहज प्राप्त झाली.

सुख व आनंदाचा शोध स्वत:पासून व स्वत:च्या कुटुंबापासून सुरू होतो. तुम्ही व कुटुंब एकमेकांत रमताना अद्भुत सत्य व शाश्वत सुखाची प्राप्ती सहज अनुभवता येते. वाट चुकलेलाही अनेक चुकांतून पुन्हा अंतिम ध्येयाकडे पोहचणारच आहे. आई, बहीण, प्रेयसी, पत्नी अशा अलौकिक भूमिकेतून आपली सोबत करणारी पत्नी स्वत:चे सर्वस्व अर्पण करीत तुम्हाला जगण्याचे आनंदमय निमित्त देते आणि म्हणून या सोबतीचे महत्त्व अवर्णनीय व अद्वितीय असेच आहे. सोपेपणा, साधेपणा,

सच्चेपणा व समर्पण अशा उच्च भावनांनी सुशोभित व्यक्तिमत्त्व माझ्या आयुष्याच्या पूर्णत्वाचे निमित्त बनले होते. सूर्यप्रकाशातील प्रखर किरणे सप्तरंगांनी बनलेली असतात. तसेच पत्नीचे व्यक्तिमत्त्व पुरुषाच्या जीवनात अनेक रंगांचे एकीकरण असते.

तिच्या सोबतीने व कुशल व्यवस्थापनामुळे आर्थिक विवंचना नेहमीच सहज दूर होत गेली. योग्य अंदाज व अनुपालनाने कुटुंबाची घडी आकर्षक पद्धतीने सजवण्यास तिचा पुढाकारच कारणीभूत ठरला. जाणिवेची ही किनार जीवनाला सजवत व अधिक आकर्षक बनवत शेवटी अशा अवस्थेस पोहोचते की, जे होते किंवा केले जाते, ते आपल्याच मनाची व विचारांची प्रतिमा असल्याचे आपणास सतत जाणवते. एकरूपतेचा खरा आनंद व पती-पत्नीच्या नात्याची खरी नजाकत दोघांनाही अशा व्यवहारांतून सहज अनुभवता येते. मनाची ती एक अद्वैत अवस्था सतत तेवत ठेवली की, सोबतीची यथार्थता सहज तृप्ती देऊन जाते. छोटे-मोठे ताण व व्यावहारिक खाचखळगे जाणवतदेखील नाहीत. वाद होण्यापूर्वीच त्यावर औषध तयार असते. मग वाद उद्भवण्याचा प्रसंग निर्माणच होत नाही.

या आत्मकथनामध्ये आमच्या दोघांच्या खासगी जीवनाबद्दल फार तपशिलाने लिहिणे उचित ठरणार नाही; पण घराबाहेर असताना पूर्णांशाने माझी सत्ता व घरात मात्र तिची सत्ता असे हे समझोत्याचे समीकरण सुरुवातीपासून आम्ही नकळत स्वीकारले होते. आम्ही सुरुवातीपासून अत्यंत प्रेम व जिव्हाळा ठेवून एकमेकांना जास्तीतजास्त सुखी ठेवण्याचा प्रयत्न केला. या प्रयत्नात इतकी एकरूपता येत गेली की, घरामध्ये ती म्हणेल तसे व त्या पद्धतीने सर्व कारभार चाले. म्हणजे थोडक्यात मी पूर्णत: तिच्या अधीन होऊन तिच्या शब्दाबाहेर व कृतीबाहेर न पडण्याची गुलामगिरी आपद्धर्म म्हणून स्वीकारली होती; पण घराबाहेर मात्र मी म्हणेन तसेच कौटुंबिक मान व प्रतिष्ठा सांभाळत ती मनापासून पूर्ण समर्पणाची भूमिका आनंदाने स्वीकारत असे. या कार्यपद्धतीत अजिबात अडचण किंवा विरोधी भूमिका दोघांकडूनही घेण्याचे कधी मनात आले नाही. कृती करण्यापूर्वी एकमेकांची सल्लामसलत घेण्याचे सौजन्य राखता आले की, अशी सदाहरित समीकरणे सहज स्वीकारली जातात.

वादाचे मुद्दे अधूनमधून उद्भवतातच. नैसर्गिकता व सहजता या सूत्रातून असे लक्षात येते की, मुले मोठी होऊ लागली की आईचा कुटुंबातील जम व अधिकार वाढतच जातो. थोडक्यात, कुटुंबाची सर्वच जबाबदारी पत्नी स्वखुशीने स्वीकारते; कारण त्यातच तिचे सर्वस्व गुंफलेले असते. पती आणि मुले याबाबतची स्त्रीमनाची ओढ तिच्यातील मातृत्वाने व प्रेमाने सर्वांना जिंकित असते. त्यातूनच घराचे स्वामित्व तिच्या अधीन होत जाते. कुटुंबासाठी जी विविध कामे ती मनापासून करते,

त्यात तिचे स्वतःला संपूर्ण ओतून घेणे असते.

कुटुंबाचे नियोजन ही संकल्पना मनात असली तरी, एकूण परिस्थितीचा परिपाक व काही गैरसमज यातून नेमके शिस्तबद्ध नियोजन मला माझ्याबाबतीत जमले नाही. या सर्वांचा परिणाम म्हणून मुलांच्या जन्मातील अंतराचे गणित अपेक्षेप्रमाणे साधता आले नाही. इंदूची प्रकृती व इतर सर्व क्षमता विचारात घेता, अल्प काळात तीन लहान मुलांचे संगोपन, ही तशी खूप मोठी जबाबदारी होती. ती तिने अगदी सहजगत्या पेलली. एक कौटुंबिक सर्कस अशा वेळी तिला अवधान- पूर्वक सांभाळावी लागली; पण, परिणामतः मुलांचं शिक्षण व लग्न वेळेवर व सेवा कालावधीतच पार पाडता आलं.

इंदूची जागरूकता व सजगता मुलांच्या शिक्षणासाठी निश्चितच उपयोगात आली. तिच्या कौशल्याने व प्रयत्नाने संसारचक्राची दिशा व गती नियंत्रित पद्धतीने कार्यरत होत गेली. मुलांचे शिक्षण, लग्न, व्यवसाय याचे मुख्य श्रेय तिचेच आहे.

अपत्यप्राप्तीनंतर प्रेमाची वाटणी होते असे म्हणतात; पण ज्या प्रेमाला सीमाच असत नाही, अशा मूलगामी सहज धर्माचे वाटप कसे होणार?

गृहकर्माची आणखी एक महत्त्वाची बाजू म्हणजे प्रसंगावधान व सजग दृष्टिकोन होय. औषधे वेळेवर देणे, त्यांची आठवण करणे, काही आकस्मिक आजारांसाठी तयारी ठेवणे, त्याचे ज्ञान व माहिती ठेवणे, वैद्यकीय उपकरणे व त्याचा नेमका, बिनचूक वापर करणे, या सर्व बाबींचे अवधान राखणे, ही मोठी अवघड परीक्षा असते. माया, ममता, प्रेम व काळजी यातूनच या बाबी स्वाभाविक, काळजीपूर्वक व बिनचूक पार पाडण्यात येतात. इंदूकडे सर्व आजारांवर तातडीने घ्यायच्या औषधांची यादी व प्रत्यक्ष औषधे नेहमीच उपलब्ध असतात. कोणीही काहीही म्हणायचा अवकाश की नेमके औषध काढून दिले जाते.

इंदूकडे डॉ. शिंदे यांचे 'ऑल टाइम किट' व औषधांचा साठा आजीच्या बटव्याप्रमाणे कायम संग्रही असतो. प्रसंगानुसार त्याचा बिनचूक वापर करण्याची दक्षताही ती घेते. मी स्वतः उच्च रक्तदाब व हृदयरोगावर मागील पंचवीस वर्षे औषधे घेत आहे. लहान कन्या प्रीती हीही मधुमेहाची रुग्ण असल्याने पथ्य व औषधे यांचे काटेकोर पालन करावेच लागते. नवीन जीवनशैलीत अधूनमधून काही ना काही औषधे प्रत्येकास लागतातच. या सर्वांचा नेमका हिशेब व तजवीज इंदू काळजीपूर्वक, न थकता, विनातक्रार करत असते. ती अप्रत्यक्षरीत्या घरचा प्रथम वैद्यच बनली आहे, असे म्हटल्यास अतिशयोक्ती ठरणार नाही. गृहस्थाश्रमाची ही सर्व गाथा 'साठा उत्तराची सुफळ संपन्न' असते व तिचा केंद्रबिंदूही पत्नीतच समाविष्ट होत असतो.

इंदूने तिच्या कौशल्याने व उचित कार्यवाहीतून सुरुवातीपासूनच पैशाचा काटेकोर

वापर केला आहे. थोडे आर्थिक स्थैर्य प्राप्त झाल्यानंतर मात्र खर्चिकता वाढत गेली. नंतर पैशांचा काटेकोर हिशेब, नियोजन, दूरदर्शीपणा फारसा जमला नाही. खर्चिकपणाची सवय व वृत्ती वयाबरोबर वाढतच राहिली. तरी पण कधी मोठी आर्थिक अडचण भासली नाही. आवक-जावक यांचे योग्य समायोजन राखत अंथरूण पाहून हातपाय पसरायचे तत्त्व तिने अवलंबले होते. मला कुटुंबप्रमुख म्हणून आर्थिक विवंचनेत राहावे लागले नाही, त्याचे संपूर्ण श्रेय इंदूलाच द्यावे लागेल.

फार अपेक्षा व मोठ्या खर्चिक बाबी सुरुवातीपासूनच टाळल्यामुळे तिने मोठ्या समृद्धीचीही अपेक्षा कधीच केली नाही. ठरावीक पैसे तिच्या बँक खात्यात जमा केले की, त्यानुसार व्यवस्थापन पार पाडण्याची योग्य दक्षता व काळजी इंदू घेत असे. तिच्या दक्षतेमुळे समृद्धी आपोआप सोबत येत गेली. लग्नानंतर पहिल्या पगारापासून जे पैसे मी दिले, त्याचा कधी हिशेबही मागितला नाही. घरासाठी एल.आय.सी.चे कर्ज, राज्य शासनाचे गृह बांधणी अग्रीम, गाडीसाठी शासनाचे कर्ज अशा सनदशीर मार्गाने सर्व प्रमुख खर्चाच्या बाबी पार पाडत आल्याने घरगुती व शैक्षणिक खर्चावर अधिक ताण मी पहिल्यापासून कधीच येऊ दिला नाही.

माझ्या निवृत्तीनंतर मुलाने घराचे विस्तारीकरण केले. त्याची सजावट, फर्निचर, पडदे, उशा, गाद्या, झुंबरे, विद्युतीकरण, फोन, केबल, पेपर, दुधाचे बिल व हिशेब अशा अनेक वाढीव खर्चाची सवय होत गेली. सध्या बँकेचे व पोस्टाचे सर्व व्यवहार इंदू स्वत: सांभाळते. त्यातील सर्व बारकावे व कार्यपद्धती तिने उत्तम पद्धतीने ज्ञात करून घेतल्या आहेत.

स्वत:च्या विकासासाठी सत्संगाला जाते; पण नियमितपणा राखत नाही. मला वाचनाची व अध्यात्माची जास्तच आवड आहे; पण त्याचा उल्लेखही तिला अडचणीचा वाटतो. माझ्या सर्वच बाबीत मनापासून सहभागी होणारी इंदू माझ्या बौद्धिक विचारांशी दुरावा का राखते, हे कोडे मला अद्यापही उलगडलेले नाही.

एक अत्यंत भोळी, समर्पित जीवन असणारी ही माझी सहधर्मचारिणी मला संजीवनी देते. तीच माझी प्रेरणा, प्रेम व सर्वस्वही आहे.

स्त्रीत्वाचे अनोखे दर्शन व नाजूक प्रेम, मंगल व गोड सोबत राखण्यात इंदू खरोखरी तज्ज्ञ बनत गेली. तशी सुरुवातीपासूनच बऱ्यापैकी आनंदी राहण्याचा प्रयत्न ती सतत करते. बहुतेक, अडचणही सवयीची होत अंगवळणी पडत गेली असावी. सुखाची, आनंदाची सोनेरी स्वप्ने पाहण्यासही शांत व गाढ झोपेची सोबत लागते. आनंदात व मजेत जगण्याची सवय ही देणगी नसून, स्वत:ची जाणीव असते. पुरुष-स्त्री एकमेकांच्या योगाने ती अनुभवू शकतात. अहंकार व मीपणा सोडला की, जीवनयात्रा रंगीत व संगीत बनत जाते. विवाह हा मानवी अस्तित्त्वाचा अलंकार असून, तो जीवनावरची श्रद्धा वाढविण्यास मदत करतो.

कुटुंबातील प्रत्येक व्यक्तीसाठी तिची तळमळ व धडपड सुरुवातीपासून विलक्षण तीव्र होती, तशी ती काळाबरोबर सतत वृद्धिंगंत होताना दिसून आली. अपघात, आजार व कौटुंबिक ओढाताण तिला विचलित करू शकली नाही. तिच्या आवडीचे, जिव्हाळ्याचे व माहितीचे क्षेत्र म्हणजे स्वयंपाक व पाकसिद्धी होय. सतत काही ना काही करत राहायचे. प्रत्येकाची आवडनिवड लक्षात घेऊन सर्वांसाठी परिपूर्ण भोजनव्यवस्था ठेवण्याचा तिचा कटाक्ष वाखाणण्यायोग्यच आहे.

इंदूचे वय, समज आणि मुलांची जबाबदारी व घरकामाचे ओझे यांत माझ्या विचारांची झळ तिला अधिक जाणवत नसेल; कारण ती तिचे मन संसारातील रोजच्या कामकाजात पूर्ण गुंतवून घेत असते. माझ्या या बदलीच्या आपत्तीने मला ही मनोविश्लेषणाची संधी अधूनमधून प्राप्त होत असे. हे विचार खूप गूढ व आत्मिक स्वरूपाचे असले, तरी त्यांची चव प्रत्येकाला हवीहवी वाटणारीच आहे, असे मी खात्रीपूर्वक येथे नमूद करत आहे.

'लब्जोमें कह ना सकू। बिन कहे रह ना सकू।' अशी मन:स्थिती हे आत्मकथन लिहिताना झाली आहे. विश्वातील सर्व व्यापक संकल्पना, कुटुंबात व त्यातील प्रत्येक व्यक्तीत अनुभवता येतात, याची नेमकी जाण सतत चेतना व नवी दिशा देत राहते. 'हे विश्वचि माझे घर' असा संतांचा संदेश घरातच विश्व निर्माण करण्यास शिकवितो. विश्वातील प्रत्येक माणूस वेगवेगळा दिसत असतो, त्यातील प्रकटीकरण तितक्याच विविध रूपांत अनुभवता येते. दोन माणसे अगदी सारखी कधीही असू शकत नाहीत. प्रत्येकाची भूमिका स्वतंत्रच असते. प्रत्येकाच्या भूमिकेत विश्वातील सर्व नात्यांचा अंतर्भाव असतोच असतो. वडील, पती, भाऊ, मुलगा अशा भूमिका पार पाडताना वर्तनही बदलत असते, विचार व कृतीही बदलत जाते. त्या प्रत्येक भूमिकेत त्यांचे गुणधर्मही वेगवेगळे होत जातात.

गृहस्थाश्रमातील विचार जीवनातील पूर्णत्वाकडे घेऊन जातात. पूर्णत्वाचा रस्ता या आश्रमातूनच शोधता येतो. माणूस व व्यक्ती एकच असली तरी, बघण्याचा दृष्टिकोन अधिक महत्त्वाचा असतो व तो व्यक्तिनिहाय बदलत असतो. आपण आपले विचार व दृष्टिकोन व्यवस्थित जोपासले व बदलले तर संपूर्ण जगच बदलल्याचे जाणवते. नातेसंबंधही अधिक दृढ व पोषक बनत जातात. प्रत्येक काम व प्रत्येक व्यक्ती, ही ईश्वराची दूत व अभिव्यक्ती समजून आपलीशी केली की, काहीच अपेक्षित साध्य अप्राप्त राहू शकत नाही.

मला नात्याच्या निमित्ताने व कार्यालयीन कामाच्या निमित्ताने अनेक माणसे भेटली व त्यांनीच जीवनातील सर्वोच्च आनंद, म्हणजेच परमेश्वर सेवा करण्याची संधी मला प्राप्त करून दिली. प्रकल्पांच्या बांधकामात परमेश्वर शोधता आला. सरकारी नोकरीतच मनसोक्त समाजसेवा करीत विकास व समृद्धीच्या प्रक्रियेत

सहभागी होता आले. या सरकारी सेवेमुळेच कुटुंबाची स्थिरता व विकास शक्य झाला, हे त्रिवार सत्य मी कृतज्ञतेने नमूद करीत आहे.

पुरुष भाव व पत्नीची भक्ती यातून संपूर्ण कुटुंब सबळ बनत गेले. प्रत्येक धन वृत्तीला ऋण वृत्तीची साथ लाभल्याशिवाय ती स्थिर होत नाही. स्त्री व पुरुषाच्या योगाने गृहस्थाश्रम पूर्णत्वास व स्थिरत्वास पोहोचतो. बरे, ही जाण म्हणजेच अंतरात्म्याची परस्परांना दिलेली हाक असते. प्रत्येकाची जीवनयात्रा कर्तव्यपरायणतेतून संपन्न होत असते. या वाटेवर तुम्ही पाहता तेच तुम्हाला दिसते. तुम्ही जाणता तेच तुम्हाला भेटते, तुम्ही समजून घेता तेच सोबत करते. तुमच्यातून तुम्ही स्वत:लाच प्रक्षेपित करत असता.

इंदूची प्रतिमा माझ्या गृहस्थाश्रमात विराजमान झाली होती. ती सोबत प्रिय व आनंददायी भावना निर्माण करत जाते. पत्नीचे गुण-दोष खरेच स्वतंत्र व वेगळे असत नाहीत. जे तुम्ही समजू शकता, सहन करता व समजावून घेता ते सर्व तुमचेच असते. जीवनसंगीताची ती ताल व लय बनते. तुमच्याबरोबर ती झुलत राहते. एकरूप होत जाते, सर्वस्व आणि स्वत्व अनुभवते व समर्पित करते.

अशा अनोख्या व अद्वितीय भावनेने इंदूची माझ्या मनातील प्रतिमा जास्तच प्रभावी व आकर्षक बनत गेली. रोजचे प्रसंग, सोबत, चर्चा व देवाणघेवाणही या मंगल व भावुक विचारांनी अधिकच मोहक वाटत गेली. माझा प्रत्येक विचार तिला न सांगता कळतो. ही भावनांची देवाण-घेवाण होण्याचे तंत्र, जीवनाची नाडी ओळखणाऱ्या वैद्यकीय तज्ज्ञाची कुशलता तिला देत राहते.

जुने ते सोने या म्हणीनुसार, जुनी भारतीय संस्कृती व विचारप्रणाली आणि त्यावर आधारित कुटुंब व समाजव्यवस्था मात्र आपणच अबाधित राखली पाहिजे. प्रत्यक्ष उपभोग, इच्छा, वासना यांतून शाश्वत आनंद व शांती कधीच शोधता येणार नाही आणि म्हणून मूल्य व भावना यांची जपणूक व जोपासना जीवनास अंतिम सत्याकडे घेऊन जाईल. अर्थातच हीही या जीवनाने दिलेली देणगी प्रत्येकाच्या अपेक्षेनुसार प्रत्येकास वेगवेगळी अनुभवास येते. इंदूच्या समजदार व सहनशील स्वभावामुळे मुले मोठी झाली व स्वतंत्र झाली तरी कुटुंबाची चौकट अधिक बळकट व मजबूत राखण्याचे कौशल्य तिने प्रेमळ सहवासातून साधले आहे.

स्वप्ने रंगवत जीवनाला आकार देता येत नाही व प्रकाशाची वेगळी वाटही शोधता येत नाही. आधुनिक विभक्त पण छोट्या, मर्यादित कुटुंबातील नाती निभावणे, ही गोष्ट तारेवरची कसरत ठरू पाहत आहे. नाते हे शेअरिंगसाठी किंवा सहजीवनाचा मनमुराद आनंद लुटण्यासाठी असते. विस्तारित कुटुंब म्हणजेच समाज, त्याच्याशी आपले नातेही घरातील आपल्या नात्यांचेच प्रतिबिंब असते. नातेसंबध प्रफुल्लित राखण्यासाठी परस्परांचा आदर व कृतज्ञता या भावनाच

मार्गदर्शक ठरतात. कृतज्ञता व मोकळेपणा या गुणांच्या जोरावर इंदू सर्व कुटुंबाला सुखी ठेवण्यासाठी सतत धडपडत असते.

व्यवहारी दृष्टिकोनातून आपण करीत असलेले प्रत्येक काम सारखेच महत्त्वाचे असते. तुमच्या वाट्याला कोणते काम आले हे महत्त्वाचे नसून, ते तुम्ही कसे केले, हे अधिक महत्त्वाचे ठरते. व्यक्तीतील किंवा वस्तूतील अथवा परिस्थितीतील गुण-दोष, तुमची कसोटी ठरत नाही. आपण करत असलेल्या कामामधील प्राधान्यक्रम व उद्देश, यानुसार आपला वेळ, पैसा व श्रम यांची नेमकी सांगड साधणे क्रमप्राप्त असते. कामातील गुणवत्ता व अचूकता यांना महत्त्व देत प्राप्त कामाची उंची व प्रगती साधता येते. जीवनात अशा कामाचे महत्त्व स्वत:बरोबर इतरांच्याही सहज ध्यानात येते.

ध्येयाचा मार्ग हा साध्याकडे घेऊन जाण्यासाठी आवश्यक असला तरी, तो साध्य कधीच बनू शकत नाही. तुमच्या जीवनातील सुख व आनंद आणि आत्मिक शांती गाठताना प्रत्येक क्षणांतील अपूर्वाई नेमकी अनुभवण्याचे तंत्र समजले की, अपेक्षित तेच हातात येते. नव्हे, ते दूर नसून स्वत:मध्येच सतत उपलब्ध असते. सरकारी नोकरीत वैयक्तिक ध्येय असूच शकत नाही. अभियंता म्हणून प्रकल्प-पूर्तीतही आपला वाटा वेगळा दाखवता येत नाही. नोकरीतील व्यवधाने सांभाळत त्याचा शोध घेण्यासाठी सक्रिय सावधानता व साधना यांना पर्याय नाही. तुमच्या कुटुंबात व त्यातील प्रेमातच तुमचे सर्वस्व सामावलेले आहे. केवळ इंदूच्या सोबतीमुळेच कुटुंबास विसरून शासकीय काम करण्याचे स्वातंत्र्य मी अनुभवले.

आपले स्वत:चे स्वत:वर निस्सीम प्रेम असणे, आपण स्वत:मध्ये पूर्ण रममाण होणे आणि कोणतेही भय किंवा शंका मनात नसणे, या गोष्टी आत्मविश्वास वाढवित असतात. त्यावरील श्रद्धेने पुढचा प्रवास विजयाच्या दिशेने घेऊन जातो. प्राथमिक व माध्यमिक शिक्षणातील माझे संस्कार व माझे शिक्षण, मला आकार देण्यास कारणीभूत ठरले आहेत. त्यातील अनुभव व वारसा माझ्या उर्वरित आयुष्यात मार्गदर्शक बनले. गृहस्थाश्रमात इंदूने पत्नी म्हणून अशा वातावरणात प्रेम व जिव्हाळ्याचे शिंपण करीत, माझे व्यक्तिमत्त्व सजवले व संपन्न केले.

इंदूच्या सोबतीने व मदतीने मी माझी आजची अवस्था व मनोभूमिका तयार करू शकलो. काही घटना, प्रसंग किंवा परिस्थिती ही फार महत्त्वाची असते. इंदू माझ्या जीवनात आली नसती तर, याचे उत्तर सांगता येणार नाही. नेमक्या वेळी नेमक्या ठिकाणी तिचे अस्तित्व, आयुष्याची बाग फुलवण्यास कारणीभूत व प्रेरक ठरले, याबाबत माझ्या मनात अजूनही कोमल, कोवळ्या भावनांचा वर्षाव होत राहतो.

प्रमोद नवलकर कोल्हापूरचे पालकमंत्री असताना सतत सांगायचे की, श्रीमंतीचा

द्वेष, मत्सर, तिरस्कार करून श्रीमंत होता येत नाही, याचे कारण ज्याला श्रीमंतीवर प्रेम करता आले नाही, तो श्रीमंत होऊ शकत नाही. सत्ता-संपत्ती ज्यांच्याकडे असेल, त्यांच्या बाबतीत मराठी माणसे सहसा चांगले बोलत नाहीत. भ्रष्टाचार केला, सत्तेचा गैरवापर किंवा गैरव्यवहार केला असेल, तरच संपत्ती मिळते, असे तो समजून चालतो आणि स्वत:चा कमकुवतपणा व निष्क्रियता यांना त्यागाची वलये देतो. अपार कष्ट व जिद्द ही जीवनातील सर्व प्राप्तीस सक्षम बनवतात. नोकरी व व्यवसाय करत अनेक जण मोठे बनल्याची शेकडो उदाहरणे अवतीभोवती नजर टाकताच दृष्टोत्पत्तीस येतात.

या विचारप्रणालीकडे मी सुरुवातीपासूनच आकर्षित झालो होतो. आर्थिक श्रीमंतीचे स्वप्न नोकरीत अनुभवता आले नाही तरी कामाची श्रीमंती मात्र सरकारी नोकरीत मनसोक्त अनुभवता येईल, अशी धारणा मनात बाळगून मी सरकारी नोकरीसाठी विचार सुरू केला. सरकारी नोकरी सहज उपलब्ध होत असल्याने त्यातून काम करत देशप्रेम व देशसेवा साधण्याचा दृष्टिकोन मनात बाळगत मी श्रद्धेने व मोकळ्या मनाने शासकीय सेवा स्वीकारली. शासकीय सेवेत एक स्थापत्य अभियंता सचिव पदापर्यंत पोहोचू शकतो, हे त्या काळी कधी मनातही आले नाही व ज्ञातही नव्हते. अत्युच्च पद प्राप्त करण्याचा मनातील संकल्प मात्र अबाधित राखता आला, तो या तत्त्व प्रणालीमुळेच.

कनिष्ठ अभियंता म्हणून बारामतीमधून पुण्यातील विभागीय कार्यालयात बदली झाल्याने मी पुन्हा जनवाडीतील खोलीत राहण्यास सुरुवात केली. विवाहानंतरही पुण्यात स्वतंत्र घर घेणे तेव्हा तरी शक्य नव्हते. तत्कालीन परिस्थितिनुरूप मी कुटुंबासह जनवाडीतील खोलीतच सर्व कौटुंबिक व्यवहार सुरू ठेवले; पण महाराष्ट्र लोकसेवा आयोगाकडून निवड झाल्याने माझी प्रशिक्षणार्थी म्हणून क्षेत्रीय प्रशिक्षणासाठी नेमणूक पुण्यातील कार्यालयातच झाली. प्रोबेशन व प्रशिक्षण याचे एक वर्ष नाशिक, पुणे व त्याच्या आसपासच्या क्षेत्रीय कार्यालयात काम करावे लागले.

राजपत्रित अधिकारी म्हणून प्रशिक्षणाच्या एक वर्षाच्या कालावधीनंतर माझी नेमणूक पाटबंधारे प्रकल्प अन्वेषण उपविभाग, कणकवली येथे प्रोबेशनवर करण्यात आली. भाऊ व बहीण यांच्या शैक्षणिक सोयी व इतर काही प्राथमिक कौटुंबिक अडचणींमुळे मला कुटुंब कणकवली येथे हलविणे शक्य झाले नाही. मी एकटाच कणकवली गावात भाड्याची एक खोली घेऊन राहत होतो.

पण, अडचणींनी भरलेला तो कालावधी वाऱ्यासारखा संपला व कसा व्यतीत झाला हे समजलेच नाही. नोकरी करत असताना अशा प्रकारचा गृहसंन्यास सुरुवातीपासूनच पाठलाग करू लागला. नंतर मात्र तो मुंबईच्या बदलीने १९८४ पासून कायमस्वरूपी नशिबास जोडला गेला. निवृत्तिपूर्व आणि भूविकास महामंडळात

मुख्य अभियंता पदावरील पुण्यातील पाच-सहा वर्षे सोडली, तर बाकी वीस वर्षांपेक्षा अधिक कालावधी कुटुंबापासून दूर राहतच सरकारी सेवेचे पालन करणे भाग पडले.

रत्नागिरी जिल्ह्यातील कणकवलीच्या पाटबंधारे प्रकल्प अन्वेषण उपविभागात पहिल्यांदा पदभार सांभाळला. तेथून महिन्यातून एकदा किंवा दोन महिन्यांतून एकदा पुण्यास येणे जमत असे. फोंडा घाटातून कोल्हापूर मार्गे पुण्यास पोहोचण्यास एस.टी.ने बारा ते चौदा तास लागायचे. दोन दिवसांच्या सुट्टीला एखादी किरकोळ रजा जोडून पुण्यास कौटुंबिक जबाबदाऱ्या पार पाडण्यासाठी थांबावे लागे. त्यातच सर्व कौटुंबिक जबाबदाऱ्या, विचारविनिमय व अत्यावश्यक सर्व कामकाज करणे भाग पडे.

मी कणकवलीला असतानाच राहुलच्या जन्माने आमच्या कुटुंबात आनंदीआनंद झाला. त्यानंतर माधवीच्या आगमनाने हा आनंद द्विगुणित झाला. कणकवलीत असताना जाण्यायेण्याचा खर्च, बसभाडे आणि खाण्यापिण्याचा माझा स्वतंत्र खर्च यामुळे सर्वांनाच खूप आर्थिक ओढाताण सहन करावी लागे. कणकवलीहून येताना फणस, काजू, अननस, करवंदे, आंबे अशी फळांची करंडी बरोबर आणता येई.

श्री. कारंडेसाहेब यांच्या ओळखीने कणकवली येथून बदली करून घेता आली. तोपर्यंत वर्ग-१ची राजपत्रित सेवाही सुरू झाली होती. प्रत्यक्ष क्षेत्रीय कामासाठी माझी नेमणूक दौंडमधील खडकवासला कालव्याच्या कामावर झाली. तेथे वसाहत व राहण्यासाठी निवासी इमारतीची सोय उपलब्ध होती. तेथील कार्यभार स्वीकारताच उपलब्ध निवासस्थान कमी दर्जाचे असूनही, ताब्यात घेतले. कॉलेजच्या शिक्षणासाठी भावाला पुण्यात ठेवून सहकुटुंब दौंडला वास्तव्य केले. पुण्यात चुलत भावाबरोबर राहायची सवय झाली होती. दौंडमध्ये प्रथमच विभक्त राहण्याचा अनुभव घेत होतो.

मारुतीचे कुटुंब तोपर्यंत महाळुंगे येथे असायचे व तो आठवड्याला गावी जाऊन-येऊन कौटुंबिक जबाबदारी व व्यवस्था सांभाळत असे; पण मी तेथून पत्नीसह बाहेर पडल्याने त्यानेही त्याचे कुटुंब प्रथमच पुण्यास आणले. कौटुंबिक पूर्णत्वाची अनुभूती घेतली. माझ्यासाठी त्यानेही किती दगदग सोसली, हे आम्हा दोघांनाच माहीत आहे. त्याच्या नावावर खोली असूनही माझ्या सोयीसाठी तो स्वतःची गैरसोय सोसत होता. आताच्या नवीन विचारसरणीत ही तत्त्वे पूर्णतः अव्यवहारी बनली आहेत. एकमेकांसाठी त्याग ही भावना किती उदात्त असते, ते प्रत्यक्ष अनुभवानेच समजू शकेल.

दौंडमधील काही सहकारी व कर्मचारी अगदी धाकट्या भावाप्रमाणे घरातील सर्व कामात मदत करण्यात तत्पर असत. रविवारी उत्तम मटण आणून देण्याची

जबाबदारी माझ्याशी कार्यालयीन संबंध नसणाऱ्या श्री. शेख या व्यवस्थापन शाखेमध्ये काम करणाऱ्या अभियंत्याने स्वखुशीने उचलली. श्री. गवळी, श्री. जोशी असे काही सहकारी कौटुंबिक नात्याने सर्व घरगुती कामात सहभागी होत.

दौंडमध्ये डॉ. शहा यांचाही विशेष आधार असे. श्री. कारंडे साहेबांचे ते अगदी जवळचे मित्र असल्याने ते इंदूची मुलीसारखीच काळजी घेत.

दौंड पाटबंधारे वसाहतीत राहताना एकदा माधवी आजारी असताना डॉ. जब्बार पटेल वसाहती शेजारीच राहत असल्याने वैद्यकीय सेवा देऊन गेले. त्यांच्या डॉक्टर पत्नीचाही चांगलाच परिचय झाल्याने इंदूची मैत्री झाली होती. दौंड ते पुणे जाणे-येणे रेल्वेने फारच सोयीचे व सुलभ होत असे. श्री. आगरवाल, शिंदे अशा काही जुन्या, पूर्वपरिचित व्यक्ती वैयक्तिक मदतीसाठी नेहमीच तत्परता दाखवत. आधार शोधण्याची गरज न पडताच, उपलब्ध होण्याचा तो काळ व ते लोक आजच्या परिस्थितीत मात्र दुर्मिळ होत चालले आहेत.

माधवी तीन वर्षांची झाल्याने वळण लागण्याच्या दृष्टीने वसाहती शेजारीच असणाऱ्या इंग्रजी माध्यमाच्या शाळेत प्रवेश घेऊन शिक्षणाचा श्रीगणेशा झाला. माझ्या मनात व विचारात मुलांना इंग्रजी माध्यमात घालण्याचे नव्हतेच. मराठी माध्यमातूनच मुलांना आपली परंपरा, संस्कृती व भाषा आणि व्यवहाराचे खरे, मूलभूत ज्ञान प्राप्त होते, अशी माझी पक्की धारणा होती व आजही आहे. केवळ सोय, तात्पुरती व्यवस्था व सवय लागण्यासाठी माधवीस वसाहती शेजारील इंग्रजी माध्यमाच्या शाळेत घातले; पण त्यामुळे इंग्रजी शब्दांच्या उच्चाराचे बाळकडू तिला तेथे सहज प्राप्त झाले.

माधवी तीन वर्षांची असताना एकदा तोंडाला बऱ्यापैकी पावडर लावून माझे वरिष्ठ कार्यकारी अभियंता श्री. भागवत साहेब यांच्या निवासस्थानी गेली. ती फार गोड, निरागस व गोरी दिसत असल्याने वसाहतीत सर्वांचीच आवडती असायची. भागवत साहेबांनी तिला बोलावून चॉकलेट तर दिलेच; पण कौतुकाने विचारले, ''पावडर कशाला ग लावलीस?'' तिचे उत्तर स्वाभाविकच आई व आत्या लावतात म्हणून. तर साहेब म्हणाले, ''अगं, तुला झटकले तर खाली सगळी पावडर पडेल. एवढी तू गोरी असताना, पावडर लावण्याची तुला गरजच काय?'' त्याचा नेमका अर्थ त्या वेळी तिला समजला नसावा; पण नंतरही नटणे व सजण्याची आवड तिच्यात कायम राहिली. आता ती सौंदर्यप्रसाधने व त्वचारोग याचीच डॉक्टर बनून कोल्हापूर येथे वैद्यकीय व्यवसाय करीत आहे.

दौंड येथील वास्तव्यात बहीण जनाबाईचे डॉ. खैरे यांच्याशी लग्न झाले होते. या लग्नाची जबाबदारी व व्यवस्थापन इंदूच्या मदतीने छान पार पाडता आले. त्याच दरम्यान अल्प कालावधीतच कामाच्या सोयीसाठी पुन्हा माझी बदली पानशेत येथे

वरसगाव येथील वीर बाजी पासलकर धरणाच्या नवीन बांधकामावर झाली. मी सर्व कुटुंब पानशेत येथील शासकीय निवासात हलविले. अशा वेळी अधिक सामान न ठेवणे कसे सोयीचे असते, हे पहिल्यांदा ध्यानात आले. बदलीच्या दृष्टीने नोकरीत घरगुती सामान सहज हलविता येण्यासारखे व आटोपशीर असावे हे प्रथमच जाणवले; पण उपलब्धी व गरज यांचा मेळ राखत काही वस्तू गोळा करण्याचा मोह आवरता आला नाही.

पानशेत येथील टेकडीच्या उतारावरील उपविभागासाठीचा सरकारी बंगला फारच मोठा व ऐसपैस होता. आजूबाजूला भरपूर झाडी, कम्पाउंड व संरक्षक व्यवस्था उपलब्ध होती. बंगल्यास लागून गाडीसाठी स्वतंत्र गॅरेज होते. तोपर्यंत घरात फक्त दोन बॅन्डचा रेडिओ होता. री-सेलमधील एक जुना टू-इन-वनही घेतला. टीव्हीची सोय नव्हतीच. सिंहगडावरील नवीन प्रक्षेपण केंद्र १९७४ मध्ये सुरू झाले होते.

पानशेत येथे बंगल्याच्या समोर एस.टी. स्टॅन्ड व इतर सर्व बाजाराच्या सोयी, तसेच कम्युनिटी हॉल होता. रोज बॅडमिंटन खेळताना स्टाफ, स्थानिक लोक व कार्यकर्त्यांशी संवाद व्हायचा. स्थानिक कार्यक्रम व स्वातंत्र्यदिनाचे झेंडावंदन माझ्या हस्ते होताना एक वेगळा अनुभव जाणवला. विशेषत:, असा महत्त्वाचा राष्ट्रीय कार्यक्रम स्वहस्ते पार पाडताना अधिकच नवलाई व आदर वाटला. सर्वसाधारण सोयी, भाजीपाला, फळफळावळ, मासे, मटण यांची पानशेत येथे रेलचेल असायची. भरपूर, अगदी ताजे, घरगुती दूध व तूप सहज उपलब्ध असायचे. मावळातील धरणाकाठचे पानशेत खरेच पाण्याने व निसर्गाने समृद्ध खेडेगाव होते.

स्थानिक प्रकल्पग्रस्त शेतकरी व त्यांचेच नातेवाईक कामावर होते. हे सर्व लोक अतिशय प्रामाणिक, प्रेमळ व जीव लावणारे असल्याने पानशेतचे आम्ही व आमचे पानशेत असे कधी होऊन गेले, हे लक्षातच आले नाही. दरम्यानच्या कालखंडात दुसरी कन्या प्रीती हिचाही जन्म झाल्याने घर खऱ्या अर्थाने भरले व नटले. धरणाच्या कामावर मुले कधी कधी हट्ट धरून माझ्याबरोबर धरण क्षेत्रावर येत. तेथील दगडमातीत सहज रमून जात. पानशेतचा भरलेला जलाशय, पावसाळ्यात सांडव्यातील मोठा पूर व त्याची गर्जना या गोष्टी अगदी आकर्षक व आनंददायी होत्या. अगदी प्रेक्षणीय थंड हवेच्या ठिकाणी मुद्दाम एखादे दिवशी राहावे, तसाच आनंद व निसर्गरम्य परिसर सर्वांनाच अनुभवता आला. कनिष्ठ अभियंता श्री. मेंगडे, श्री. शिंपी, श्री. एस.पी. भंडारी व काही स्थानिक व्यक्ती या फारच जवळिकीने, आपुलकीने आपल्याशा झाल्या. पानशेत येथे माझे कुटुंब एका महाकुटुंबात परावर्तित झाले होते. वसाहतीतील जीवनात एक वेगळीच प्रतिष्ठा, आदर व जवळीक अनुभवता आली.

एकदा छोटी मुलगी प्रीती अचानक आजारी पडली व त्याच वेळी मीही कामानिमित्त बाहेरगावी गेलो होतो. त्या काळी रात्री आठ नंतर पानशेत एक जगापासून दूर असे बेटच बनत असे. नेहमीची बसची वाहतूक थांबली की, बाहेर जाण्यास काहीच सोय नसायची. तेथे रात्रीच्या वेळी तातडीची पुरेशी वैद्यकीय सेवाही उपलब्ध नव्हती. अशा वेळी कौटुंबिक आपुलकीतून काही सहकाऱ्यांनी वाळूच्या ट्रकने मुलीला पुण्यातील सारसबागे समोरील जोशी हॉस्पिटलला पोहोचविले व तिथे अॅडमिट केले. अशा वेळी नेमकी मदत ही देवदूतासारखी महत्त्वाची व गरजेची वाटते. अशा प्रसंगातून मग वेगळीच नाती जुळत जातात. इंदूनेही न डगमगता दोन्ही मुलांची वेगळी सोय करत, प्रसंगावधान राखले.

पानशेत येथील एक प्रकल्पग्रस्त अपंग कामगार श्री. कडू नंतरही पंचवीस वर्षे माझ्याकडे भाजीची एक जुडी, शेतातील एखादे मक्याचे ताजे कणीस, तांदूळ असा वानवळा घेऊन बसने पुण्यास मला भेटण्यास यायचे. बसने डोक्यावर ओझे घेऊन, एवढा त्रास घेत ही लहानशी भेट फक्त आपुलकीपोटीच शक्य व्हायची. त्यांच्यासारख्या अनेक आठवणी व त्यामागील वेडे प्रेम यांच्या स्मरणाने आजही मी भावनाविवश बनून जातो. आपण यात गुंतलो हे प्रत्येक जण आनंदाने मान्य करतो, हाही अंतर्मनातील सद्सद्विवेक बुद्धीचा आविष्कार असावा. सामान्य जीवनातील सामान्य कृतीतून निर्मिलेले असे हे भावविश्व कोठे व कसे निर्माण होते, हे मात्र सांगता येत नाही.

या जगाच्या अफाट पसाऱ्यात लहानसहान गोष्टींनी विचलित होणारे माणसाचे मन, माणसामधील देवत्व किंवा असामान्यत्वाचा शोध सातत्याने घेत असते. यातच विश्वातील दिव्यत्वाचा शोध सुरू होत पूर्ण होतो. सामान्य कामगार व माझ्याशी संबंधित अनेकांच्या लहान-मोठ्या संवेदना आजही मला पुलकित करतात आणि त्यात जीवनाचा आनंद व सुखाची पेरणी करत राहतात.

श्री. भगवानराव तावरे-पाटील ज्यांना मी 'पाटील' म्हणून संबोधायचो, हे असेच एक मित्र पानशेत येथील बहुआयामी व सर्वज्ञात व्यक्तिमत्त्व होते. पत्नी व मुलाशी जमवून घेता न आल्याने, सर्व वैभव व संसाराचा त्याग करून वृद्धत्वातही स्वतःच्या पायावर स्वाभिमानी जीवन जगत, कालक्रमणा करीत होते. प्रेमाचे व भावनांचे काही कप्पे या त्यांच्या करारीपणामुळे अतृप्त राहिले असावेत. त्या कप्प्यांत प्रेम, भावनांचे क्षण आणि आपुलकीची संवेदना सतत क्रियाशील होत असावी. अत्यंत मनापासून मदत करण्याचा, जीव लावण्याचा त्यांचा स्वभाव आम्हाला अगदी आपलंसं करून गेला.

मुलांनी भगवानबाबा यांचे 'सुपारीबाबा' असे टोपणनाव ठेवले होते. ते घरी आले की मुले आनंदाने त्यांच्याजवळ जात व त्यांच्याशी गप्पागोष्टी करीत, खेळ

खेळत, एकरूप होत त्यांच्यात रमत. निरोपाची सुपारी मात्र आग्रहपूर्वक मागत. भाजलेली सुपारी बारीक कातरीत प्रेमाच्या माणसाला ते देत असत.

त्यांनी मुलांसाठी एक लाकडी झोपाळा खास शेतातील सागवानी लाकूड आणून बनवून घेतला व तो आमच्या घरात लावून मुलांना आनंदाने झुलण्याची सोय करून दिली. आज चाळीस वर्षानंतरही हा झोपाळा माझ्या बंगल्यात अगदी दिमाखात व तेवढ्याच रुबाबात, आपल्या भावना व प्रेम व्यक्त करीत सेवेसाठी तत्परतेने हजर आहे. तेथील वास्तव्यात श्री. ठाकरमामा म्हणून दोघे ठाकर बंधू कौटुंबिक नात्याने जोडले गेले. अजूनही ते संबंध तसेच आहेत. त्यातील अवीट गोडी टिकून आहे.

पानशेत येथून पदोन्नतीवर शिरूर येथे कुकडी कालव्यावर कार्यकारी अभियंता म्हणून माझी नेमणूक झाल्याने मी सर्व कुटुंब तेथे स्थलांतरित केले. तसे शिरूर येथे शासकीय निवासस्थान सुरुवातीस उपलब्ध नव्हते व तातडीने तयार होण्यासारखेही नव्हते. त्यामुळे एका नवीनच बांधकाम असणाऱ्या खासगी संकुलातील तीन खोल्यांचे निवासस्थान भाड्याने घेतले.

शिरूर येथील माझे वास्तव्य सार्वजनिक जीवनशैली शिकवित गेले. कुटुंब व कार्यालयीन कामकाज एकमेकांपासून नेमके वेगळे राखता येत नव्हते. येथील कार्यप्रणालीतच दोन्ही शैलींचे समन्वयन व संचलन माझ्या व कुटुंबाच्या एकत्रित ध्यानात आले.

पुण्यापासून ६७ किलोमीटर अंतरावर शिरूर हे तालुका मुख्यालय असल्याने राहण्यासाठी तसे फार नवीन व अपरिचित वाटले नाही. तालुक्याचे गाव असल्याने कौटुंबिक दृष्टीने आणि प्रवासाच्या दृष्टीनेही सोयीचे होते. त्यामुळे सुरुवातीस भाड्याची अपुरी जागा असूनही आम्ही लवकर स्थिरस्थावर झालो. कार्यालयीन सहकारी व इतर भेटीस येणाऱ्या-जाणाऱ्यांची संख्या वाढल्याने संपर्काची कक्षा रुंदावत गेली.

मुलांना शाळेची व्यवस्था व प्रवेश घेण्यास शासकीय नोकरीतील बदली असल्याने काहीच अडचण आली नाही; पण सर्व स्थिरस्थावर होईपर्यंत शासकीय वसाहतीतील सरकारी निवासस्थान बांधून तयार झाल्याने पुन्हा सर्व सामान हलविणे भाग पडले. शिरूर येथील पाटबंधारे वसाहतीत पानशेतप्रमाणे ऐसपैस जागा व सोयींनीयुक्त निवासस्थान उपलब्ध झाले.या नवीनच बांधून पूर्ण झालेल्या निवासस्थानात प्रथम गृहप्रवेश मलाच करावा लागला. आजूबाजूला प्रशस्त मैदान व मोकळी जागा; पण काहीसा नव्याने विकसित होणारा, पण ओसाड परिसर, पाठीमागे टेकडी व मनुष्यविरहित माळरान, माणसांचा वावर नव्याने सुरू होत असल्याने सुरुवातीस भरपूर विंचू व साप वरचेवर नजरेस येत. एक दिवस तर संध्याकाळी आठ ते दहा

विंचू बंगल्याभोवतीच विविध ठिकाणी निघाले. त्यामुळे मुलांना बाहेर खेळायला पाठवताना सतर्क राहावे लागे.

पण, यथावकाश रात्रीचा प्रकाश व माणसांचा वावर वाढल्याने त्यांनीही आपली निवासस्थाने सोयीस्कररीत्या स्थलांतरित केली. नवीन पाटबंधारे वसाहतीत मात्र भरपूर ऐसपैस जागा उपलब्ध झाली. बागेची सजावट, खेळण्यासाठी प्रशस्त हॉल अशी व्यवस्था झाली. वसाहतीत इतर कर्मचारी व सहकारी निवासी असल्याने, पुन्हा एक वेगळी सांघिक भावना व आधारसंकुल तयार होत गेले.

माधवीचा शाळेतील सहभाग, खेळांची आवड व अभ्यासातील प्रगती चांगली असल्याने ती मोठी जमेची उपलब्धी होती. राहुलही बालवाडीत नियमित जात असे. याच कालखंडात धाकटा भाऊ सुदाम याचे शैक्षणिक सत्र संपल्याने तो पुण्यातून शिरूरला राहण्यास आला. त्यामुळे आम्हालाही सोबत झाली. कामासाठी तो प्रयत्नशील होता. त्याचे लग्न आम्ही ठरवले. नात्यातीलच वधू असल्याने नात्यांची वीण अधिकच घट्ट बनत गेली. इंदूची मावसबहीण राजश्री हिचा विवाह सुदाम याच्याशी झाल्याने दोन्ही कुटुंबं अधिक जवळ आली. सुदामचा मुलांवर व वहिनीवर इतका जीव होता की, तो आमच्या कुटुंबव्यवस्थेचा जिव्हाळ्याचा अविभक्त घटक बनला होता. मुलांचे सुदामनाना हे अत्यंत आवडीचे, प्रेमाचे व हक्काचे स्थान बनले होते.

गावाकडील घर व शेतीच्या व्यवस्थेच्या दृष्टीने किंवा बदल करण्याच्या दृष्टीने नेमका विचार केला नव्हता. अनेक नवीन सामाजिक व राजकीय संबंध प्रस्थापित होत गेल्याने एक वेगळी जाण व दृष्टिकोन निर्माण होत होता. आपले काम, आपले कुटुंब, आपला समाज व परस्परसंबंध याकडे बघण्याची नवी दृष्टी प्राप्त होत होती. सरकारी नोकरीतही सामाजिक बांधिलकीचे व्रत असल्याचे जवळून ध्यानात आले. प्रशासकीय व्यवस्थापनातील संबंध अधिक प्रभावी होत गेले. एकत्र राहूनही कामाच्या व्यग्रतेमुळे मला कौटुंबिक बाबतीत अजिबात लक्ष देता येत नव्हते.

कुटुंबाचे महत्त्वाचे अंग म्हणजे घर. घर म्हणजे नुसत्या दगड-विटांच्या चार भिंती नाहीत; पण शिरूर येथील घराबाबतच्या प्रेमाचा हळवा कोपरा मात्र मनात तसाच कायम घर करून बसला आहे. इतर काहीही व कसेही असले तरी कोणतेही घर एकटे कधीच नसते. माणसाच्या रूपात देवाघरची दौलत घरात सर्वत्र अस्तित्वात असते. ऐतिहासिक ठेव म्हणून सुमारे ४५० वर्षांपासून जतन केलेले ॲव्हन नदीकाठचे स्ट्रॅटफर्डमधले विल्यम शेक्सपिअर्सचे घर, रत्नागिरीतील शिरगावात दामले नावाच्या शेतकऱ्याचे घर म्हणजेच वीर सावरकरांचे घर, पार्ल्यातील 'पुलं'चे घर, शिरोड्यातील खांडेकरांचे घर, माडगूळकर, पाडगावकर, कर्णिकांचे घर अशा अनेक वास्तू आजही दौलात विराजमान आहेत.

शिरूर येथील विविध अनुभवांपैकी एक म्हणजे वसाहतीतील नवीन घरात राहायला गेल्यानंतर त्याचा वापर करण्यापूर्वी कराव्या लागणाऱ्या विविध सोयी. शिरूर येथील नव्या घरात राहताना ते शासकीय निवासस्थान असूनही, त्याच्यात राहण्यायोग्य सोयी करून घ्याव्या लागल्या.

शिरूर येथील भाड्याच्या निवासात राहत असताना इंदू एकदा फारच आजारी पडली. तालुकास्तरावर त्या काळात योग्य वैद्यकीय सल्ला व मदत मिळाली नाही; पण त्यातूनही मार्ग काढावाच लागला. या अडचणीच आपल्याला शिकवून जातात. ताप व शारीरिक वेदनांचे रूपांतर पॅरालिसिससारखे तोंड वाकडे व असंख्य वेदना यामध्ये झाले. अत्यंत तातडीची परिस्थिती निर्माण होऊन तिला पुण्यास हलविणे अटळ झाले. खास वाहनाची व्यवस्था करत पुण्यास हलवतानाही असंख्य विचार मनात येऊ लागले. मनाची अवस्था वर्णन करून सांगता येणार नाही. पुण्यास रुग्ण हलविताना प्रकृती स्थिर ठेवणे ही बाबदेखील अतिशय जोखमीची वाटू लागली. तातडीच्या उपाययोजनेसाठी ॲम्ब्युलन्सबरोबर डॉक्टरांना घेणे आवश्यक वाटू लागले. स्थानिक डॉक्टर पानसरे यांना विनंती करून सोबत घेतले व त्यांच्या देखरेखीखाली पुण्यापर्यंतचा प्रवास केला.

पुण्यात पोहोचल्यावर इंदूच्या वडिलांनी व भावांनी दवाखाना व पुढील व्यवस्थेची जबाबदारी घेतली. योग्य निदान व उपचार होताच प्रकृतीस आराम पडला. पुण्यातील जवळच्या नात्यातील कुटुंबाने मुलांची आत्मीयतेने काळजी घेतली. दोन-चार दिवसांतच इंदूची प्रकृती पूर्वपदावर येऊन पुन्हा शिरूरला प्रस्थान करता आले; पण हा प्रसंग अनेक बाबी शिकवून व समजावून गेला. असे परीक्षेचे क्षण कुटुंबाला अधिक जवळ आणतात. डायबेटिसचे चुकीचे निदान व अपुरी वैद्यकीय मदत याचा अनुभव आठवताना आजही अंगावर शहारे येतात.

शिरूर येथील नवीन पाटबंधारे वसाहतीत नवीन घरात स्थिरस्थावर होत असतानाच घराच्या आजूबाजूकडील लहान-मोठी अनेक नवीन इमारतींची बांधकामे प्रगतिपथावर होती. वसाहतीत राहणाऱ्या सहकाऱ्यांची संख्याही सुरुवातीस कमी होती. परिपूर्ण सुरक्षाव्यवस्था कार्यान्वित झालेली नव्हती. कोणीही त्रयस्थ रात्री बंगल्यापर्यंत सहज पोहोचू शकत होते. वसाहतीच्या कम्पाउंडचे काम झालेलेच नव्हते. कोणीतरी पाळत ठेवून चोरीचा विचार केला असावा. वसाहतीमधील सामाजिक कार्यक्रम संपल्यावर रात्री बारा वाजल्यानंतर मी नेहमीच्या बेडरूममध्ये न झोपता, काही आनुषंगिक कारणाने मागील बाजूच्या बेडरूममध्ये झोपलो होतो. नुकतीच गाढ झोप लागली असावी आणि त्याच वेळी मागील खोलीच्या व्हेन्टिलेटर- मधून दोन काळे हात खिडकीचा बोल्ट काढण्याचा प्रयत्न करत होते. ते हात नेमके माझ्या तोंडासमोरच असल्याने ते मला दिसले. भीतीने मी ओरडलो, 'कोण आहे

रे?' हात बोल्टपर्यंत पोहचतानाच मी ओरडलो असल्याने घाबरून उड्या टाकून ते चोरटे पळाले.

दोन ते तीन व्यक्ती जोरात मागील मोकळ्या मैदानात पळत गेल्याचे अंधारात जाणवले. पावलांचा आवाजही आला; पण आरडाओरड करूनही आजूबाजूची मदत मिळेपर्यंत पाच ते दहा मिनिटे गेली होती. त्यानंतर पाठलाग करूनही काही उपयोग झाला नाही. ते चोरटे फासेपारधी असावेत. ते आमच्या वसाहतीतून जवळच असणाऱ्या एस. टी. कॉलनीत गेले. तेथे एका घरात प्रवेश मिळविला. आमच्या खिडकीचा बोल्ट उघडला असता तर खिडकीचे गज वाकवून, घरात प्रवेश करणे शक्य झाले असते; पण नशीब व जागरूकता यामुळे पुढचा प्रसंग टळला होता.

शेजारच्या कॉलनीतील बंगल्यात मात्र चोरी करण्यात ते यशस्वी झाले होते. काही मूल्यवान वस्तू व रोख रक्कम घेऊन चोरटे पसार झाले. दुसऱ्या दिवशी पोलीस पाहणी व तपास यातून नेहमीप्रमाणेच काहीही निष्पन्न झाले नाही. या घटनेने एक धडा शिकविला, की घाई, गडबडीने असुरक्षित निवासात राहणे अडचणी निर्माण करू शकते. नुसती काळजी किंवा पुरेशी सुरक्षाव्यवस्था करूनही असे प्रसंग टाळता आले असतेच असे नाही. माझे मत व प्रत्यक्षात त्यानंतरच्या जीवनातील अनुभव या मतास पुष्टी देतात.

सामाजिक, राजकीय परिस्थिती व शासनयंत्रणा या अधिक परस्परावलंबी बनत चालल्या आहेत. सामाजिक, राजकीय जाण, समज सतत बदलती व अतर्क्य बनत राहिल्याने काही उणिवा सापडणे अवघड नसते. सर्व बाजूंचा समतोल साधतच कर्तव्यपूर्ती साधणे कमप्राप्त ठरते. काही गोष्टी सांगता येत नाहीत व व्यक्तही करता येत नाहीत. जीवनप्रवाहाचा तो संकेतच असावा. शासकीय कामातील अडचणी किंवा अवधाने मला इंदूला स्पष्ट सांगता येत नव्हती. शिरूर येथे स्थिरस्थावर होत असतानाच काही गैरसमजातून माझी बदली अचानक नागपूर येथे संकल्पचित्र विभागात करण्यात आली. राजकीय स्तरावरून केवळ गैरसमजातून ही बदली करण्यात आल्याने मला खुलासा करण्याची नैसर्गिक न्यायाची एक संधीसुद्धा देण्यात आली नाही.

जे घर आपले म्हणून स्वीकारले, हौसेने सजवले, ते घर सोडताना मनाची होणारी घालमेल शब्दांत मांडून समजणार नाही. केवढ्या हौसेने घराजवळची बाग, अंगण, दारातली झाडे, जपलेली, वाढविलेली असतात. मन व जीव ओतून निर्मिलेली ती सजीव सृष्टी सोडून नवीन जागेची साद स्वीकारायची. आपले व्यक्तिमत्त्व व आवड त्यांत रुजवायची हे संवेदनाशील मनाचे काम नाही. नवी शाळा, नवे मित्र, नवे शिक्षक, नवे वातावरण ते आपले होताहोताच सोडायचे, जुने ते सारे विसरायचे हे इतके सोपे निश्चितच नाही.

कार्यकारी अभियंता म्हणून जेव्हा माझी बदली नागपूर येथे झाली, तेव्हा नागपूरच्या माझ्या कार्यकाळात कुटुंबालाही तिकडे न्यावे, असे वारंवार वाटत होते. बदलीसाठी प्रयत्न करत असताना नेमकी दिशा ध्यानात येत नव्हती. राजकीय अट्टहास व गैरसमज सहज दूर करता येत नाहीत. त्यातल्या त्यात शासन यंत्रणेत बदली हा विषय नेहमी प्रतिष्ठेचा करण्यात येतो. एका लढाईचे स्वरूप त्यास प्राप्त होते.

या लढाईत व्यक्तीपेक्षा शासनकर्ते हे नेहमी अधिक प्रभावी व वरचढ ठरतात. म्हणूनच पर्यायी शासनकर्तेच प्रशासकीय कार्यवाहीवर पर्यायी उपाय काढू शकतात. ही कार्यपद्धतीतील उणीव सहज लक्षात येते. पर्यायी उपाय म्हटले तर, तितकेच सोपे व म्हटले तर तितकेच अवघड बनतात. माझ्या स्वभावात व विचारात अशी उपाययोजना, सहज जमण्यासारखी व रुचण्यासारखीही नसल्याने कुटुंब नागपुरास हलवावे असा पोक्त विचार माझ्या मनात येत गेला.

मोठ्या मुलीच्या शिक्षणाची सलगता व सोय योग्य पण उत्तम होण्यासाठी तिला धाकट्या भावाकडे पुण्याला पाठवलं. तशी ती लहानच होती; पण तिच्याच भविष्यासाठी भावनांकडे दुर्लक्ष करून मन कठीण करणे भाग पडले. शिरूर येथील निवासस्थान रिक्त करणेही क्रमप्राप्त होते. म्हणून सर्व सामान बांधून व पॅकिंग करून एका खोलीत साठविले व निवासस्थान नवीन आलेल्या सहकाऱ्याच्या स्वाधीन केले.

राहुल, प्रीती व इंदूसह सुरुवातीस फारसे सामान न घेता, नागपूरचा प्रवास एस.टी.बसने केला. मोजक्या सामानासह नागपूरला गेलो. नागपूरला किती दिवस राहावे लागेल, याचा अंदाज घेऊन उर्वरित सामान योग्य वेळी हलविण्याचे ठरविले. नागपूरमधील निवासस्थान त्वरित ताब्यात घेण्याऐवजी, तात्पुरत्या निवासस्थानी सुरुवातीस जुळवून घेतले. मी दिवसभर कार्यालयात गेलो की, अनोळखी शहरात इंदू व मुलांची वेळ घालवण्याची मोठी पंचाईत होई.

सुरुवातीस नागपूर येथील आमदार निवासात राहताना खाणे, मुलांचे दूध व इतर सोयी करताना इंदूची पुरेवाट होई. मुलांना सांभाळत सर्व कसरत करावी लागे. लक्ष माझ्या येण्याकडे व विचार भविष्यातील अनिश्चिततेकडे अशा द्विधा मन:स्थितीत कालक्रमण होत होते. नागपूर शहर, जवळपासचा फेरफटका व एक कार्यालयीन सहकारी श्री. नायडू यांचे कुटुंबीय यांच्याशी अधूनमधून संवाद साधत वेळ घालविण्याची कसरत इंदू साधत होती.

माझे काम व इंदूची सोबत यामुळे माझे रूटीन छान जमू लागले होते. एकमेकांसाठी त्रास घेतानाच खरी जवळीक साधली जाते. जीवनाचे गाणे परिपूर्ण नसले तरी सुस्वर बनविण्यासाठी असा त्याग व निष्ठापूर्वक सहनशीलता ही फार महत्त्वाची असते. कौटुंबिक गैरसोय फार होऊनही त्यातही सुखी राहण्याचा व आनंद

शोधण्याचा आम्हा पती-पत्नींचा प्रयत्न, ही खऱ्या अर्थाने एक प्रकारची अवघड परीक्षाच होती. हे अवघडपण सहन करीत शासकीय काम करण्यास सदैव तत्पर राहावे लागे.

माझ्या या अनुभवातून एक निश्चित अनुमान काढता येईल की, शासन कारभार हा चांगले काम होण्यासाठी कधीही नेमका विचार करू शकत नाही. कर्मचाऱ्यांच्या मानसिक गरजांकडे तर शासन दुर्लक्षच करते. शासनाकडून, कर्मचाऱ्यांची कौटुंबिक सोय हे शेवटचे प्राधान्य धरले जाते. शासकीय नोकराच्या कौटुंबिक परिस्थितीचा कामाशी काही जवळचा संबंध असतो, हे कधीच प्रशासनाच्या लक्षात येत नाही. याबाबत प्रशासनाची नेहमीच उलटी प्रतिक्रिया अनुभवास येते.

नागपूर शहराचा परिचय व आपुलकी वाढू लागली होती. फक्त नातेवाईक व इतर परिचित फारसे कोणी नसल्याने चुकल्यासारखे वाटत होते. आपलेपणा, प्रेम व दिलदारी सर्वत्र आढळे; पण तरी कौटुंबिक नात्याची वीण नसल्याने एक रुखरुख मनात टोचत असे. काहीतरी कमी आहे, हे सतत जाणवत राही. इंदू व मुलांच्या सोबतीने नागपूरमधील मुक्कामही सुसह्य व सवयीचा होऊ पाहत होता.

कार्यालयात व कौटुंबिक आघाडीवर माझा सहभाग वाढीव प्रमाणात द्यावा लागल्याने मी मात्र तसा बऱ्यापैकी खूश होतो. गैरसोय ही सोयीची बनू पाहत होती. मला स्वतःला उष्माघाताचा एकदा त्रास झाला. किरकोळ ताप व डोकेदुखीचा थोडासा प्रसाद मिळाला; पण हळूहळू सवयीने व नाइलाजाने मनातील विरोध कमी कमी होत होता. कौटुंबिक अडचणीमुळे बदलीसाठी प्रयत्न चालू ठेवले.अन्यायाचा सल मनात असल्याने सहनशीलता कधी कधी बंडखोर बनू लागे; पण वाट पाहण्याशिवाय काही करू शकत नव्हतो.

नागपूरशी बंध जुळवताना, तसेच योग्य व सोयीच्या निवासस्थानाची निवड करताना नेमका अंदाज येत नव्हता. स्थिरस्थावर होण्याचा विचार व प्रयत्न चालू असतानाच बदलीची शक्यता नजरेसमोरून जाई आणि फेरविचार सुरू होई. असा वैचारिक पाठशिवणीचा खेळ चालू होता. शासकीय निवासस्थान मिळाले. प्रत्यक्ष ताबा घेऊन साफसफाई करण्याची व्यवस्था सुरू होती. तेवढ्यात, पश्चिम महाराष्ट्रात बदली झाल्याची बातमी मिळाली व परतीच्या प्रवासाची तयारी सुरू झाली. एका स्वप्नासारखे सर्व व्यवहाराचे रंग व रूप बदलले. बदली अहमदनगर येथे जिल्हा परिषदेच्या कार्यक्षेत्रात झाली होती; पण तेथे कार्यरत कार्यकारी अभियंता कार्यभार देण्यास उत्सुक नव्हते व ते बदली रद्द करण्याच्या प्रयत्नात होते, हे एक आणखी वेगळे संघर्षाचे निमित्त झाले होते.

मला पश्चिम महाराष्ट्रात तर यायचे होते; पण नागपूरहून ते साधणे कठीण वाटल्याने काही काळ पुढील निर्णयाची प्रतीक्षा करण्याशिवाय पर्याय नव्हता.

जाईची सुगंधी फुले । १११

यासाठी काही कालावधी देणे क्रमप्राप्त होते. जिल्हा परिषदेकडे थेट वर्ग एक सेवेतील कार्यकारी अभियंता नेमण्याची प्रथा फारशी प्रचलित नव्हती. त्यामुळे जिल्हा परिषदेकडे हजर होतानाही मनात दुय्यमत्वाची भावना मनाचा एक कोपरा अस्वस्थ करीत होती. त्यामुळे हे पद न स्वीकारण्याचा विचार टाळता येत नव्हता; पण योग व काल माहात्म्यानुसार जिल्हा परिषदेकडील कार्यकारी अभियंता त्यांची बदली रद्द करून घेण्यात यशस्वी झाले. आणि परिणामत: माझी बदली राज्यस्तरावरील मुळा प्रकल्पातील नव्या कामासाठी नवीन मुळा कालवे विभागाकडे करण्यात आली.

तसा हा विभाग नवीन असल्याने कार्यालय व कर्मचारीही उपलब्ध नव्हते; पण आज्ञा शिरसावंद्य मानून मी नागपूर येथील कार्यभार सोडला. इंदू व मुलांना तात्पुरते पुण्यात पाहुण्यांकडे हलविले. काही काळ पुन्हा वनवास नशिबास आला; पण स्वत:चा पर्यायी निवास अस्तित्वात नसल्याने पाहुण्यांकडे राहणे किंवा सरकारी निवासस्थान प्राप्त करणे आवश्यक बनले होते. मानसिकदृष्ट्या अडचणीची व अस्वस्थ करणारी परिस्थिती पुन्हा एकदा वाट्यास आली होती. स्वाभिमान व अहंकारही कोठेतरी दुखावला जात होता.

मी अहमदनगर येथे हजर होताच उपलब्ध कमी दर्जाचे निवासस्थान ताब्यात घेतले. तेथे काही किरकोळ दुरुस्त्या व साफसफाई करून शिरूर येथील सामान व बरोबरचे सामान तेथे नेऊन टाकले आणि अगदी तातडीने इंदू व मुलांना अहमदनगर येथे शासकीय वसाहतीत हलविले. माधवीलाही नगरच्या शाळेत प्रवेश घेतला. राहुल व प्रीती यांनाही अनुक्रमे जि.प., तसेच दादा चौधरी शाळेत प्रवेश घेण्यात आला. अहमदनगर मला पूर्वपरिचित असल्याने त्या शहराविषयी मनात जवळीक होतीच. पाथर्डी कालवा विभागाचे कार्यकारी अभियंता श्री. संभाजीराव जाधव यांचे मोठ्या भावासारखे सहकार्य लाभले. त्यांनी शासन व्यवहारापलीकडे घरगुती नात्याने सर्व मदत केली. खात्यातील संबंधाच्या पलीकडे जात, कौटुंबिक आपुलकीची ऊब शासन यंत्रणेत काम करताना अनुभवता आली. दिलदार व मोकळ्या मनाचे व्यक्तिमत्त्व कायमस्वरूपी जोडले गेले व आपले बनले.

अहमदनगर येथे तिन्ही मुलांसह संसार थाटला. नवीन जागा, नवीन शाळा या सर्व बाबी स्थिर होताना बराच त्रास झाला. दिवसभर काही ना काही काम करणे इंदूला सवयीचे झाले होते. तिन्ही मुलांची सर्व कामे तिची चांगलीच दमछाक होत असे. सकाळी उठून, सर्व उरकून शाळेसाठी पाठविणे, डबे देणे, अभ्यास घेणे, बरोबर राहून लक्ष ठेवणे इ. कामे करताना इंदूची फार धांदल उडायची; परंतु मुलांचे सर्व अगदी शिस्तीत व पद्धतशीर पार पाडण्याचे कसब तिने प्राप्त केले होते.

अहमदनगरच्या प्रदीर्घ वास्तव्यातील इंदूच्या सहवासातील ते दिवस अत्यंत

सुखाचा होते. तेथील घर, मुलांचा सहवास, त्यांच्या शाळा, शेजारी, नातेसंबंध, गावातील बाजारहाट व गृहस्वामिनीचे कर्तव्य यात इंदू इतकी रमली की, खऱ्या अर्थाने स्त्रीत्वाचा पूर्णत्वाकडे प्रवास होत गेला. अगदी घराजवळची बाग, नोकरचाकर यांतही ती इतकी एकरूप झाली की, वेळ कसा जाई हे तिच्याही ध्यानात येत नसे. नातेसंबंधही अत्यंत प्रौढत्वाच्या भावनेने व आपुलकीने सांभाळण्यातील तिचे कौशल्य वाखाणण्यासारखे होते. अनेक प्रसंगी त्याचे दर्शन झाले.

अहमदनगर येथील निवास व सहजीवन वेगळी अनुभूती देऊन गेले. नात्याची वीण सगेसोबती व सहकारी यांच्या मदतीने घट्ट बनत गेली. प्रश्न निर्माण होण्याअगोदर त्याची उत्तरे सापडून एक वेगळा आनंद व आत्मविश्वास द्विगुणित होत असे.

अहमदनगर येथील वास्तव्यात कौटुंबिक सहजीवनाचा परमोच्च बिंदू अनुभवता आला. संगीत जुळले, गीत झंकारले. कौटुंबिक व्यवस्थेतील प्रत्येक धागा जीवनवस्त्राचा भाग बनत गेला. अनेक सहकारी अत्यंत आपुलकीने व प्रेमाने जवळ आले आणि आनंद देत स्वतःही आनंदी झाले. विशेषतः त्या वेळी माझे नियंत्रक अधिकारी, अधीक्षक अभियंता मला समजून घेत माझ्याशी सहमत होत गेले. तसे श्री. अभंगे, श्री. चौधरी, श्री. पटवर्धन व श्री.लेले असे नियंत्रक अधिकारी अहमदनगरच्या कालावधीत अगदी आपुलकीने मला समजावून घेत, मला सरकारी कामात व वैयक्तिक संबंधातही प्रोत्साहित करीत होते.

श्री. लेलेसाहेब प्रशासक व अधीक्षक अभियंता हे अगदी प्रामाणिक आणि मोकळ्या स्वभावाचे कर्तव्यदक्ष अधिकारी असल्याने आमचे संबंध सहज जुळले व अधिक घट्ट बनत गेले. कौटुंबिक पातळीवरही सौ. लेलेवहिनी म्हणजे, अत्यंत कामसू, अनुभवी, गृहकृत्यदक्ष गृहिणी व त्यातूनही प्रेम व आपुलकीचा व वडीलकीचा सर्व भार पेलण्याचा त्यांचा उत्साह भरभरून वाहत असे. त्यामुळे इंदूलाही त्यांचा फार मोठा आधार वाटे. मनसोक्त गप्पागोष्टी, उत्तम आणि बिनचूक सल्ला, अडचणीत मनापासून मदत करण्याची वृत्ती असे त्यांचे व्यक्तिमत्त्व सर्वांना आपले बनवत असे. सतत काही ना काही नवीन करत राहण्याचा त्यांचा स्वभाव होता. घराची सजावट व लहानसहान गोष्टीत स्वतःचा रंग भरण्याची त्यांची लकब वाखाणण्यासारखी होती.

अहमदनगरमध्ये रोज संध्याकाळी फिरावयास जाण्याचा आमचा प्रघात ही एक वेगळीच ओढ होती. प्रत्येक जण मनःपूर्वक या फेरीत सहभागी होत असे आणि आपली मने व विचार मुक्तपणे मोकळे करीत असे. मिलिटरी एरियात फिरताना संध्याकाळचे वातावरण आणि समविचारी सहकाऱ्यांची सोबत यामुळे आनंदफेरीत खरा रंग भरत असे. कार्यालयीन, सर्वसाधारण व कौटुंबिक गप्पा होत. श्री. संभाजीराव जाधव, श्री. गोखले, श्री. पाटील, श्री. रसाळ, श्री. रत्नपारखी,

श्री. करमरकर असे स्वयंभू व स्वयंप्रेरित सहकारी लाभले होते. कोणतीही औपचारिकता न राखता अगदी वेगळ्या ओढीने आम्ही येथील वसाहतीतील सहजीवनाचा आनंद रोज लुटत असू. कार्यालयीन कामकाज संपवून फिरण्याचा हा अद्वितीय आनंद आम्ही शक्यतो चुकवीत नसू.

वसाहतीत व्यवस्थापन व देखभाल करणारे शाखा अभियंता श्री. मोळके हेही अत्यंत तत्पर सेवा देत. वसाहतीतील सहवासाचा व राहण्यातील आनंद वाढविण्यात त्यांचाही सहभाग मोलाची भर टाकीत असे.

घरात लहानसहान कामांत तत्पर सेवा देणारे कांबळे कुटुंबीय अत्यंत प्रामाणिकपणे व मन:पूर्वक मदत करीत असत. त्यांच्या निरपेक्ष सेवेचा प्रत्यय सहज मनास भावत असे.

तसा माझा अहमदनगर येथील मुक्काम चार वर्षांपिक्षा जास्त होता. बांधकाम व लाभक्षेत्र विकास अशा दोन्ही उपांगातील कामकाज पाहताना खूप करायला व शिकायला मिळाले. मनाचे स्वास्थ्य व शारीरिक सबलता सतत वृद्धिंगत होत राहिली. पुस्तके वाचून त्याची अंमलबजावणी प्रत्यक्ष कामकाजात करताना, एक वेगळा अनुभव जमेस येत होता. या भागांतील ऐतिहासिक स्थळे इतिहासाची आणि धार्मिक तीर्थक्षेत्रे अध्यात्माची प्रचिती देत असत. कोणीही पाहुणे आले की, त्यांच्यासह या विविध तीर्थक्षेत्रांना भेटी देण्याचा आनंद आम्ही अनुभवत असू.

मुळा प्रकल्पावर काम करताना एक वेगळा आनंद प्राप्त होत गेला. सिंचनाची ओढ व आवड असणाऱ्या क्षेत्रावर प्रकल्प अंमलबजावणीचे सुख या प्रकल्पावर खऱ्या अर्थाने अनुभवता आले. पाण्याचा व विकास योजनेचा अगदी यथायोग्य वापर व लाभधारकांचा सहभाग जाणणाऱ्या लोकांबरोबर काम करताना, मी त्याचाच भाग कधी बनलो, ते समजलेही नाही. कार्यक्षेत्रात अपेक्षित उद्दिष्ट व अतीव समाधान प्राप्त करता आले. पुढे जीवनभर स्वत:च्या मनाप्रमाणे जगताना आनंदोत्सव निर्माण होत गेला. नवनिर्मितीची ओढ निर्माण झाली की, आयुष्याचे गणित सुलभ बनते.

अहमदनगर येथील अनेक व्यक्तींच्या आठवणी खूप सुखावत राहतात. येथील कौटुंबिक सुखाने भरलेल्या संपृक्त जीवनाच्या खूप आठवणी आहेत. सरकारी नोकरीतही कर्तव्यपूर्ती, सेवा आणि आनंद प्राप्त करण्याचा वस्तुपाठच येथील वास्तव्यात मिळाला. नगर येथील त्या आनंददायी वास्तव्याचं वर्णन करण्यास माझ्याजवळ शब्द नाहीत.

पांढरी पुलाची भेळ हाही आमच्या विशेष आवडीचा विषय असे. कधीही व कितीही वेळा गेलो तरी ओली भेळ मुद्दाम घेऊन खाणे व मिरची-मसाल्यासह सर्वांना बांधून आणणे व तिचा एकत्रित आस्वाद घेणे, ही आवडीची बाब बनली होती. मुले, इंदू व मलाही हे खूप मनापासून आवडायचे. त्या ठिकाणाहून सहज प्रवास

करतानाही मोह आवरता येत नसे. पुण्यास येताना व जातानाही शिरूरजवळील सरदवाडीची भेळ हे सर्वांचे मोठे आकर्षण असे.

अहमदनगरमधील भोलासिंगची लस्सी हा असाच एक आनंदाचा मेवा सर्वांचे आकर्षण असे. त्या वेळी घरात फ्रीज नव्हता; तरीपण आइसबॉक्समध्ये बर्फ भरून आइसक्रीम आणून ते मनसोक्त खाण्याचा आनंद अहमदनगरनंतर पुन्हा अनुभवता आला नाही.

माझी धाकटी बहीण सौ. अहिल्याबाई थोरात एकदा अहमदनगरला सहकुटुंब आली. बसस्टेशनवरून निवासस्थानापर्यंत रिक्षाने प्रवास करताना मिलिटरीच्या गाडीने रिक्षाला धडक दिली. त्यामुळे गंभीर अपघात झाला. सर्व अपघातग्रस्तांची योग्य काळजी घेत, दवाखान्याची व्यवस्था करून सर्व गोष्टी इतक्या आपुलकीने व विशेष काळजी घेत केल्या की, झालेल्या जखमा व आघात प्रेमाच्या आपुलकीने कशा सहज बऱ्या होत गेल्या, हे ध्यानातही आले नाही. दवाखान्यातील उपचारांबरोबरच इंदूची आपुलकी उचित परिणाम साधून गेली. या संकटाची अगदी खूणही मागे न ठेवण्यात इंदूचा भाग महत्त्वाचा होता. इंदूने प्रेमाने आदरसत्कार व पाहुणचार करीत बहिणीचे व तिच्या कुटुंबाचे मन जिंकले.

अहमदनगर येथील वास्तव्यात मलाही उच्च रक्तदाबाच्या त्रासाने असेच एकदा दवाखान्यात दाखल व्हावे लागले. चार-पाच दिवस दवाखान्यात राहावे लागल्याने सर्व व्यवस्था चोख ठेवत, घर, मुले व दवाखाना इंदूने कौशल्याने सांभाळला. भेटायला येणारे पाहुणे त्यांची सोय व व्यवस्था, हा अतिरिक्त भारही तिने सहज पेलला. कोणाचाही आधार नसताना आपणच मोठेपण स्वीकारत सर्व यथास्थित होण्यासाठीची तिची धडपड व कसब वाखाणण्यासारखं होतं. आवश्यकतेनुसार सर्वांना सोबत घेत, आलेल्या प्रसंगातून बाहेर पडण्याची तिची कला नंतरही अनेक प्रसंगांत दिसून आली व उपयोगातही आली. डॉक्टरांशी योग्य संपर्क व उचित समन्वय राखण्याचे तिचे कौशल्य सर्व परिचितांना कौतुकास्पद वाटे.

अहमदनगरमध्ये असताना इंदूचा भाऊ सुरेश याची नेमणूक दुग्ध व पशुपालन केंद्रातील दूधप्रक्रिया विभागात जिल्हाप्रमुख म्हणून झाली. त्यांची अडचण दूर होईपर्यंत आवश्यकतेनुसार सर्व मदत व व्यवस्था इंदूने अगदी लीलया स्वीकारली व पार पाडली. त्याची मित्रमंडळी, इतर सोयी, सवयी यांच्याशी जुळवून घेत, त्यातील काहीही माझ्यापर्यंत न पोहचवता, ती सहज पार पाडीत असे. घरातील अनेक गोष्टी, ज्याद्वारे मला थोडी देखील काळजी वाटेल, अशा बाबी ती कटाक्षाने माझ्यापासून दूर ठेवी. केवळ माझ्या काळजीपोटी व प्रेमापोटी इतरांचे करत स्वत्व जपण्याचे व आनंद लुटण्याचे तिचे तंत्र तसे शिकवून किंवा सांगून जमण्यासारखे नक्कीच नाही. व्यवहार व चातुर्य यांचे भान ठेवण्यात तिचा हातखंडा बनला होता.

माझे सासरे वारले. एका अति कठीण प्रसंगास सामोरे जाणे भाग पडले. अचानक हृदयविकाराचा झटका येऊन इंदूच्या वडिलांचे पुण्यात निधन झाले. एक मोठा कौटुंबिक आधार अचानक संपला. तिचे वडील म्हणजे आमचे श्रद्धास्थान व मार्गदर्शक होते. कोणत्याही गोष्टीत परिपूर्ण व दूरगामी सल्ला त्यांच्या रूपाने आम्हाला सातत्याने उपलब्ध होत असे. कोणत्याही अवघड प्रसंगी त्यांच्या सल्लामसलतीने त्यातून एकदम सुटका होत असे.

शासकीय सेवेत आणि तेही पोलीस खात्यात ४० वर्षे सेवा केल्याने मनुष्य-स्वभाव व प्रसंग यांचे वेगळे आकलन त्यांना सहज जमत असे. जिव्हाळा व आपुलकीच्या नात्यातून अशी संधी उपलब्ध होणे, हे आमचे भाग्य म्हणावे लागेल. कोणत्या प्रसंगी काय करावे व कशी काळजी घ्यावी, याचे त्यांचे स्वत:चे आडाखे होते. प्रत्येकाला ते जमतीलच असे नाही. त्यातल्या त्यात व्यवहाराची फारशी ओळख नसल्याने मामांचा आधार आम्हाला फार मोलाचा व महत्त्वाचा वाटे. प्रत्येक घटना व प्रसंग याचे अंदाज हे प्रत्येक व्यक्तिनिहाय बदलत असतात आणि म्हणून मामांच्या अत्यंत परिपक्व आधाराचे आमच्या मनात अत्यंत आदराचे स्थान होते.

इंदूच्या वडिलांच्या रूपाने मला वडिलांची माया, प्रेम मिळाले; पण त्यांच्या निधनाने एक मोठी पोकळी निर्माण झाली. वडिलांच्या निधनाच्या कठीण प्रसंगी इंदूने अत्यंत धीराने व सुज्ञपणे सर्व बाबी सांभाळल्या. त्रयस्थ भूमिकेतून शोक आवरला. भावनांना आवर घातला व त्या प्रसंगीही सर्व कौटुंबिक जबाबदाऱ्या सांभाळत प्रसंगाला सामोरे गेली. अटळ घटना व सत्य स्वीकारण्याचे इंदूचे धैर्य वाखाणण्यासारखे आहे. आजारपणात मदतीसाठी प्रयत्नांची शर्थ करावी; पण त्याचा परिणाम मात्र स्वीकारावा अशी तिची मनोभूमिका होती. प्रामाणिक प्रयत्नच ही शक्ती बहाल करतो. या धक्क्यातून इंदू व मी स्वत:ही जे घडेल ते स्वीकारत पार पडलो. अशा वेळी निखळलेला आधार स्वत:मध्येच शोधण्याचा एकच पर्याय आपल्या हातात राहतो आणि तोच आम्ही स्वीकारला.

अहमदनगर येथील कर्तव्य कालावधी यथास्थित पूर्ण झाल्याने मंत्रालयात अपर सचिवपदी बदली झाली. कौटुंबिक स्थैर्यावर परत एकदा प्रश्नचिन्ह उभे राहिले. आयुष्यात काही परिवर्तन व दिशाबदल घडण्याची ही नांदी ठरली. मी मुंबई येथे कामावर हजर होताना कुटुंबाची व्यवस्था कशी करावी याबाबतीत नेमका मार्ग सापडेना व सुचेना. अहमदनगर येथील शासकीय निवासस्थान सोडले तर, मुंबईतील निवासस्थान स्वीकारणे क्रमप्राप्त होते. शिवाय मुलांच्या शाळा, मुंबईची धावपळ व गर्दी, ही सवयीची व सोयीची वाटेना. मुंबई येथील हाजी अली येथील निवासस्थान ताब्यात घेतले; पण मुलांच्या भविष्याच्या दृष्टीने शाळेची स्थिर व्यवस्था लावणे, अधिक महत्त्वाचे व गरजेचे वाटू लागले. तसेच, मुंबईतील कालावधीही नेमका ज्ञात

नव्हता. एकीकडे मुंबईत राहावे असे वाटत होते, इंदूचेही प्राधान्य सहजीवनाला होते. मलाही ते पटत होते; पण भविष्य व मुलांच्या शैक्षणिक विकासाच्या दृष्टीने सोयीचे वाटत नव्हते. विशेषत:, मुलांचे पुढील वाढते वर्ग व वाढता अभ्यास यासाठी स्थिर व्यवस्था अत्यावश्यक वाटू लागली. पुढे कशा व कितीही बदल्या व स्थित्यंतरे झाली, तरी कुटुंब पुण्यासारख्या मध्यवर्ती व सोयीच्या ठिकाणीच ठेवणे सोयीचे असल्याचे जाणवले.

मात्र त्यासाठी पुण्यात स्वत:ची किंवा भाड्याची जागा त्वरेने शोधणे शक्य होईल असे सकृतदर्शनी वाटेना. अहमदनगर येथे पूर्ण वर्ष कुटुंब ठेवणे, म्हणजे सिंचन वसाहतीबाहेर भाड्याने घर घ्यावं लागलं असतं, सामान हलवायला लागलं असतं. मग भाड्यानेच घर घ्यायचे तर अहमदनगरऐवजी पुण्यातच अधिक सोयीचे होते; पण पुण्यात कुटुंबास राहण्यास सोयीस्कर असे घर तातडीने शोधणे त्या काळी कठीण काम होते.

विचारांती पुण्यास काही अडचणी सहन करीत का होईना, जमेल तशी व्यवस्था करून नंतर कायमस्वरूपी व्यवस्था करण्याचे सर्वसहमतीने ठरले. बदल्यांची नोकरी असल्याने, तसेच, मुलांचे शिक्षण अधिक महत्त्वाचे असल्याने ते आवश्यकच होते. इंदूचे वडील पुण्यात होते. घरही मोठे होते; पण पाहुण्यांकडे राहण्यासाठी मन तयार होईना; पण काहीच इलाज नसल्याने पुण्यात मुलांना शाळेत प्रवेश घ्यायचा व तात्पुरते पाहुण्यांकडे थांबून, मग पुढे जमेल, सुचेल तसा मार्ग काढायचा, असे ठरले.

या बाबतीत इंदूही सहज सहमत झाली. त्यानुसार सामान न हलवताच तात्पुरते कमीतकमी सामान घेऊन पुण्यास स्थलांतर केले. पुण्यात रोजच्या सर्व बाबींसाठी इंदूचे वडील व भाऊ यांचे लक्ष व मदत असल्याने फार अडचण जाणवली नाही. मुलांचा शाळाप्रवेश व प्रत्यक्ष अभ्यास पुण्यात नियमित सुरू झाला.

आठवड्याला माझ्या मुंबई-पुणे फेऱ्या सुरू झाल्या; पण प्रश्न तात्पुरता सुटला. आता काहीतरी कायमस्वरूपी निवासव्यवस्था करणे अपरिहार्य बनले होते. त्या काळी पुण्यात मोकळे प्लॉट मोठ्या प्रमाणात उपलब्ध असल्याने कोथरूड येथे एक प्लॉट पूर्वीच खरेदी केला होता; पण तेथे रस्ता, पाणी, ड्रेनेज काहीच व्यवस्था नसल्याने बांधकाम सुरू करणे अडचणीचे व त्रासदायक होते. शिवाय बांधकामाचे रोजचे सुपरव्हिजन व व्यवस्थापन, निधी व इतर आनुषंगिक व्यवस्था या सर्वच बाबी अत्यंत अडचणीच्या वाटत होत्या; पण मनाचा पक्का विचार ठरला की, प्रत्येक अडचणीतून काहीतरी मार्ग निघतोच. अगदी सर्व बाबींवर उपाय सहज स्फुरतात व कालनिहाय उपलब्धही होतात.

माझा धाकटा भाऊ सुदाम याने आठवड्यातील चार ते पाच दिवस पुण्यात

थांबून देखरेखीखाली घराचे सर्व बांधकाम करून घेण्याची तयारी दर्शविली. नुसती तयारी न दर्शविता प्रत्यक्ष सर्व कामे करण्यास सुरुवात केली. मारुतीच्या व श्री. थोरात यांच्या सहकार्याने कॉर्पोरेशनमधील कामे व मंजुऱ्या प्राप्त करून घेण्यात आल्या आर्थिक व्यवस्थेच्या दृष्टिकोनातून आयुर्विमा महामंडळाकडील कर्जासाठी प्रयत्न केले व पाठपुरावा केला. शासनाकडेही घरबांधणी कर्जाची मागणी केली; पण तेथे मोठी प्रतीक्षा यादी असल्याने सात-आठ वर्षे तरी लागतील अशी परिस्थिती दिसत होती. मंत्रालयात अपर सचिव म्हणून कार्यरत असतानाही वैयक्तिक कामे करताना येणाऱ्या मर्यादा प्रकर्षाने लक्षात आल्या. लोकशाही कार्यपद्धतीत व नियमांच्या चौकटीत काम करताना काही पथ्ये पाळावीच लागतात. तसेच मलाही गृहकर्जासाठी रांगेत प्रतीक्षा करणे क्रमप्राप्त बनले.

एकूणच ग्रह व परिस्थिती जुळून आल्याने शनिवार-रविवार पुण्यास येऊन घराचे बांधकाम, मुलांचे शिक्षण व कौटुंबिक व्यवस्था अशा अत्यंत वेगवान पद्धतीने सुट्टी व्यतीत होऊ लागली. पाया व बांधकाम आर.सी.सी करण्याची गरजच होती. पाया मातीवरच ठेवावा लागल्याने पसरट फुटिंगचे डिझाइन करून कॉलम्स उभे केले. सिमेंट, स्टील, वाळू आजच्या तुलनेत फार स्वस्त व उत्तम गुणवत्तेचे होते. दरही फार कमी होते. सिमेंट तीस रुपये बॅग, स्टील अठराशे रुपये प्रतिटन व वाळू दीडशे रुपये ब्रासने गरजेनुसार हव्या त्या प्रमाणात व निवडक गुणवत्तेची उपलब्ध होत होती.

काम मनासारखे व आपल्या सोयीने व देखरेखीखाली करताना एक आनंद व वेगळे समाधान मिळत होते, ते सांगता येण्याजोगे नाही. निर्मिती व आपुलकीची भावना व स्वत्वाची जाण यामुळे कामाची सर्वच व्यवस्था मनासारखी व उत्तम जमत होती. सर्व तांत्रिक गरजा व मानकांची मी स्वत: तपासणी करीत होतो व काळजी घेत होतो. इंदूचे कामावर पूर्ण लक्ष होते. सुदाम, श्री. थोरात यांचेही पूर्ण लक्ष असल्याने काम अगदी अपेक्षित वेगाने व गुणवत्तेने होण्यात अडचण जाणवली नाही. पहिली स्लॅब टाकताना खरी कसोटी होती. सर्व व्यवस्था करूनही, ऐनवेळी मिक्सर सुरू होताना अडचण आली. कॉंक्रिटिंगसाठी पाणीही अपुरे पडले.

मोठे काम असल्याने दुपारी एक वाजता सुरू झालेले स्लॅबचे काम रात्री बारा-एक वाजेपर्यंत चालले. अंधारात विजेची व्यवस्था करणेही अडचणीचे बनले होते. इतका वेळ लागेल अशी अपेक्षाच नव्हती. घरातील सर्वांनी मिळेल तिथून, मिळेल तसे, शेजाऱ्यापाजाऱ्यांकडून पाणी मागून, जमेल तसे बादल्यांनी व डब्यांनी वाहून आणून स्लॅब पूर्ण केली; पण मनासारखे फिनिशिंग व गुणवत्ता शेवटच्या दोन-तीन तासांत साधता आली नाही. कामावर उभे राहून सर्वांनी अपार कष्ट करीत काम पुरे करण्याचा हिय्याच केला व काम पूर्णत्वाला नेले. काम पुरे होताना एक वेगळंच

समाधान मनात होतं. सर्वांच्या सदिच्छा व मदत, मुलांपासून सर्वांचे मनापासून धडपडणे या कामात दिसून आले. आपले काम आपण करण्यांतील, नवनिर्मितीतील आनंद प्रत्यक्ष कृतीतून अनुभवता आला.

एक वर्षाच्या कालावधीत राहण्यासाठी घर तयार झाले. घरभरणी करून १९८५मध्ये सर्व सामानासह गृहप्रवेश केला. आईची स्मृती, मायेची ऊब , पावित्र्याची भावना अनुभवण्यासाठी मी बंगल्याचे नाव 'जाई' असे ठेवून कृतज्ञता व्यक्त करण्याचा प्रयत्न केला. मनातील विचार कृतीतून मूर्त स्वरूपात प्रत्यक्षात साकार झाले.

मन:पूर्वक सर्व करता करता संसाराचा हा गाडा कधी सुरळीत मार्गाला लागला हे समजलेदेखील नाही. नोकरी, पद, प्रतिष्ठा, पगार या बाबी पूरक बनत असल्या तरी मूळ गरजा व अडचणी दुर्लक्षित करता येत नाहीत. प्रत्येकाला जिद्दीने कष्ट करावे लागतात. स्वप्न साकार करताना कोणतीही जादू उपलब्ध नसते. बहुतेक कुटुंबांना या अडचणींतून जावे लागते, तेव्हाच स्वप्ने प्रत्यक्षात साकार करता येतात.

इंदू व माझा स्नेह संसाराच्या वाटचालीत फुलत गेला. आनंदाचा व सुखाचा सुगंध पसरत गेला. अत्यंत अडचणीतून सुरू झालेली ही यात्रा अशा स्थिर व स्थायी भावांत रूपांतरित होत गेली. 'तू तिथे मी' असा चिरस्थायी भाव अनुभवत सुखस्वप्नांची प्रचिती येत गेली. मुलांचे शिक्षण, क्लासेस, त्यांचे लालनपालन अपेक्षेप्रमाणे करण्यासाठी जे स्थैर्य हवे होते, ते प्राप्त झाले.

पण, घराच्या निमित्ताने इंदूचे म्हणजे घरच्या लक्ष्मीचे साम्राज्य सुस्थितीत प्रस्थापित झाले. पुण्यात जन्मलेल्या इंदूला येथे राहणे अत्यंत सोयीचे व सवयीचे बनले होते. तिच्या अंगभूत गुणांमुळे सर्व आघाड्या ती व्यवस्थित सांभाळत होती. मुलांच्या सवयी, संस्कार व अभ्यास इ. जबाबदाऱ्या तिने सहज पेलल्या.

माझ्या बदल्या कालपरत्वे होतच राहिल्या. पुणे, ठाणे, कोल्हापूर, औरंगाबाद, पुन्हा पुणे, पुन्हा औरंगाबाद, नाशिक, पुन्हा ठाणे व शेवटी पुणे असा हा प्रवास अखंडित चालू राहिला. १९९१ ते २००४ पर्यंत म्हणजे १५ वर्षांत आठ ते नऊ वेळा बदली झाली. अनेक प्रसंग घडून गेले; पण ते मनात अस्थिरता निर्माण करू शकले नाहीत. मीच एकटा बदलीच्या ठिकाणी जात असे. इंदू व मुले अधूनमधून माझ्या बदलीच्या ठिकाणी येत. एकूणच, पुण्यात घर बांधल्यानंतर आमची सोय तर झालीच; पण सर्व बाबतीत कुटुंबाची प्रगती होत गेली.

प्रत्येक बदलीच्या ठिकाणी सरकारी निवासस्थान ताब्यात घेतले की, सर्व सामानासह इंदू हजर होई, सर्व व्यवस्था मनाप्रमाणे व सोयीप्रमाणे करत ती रूटीन लावून देई. स्वयंपाकाचा गॅस, टीव्ही, इस्त्री, गाद्या, फर्निचर यांच्या योग्य मांडणीसह सर्व स्थिरस्थावर करून देण्याचे ती कधीच विसरत नसे. तिच्या गैरहजेरीत निदान

रोजच्या गरजांची पूर्ती व्हावी ही तिची उत्कट भावना असे. नेमकी खात्रीशीर सर्व व्यवस्था जमली की मगच ती प्रयाण करीत असे.

अहमदनगरनंतर मंत्रालयातील माझ्या बदलीने कौटुंबिक अडचणी मोठ्या प्रमाणावर नव्याने निर्माण होत गेल्या असे मी म्हणणार नाही. एका वेगळ्या जीवनाची व पद्धतीची ओळख करून घेता आली. मुंबईमध्ये समृद्ध व नटलेल्या जीवनशैलीचा दुरून का होईना परिचय होत गेला. अनेक वैशिष्ट्यांची व आधुनिकतेची ओळख करून घेता आली. ही सर्व प्राप्ती ही कौटुंबिक स्तराशीपण निगडित आहे. मुंबईशी जवळीक व औत्सुक्य असल्याने मुंबई नेहमीच पूर्वपरिचित वाटत राहिली. कौटुंबिक स्तरावर आमचे जाणे-येणे इतके वरचेवर व सहज बनत गेले की, विरह व गैरसोय पूर्णत: विसरता येत असे. पुण्यातील घराची व मुलांच्या शिक्षणाची अपेक्षित व्यवस्था यामध्ये इंदू रममाण होत राहिली.

मुंबई येथे मंत्रालयात कार्यकारी अभियंता व पदसिद्ध अवर सचिव म्हणून काम करीत असतानाच्या कालावधीत, शासकीय कार्यालयासाठी नेमका पाच दिवसांचा आठवडा करण्यात आला असल्याने, शनिवार-रविवार पुण्यास येणे शक्य होई.

समानता, सामाजिकता, वैचारिक एकरूपता यांचे दर्शन या प्रवासात नेहमी होई. अगदी धनवान व गरीब, विद्वान व अडाणी, उच्चभ्रू व भिकारी, सर्व एकाच पद्धतीने व न्यायाने एकमेकांस मदत करत सहप्रवासी बनत असतात व त्यास पर्यायही नसतो. जगातील नेहमीचे प्रतिष्ठेचे बुरखे या प्रवासात विसरता येतात. प्रवासी हा सामाजिक समता प्रस्थापित करणारा नवीन वर्ग या मुंबई-पुणे रेल्वे प्रवासात बघायला मिळतो. प्रत्येकाची गरज व परिस्थिती अशी तडजोड करण्यास भाग पाडते.

तशी हाजी अलीची इमारत क्र.१० ही फक्त जलसंपदा विभागाच्या अधिकाऱ्यांसाठी राखीव असल्याने तेथे प्राधान्याने निवास उपलब्ध होत असे. 'अ' व 'ब' प्रकारची निवासस्थाने सोयीप्रमाणे क्रमवार उपलब्ध होत असत. मला 'ब' प्रकारचा फ्लॅट क्र.१६ निवासस्थान म्हणून मिळाला होता. तो समुद्राच्या बाजूस होता. समुद्रावरची मोकळी हवा थेट फ्लॅटमध्ये प्रवेश करीत असे. त्यामुळे उन्हाळ्याचा एखादा महिना सोडला, तर मुंबईत देखील मला पंखा वापरावा लागत नसे. सकाळी उठून रेसकोर्सवर एक किंवा दोन फेऱ्या मारल्या की, शारीरिक व्यायामाची पूर्ती सहज होत असे. मी तातडीने निवासस्थानी राहण्यास सुरुवात केली; पण मुलांच्या शिक्षणाच्या जबाबदारीमुळे इंदू व कुटुंबीय यांना मुंबईस सातत्याने किंवा दीर्घ काळ नेणे शक्य झाले नाही व सोयीचेही वाटले नाही.

जाण्या-येण्याच्या सोयी व मर्यादा सांभाळत आम्ही कुटुंबीय मनाने एकत्रच विहार करत होतो. पूर्णत्वाची भावना व स्वत:ला समजावण्याच्या या विचारांनीच

दुरावा निष्प्रभ बनविला होता. माझा मुंबईचा कालखंड कसा संपला, हे लक्षात-देखील आले नाही. न बोलता, न सांगता एकमेकांना समजून घेण्याची अशी संधीच पूर्णत्वाचा बोध देण्यास समर्थ ठरते. जन्मभरासाठी जोडलेली नाती अधिक गोड बनत जातात. छोट्या-मोठ्या उणिवा व अडचणी समुद्रातल्या मिठाप्रमाणे जीवनरूपी पाण्याशी एकरूप बनत जातात.

मुंबईच्या सान्निध्यात समुद्राने मला असा दृष्टिकोन दिला. निसर्ग महान असून, सर्व मूल्ये स्वतःशी जपत व बाळगत समरसतेने कालक्रमण करतो; पण माणसाने मात्र या बाबी बघूनही दुर्लक्षित करीत, वेगवेगळ्या प्रश्नांनी जीवन क्लिष्ट व अवघड बनविण्याचे व्रतच घेतले आहे. मुंबई येथून पदोन्नतीवर पुणे पाटबंधारे मंडळात माझी बदली झाली. पुण्यातील घरामुळे मला ही एक अनपेक्षित नजराणास्वरूप भेटच शासनाकडून मिळाली. यथावकाश, पुणे पाटबंधारे प्रकल्प मंडळाकडून माझी बदली ठाणे पाटबंधारे मंडळाकडे झाली.

पुण्यातून माझी बदली अधीक्षक अभियंता म्हणून ठाणे येथे झाली. ठाण्यात कोपरी येथील शासकीय वसाहतीत कार्यालय व निवासस्थान होते. मंत्रालयात अपर सचिव म्हणून काम करताना तसा ठाण्यातील आस्थापनेशी घनिष्ठ पूर्वपरिचय झालेला होताच. कामाची विविधता व जबाबदारी स्वतंत्रपणे वेगळी नमूद केली असली, तरी कौटुंबिक घटना तपशिलाने नमूद करता आल्या नाहीत. मोठ्या मुलीचा म्हणजे माधवीचा कराडमधील वैद्यकीय महाविद्यालयात प्रवेश व अध्ययन ही महत्त्वाची जबाबदारी नव्याने पेलण्याचे आव्हान स्वीकारणे भाग पडले. वसतिगृहाच्या सोयीमुळे ती तशी कराड येथील वैद्यकीय शिक्षण संकुलात सहज रममाण झाली. बाहेरच्यांशी मिसळणे तिला घरातील इतर सर्व सदस्यांपेक्षा जरा जास्तच सहज व चांगले जमत असे.

शिक्षण कालावधीत कराडमध्ये जाऊन वरचेवर भेट घेणे याकडे मात्र माझे अक्षम्य दुर्लक्ष होत असल्याची जाण मलाच होई. मी ठाणे येथे व मुले पुण्यात हायस्कूलमध्ये, तर माधवी कराडला अशी त्रिस्थळी यात्रा स्वीकारणे भाग पडले. मधूला आम्ही संपर्क ठेवावा, वरचेवर भेट द्यावी अशी तीव्र अपेक्षा असे; पण त्या वेळी ते शक्य होत नसे. तिचा कौटुंबिक विरह व अगतिकता कधी कधी कमालीचे क्लेशकारक स्वरूप धारण करी. त्या वयात तिच्या अपेक्षा इतर मैत्रिणींच्या सहवासात अव्यवहार्य आकार घेत; मात्र कौटुंबिक जवळिकीच्या तिच्या अपेक्षा आम्ही कधीच पूर्ण करू शकलो नाही. त्यातून निर्माण होणारी मानसिकता सांभाळत तिने वैद्यकीय शिक्षण नेटाने पूर्ण केले.

आमच्या कुटुंबातील नव्या पिढीतील ती पहिली एम.बी.बी.एस. डॉक्टर बनली. या बाबीचे आम्हाला मोठे कौतुक व अभिमान वाटे. तिची व्यवहारकुशलता व

सामाजिक जाणीव अधिक व्यापक बनली. त्याचे प्रत्यंतर तिच्या रोजच्या दिनक्रमातून येत असे. अभ्यासासाठीचे तिचे कष्ट, प्रयत्न आणि जिद्द तिला भविष्यातील शिदोरी देऊन गेले. अडचणींना तोंड देणे तिला सवयीचे बनले. तिच्या आयुष्याचे गणित व्यवहारात अधिकच सोपे बनत गेले. जीवनातील धडपड व संघर्ष तिच्या पुढील व्यावसायिक कामकाजातही तिला बरेच काही शिकवून गेला. वैद्यकीय व्यवसायात लोकसंपर्क साधण्याचे तंत्र तिला परिस्थितीने आपोआप अवगत झाले. स्वावलंबन व दु:खातील सुख म्हणतात, ते हेच असावे.

अर्थात मुलांनी धडपडत स्वत:च्या क्षमतेवर उभे राहण्याने सक्षमता कशी वाढते, याचा प्रत्यक्ष अनुभव मनाला सुखावत राहतो. माधवीचे विचार, कुटुंबाबद्दलच्या भावना व कुशाग्र व्यवहारचातुर्य सुरुवातीपासूनच दिसत राहिले. माधवीच्या डॉक्टर होण्याने कुटुंबाला कर्तव्यपूर्तीची एक चकचकीत झालर प्राप्त झाली. अभिमान, प्रेम व आदर या भावनेने मन तृप्तीच्या सीमारेषा पार करीत आनंदाने प्रफुल्लित राहते, असाच कायमस्वरूपी गौरवाचा अनोखा धागा माधवीच्या रूपाने आमच्या कुटुंबात सातत्याने आनंदाची व सुखाची प्रेरणा बनत राहिला.

ठाणे येथून मला कोल्हापूरमधील वारणा प्रकल्प मंडळात हलवले. कोल्हापूरच्या ताराबाई पार्कमधील 'वारणा' बंगल्यात मी राहत होतो. बंगला फारच ऐसपैस व कार्यालयाच्या शेजारी असल्याने फारच सोयीचा होता. मी कोल्हापूर येथे कार्यरत असतानाच माधवीचा विवाह कोल्हापुरातील निवासी डॉक्टर अजित लोकरे यांच्याशी झाला. शिक्षणासाठी कुटुंब पुण्यास ठेवूनही मी माधवीच्या सोबतीने कौटुंबिक सुख कोल्हापूरमध्येही अनुभवू शकलो.

महाराष्ट्र भूविकास महामंडळाच्यावतीने पुण्यात व्यवस्थापकीय संचालक म्हणून काम करावे लागले. फारशी फिरती करावी लागली नाही. नुकत्याच झालेल्या अपघातामुळे विश्रांतीची गरजही जाणवत होतीच. पुण्यात घरी राहण्याने ही महत्त्वाची सोय होऊ शकली. पाटबंधारे मंडळ, पुणे व पाटबंधारे प्रकल्प मंडळ, पुणे येथे काम करताना पुण्यातच घर असल्याने माझी कौटुंबिक सोय साधता आली. एकूणच, पुण्यातील घराचा शासकीय सेवेतील काही कालावधीसाठी निश्चितच उपयोग होत राहिला. सरकारपेक्षा तुम्हालाच स्वत:ची सोय करीत जबाबदारी पार पाडणे अपरिहार्य ठरते. शासनाकडून वैयक्तिक सोयींचा फारसा विचार केला जात नाही. काम करतच जमेल तशी कौटुंबिक वाटचाल चालणे अपरिहार्य ठरते.

महायुद्धाच्या काळात अनेक जबाबदाऱ्या अंगावर असतानादेखील विन्स्टन चर्चिल दिवसातील अठरा-अठरा तास अगदी शांतपणे काम करीत असत. कुणा एकाने त्यांना याबद्दल विचारले की, 'या युद्धजन्य परिस्थितीची तुम्हाला चिंता नाही वाटत का?' त्यांनी उत्तर दिले, 'मी कामात इतका व्यग्र आहे की, चिंता करीत

बसायला वेळ आहेच कुठे?' शास्त्रज्ञांना व संशोधन करणाऱ्यांना सहसा निराशा येत नाही; कारण काळजीची ऐश पुरवायला त्यांच्याकडे वेळच असत नाही. अन् तसा वेळ घालविणे त्यांना परवडतही नाही. काळजी ही फक्त श्रीमंतांना व आळशांना परवडणारी चैन आहे. ही मोठ्यांची अवघड कथा व व्यथा सध्याच्या वेगवान जीवनात प्रत्येकाच्या अनुभवाला येऊ लागली आहे.

शासन व कुटुंबव्यवस्था यांच्यातील संबंध सतत बदलत होते. थोडक्यात, सेवेचे बाळकडू कुटुंबरचनेत पूर्ण भिनत ते विशिष्ट शासकीय शैलीचे, वळणाचे व रंगाचे बनत गेले. काम व माणसातील बदल, काही स्थळकाळनिहाय वैशिष्ट्ये ही सवयीची व अंगवळणी पडत गेली. त्यामुळे कुटुंबाचे सरकारीपणात रूपांतर होत राहिले; पण सरकारी यंत्रणेचे कुटुंबाच्या परिभाषेत परिवर्तन होऊ शकले नाही. सरकारीपणात व्यवस्थापन, देखभालीची पद्धत व समज हे एका पद्धतीचे व शैलीचे बनत जातात.

ठाणे येथे असताना रोज सकाळी व्यायाम करण्याची माझी सवय मी काटेकोरपणे पाळत असे. उच्च रक्तदाबामुळे काही औषधे कायमस्वरूपी घेण्याचा वैद्यकीय सल्लाही मी कटाक्षाने पाळत असे; पण व्यायामाचे शास्त्रशुद्ध नियोजन स्वत:च्या अनुभवांतून मीच केलेले होते व त्याचे काटेकोर अनुपालनही माझ्याकडून केले जात होते.

तंत्रशुद्ध व्यायामाचा शास्त्रशुद्ध सल्ला व अनुपालन होऊ न शकल्याने एकदा सकाळी चुकीच्या व्यायामामुळे छातीत दुखू लागले. वेळीच वैद्यकीय सल्ला व मदत घेऊनही काही वाढीव चाचण्या व तपासण्या डॉक्टरांनी सुचविल्या. ठाणे येथे एकटा असताना हा प्रसंग उद्भवल्यामुळे थोडा घाबरलो. पुण्यातील पर्यायी व्यवस्था लावून इंदू ठाणे येथे तातडीने दाखल झाली. पुढील उपचार पुण्यात घेणे सोयीचे असल्याने माझ्या सल्ल्याविना मला पुण्यात हलविण्यात आले. वेगवेगळ्या तपासण्या व सल्लामसलत घेत वैद्यकीय सल्ल्याने औषधे देण्यात आली. विश्रांतीचा सल्लाही देण्यात आला. 'स्ट्रेस टेस्ट' पॉझिटिव्ह आली; पण औषधाने व्याधी नियंत्रित करण्याचे डॉक्टरांनी सुचविले. नंतर उचित निरीक्षणांद्वारे ॲंजिओग्राफी किंवा पुढील उपचार व कार्यवाही करण्याचे सर्वानुमते ठरविण्यात आले.

ठाणे येथील कामाचा अतिरिक्त ताण व व्यायामाचा अतिरेक अशा प्रकारे हृदयक्रियेत काही कमतरता निर्माण करून गेला व तो नंतर कायमस्वरूपी सोबत करीत टिकून राहिला. ॲंजायना स्वरूपात हात व छातीत काही संवेदना श्रमांमुळे वरचेवर जाणवू लागल्या; पण सवयीने त्यांचीही माहिती व जवळीक झाली व योग्य वेळी थांबणे व ताण कमी करण्याचे तंत्र सवयीने अवगत होत गेले. उणिवा हृदयाशी बाळगत सर्व नित्य कार्यक्रम विनातक्रार अखंडित चालू ठेवण्यात, मी

यशस्वी झालो. अगदी क्षेत्रीय कामास भेटी, धरण व विद्युतगृहाची निरीक्षणे व धरणावर चढणे, उतरणे, चालणे अशा श्रम देणाऱ्या व ताण निर्माण करणाऱ्या प्रक्रिया चालू ठेवल्या व तशा त्या पदाच्या जबाबदारीतून चालू ठेवाव्या लागल्या.

पण, ज्या ज्या वेळी मी पुण्यास येई त्या वेळी डॉक्टरांची भेट, ई.सी.जी. व तपासणी न चुकता करून घेत असे. इंदू सर्व सोडून मला डॉक्टरांकडे घेऊन जाण्याची व औषधे जाणून घेण्याची दक्षता घेत असे. सर्व उपाययोजनांचे काटेकोर अनुपालन हा तपासणी उपरोक्त विधीही अत्यंत कुशलपणे व बिनचूकपणे पार पाडण्याची काळजी घेतली जाई. तशी सवयंही लावण्याचा तिचा प्रयत्न असे. प्रत्येक वेळी डॉक्टरांकडे जाणे, त्यांना नेमकी सर्व माहिती यथास्थित देणे व सर्व समजावून घेत नंतर त्याची अंमलबजावणी करणे या बाबी अगदी सहज जमण्याइतक्या सोप्या नव्हत्या.

तथापि, परस्पर प्रेम व श्रद्धा यापोटी सर्व व्यवस्थित पार पडत असे. ज्ञान, हुशारी, अभ्यास यांच्या पलीकडे वास्तवात आवश्यक ठरते ते अतूट प्रेम व अपार श्रद्धा. ही अंगभूत मूल्ये शिकून किंवा शिकवून प्राप्त होत नाहीत, ती सच्चिदानंद आत्मतत्त्वाची अनुभूती असते. खऱ्या प्रेमातूनच अशा अनुभूती प्राप्त होत जातात. त्यासाठी तुमचे मन व विचार मात्र मोकळे व मुक्त राखणे आवश्यक ठरते.

ठाणे येथून कोल्हापूर व तेथून औरंगाबाद येथे मुख्य अभियंतापदी स्थलांतर झाले. मधला पाच वर्षांपिक्षा अधिक कालावधी असाच काळजी घेत अगदी सहज व्यतीत होत गेला.

रक्तदाबाचा त्रास व हृदयविकारातील अन्जायना मात्र वाढत्या प्रमाणात व वारंवार जाणवत असे; पण हीच तर जीवनाची गंमत असते. भित्यापोटी ब्रह्मराक्षस म्हणतात, तसे माझ्या निष्काळजी वृत्तीमुळे आजार विशिष्ट अंतर राखून माझी साथ करीत होता. तंबाखूच्या मिशरीने दात घासण्याची माझी लहानपणापासूनची सवय व्यसनासारखी मला चिकटली होती. सकाळ व संध्याकाळ दोन्ही वेळा तंबाखूच्या मिशरीने दात घासायची एक न टाळता येण्यासारखी सवय लागली होती. कटाक्षाने मिशरी जवळ बाळगत, दिवसांतून दोन वेळा ती लावण्याचा कार्यक्रम व त्यांतील विरंगुळा, ही मनाची एक प्रकारची नशा बनली होती; पण काही कालावधीनंतर मिशरी घासताना अन्जायनाची जाणीव वाढत्या प्रमाणात होऊ लागली.

डॉक्टरांच्या सल्ल्याप्रमाणे मिशरी बंद करण्याच्या सूचना करण्यात आल्या होत्या. मिशरी मी अगदी पाच वर्षांचा असल्यापासून लावत होतो. आई-वडिलांच्या सहवासात ही सवय जडली व नंतरही कायम सोबतीची बनली. साधे सुपारीचेही व्यसन नसणारा मी, या व्यसनाच्या मात्र अधीन झालो होतो. रक्तदाबाचा त्रास वाढतो व प्रमाणही वाढते असल्याने ही सवय बंद करणे जरूरीचे होते. अन्जायनाच्या

भीतीमुळे एके दिवशी अगदी ठरवून सवय बंद करण्याचे मनात आले. एक वेळ टूथपेस्ट व एक वेळ मिशरी व नंतर फक्त एकच वेळ टूथपेस्ट असा क्रम ठेवून मिशरी लावणे पूर्ण बंद केले.

कितीही उत्तम रस्ता असला तरी चढ-उतार हा रस्त्याचा स्थायी भाव असतो. जीवनातही काही प्रसंग परीक्षा घेणारे ठरतात. औरंगाबाद येथे असताना सिंचन आयोगाच्या एका बैठकीसाठी मुंबईला जाणे आवश्यक होते. नेहमीप्रमाणे पुणे मार्गे मुंबई असा प्रवासच सोयीचा ठरे. घर पुण्यात असल्याने औरंगाबाद, नाशिक, मुंबई ऐवजी औरंगाबाद, पुणे, मुंबई या पर्यायास माझी पसंती असे. सोमवारी सकाळीच बैठक असल्याने रविवारी रात्री मुंबईस मुक्कामास जाण्याचे नियोजन करत असे. पुण्याहून मुंबईस निघताना गाडीत मी एकटाच असल्याने इंदू व लहान कन्या प्रीती यांना बरोबर घेण्याचे ठरले. अगदी दुपारी साडेचार ते पाच वाजता निघून साडेआठ ते नऊपर्यंत मुंबईत पोहोचण्याचे नियोजन केले. सोबत श्री. वाघचौरे नावाचा वयस्कर विश्वासू चालक होता.

वाहनचालकच वयस्कर व धिम्या गतीचा असल्याने अगदी सहज कौटुंबिक गप्पा मारत धिम्या गतीने प्रवास सुरू केला. तळेगावजवळ एक मोठा टँकर पुढच्या गाडीस धडक देऊन आमच्या गाडीवर आदळला. गाडी फरपटत ओढत नेऊन बाजूच्या नाल्यात स्वत:बरोबर लांब ढकलत नेली. डोळे मिटून शांत प्रवास सुरू झाला असल्याने नेमकी सावधानता किंवा पूर्वसूचना प्राप्त होऊ शकली नाही. खासगी टँकरचा ड्रायव्हर अपघातानंतर गाडी सोडून पळून गेला. गाडी अचानक धडकल्याने झोपेच्या गुंगीतच आम्ही उभयता बेशुद्ध अवस्थेत गेलो.

गाडीला उजव्या बाजूने धडक दिल्याने मागील सीटवर बसलेल्या मला व इंदूला मोठा धक्का बसला व शरीराच्या विविध भागांवर अनेक लहान-मोठ्या जखमा झाल्या. ड्रायव्हरला व पुढील सीटवर बसलेल्या प्रीतीला फारसे लागले नाही; पण ती पूर्णपणे घाबरून गेली. बेशुद्ध अवस्थेत असल्याने मला व इंदूला काय झाले, हे त्या वेळी समजलेच नाही. इंदूच्या डोक्याला व उजव्या हाताला मोठ्या जखमा झाल्या, माझ्याही डोक्यातून व कपाळावरून रक्तस्राव होत होता. रविवार संध्याकाळ व रस्ता गजबजलेला असूनही तत्परतेने मदतीसाठी कोणीही थांबले नाही.

खोपोलीतील एक व्यापारी श्री. आगरवाल हे आपल्या मोटरसायकलने पुण्याकडे निघाले होते. त्यांनी गाडी व आमची अवस्था पाहून मदत करण्याचे मनावर घेतले. योगायोगाने त्याच वेळी मुंबईस जाणारी एक मोकळी ॲम्ब्युलन्स श्री. आगरवाल यांनी थांबविली व जवळच्या दोन-तीन माणसांना मदतीस घेऊन आम्हाला बेशुद्ध अवस्थेत अपघातग्रस्त गाडीतून बाहेर काढले. मुलीने तोपर्यंत जवळच्या टेलिफोन

बूथवरून पुण्यास निरोप दिला. माझा मुलगा राहुल व मेहुणे तातडीने मदतीसाठी निघाले; पण तत्पूर्वी श्री. आगरवाल यांनी सहानुभूतीने व माणुसकीने आम्हाला ॲम्ब्युलन्समध्ये घालून तळेगाव येथील सरकारी दवाखान्यात पोहोचविले.

प्राथमिक उपचार सुरू करण्यात आले. या सर्व घडामोडीत मला व इंदूला काहीच ज्ञात नव्हते. बेशुद्ध अवस्थेतच सर्व व्यवस्था होत असल्याने काय होत आहे, हे समजण्यास मार्ग नव्हता. प्राथमिक उपचार होईपर्यंत मुलगा व मेहुणे घटनास्थळी पोहोचले आणि उपचार व कायदेशीर कार्यवाहीची व्यवस्था सुरू झाली. तळेगाव येथे आम्हाला सोडून ती ॲम्ब्युलन्स मुंबईस रवाना झाली. मेहुण्यांनी व राहुलने स्वतंत्र ॲम्ब्युलन्सची व्यवस्था करीत तळेगाव येथील प्रथमोपचारानंतर पुण्यास पुढील उपचारार्थ हलविले.

पुण्यात पोहोचल्यावर मी शुद्धीवर येऊ लागलो. रविवारचा दिवस असल्याने डॉक्टर व मशीन ऑपरेटर उपलब्ध नव्हते. रुबी हॉल येथे तासभर उपचार न होताच शोधाशोध सुरू राहिली. पुण्यासारख्या मोठ्या शहरातही अपघातग्रस्त रुग्णांची कशी अवघड अवस्था होते, हे प्रत्यक्ष अनुभवता आले. या वेळी मित्र व सहकारी श्री. जाधवसाहेब, श्री. प्रताप पाटील व इतर सहकारी कर्मचारी यांनी तातडीने परिस्थिती हाताळली. उपचारांची योग्य व्यवस्था होण्यासाठी तीन हॉस्पिटल्स पालथी घालावी लागली. शेवटी हर्डीकर हॉस्पिटलच्या न्यूरॉलॉजिकल इन्स्टिट्यूटमध्ये भरती करण्यात आले. सी. टी. स्कॅन झाल्याने इंदूच्या गंभीर जखमांवर दुसऱ्या दिवशी तातडीने शस्त्रक्रिया करण्याचा निर्णय घेण्यात आला.

रक्ताची व निधीची व्यवस्था तातडीने करायची होती. परमेश्वरी कृपा व सहकाऱ्यांच्या सदिच्छा याद्वारे सर्व व्यवस्था करण्यात आली. सारासार परिस्थितीचे अवलोकन करून तत्परतेने निर्णय घेण्यात आले. म्हणूनच पुढचे उपचार सोयीस्कर होत गेले. सर्व नातेवाईकही त्याच दिवशी रात्री व दुसऱ्या दिवशी मदतीसाठी तत्परतेने धावून आले. इंदूचे ऑपरेशनही करण्यात आले. डोक्याच्या कवटीच्या हाडांचा काही चुरा मेंदूत घुसल्याने एका डोळ्याची मुख्य संवेदक शीर मोठ्या प्रमाणात खराब झाल्याने मेंदूच्या सुरक्षिततेच्या दृष्टीने डोळ्याची शीर तोडून बंद करणे भाग होते.

डॉ. माधवी, डॉ. अजित, डॉ. शिंदे, डॉ. भोसले, सर्व कुटुंबीय नातेवाईक व वैद्यकीय तज्ज्ञ यांनी तत्परतेने निर्णय घेतले. सर्व प्रक्रिया काळजीपूर्वक पूर्ण करण्यात आली. डॉ. चारुदत्त आपटे या अत्यंत अनुभवी व कुशल तज्ज्ञ डॉक्टरांनी शस्त्रक्रिया काळजीपूर्वक पार पाडली. उजव्या हाताचे मुख्य हाड तुटल्याने त्याचीही शस्त्रक्रिया तीन-चार दिवसांनी स्वतंत्रपणे अस्थितज्ज्ञाच्या मदतीने करण्यात आली. इंदूला अति दक्षता विभागामध्ये ठेवले. ती शुद्धीवर आली तरी मलाही अपघातात

दुखापत झाली आहे, हे तिला ज्ञात नव्हते. अतिदक्षता विभागाची व्यवस्था व भेटणाऱ्यांची गर्दी यामुळे खूप अडचण झाली. जीवरक्षक औषधे म्हणून 'हायर अँन्टिबायोटिक्स' व 'स्टिरॉईड्स' देणे भाग पडले. औषधाचे काही साईड इफेक्ट्स होत गेले. जवळजवळ पंधरा ते वीस दिवसांच्या अथक प्रयत्नांनंतर इंदूला अतिदक्षता विभागातून बाहेर काढता आले. मी मात्र पाच-सहा दिवसांच्या उपचार व देखभालीनेच बरा झालो. डोक्याची जखम, पायाची जखम व इतर सूजही कमी होत गेली. एका आठवड्यात मला घरी जाण्याची परवानगी मिळाली.

पण, इंदूची काळजी मला घरीही अस्वस्थच करीत राहिली. काळ हेच एकमेव रामबाण औषध सर्व दु:खावर लागू पडते, असे म्हणतात, ते या वेळी प्रकर्षाने जाणवले व अनुभवलेदेखील. सर्व अडचणी व आणीबाणीची अवस्था पार करीत इंदूही या व्यापातून पूर्ण बरी होत पुन्हा संसारचक्रात दाखल झाली. सुरुवातीला अनेक काळज्या घेत व पथ्ये पाळत, एक डोळा नसल्याचे शल्य जपत नवीन जीवनशैलीची सवय करून घेणे बरेच अडचणीचे होत होते. उजव्या हातातही मोठी लोखंडी पट्टी टाकल्याने ती शरीरात जुळवून घेईपर्यंत पुष्कळच त्रास झाला. कपाळावर कवटीच फुटल्याने त्या भागात मेंदूवर नेमके संरक्षणार्थ कठीण कवच नव्हते. त्यामुळे मोठा खड्डा व नाजूक जागा निर्माण झाली होती. तेथेही कृत्रिम हाड बसविणे आवश्यक होते.

इंदूनेही दुर्दम्य इच्छाशक्तीच्या जोरावर हे सर्व आघात सहन केले. आत्म्याची प्रेरणा, जीवनोन्मेष व जीवनाबाबत श्रद्धापूर्ण ओढ, सर्वांची काळजी, प्रेम यामुळेच तिला ही शक्ती प्राप्त झाली. निर्माण झालेली उणीव भरून येणे शक्य नसले तरी प्राप्त परिस्थिती आपली मानत, पुन्हा जीवनात रस निर्माण करणे, तसे अवघड काम होते; पण मातृत्वाची ओढ, जगण्याचे भान व बळ देत गेली. पूर्णपणे नसली तरी काही अंशी ती रोजच्या जबाबदारीस सक्षम बनत गेली. अशक्तपणा सांभाळत शारीरिक व्यथांचे निराकरण करण्यात इंदूची खरी परीक्षा व कसोटी पणास लागली; पण त्यात ती शंभर टक्के यशस्वी ठरली.

काळाच्या ओघात मुंबईला जे.जे. हॉस्पिटलमध्ये कपाळावर कृत्रिम हाडांचे रोपण करण्यात आले. डोक्यावरील त्वचा बाजूला करून 'इम्पोर्टेड इम्प्लान्ट' कपाळावरील खड्ड्याच्या जागेवर बसविण्यात आला. त्या वेळी पुन्हा आठ-दहा दिवस हॉस्पिटलमध्ये राहणे भाग पडले. सरकारी सेवेमुळे जे. जे. या सरकारी हॉस्पिटलमधील उपचार विनामूल्य किंवा सवलतीच्या दरात करण्यात आले. त्याच वेळी डोळ्याच्या खोबणीत कृत्रिम डोळाही बसवून घेतला.

अशा प्रकारे ब्युटिफिकेशन व उपचार याचा उपयोग करीत गमावलेला आत्मविश्वास पुन्हा जागृत झाला. आत्मविश्वास वाढत सवय होत गेली व न भरून येणारी हानी

आपलीशी करत इंदूने सामान्य जीवनपद्धतीची सवय करून घेतली. आज काही मर्यादा व पथ्य लक्षात ठेवत अगदी सहज सामान्य जीवनाचा आनंद आम्ही समर्थपणे उपभोगत आहोत.

दुसऱ्या अशाच एका कठीण प्रसंगास तोंड देणे भाग पडले. अपघातानंतर एकच वर्षात पुन्हा माझ्यासाठी हृदयरोगावर विशेष उपचार घेण्याची गरज निर्माण झाली. अपघातानंतर प्रकृतीबाबत मी अधिक संवेदनाशील बनत गेलो. अन्जायनाची वारंवारता व व्याप्ती वाढत्या प्रमाणात डोके वर काढू लागली. म्हणून सर्व आनुषंगिक चाचण्या व तपासण्या करण्यात आल्या. स्ट्रेसटेस्टमध्ये हृदयाला निश्चित स्वरूपाचा त्रास असल्याचे डॉक्टरांनी लक्षात आणून दिले.

डॉक्टरांनी हृदयाला रक्तपुरवठा करणाऱ्या रक्तवाहिन्यांत अडथळे होत असल्याचे अनुमान काढीत ॲन्जिओग्राफी करण्याचा सल्ला दिला. रुबी हॉल क्लिनिकमध्ये ॲन्जिओग्राफी करण्यात आली, त्या वेळी दोन दिवस रुग्णालयात भरती व्हावे लागले. डॉ. शिरीष साठे व डॉ. अमृतकर यांनी ॲन्जिओग्रॉफीमध्ये तीन ठिकाणी हृदयाला पुरवठा करणाऱ्या रक्तवाहिनीमध्ये नव्वद टक्क्यांपेक्षा अधिक मोठे अडथळे असल्याचे तपासणीतील निरीक्षणांद्वारे सांगितले. सल्लामसलतीत तातडीने बायपास सर्जरी करण्याचा सल्ला देण्यात आला. तातडीने दवाखान्यात दाखल होण्यास सुचविण्यात आले. परिस्थिती फारच संवेदनशील असून, कधीही हृदयविकाराचा तीव्र स्वरूपाचा अचानक झटका येऊ शकतो, असे अधिकच स्पष्ट सांगितले. त्याच्याही पुढे जाऊन आता दवाखान्यातून बाहेर पडणेच धोक्याचे आहे, असेही सांगितले; पण त्याच परिस्थितीत मी अनेक दिवस नंतरही कार्यरत होतो. माझ्या प्रकृतीचा माझा स्वत:चा अंदाज माझ्या समजुतीप्रमाणे इतके गंभीर इशारे देत नव्हता. आठ ते दहा दिवसांनी तारीख निश्चित ठरवून बायपास करण्याचा निर्णय सर्वानुमते घेण्यात आला.

मधल्या काळात अहमदनगरपर्यंतचा प्रवास मी केला. काही दैवी व आयुर्वेदिक उपचार घेण्यासाठी प्रयत्न करण्यात आले. इतरही नियमित कार्यालयीन कामकाज चालूच ठेवले. पुण्यातील कबीर बागेत डॉ. करंदीकरांना भेटून सल्ला घेतला. डॉ. करंदीकर हे नावाजलेले एम.बी.बी.एस. डॉक्टर आहेत. त्यांनी 'बायपास अजिबात करू नका, आमचे योगोपचार घ्या,' असे सुचविले. दोन वैद्यकीय शाखांचा व तज्ज्ञ व्यक्तींचा हा एकाच रुग्णाबाबतचा अभिप्राय मात्र आम्हाला पूर्णत: गोंधळात टाकून गेला; पण साधारण बऱ्यापैकी अन्जायनाचा त्रास मलाही जाणवत होता. तांत्रिक पार्श्वभूमी असल्यामुळे रक्तवाहिनीतील अडथळे विरघळून जाणे किंवा नष्ट होणे मनाला पटेना.

दुसऱ्या पर्यायानुसार उपचार घेताना काही रिस्क नक्कीच होती. शिवाय, सतत

काळजीत व वेगळ्या जाणिवेने, तणावाखाली जीवन जगणे सोयीचे वाटेना. रोज थोडे थोडे मरण्यापेक्षा एकदाच पूर्ण बरे किंवा पूर्ण शेवट, हा जीवनाच्या गुणवत्तेच्या दृष्टीने अधिक पसंतीचा पर्याय वाटला. डॉ शिंदे, डॉ. भोसले, डॉ. अजित व माधवी यांनीही शस्त्रक्रिया करण्याचा स्पष्ट सल्ला दिला. माझी शस्त्रक्रिया डॉ. रमेश शेषाद्री यांनी करण्याचे मान्य केले. पूर्व चाचण्या घेण्यात आल्या. सर्व चाचण्या समाधानकारक असल्याने शस्त्रक्रिया करण्यात डॉक्टरांना अडचण नसल्याचे त्यांनी स्पष्ट सांगितले. इमर्जन्सीसाठी रक्ताचा राखीव साठा रक्तदानातून जमवण्यात आला. एकाच दिवशी गरजेच्या पाच पट रक्तदानाची तयारी दर्शवून माझ्याबाबतच्या भावना व्यक्त केल्या. या वेळी पुरेसा वेळ असल्याने तयारी व व्यवस्था अतिशय चांगली ठेवण्यात अडचण आली नाही.

इंदूने व मुलांनी मानसिक व भावनिक आधार देत माझी मनाची तयारी करून घेतली. अनेक वर्षे मी हा त्रास व व्याधी अंगावर बाळगल्या, त्यासाठी देखील घरून सतत लक्ष व काळजी घेण्यात आल्यानेच कोणतीही अडचण व जाणवण्याइतपत त्रास न होता मी माझा दिनक्रम, कामकाज व जबाबदारी समाधानकारकरीत्या पार पाडत राहिलो. माझी मानसिकता जपत, मला पूर्ण तणावमुक्त ठेवण्याचा सर्वांचा प्रयत्न आठवला की, आजही मन सद्गदित होते. असे हे प्रकृतीअस्वास्थ्य शस्त्रक्रियेच्या मदतीने दीर्घ कालावधीसाठी दूर करायचे होते.

डॉक्टरांनी यापूर्वी खूप शस्त्रक्रिया यशस्वीपणे केल्याची ख्याती होती. नव्याण्णव टक्केपेक्षा जास्त शस्त्रक्रिया यशस्वीच होतात, त्यामुळे माझ्यासारख्या प्रकृतीच्या रुग्णाला काहीच काळजी करण्यासारखे नाही, असे डॉक्टरांचे म्हणणे पडले. माझा धाकटा भाऊ सुदाम व त्याचे कुटुंबीय यांचाही मोलाचा सल्ला व सहभाग होता. अगदी मनापासून सर्व पार पाडण्याची प्रत्येकाची तळमळ व धडपड वाखाणण्यासारखी होती. सदिच्छा व आशीर्वादाची मोठी शिदोरी सोबत बाळगत, शस्त्रक्रियेसाठी सज्ज झालो. माझे सर्व कुंटुबीय कणखर मनाने माझ्या पाठीशी होते.

भूल दिल्यानंतर बेशुद्ध अवस्थेत शस्त्रक्रियेचे पुढील सर्व सोपस्कार यथास्थित पार पाडण्यात आले. काय झाले व काय केले याची माहिती फक्त डॉक्टरांनाच होती. ऑपरेशन थिएटरमधून मला अति दक्षता विभागामध्ये हलविण्यात आले. मी शुद्धीवर आलो, त्या वेळी मी अति दक्षता विभागामध्ये नियंत्रक मशिनरी व मॉनिटरच्या गराड्यांत पूर्णतः बंदिस्त होतो. डॉक्टर जवळ होतेच. त्यांनी योग्य तपासणी व खात्री करत, माझा निरोप घेतला. घरातील इतर कोणालाही भेटण्याची परवानगी नव्हती. मला शस्त्रक्रियेचा त्रास जाणवला नव्हता; पण रक्तदाब अस्थिर व काहीतरी अस्वस्थता सतत जाणवत होती. हृदयाची सर्व क्रिया पूर्वपदावर येईपर्यंत २४ तास नियंत्रणाखाली ठेवण्यात आले होते. काही आनुषंगिक त्रास उदा.

डोके दुखणे व इतर वेदना मला जाणवत होत्या. श्वासातही अस्थिरता वाटत होती.

१९९८मध्ये शस्त्रक्रिया पार पडल्याने पुढचे जीवन अगदी नव्याने जगता, अनुभवता आले. वैद्यकीय कौशल्याचे हे मोठे वरदान माझ्या जीवनाची गुणवत्ता वाढविण्यास कारणीभूत ठरल्याने कृतज्ञतेने मी डॉक्टरांना प्रणाम करतो.

जीवनाची स्वप्ने, जीवनाचे रंग तुमच्या हातात किंवा नियंत्रणात असतातही व नसतातही. तुम्ही त्रयस्थ नात्याने जीवनाकडे बघतच त्याचा खरा आस्वाद घेऊ शकता. प्रत्येक क्षण जुन्या क्षणाला मागे ठेवीत, पुढच्या क्षणाकडे प्रवास करतो.

या माझ्या सुखी व शांत कौटुंबिक कालक्रमणात या सर्वांचा महत्त्वाचा साक्षीदार माझा धाकटा भाऊ सुदाम होता. त्याच्या सहकार्याने व मदतीने, आपुलकीने, प्रेमाने व तळमळीने मला जे प्राप्त झाले, ते शब्दातीत आहे. सुदामने पाठचा भाऊ म्हणून सतत माझी पाठराखण केली. त्याच्या मनातील प्रेम, आदर व जवळीक कृतीतून व्यक्त होत राहिली. 'दादा' म्हणजे त्याचे सर्वस्व होते. त्याहूनही माझ्यासाठी माझा लहान भाऊ म्हणून तो मला अधिकच मूल्यवान होता. कोठेही गरजेनुसार धावून अंत:प्रेरणेने व नि:सीम प्रेमाने लक्ष घालण्याची त्याची हातोटी होती. कोणतेही काम किंवा जबाबदारी निभावताना एकदा सुदामला सांगितले की, पुन्हा पाहण्याची व विचारण्याची गरजच पडत नसे. एक परिपूर्ण, कर्तव्यदक्ष भाऊ म्हणून माझ्या जीवनातील त्याचे मूल्य मलाच समजू शकते.

अत्यंत स्वाभिमानी व प्रभावी व्यक्तिमत्त्व. कार्यकुशलता त्याच्या अंगभूत स्वभावात व रोमारोमात ओतप्रोत भरून असे. अत्यंत आनंदाने, मोकळ्या मनाने व उत्कंठेने भेटावे, असे स्थान भावाच्या रूपांत मला मिळाले व अनुभवता आले. रागवतानाही किंवा वादविवादातही जवळीक व आदर वाढत जाई. नेमक्या स्पष्ट विचारधारेने व्यक्त होणारे व्यक्तिमत्त्व अत्यंत रसाळ व प्रेमळ जाणिवांतून ओसंडून वाहत विकसित होत, स्वत:च्या सुगंधाने फुलत असे. असा माझा एक मोठा आधार, तसेच मनातील नाजूक आविष्कार अगदी कमी वयातच आमच्यापासून परमेश्वराने हिरावून नेला. असहाय व अगतिक मन:स्थितीत हा विरह स्वीकारण्याचा प्रसंगही सहन करावा लागला.

उत्तम प्रकृती व अत्यंत शिस्तबद्ध जीवन व्यतीत करणारा माझा कनिष्ठ बंधू सुदाम वरचेवर माझ्या भेटीसाठी पुण्यास येत असे. अनेक निमित्ते व प्रसंग वरचेवर भेटीची संधी निर्माण करित. बंधूप्रेमापोटी अशा औपचारिक निमित्ताचीही गरज लागत नसे. तो अधूनमधून डोके दुखण्याची तक्रार करीत असे व तेही मला न सांगता वहिनीला सांगण्याची त्याची नेहमीची जुनीच सवय होती. कोणतीही बाब माझ्या अगोदर वहिनीशी बोलण्याचा त्याचा परिपाठ असे. मनातले हितगुज सांगण्याची हक्काची जागा म्हणजे वहिनी. बोलता बोलता डोकेदुखीचा आजार लक्षात आला.

मग वहिनीनेही तत्परतेने भावाच्या मायेने डॉक्टरांकडे नेले. डॉ. नायक व डॉ. अमृतकर यांच्याकडे वेळोवेळी तपासण्या करून उपचार घेण्यात आले.

प्रत्येक वेळी पुण्यात आले की, डॉक्टरांची भेट, ई.सी.जी. तपासणी असे चालले होते; पण नेमके निदान व उपचार काही होऊ शकले नाहीत.

सुदाम कधी कधी लहान मुलासारखा हेकेखोर व हट्टीपणाने वागे. शेतात फिरणे, उन्हातान्हात काम करणे, याबरोबर इतर काही कारणे सांगून स्वत:च आजाराचे समर्थन करीत असे. त्या वेळी फार गंभीर आजाराची शंकाही नसल्याने डॉक्टरांकडे प्रत्येक वेळी जाण्यासही तो विरोध करी. डॉक्टरांकडे गेले की मोठी तपासणी फी व महागडी औषधे याचाही तो रागराग करी. ग्रामीण वातावरण व काटकसरी सवयी आणि स्वभाव यामुळे डॉक्टरांची तपासणी टाळण्याकडे त्याचा कल असे.

पण, बऱ्याच कालावधीनंतरही फरक पडत नाही व त्रासाची वारंवारता वाढत आहे, ही बाब आमच्या सर्वांच्याच ध्यानात आली. डॉ.अमृतकरांनीही तंबाखू सोडण्याचा एककलमी आग्रह चालूच ठेवला. सुदामचा हट्टी स्वभाव तंबाखू खाणे सोडण्याचे मान्य करेना व त्याचा आजाराशी काही संबध नाही असे त्याला स्वत:ला खात्रीशीरपणे वाटे. डॉक्टर व्यावसायिक दृष्टीने रुग्णाकडे पाहतात असा पूर्वग्रह व दृढ दृष्टिकोन त्याच्या मनात तयार झाला होता. वैद्यकीय फीसाठी घ्यावे लागणारे पैसे व महाग औषधे या सर्वांबाबत तो अत्यंत नाराजी व्यक्त करी. प्रत्येक वेळी इंदू डॉक्टरांकडे घेऊन जाते म्हणून तो येण्याचेही टाळू पाहत असे; पण व्याधी व त्रास कमी होण्याच्या दृष्टीने इंदूही सातत्याने त्याच्या मनाविरुद्ध पाठपुरावा करत राही.

तंबाखू तर सुटत नाही असे पाहून एकदा मीच चिडून व खोटा राग व्यक्त करीत, तंबाखू सोडण्यासाठी सक्त सूचना केल्या. सर्वांचे टाळत आलेल्या सुदामने माझ्या सूचना ऐकून तंबाखू निकराने सोडली; पण त्यानंतरही एखाद्या महिन्याने पुण्यास आला त्या वेळीही डोकेदुखी व किंचित गोंधळल्यासारखी मन:स्थिती त्याची पाठ सोडेना. डॉक्टरांकडे घेऊन गेल्यावर सुदामने खात्रीशीर तंबाखू सोडल्याचे, मी स्वत: डॉक्टरांना सांगितले; पण त्यानंतरही डोकेदुखीत विशेष फरक पडला नाही. दिलेली औषधेही नेमका परिणाम साधत नाहीत, यास्तव काहीतरी फेरविचार आवश्यक ठरतो, असे मत मी डॉ. अमृतकरांकडे व्यक्त केले. शंकानिरसनार्थ डॉक्टरांनी डोक्याचा सी.टी.स्कॅन करण्याच्या सूचना दिल्या. त्यांच्या मनातही काही नेमकी व्याधी अपेक्षित नसली, तरी खात्री करून घेण्याच्या हेतूने स्कॅनिंग करण्याचा सल्ला देण्यात आला.

पण, डॉक्टरांच्या सल्ल्यानुसार स्कॅनिंग केल्यावर ब्रेन ट्यूमरची नेमकी अवस्था ध्यानात आली व तातडीने उपचार घेण्यासाठी सूचना करण्यात आली. कॅन्सरची

चाचणी घेतली व त्यांद्वारेही खात्री करण्यात आली. डॉ. चारुदत्त आपटे यांना दाखविल्यावर त्वरित सर्जरी करण्याचा सल्ला दिला. घरच्या नातेवाईक डॉक्टरांनीही या ऑपरेशन करण्याच्या सल्ल्यास दुजोरा दिला आणि न्यूरोलॉजिकल इन्स्टिट्यूटमध्ये ऑपरेशनसाठी दाखल करण्यात आले.

व्याधीची तांत्रिकता व परिणाम, तसेच कारणे समजणे किती क्लिष्ट व अवघड असते, ते अशा प्रसंगी समजून येते. विहित वेळेत पूर्वनियोजनानुसार ऑपरेशन पार पडले. टयूमर ९९.९९ टक्के काढला असल्याचे डॉ.चारुदत्त आपटे यांनी खात्रीशीर सांगितले; पण डॉक्टरांनी रेडिएशन घेण्यास सुचविले. इनलॅक्स बुधरानी या हॉस्पिटलमध्ये रेडिएशन थेरपी सुरू केली. सूचनांनुसार थेरपीचा कोर्स पूर्ण केला; पण त्यातही काही त्रास व बौद्धिक क्षमतेत अडचणी व क्षय येत असल्याचे जाणवत होते; पण स्कॅनिंग व प्रत्यक्ष तपासणीत डॉक्टरांनी सर्व व्यवस्थित झाल्याची खात्री दिली.

सुदाम पुण्यातून ७० किलोमीटर अंतरावर महाळुंगे पडवळ या गावी जाऊन राही व उपचारास किंवा तपासणीस पुण्यात येई. प्रत्येक तपासणीत डॉक्टरांनी सर्व ठीक असे मत वेळोवेळी व्यक्त केले होते; पण असेच एकदा डॉक्टरांनी तपासून ठीक सांगितले म्हणून तो गावी गेला व दोनच दिवसांत पुन्हा त्रास जाणवू लागला. औषधे घेऊनही आराम वाटेना, म्हणून पुन्हा पुण्यास तपासणीसाठी आणणे क्रमप्राप्त बनले. तपासणीअंती दोन दिवसांत टयूमर पुन्हा पूर्वीइतकाच वाढल्याचे दिसून आले. स्कॅनिंगमध्ये टयूमरचा आकार वाढून मेंदूच्या कामावर व काही भागावर दाब येऊन अडचणी येऊ लागल्या. विचार व स्वनियंत्रण या यंत्रणा मोठ्या प्रमाणात विपरीत परिणाम दाखवू लागल्या. डॉक्टरांनी पुन्हा औषधे व काही कार्यवाही सुरू केली; पण आता पुन्हा सर्जरी करणे सोयीचे नाही असे स्पष्ट सांगितले. आता शेवटच्या टप्प्यावर कॅन्सर असल्याने नेमका उपाय कोठेही करणे शक्य नाही. सुदामही बोलू शकत नव्हता. दु:ख किंवा भावनाही अव्यक्तच राहत होत्या. मेंदूचे काम थांबू लागले. सुदाम हळूहळू बेशुद्धीच्या (कोमाच्या) अवस्थेत गेला. शरीर पूर्णपणे सशक्त व व्याधिहीन असताना मेंदूच्या विकाराने संवेदना व विचार संपुष्टात आले. हाक मारली की डोळे फक्त पाहत व असहाय अवस्थेत पुन्हा सुस्त होऊन झाकले जात. कोणाला काही सांगता आले नाही, त्याच्या मनातले काहीच तो व्यक्त करू शकला नाही.

शेवटी आम्हीही मनाची तयारी केली. सौ. राजश्री, मुले, इंदू व सर्वजण केविलवाण्या स्थितीत व्यवस्था ठेवण्याचा आटोकाट प्रयत्न करत होते. डॉक्टरांनी उपचार जवळजवळ थांबवले होते. मृत्यूची प्रतीक्षा करण्याचे आमच्या नशिबी आले होते. सर्व असतानाही काही करता येत नाही. जिवलग भावाचे असे खचणे पाहंताना जीव तिळतिळ तुटत होता. नियतीचा स्वीकार हाच पर्याय होता. मी ठाणे येथे

कार्यरत होतो. शेवटची घडी व श्वास नेमका कधी, हे कोणालाच समजत नव्हते; पण मी येण्याची सुदाम प्रतीक्षा करीत होता. डोळे किलकिले उघडून काहीतरी शोधत होते व क्षीण अवस्थेत झाकले जात होते. मी तातडीने ठाण्यावरून पुण्यास पोहोचलो. सुदामला पाहिले आणि माझे विचारही सुन्न होत, थांबण्याच्या स्थितीला पोहोचले. सुदामने डोळे उघडून दादाकडे एकदा पाहिले व डोळे मिटले. शेवटच्या श्वासाची चाहूल व प्रतीक्षा करीत, एक आत्मा मुक्तीकडे प्रवास करीत होता. आम्ही सर्व समोर असहाय, उद्विग्न व सुन्न अवस्थेत श्वासातील परिवर्तन पाहत होतो. माधवीही अस्वस्थ झाली होती. शेवटी एकदा तपासले व माझ्या समोर सुदामने शेवटचा श्वास घेतला.

अवेळी व अल्पवयातील सुदामचा वियोग, जीवनात मोठी पोकळी निर्माण करून गेला. मानवी मनाची असहायता, ऐहिक व भौतिक बाबींची मूल्यहीनता, वेगळी अनुभूती देऊन गेली.

औरंगाबाद येथे सिंचन आयोगात काम करताना व बैठकीसाठीच्या ताणामुळे प्रकृतीचा आणखी एक वेगळाच त्रास विशेषत: प्रवासात जाणवू लागला. लघवीची वारंवारता वाढली. काही औषधांचा साइड इफेक्ट असावा, असा सोयीस्कर विचार प्रथमदर्शनी मनात आला. विशेषत: झोपेतही तास दोन तासांनी लघवीला जाणे भाग पडे. या वेळी मात्र मी माझी अडचण ज्येष्ठ कन्या डॉ. माधवीला सहज चर्चेत सांगितली. ही बाब निरीक्षणाद्वारे इंदूच्या अगोदरच ध्यानात आली होती. माझ्यापेक्षा इंदूनेच माधवीला अधिक लक्ष घालण्यास अगोदरच सुचविले होते.

कामाच्या व्यापात मी वैद्यकीय तपासणी टाळत होतो. त्याबाबत मनात एक प्रकारची मानसिक भीती घर करून होती; पण या वेळी डॉ. माधवीही अनुभवी डॉक्टर बनली असल्याने मी कोल्हापूरला गेलो असताना ती तिचे वरिष्ठ व या विषयाच्या तज्ज्ञ डॉक्टरांकडे मला माझे काही न ऐकता घेऊन गेली. डॉक्टरकडे गेल्याने काही विपरीत परिणाम होण्याची शक्यता कमीच असल्याने तपासणी तर करून घेऊ व सल्ला तर घ्यायला काय हरकत आहे, अशा सबबीवर मला माझ्या मनाविरुद्ध डॉक्टरांकडे घेऊन गेली. डॉ. माधवीचे वडील म्हणून वैद्यकीय तपासणी खास बाब म्हणून प्राधान्याने करण्यात आली. एक वेगळी आपुलकी व जवळीक तपासणी करताना डॉक्टरांकडून व्यक्त होत होती. प्राथमिक तपासणीअंती इतर नेमकी अडचण किंवा प्रथमदर्शनी कारण लक्षात आले नाही; पण त्यांनी तातडीने सोनोग्राफी करून घेण्याचा सल्ला दिला.

लगेच कोल्हापूर येथील दुसऱ्या ओळखीच्या क्लिनिकमध्ये माहितीच्या तज्ज्ञांकडेच सोनोग्राफी करण्यात आली. जेवढे जमेल तेवढे भरपूर पाणी पिऊन नंतर काही वेळाने मूत्राशयातील साठा तपासण्यात आला. मूत्राशयातून मूत्र बाहेर आणणाऱ्या

नलिकेवर दाब येऊन आकार कमी होत मूत्राशयावरही दाब येत होता. त्यासाठी सर्जिकल उपचार करणे गरजेचे असल्याचे प्राथमिक निदान करण्यात आले. पुण्यातच सर्जरी करून घेणे सोयीचे असल्याने पुण्यास पुन्हा तपासणी करून घेऊन दुसरे मत व सल्ला घेऊनच पुढील कार्यवाही करण्याचे ठरले. काही अतिरिक्त चाचण्या पुण्यातच उपलब्ध असल्याने डॉक्टरांनी त्या करून घेण्याचे सूचित केले.

या तपासण्यांमुळे पुण्यातील तज्ज्ञांकडे फेरतपासणी व उर्वरित चाचण्या करून घेण्यात आल्या. डॉ. दीपक किरपेकर हे अनुभवी युरॉलॉजिस्ट असल्याने त्यांनी नेमके निदान सांगितले. प्रोस्टेट ग्लँडला सूज आल्याने आकार वाढला व त्याचा दाब पडून मूत्रमार्ग व मूत्राशय यांच्या कामाकाजात अडथळा निर्माण झाला होता. प्रोस्टेटची दुर्बिणीच्या साहाय्याने सर्जरी करून सर्व ठीक होईल, असा डॉक्टरांचा सल्ला होता. प्रोस्टेट कॅन्सर व इतर टेस्टही घेण्यात आल्या. प्रत्यक्ष जखम किंवा शरीरावर छेद घेण्याची जरुरी नसल्याने व ऑपरेशन १०० टक्के यशस्वी होणार याचा डॉक्टरांना विश्वास असल्याने तपासणीतील अनुमानांच्या आधारे तारीख ठरवून पुण्यातील युरॉलॉजिकल इन्स्टिट्यूटमध्ये दाखल झालो.

ठरलेल्या वेळी ऑपरेशन व्यवस्थित पार पडले. दुर्बिणीच्या साहाय्याने प्रोस्टेटमधील अतिरिक्त मटेरिअल काढून टाकण्यात आले. मॉनिटरच्या स्क्रीनवर मी सर्व प्रकिया पाहत होतो.

एका महत्त्वाच्या अडचणीतून मुक्ती मिळाली. आयुष्य कितीही सहज व सुलभ जगता येत असले तरी, काही परीक्षा द्याव्याच लागतात. व्याधी का उद्भवल्या याचे नेमके निदान व अनुमान डॉक्टरांनाही सांगता आले नाही; पण व्याधीवर वेळेत उपाय झाल्याने त्या संस्थेचे पूर्ण पुनर्स्थापन झाल्याचे मला जाणवले.

परमेश्वरी शक्ती अव्यक्त व अप्रत्यक्ष रूपांतही सतत सोबत असते. प्रवासात व वाटचालीत काही चढ-उतार अटळ ठरतात. जशा अडचणी निर्माण होतात तशाच त्या निवारणही होतात. मी तर म्हणेन की निवारण होण्यासाठी त्या निर्माण होतात. मनाचे व बुद्धीचे संतुलन, विकास व अनुभूती यातून पार पाडण्यासाठी मदत करतात.

नेहमीप्रमाणे शांत, आनंदी, निवृत्त जीवनाचा आस्वाद घेत जीवनक्रम व्यतीत होत होता. २९ मार्च, २००९रोजी घरी बरेच पाहुणे आलेले होते. इंदू फलटण येथील भंडाऱ्याच्या प्रसादासाठी जाऊन आल्याने अधिक उत्साही बनलेली होती. माझ्या मेहुण्या सुशीला व सिंधू यांच्या भेटीने कौटुंबिक संमेलनाला भरते आलेले होते. अशा आनंदात रममाण होत मी २९ मार्चच्या रात्री निद्राधीन झालो. त्याच भावनेत ३० मार्चला सकाळी ५.४५ वाजता उत्साही मनाने जागे होऊन सरस्वती व लक्ष्मी स्मरण करीत पृथ्वीमातेला नमन केले. पाच-सहा वेळा दीर्घ श्वसन करीत

सकाळच्या नित्य कामांना नेहमीच्या भावनेने व वृत्तीने सुरुवात केली.

घराची कुलपे उघडत पाणी व बागेतील फेरफटका पूर्ण केला. अँथोनियो व लुबेर या दोन्ही श्वानमित्रांना दरवाजा खुला करून मोकळे सोडले. त्याच वेळी घराभोवती भ्रमण करताना मुखाने 'श्री राम कृष्ण हरी' या नामाचा जप मनात आपोआपच सवयीने होत होता. काहीही प्राप्त करण्याच्या हेतूने नव्हे; पण अगदी सहजतेने व सवयीने हे सर्व जमत होते.

सकाळी मी दात घासणे, दाढी करणे व प्रातर्विधी उरकले. त्यातले त्यात शौचास पोट पूर्ण साफ झाले असे वाटत नव्हते. अधिक जोर लावल्यास छातीत काहीतरी अस्वस्थ होते हे ध्यानात येत होते; पण पोट साफ झाले तर तेही नाहीसे होईल असा माझा गैरसमज होता. म्हणून पुन्हा दुसऱ्यांदा शौचास जाण्याचा प्रयत्न केला तरीपण पोट व छातीतील परिस्थितीत फारसा फरक पडत नव्हता.

नेहमीप्रमाणे स्वत:चे ज्ञान व विचार विशिष्ट दिशेने प्रवाहित होत असतात व तसे ते झालेलेही असतात. सकाळी रामदेवबाबा यांच्या मार्गदर्शनाप्रमाणे प्राणायाम करण्याची माझी नेहमीची सवय. तसा मी पोटात व छातीत किंचित अस्वस्थता असतानाही प्राणायाम करण्यास प्रारंभ केला; पण त्रास कमी होईना. त्यातले त्यात शहाणपणाचा विचार म्हणून प्राणायाम थांबवून स्नानादी कर्म करण्याचे ठरविले. त्यानुसार स्नान सुरू केले; पण प्रत्येक हालचालीत त्रास किंवा वेदनांची वारंवारता व तीव्रता वाढत्या प्रमाणावर जाणवत होती. प्रयत्न करूनही शारीरिक अवस्थेत सुधारणा करणे जमेना. अंघोळ करून बाथरूममधून बाहेर आलो; पण वेदनांची तीव्रता कमी होईना. फॅन फुल करूनही व अगदी शांत उभे राहूनही काही फरक जाणवेना. अशा वेळी सॉर्बिट्रेटची गोळी घ्यावी ही नेहमीची सूचना आम्ही सर्वचजण गोंधळात विसरलो.

इंदूने कोल्हापूरला मुलीला व मुंबईतील साडूला फोनवरून सल्ला विचारला. स्थानिक डॉक्टरांची मदत घेण्याच्या सूचना दोन्ही डॉक्टरांनी केल्या. माझे जावई डॉ. अजित यांनी कोल्हापूर येथून फोन करून त्यांचे वर्गमित्र डॉ. राजेंद्र पुजारी यांच्याशी संपर्क साधला. ते नेमके दवाखान्यात उपलब्ध होते. सकाळी ९ वाजण्याची वेळ झाली होती. मग फारसा विचार व पर्याय न शोधता सरळ गाडी काढून ड्रायव्हरसह डॉ. पुजारी यांच्या दवाखान्यात प्रयाण केले.

डॉ. पुजारी यांनी लागलीच ई.सी.जी. व रक्तदाब तपासला. नेहमीप्रमाणे प्राथमिक तपासणी केली. ई.सी.जी.मध्ये महत्त्वाचे बदल प्रथमदर्शनी लक्षात आल्यामुळे त्यांनी मोठ्या हॉस्पिटलमध्ये नेण्याचा सल्ला दिला. त्यानुसार त्यांनी लागलीच मंगेशकर हॉस्पिटलमध्ये संपर्क करून काही सूचनाही देऊन ठेवल्या. त्यानुसार मला थेट हॉस्पिटलमध्ये घेऊन जाण्याच्या सूचना केल्या. मी सरळ मंगेशकर हॉस्पिटलमध्ये हजर झालो. गाडीतून खाली उतरताच व्हीलचेअरवरून मला पहिल्या मजल्यावरील

आय.सी.यू.त प्रवेश दिला. खोली क्रमांक ११०मध्ये सर्व व्यवस्था तयारच ठेवली होती.

पूर्वीही माझ्या प्रकृतीबद्दल काही निदान डॉ. साठे यांनीच केलेले असल्यामुळे त्यांचा सल्ला अधिक महत्त्वाचा व सोयीचा वाटला. माझे मित्र श्री. मोहन जाधव व डॉ. खेडकर यांच्या मध्यस्थीने डॉ. साठे यांनी माझी केस स्वीकारण्याचे मान्य केले. ३० मार्च, २००९रोजी प्रथम डॉ. पुजारी आणि त्यानंतर डॉ. साठे पुढील कार्यवाही ठरवतील असे त्यांनी स्पष्ट सांगितले.

त्यानुसार रात्री साडेनऊ ते दहाच्या दरम्यान डॉ. साठे प्राथमिक तपासणीसाठी समक्ष आले. त्यांनी केस पेपर व निरीक्षणे, औषधे, मॉनिटरवरील नोंदी या बाबी तपासत माझी प्रकृतीही तपासली. ई.सी.जी.वरून अनस्टेबल अंजायना असल्याचे निश्चित अनुमान व्यक्त केले. त्यानुसार अँजिओग्राफी करण्याशिवाय पर्यायच उरला नाही. उद्या किंवा सोयीस्कर वेळ ठरवून अँजिओग्राफी करून घेऊ असा स्पष्ट सल्ला व मत व्यक्त करून ते निघून गेले.

डॉ. सुहास कलशेट्टी यांच्या सल्ल्यानुसार व डॉ. साठे यांच्या कार्यमग्न कार्यक्रमातून त्यांनी माझ्यासाठी वेळ दिल्याने दुसऱ्या दिवशी म्हणजे ३१ मार्च, २००९रोजी दुपारी दोन वाजता अँजिओग्राफी व अँजिओप्लॅस्टी करण्यात आली.

माझ्या हृदयातील वेदना जवळजवळ अदृश्य झाल्या होत्या. या शस्त्रक्रियेनंतर मी पायी फिरणे, व्यायाम, प्राणायाम, सूर्यनमस्कार, ध्यानधारणा यांचे काटेकोर पालन करीत आहे. डॉ. सुनील साठे यांच्या आहारतज्ज्ञांनी विहित केलेला आहार व औषधे याचा नियमित वापर करीत आहे. त्यांनी करून घेतलेल्या फिजिकल थेरपीचे तंतोतंत अनुपालन करीत आहे. माझ्या निवृत्त, शांत जीवनाला एक शास्त्रीय आधार व शिस्त याची जोड मिळाल्याने मी अगदी नॉर्मल जीवन अनुभवत आहे.

नोकरी

शैक्षणिक वाटचालीत गुरुजन व मित्र यांचे प्रभावी व योग्य मार्गदर्शन उपलब्ध झाले. तांत्रिक पदवीनंतर आपणास कोण मार्गदर्शन करणार, असे वाटायचे. चौकसपणा व मनमोकळेपणा जवळजवळ नसल्याने व्यवहारशून्य व दिशाहीन झालो होतो. अनेक मुलाखतींची पत्रे मनात अधिकच गोंधळ निर्माण करत गेली. स्वत:वरील अतिविश्वासाने व तातडीच्या गरजेपोटी मी भविष्याचा कोणताही विचार नसताना बारामती येथे लघु पाटबंधारे उपविभागात हजर झालो. चूक की बरोबर हा सारासार विचारही मनात आला नाही. नोकरी इतकी सहज व तातडीने उपलब्ध झाली की पर्यायी विचार करायला वेळ व संधीच प्राप्त झाली नाही.

बी.ई.चा रिझल्ट घोषित होण्यापूर्वी उद्योग विनिमय केंद्रात नाव नोंदविण्याचे मित्रांनी सुचविले. संत ज्ञानेश्वर वसतिगृहापासून जवळच पायी जाण्याच्या अंतरावर उद्योग विनिमय केंद्राचे कार्यालय असल्याने पत्ता नेमका ज्ञात होता. हातात बी.ई.च्या परीक्षेस बसल्याचे कॉलेजचे प्रमाणपत्र होते. त्या वेळी अभियंता पदासाठी नाव नोंदवण्यासाठी फारशी गर्दी नव्हती. रिझल्टच्या अगोदर दोन दिवस नोकरीसाठी नाव नोंदविले. त्याच्या आधारे दुसऱ्या दिवशी ज्युनिअर इंजिनिअरच्या पदाच्या मुलाखतीसाठी दोन कॉल घरी पोहोचले. त्यानंतर रिझल्टपूर्वी एक दिवस आणखी एक कॉल आला. नंतर रिझल्ट प्राप्त झाला. त्याची उद्योगविनिमय केंद्रात नोंद केली. प्रथम वर्गात स्थापत्य पदवी व मागासवर्गीय उमेदवार यामुळे सतत काही कालावधीने मुलाखतीची व थेट नेमणुकीची अनेक पत्रे आपोआप प्राप्त झाली. साधारण एक ते दीड महिन्यात पन्नास ते साठ ठिकाणी नोकरीसाठी पाचारण करण्यात आले.

ही सर्व मागणी प्रामुख्याने सरकारी खात्यातच होती. त्या सर्व कॉल्सची एक फाइल अनेक वर्षे आठवण म्हणून मी संग्रही ठेवली होती; पण पुढे बदल्यांमुळे ती

कोठेतरी हरवली. शिक्षणाचे उचित पाठबळ व योग्यता असली की, मग सर्वांनाच त्यांच्या गुणवत्तेनुसार सहज नोकरी उपलब्ध होत असे. अगदी सामान्य गुणवत्ता धारण करूननही माझ्या चुलत चुलत्यांच्या सर्व मुलांना उद्योगधंद्यामध्ये किंवा इतर बिगर सरकारी नोकरीच्या संधी प्राप्त झाल्या होत्या.

सामाजिक जबाबदारी व विकासकामांची गरज यांचा समन्वय कामांशी घालताना अभियांत्रिकी व बौद्धिक कौशल्याची सततची परीक्षाच आयुष्यभर सुरू राहते. कौटुंबिक गरजेपोटी मी नोकरीचा पर्याय अंगीकारला होता व तोच एकमेव व्यवहार्य पर्याय होता.

तत्कालीन परिस्थितीनुरूप मी पहिलीच नोकरी त्या वेळच्या महाराष्ट्र शासनाच्या पाटबंधारे विभागात म्हणजेच सध्याच्या जलसंपदा विभागात स्वीकारली. अनेक पर्यायी विभागात नोकऱ्या उपलब्ध असूननही ग्रामीण जीवनाशी जवळीक साधण्याच्या हेतूने मी पाटबंधारे व्यवस्थेस अग्रक्रम दिला. मुलाखतीनंतर आठवड्यातच मी २० जुलै, १९७० रोजी बारामती येथे लघु पाटबंधारे उपविभागात कनिष्ठ अभियंता या पदावर रुजू झालो. तत्पूर्वी बारामतीस कधी जाण्याचा योग आला नव्हता. पूर्व परिचय किंवा ओळखीही नव्हत्या. अभियंत्याचे काम व सिंचन प्रकल्प यांचा व्यावहारिक जगाशी संपर्क खऱ्या अर्थाने या नोकरीतून होणार होता.

उपविभागात माझा आगमन अहवाल मी दिला; मात्र माझ्या त्या कार्यालयातील सहकारी व कर्मचारी यांना सर्वांना आश्चर्याचा धक्काच बसला; कारण त्या काळात त्या उपविभागात कनिष्ठ अभियंता या पदावर तोपर्यंत कोणीही पदवीधर अभियंता हजर झाला नव्हता. त्या वेळी बारामती येथील पाटबंधारे वसाहतीत दोन उपविभाग कार्यरत होते. एक व्यवस्थापनाच्या कामासाठी व एक लघु प्रकल्पांच्या कामासाठी. दोन्ही उपविभागाचे कार्यकारी अभियंता एकच होते. पाटबंधारे विभागाच्या कार्यकारी अभियंत्याचे कार्यालय पुण्यात होते. त्या कार्यकारी अभियंत्याच्या हाताखाली बारामती येथील दोन्ही उपविभाग कालव्याशेजारील पाटबंधारे वसाहतीत कार्यरत होते. त्यातल्या त्यात सिंचन व्यवस्थापन उपविभागाचे महत्त्व व वजन किंवा रुबाब काही वेगळाच होता. लघु पाटबंधारे हा त्याच्या तुलनेत अत्यंत दुय्यम महत्त्व असणारा उपविभाग होता. अशा दुय्यम उपविभागात त्या वेळी अनेक दिवस अनेक कनिष्ठ अभियंत्यांची रिक्त पदे भरली जात नसत. मुद्दाम कोणी अशा अडचणीच्या ठिकाणी जाऊन हजर होणे दुरापास्तच होते. त्या काळी मी त्या उपविभागात पदवीप्राप्त अभियंता असूननही सामान्यपणे अपेक्षित नसतानाही हजर झालो होतो. हा सर्वांना तसा चमत्कारच वाटला. मला तातडीने नोकरीची गरज होती व मला उपलब्ध पर्यायांचे ज्ञानही नव्हते. ती माझी अज्ञानातील निवड ही परिस्थितीशी तडजोड होती.

मी लघु पाटबंधारे उपविभागात हजर झालो. तेथे माझ्या अगोदर चार कनिष्ठ अभियंते कार्यरत होते. त्यातील दोन पदविकाधारक व दोघे व्यवसाय शिक्षण पूर्ण केलेले प्रॅक्टिकल अभियंता होते. त्या वेळी उपविभागात श्री. निकुंभ म्हणून उपअभियंता कार्यभार सांभाळीत होते. त्यांनाही माझ्या हजर होण्याने सुखद धक्का बसला; पण फार काळ हे येथे काम करणार नाहीत, अशी धारणा मनात ठेवून त्यांनी माझे आगमन थंड स्वरूपात स्वीकारले.

'बुडत्याला काडीचा आधार' या न्यायाने मी जे प्रथम प्राप्त तेच स्वीकारण्याचे धाडस केले होते. आर्थिक आधार व स्थैर्य हेच प्रथम प्राधान्य असल्याने अधिक चिकित्सक होणे मनाला पटणारे नव्हते. उत्तम पर्यायाचा विचार होऊ शकला असता; पण मनाच्या अस्थिरतेतून प्रथम ते स्वीकारावे लागले.

अभियांत्रिकी कॉलेजमधील पुस्तकी अभ्यास व काही मानसिक धारणा, एवढ्या भांडवलाच्या आधारे पुढची वाटचाल होणे अपेक्षित होते; पण प्रत्यक्ष कामकाजात मात्र वेगळ्याच जबाबदारीने कामे करणे भाग पडत होते. आगमन अहवाल, दैनंदिन सर्वेक्षण, अंदाजपत्रके अशी कामे प्रत्यक्षात करण्याचे व्यवहारज्ञान बी.ई.च्या पदवी परीक्षेत व अभ्यासक्रमात प्रत्यक्ष प्राप्त झाले नाही. हजर झाल्याच्या दुसऱ्याच दिवशी एका लघु प्रकल्पाच्या विमोचकाचे ड्रॉईंग समोर देऊन, काही संकल्पन व अंदाजपत्रके नव्याने तयार करण्यास सहकाऱ्याने व साहेबांनी सुचविले. ड्रॉईंग अभियांत्रिकी ज्ञानातून समजत होते; पण धरण व्यवस्थेतील त्यांचे स्थान, महत्त्व व तांत्रिक जोडणी, असे परस्पर समन्वय ज्ञात नव्हते.

त्यामुळे त्या सहकाऱ्याच्याच मदतीने व सल्ल्याने संकल्पचित्र तयार करण्याचा प्रयत्न केला. या प्रयत्नातूनच अपेक्षित तांत्रिकता व अंदाजपत्रकीय गरज शिकता आली व समजू लागली. शिक्षणाचा व ज्ञानाचा व्यवहाराशी मेळ घालणे मला जमेल असे वाटले व तेथेच अभियंता झाल्याची खरी जाणीव प्रज्वलित झाली. छोट्या प्रसंगाने व घटनेने आत्मविश्वास, मनोबल उंचावल्याने कामावरील नियंत्रण व समज वाढण्यास मदत झाली. कल्पनेच्या व तार्किकतेच्या ज्ञानाचे रूपांतर व्यवहार व प्रत्यक्ष निर्मिती यांच्याशी जोडण्याने एक वेगळा आनंद व अनुभूती मनाला सुखावून गेली.

नोकरीवर हजर झाल्यानंतरच्या सुरुवातीच्या काळात मी साधारण दोन महिने मार्गदर्शनाशिवाय स्वतःच्या मनाने मन लावून अभ्यास केला. नुकतीच मे-जूनमध्ये विद्यापीठाची पदवी परीक्षा दिली असल्याने तांत्रिक विषयांचा अभ्यास बराचसा तयार होता; पण क्षेत्रीय प्रात्यक्षिकांचा अभ्यास, ज्ञान, तसेच स्पेशल विषयाचे व्यावसायिक व प्रशासकीय ज्ञान यांची तयारी म्हणावी तशी करता आली नाही.

स्पर्धा परीक्षेत निवड झाली नाही, तरी प्रथम अनुभव म्हणून प्रयत्न करण्यास

हरकत नाही, अशा विचाराने परीक्षेची तयारी केली. अभ्यासासाठी वेळ फारच अपुरा मिळाला. तरीही मनाची तयारी असल्याने एक अनुभव म्हणून नमुना पेपर्स तरी हाती येतील त्यांचा पुढील संधीसाठी निश्चितच योग्य उपयोग करता येईल या दूरदृष्टीने मी परीक्षेस बसण्याचे निष्ठापूर्वक ठरविले होते. त्यानुसार परीक्षेस हजर राहून लेखी परीक्षा पूर्ण दिली. अभियांत्रिकी महाविद्यालयातील प्राध्यापक श्री. केंगे सर यांच्या सल्ल्यानुसार या परीक्षेचे महत्त्व मनावर अगोदरच पक्के बिंबले होते. उपलब्ध प्रत्येक संधीचा उपयोग स्पर्धा परीक्षेसाठी करायचा असा मनाचा दृढ निश्चय होता.

लोकसेवा आयोगाच्या परीक्षेमुळे, त्याच्या अभ्यासामुळे आणि माझ्या बुद्धीची चुणूक पाहून त्या वेळचे डेप्युटी इंजिनिअर श्री. निकुंभसाहेब हे मात्र फारच प्रभावित झाले होते. त्यांनी सर्व सहकाऱ्यांना सांगितले की, हा शिंदे फार काळ येथे राहणार नाही. तो परीक्षेत नक्की यशस्वी होऊन अल्प कालावधीत आपला साहेब म्हणून येईल, असे प्रांजळ मत त्यांनी व्यक्त केले होते. त्यांची जाण, अंदाज, माझ्याबद्दलचा त्यांचा आत्मविश्वास यातून मलाही फार प्रोत्साहन मिळाले होते. बुद्धी व हुशारी याबद्दल वरिष्ठांचेच प्रमाणपत्र प्राप्त झाल्यामुळे मी अधिकच प्रेरित झालो होतो.

आपल्याबाबतचा विश्वास सार्थ करण्यासाठी मी प्रयत्नांची पराकाष्ठा केली. प्रथम प्रयत्नासाठी कालावधी इतका कमी मिळाला की, कमीत कमी तयारीही होऊ शकली नाही. पदवी परीक्षेचा अभ्यास व ज्ञान यांच्या पायावरच मी ही लोकसेवा आयोगाची परीक्षा दिली होती. सर्व परीक्षा, पेपर्स अगदी मनासारखे जमले नसले, तरी मन:पूर्वक प्रयत्न करून लिहिले होते. परीक्षेहून परत आल्यानंतर पुन्हा आज्ञाधारकपणे मी कार्यालयीन कामकाजात व्यग्र झालो.

मधल्या काळात अभ्यासाबरोबर कार्यालयीन कामकाजही करणे क्रमप्राप्तच ठरत होते. मी लोकसेवा आयोगाच्या परीक्षेस बसलो होतो म्हणून अभ्यासासाठी काही वेळ मिळावा अशाच प्रकारची कामे मला देण्यात आली होती. विशेषतः, प्रशासकीय नियम, नागरी सेवा नियम, महाराष्ट्र सार्वजनिक बांधकाम नियमावली, लेखा नियमावली (अकाउंट्स कोड), खात्याची रचना, कार्यपद्धती, काही शासकीय निर्णय, सर्वसाधारण निविदा व स्पेसिफिकेशन्स हे म्हणजे बी.ई.च्या अभ्यासक्रमाबाहेरील पण रोजच्या कामाशी निगडित विषयांचा अभ्यास, जो अत्यंत आवश्यक होता. लोकसेवा आयोगाच्या परीक्षेत त्यातील काही भाग विचारला जाण्याची शक्यता होतीच.

पाटबंधारे कायदे व नियम, विविध कामे, त्यांचे सर्वेक्षण, नियोजन, अंदाजपत्रके, नकाशे, ले-आउट हे भाग अत्यंत नवीन व अगदी क्षेत्रीय कामाशी निगडित असे होते. काम किती व कसे चालते याचे संकल्पन करणे. प्रत्यक्ष अभियांत्रिकी ज्ञानाचा व्यवहारात व कामकाजात वापर करण्यासाठी आवश्यक कौशल्ये, नवीन अंगे व

प्रत्यांगे परिचित करून घेणे हे फारच उत्साहवर्धक होते.

पुणे पाटबंधारे विभागाच्या कार्यकारी अभियंता यांच्या कार्यालयात तांत्रिक शाखेत काम करताना काही उपविभागाचे तांत्रिक तपासणीचे व शेऱ्याचे अनुपालन व पूर्तता कार्यकारी अभियंता यांनी मुद्दाम माझ्याकडे सोपवून मला अधिक सक्षम बनविण्याचे धोरण जाणीवपूर्वक अवलंबिले असावे, असे मला वाटते. तसा विश्वास त्यांनी माझ्यावर वेळोवेळी व्यक्त केला होता. मी विभागीय कार्यालयात हजर झाल्यानंतर लागलीच मला महाराष्ट्र लोकसेवा आयोगाच्या अभियांत्रिकी श्रेणीतील पदाच्या तोंडी परीक्षेसाठी आमंत्रण आले.

लेखी परीक्षेत अर्हताप्राप्त स्पर्धात्मक गुण प्राप्त झाल्यानंतरच या तोंडी परीक्षेसाठी निवड करण्यात येते. या अनपेक्षित आमंत्रणाने माझी अर्हता बऱ्याच प्रमाणात सिद्ध झाल्यासारखे वाटले. लेखी परीक्षेस वेळेअभावी विशेष तयारी न करता मूलभूत तांत्रिक ज्ञानाच्या आधारे माझी निवड होण्याइतपत योग्यता असल्याचे परीक्षेच्या अंतिम निकालावरून सिद्ध झाले होते. पदवी परीक्षेतील प्रथम श्रेणी हेदेखील या गुणवत्तेचे निदर्शक होते.

तोंडी परीक्षेआधी पुण्यात अनुभवी ज्येष्ठांची मुद्दाम भेट घेऊन तोंडी परीक्षेचे स्वरूप समजावून घेऊन बऱ्यापैकी तयारी केली. नियोजित वेळी मुंबई येथे तोंडी परीक्षा देण्यात आली. त्यामुळे मी जवळजवळ महाराष्ट्र लोकसेवा आयोगाच्या अभियांत्रिकी सेवा परीक्षेत निवडलोच जाणार असा समज सर्व सहकाऱ्यांमध्ये पसरला. एकूणच माझे काम व स्वत:ची विचारपद्धती यासाठी कारणीभूत असावी. त्याच वेळी त्याच सेवेतील महाराष्ट्र लोकसेवा आयोगाच्या अभियांत्रिकी पदासाठी पुन्हा नवीन जाहिरात प्रसिद्ध झाली. मागील परीक्षेचा अंतिम निकाल तोपर्यंत ज्ञात नसल्याने मी नेहमीसारखा सर्व कागदपत्रांसह महाराष्ट्र लोकसेवा आयोगाच्या अभियांत्रिकी परीक्षेचा फॉर्म भरला व परीक्षेची तयारी नव्या जोमाने सुरू केली.

खरोखरच, पुण्यात पदभार सांभाळायला आल्यामुळे मला एक मोठी संधी व सुविधा प्राप्त झाली होती. याचे सर्व श्रेय श्री. मंत्रीसाहेबांनी पुण्यात केलेल्या माझ्या बदलीला देणे क्रमप्राप्त होते. पुष्कळ कागदपत्रे, पुस्तके, पूर्वीच्या परीक्षेच्या प्रश्नपत्रिका संदर्भासाठी उपलब्ध झाल्या होत्या. माझ्या कार्यालयीन सहकाऱ्यांनीही स्वयंस्फूर्त सदिच्छेने यासाठी मला कामातून थोडी नेहमीपेक्षा अधिक मोकळीक दिली. सहकाऱ्यास मनापासून मदत करण्याची ती तळमळ खरोखरीच अनोखी व वाखाणण्याजोगी होती.

त्या वेळचे माझे सहकारी श्री. रेड्डी, श्री. होन्नुंगार, श्री. अण्णा रानडे आणि श्री. नरगुंदे हे अत्यंत कार्यक्षम व अनुभवी अभियंते होते. अनेक वर्षे क्षेत्रीय व कार्यालयीन कामकाज करून ते खात्यात कुशल झाले असल्याने त्यांचे ज्ञान व

मार्गदर्शन मला फारच उपयुक्त ठरले. व्यावसायिक, व्यावहारिक व शासकीय कामातील बारकावे, नियम व कायदे यांचे तपशीलवार ज्ञान त्यांच्याशी केलेल्या चर्चेतून व परस्पर अनुभवातून संग्रहित झाले असल्याने ते खरोखर दुर्मिळ व दुर्लभ असे होते. त्यांच्यामध्ये मी वयाने व अनुभवाने सर्वांत लहान असल्याने ते मार्गदर्शन करता करता माझी चेष्टाही करीत. शिवाय मी एकटाच अविवाहित ज्युनिअर असल्याने सर्वांना माझ्या फिरक्या घेण्याची संधी मिळायची.

मधल्या काळात मी पुन्हा महाराष्ट्र लोकसेवा आयोगाच्या परीक्षेस दुसऱ्यांदा बसलो. या वेळी चांगली तयारी करता आली आणि परीक्षाही समाधानकारकरीत्या पार पाडली. माझी पहिली नेमणूक महाराष्ट्र अभियांत्रिकी सेवा वर्ग दोनमध्ये सहायक अभियंता वर्ग-२ म्हणून झाली. आणि म्हणूनच वर्ग-१चे आणखी एक लक्ष्य व आवाहन समोर होते. अभियांत्रिकी सेवेच्या या वारूवर स्वार होण्याची जिद् व ओढ मनात अविरत तेवत असल्याने प्रयत्न त्या दिशेने सुरू होते. काही अनुभवही जमेस असल्याने ही दुसरी परीक्षा तशी काहीशी सुलभ व सोपी वाटली होती.

या वाटचालीत एक प्रसंग नमूद करण्यास विसरलोच. महाराष्ट्र लोकसेवा आयोगाची तोंडी परीक्षा झाल्यावर वैद्यकीय तपासणीपूर्वी निवड यादी प्रसिद्ध होत असे. त्यासाठी वैयक्तिक पत्रे किंवा सूचना दिली जात नसे; पण निवड झालेल्या उमेदवाराची यादी सरकारी राजपत्रात प्रसिद्ध करण्यात येत असे. या निकालाची नेमकी वेळ व तारीख अगोदर प्रसिद्ध होत नसे.

निकालाची नेमकी वेळ ज्ञात नसल्याने उत्सुकता आपोआपच शांत व स्थिर बनली होती. कोणीतरी माझा निकाल पाहिला व अभियांत्रिकी सेवा परीक्षेचा निकाल राजपत्रात आल्याचे तोंडी सांगितले. त्याआधारे महसूल आयुक्त कार्यालयामध्ये जाऊन दोन-तीन दिवसांनंतर तो पाहण्याचा योग आला. माझा थेट सेवेत प्रवेश निश्चित झाल्याचे त्यातून स्पष्ट होत होते. यथावकाश वैद्यकीय तपासणीची सूचना व त्यानंतर नेमणूक व प्रशिक्षणासाठी पदस्थापना प्राप्त झाली. दोन वर्षांच्या प्रथम प्रोबेशनपैकी एक वर्ष प्रशिक्षण व क्षेत्रीय अभ्यास असा तपशीलवार नेमणूक आदेश प्राप्त झाला. त्यातील आनंद व सळसळता उत्साह पुढील वाटचालीस प्रेरित करीत गेला.

बारामती येथे लघु पाटबंधारे उपविभागात हजर झाल्याबरोबर प्रथम निवासाचा प्रश्न उपस्थित झाला. स्थानिक पाटबंधारे वसाहतीमध्ये सरकारी निवासस्थान रिक्त नसल्यामुळे ते तातडीने मिळाले नाही व नंतरही मिळेल याची खात्री नव्हती. होती ती सर्व निवासस्थाने व्यवस्थापन उपविभागातील कर्मचाऱ्यांसाठीच प्राधान्याने राखीव असल्याने लघु पाटबंधारे उपविभागातील नव्याने येणाऱ्या कर्मचाऱ्यास उपलब्ध होणे शक्यच नव्हते. योग्य निवास शोधणे, ही प्रथम गरज होती. नवीन गाव व

अपरिचित वातावरण, अननुभव यामुळे नेमका रस्ता शोधता येईना.

त्याच वेळी त्या व्यवस्थापन उपविभागात माझ्या गावचे एक शाळकरी मित्र आत्माराम देवकू आंबटकर मला भेटले. तेही अगदी माझ्यासारखेच नवीन होते व मोजणीदार या पदावर व्यवस्थापन उपविभागात कार्यरत होते. त्यांची भेट होताच मला मनापासून किती आनंद झाला व आधार वाटला, तो अवर्णनीय म्हणावा लागेल. नवीन ठिकाणी गावचा मित्र भेटल्याने एक वेगळीच आपुलकीची व आधाराची भावना वृद्धिंगत झाली होती. मी तेथे हजर झाल्याचे त्यालाही आश्चर्य वाटले; पण तो भाग बाजूस ठेवून त्याने आपुलकीच्या नात्याने माझी वैयक्तिक चौकशी केली.

माझी अडचण त्याच्या ध्यानात आली असावी. त्यालाही वसाहतीत निवासस्थान न मिळाल्याने गावात एका ठिकाणी अडचणीची एक खासगी भाड्याची खोली घेऊन तो राहत होता. ती खोली बरीचशी दमट व कोंदट वातावरणात होती. स्वतंत्र, दूर, पाटीचे भंग्यामार्फत साफ करायचे शौचालय व पाण्याचा नळ अशी व्यवस्था होती. जुन्या आपुलकीमुळे त्याने मला लागलीच त्याच्या खोलीवर चहासाठी म्हणून नेले. मला इतर कोणताही पर्यायच नसल्याने व जवळ फारसे सामानही नसल्याने तात्पुरती मी त्याच्या खोलीत माझी एक बॅग ठेवून दिली. आमची दोघांची कार्यालये एकाच संकुलात असल्याने बरोबर पायी जाणे व एकत्र राहणे जमू लागले. 'व्यसनेषु सख्यम्।' या न्यायाने तंबाखूची मिशरी दिवसातून दोन-तीन वेळा घासण्याची त्याची व माझी सवय मिळतीजुळती असल्याने गप्पा, गोष्टी व मिशरी लावणे असा एक तालबद्ध कार्यक्रम, साथीचा व सोबतीचा आनंद उपभोगत आम्ही एकमेकांत रममाण होऊ लागलो. प्रथमत: जागेचा शोध घेण्याचे काम सुरू केले. जेवण बाहेर जमेल तेथे घेण्याशिवाय पर्याय नव्हता.

अल्प कालावधीत पाटबंधारे वसाहतीशेजारी ख्रिश्चन कॉलनीत एका बंगल्यात एक दहा फूट बाय बारा फूट आकाराची खोली महिना पंचवीस रुपये भाड्याने घेतली. सोबत सामान काहीच नव्हते. एक सतरंजी, एक तात्पुरती लाकडी पण कापडाची जाड विणीची कॉट विकत घेऊन राहण्यास सुरुवात झाली; पण त्या खोलीत बाथरूमही नव्हते. बंगल्याचे कॉमन शौचालय वापरण्यास परवानगी होती. तेथेही साठविलेले हौदातील पाणी बादलीत घेऊन शौचास जाणे भाग पडे. खोलीच्या मागे व्हरांड्यात हात-पाय धुणे इ. उरकावे लागे.

माझे शिंदे आडनाव हे सर्वसाधारण विशिष्ट जातिवाचक नसल्याने प्रथम परिचयित जातीचा नेमका अंदाज कोणास करता येत नसे. मराठा समाजातील समजूनच सर्व जण सामान्य संबंध राखीत, त्यामुळे माझ्या मनातील सुप्त भावना मात्र अधिक दुखावली जात असे. त्या काळी जातपात पाहूनच भाड्याची खोली

उपलब्ध केली जात असे. ग्रामीण भागात हा जातीचा पगडा अधिकच विचारात घेतला जात असे; पण प्राप्त परिस्थितीत अन्य पर्यायही सहज उपलब्ध नसायचे. दुय्यमत्वाची ही जाणीव जास्त त्रासदायक व अपमानकारक वाटत असे. समाजातही शहाणपण येण्यास काही काळ जावाच लागतो. सामाजिक बदल किती मंद गतीने कार्यन्वित होतात, हे प्रत्यक्ष अनुभवाने माझ्या ध्यानात येत गेले.

त्याच वेळी १९७०मध्ये बारामती येथे पोलीस खात्यात पोलीस हवालदार म्हणून एक नातेवाईक श्री. जानकूजी धर्माजी खामकर कार्यरत होते. त्यांची भेट होताच अत्यंत प्रेमाने त्यांनी घरी नेले. अत्यंत आनंदाने त्यांनी माझी आपुलकीने चौकशी करून अडचणींची विचारणा केली. ख्रिश्चन कॉलनीतून पायी पाच ते दहा मिनिटांत पोहोचता येईल, एवढ्याच अंतरावर सरकारी पोलीस वसाहत असल्याने त्यांचा एक वेगळाच नात्याचा आधार मला प्राप्त झाला होता. माझी जेवणाची अडचण लक्षात घेऊन, त्यांनी स्वतःच घरी मला जेवणासाठी आग्रह केला. अशा पद्धतीने माझी जेवणाची घरगुती व्यवस्था अनपेक्षितपणे सहज व विनासायास उपलब्ध झाली होती. अडचणी पाठलाग करतात म्हणण्याऐवजी सोयीसुद्धा सहजच अचानक व अनपेक्षित भेटतात असे म्हणण्याचा मोह मला वरचेवर होतो. मोकळ्या विचाराने प्राप्त परिस्थितीचा स्वीकार केला, तर अशा घटनांची सोबत सर्व प्रवासात आनंदाचा व सुखाचा शिडकावा करते. उणिवा शोधण्यापेक्षा त्या दूर सारून सुख-सुविधांच्या सोबतीचा आनंद वाढविता येतो, हे निर्विवाद सत्य प्रत्ययास येते.

एक आनंददायी ग्रामीण जीवनाशी नाते जोडणारा वेगळा अनुभव म्हणून मी ख्रिश्चन कॉलनीतला माझा एक अनुभव नमूद करतो. खोलीत बाथरूम नसल्याने उघड्यावर बादलीत थंड पाणी घेऊन अंघोळ करण्यापेक्षा काही पर्याय सापडतो का, असा विचार करता करता सहज ध्यानात आले की, कॉलनीपासून थोड्याच अंतरावर नीरा डावा कालवा भरभरून वाहत आहे. आसपासची बरीच माणसे व मुले तेथे सकाळी स्नानाचा व पोहण्याचा आनंद घेत असतात. फारसा विचार न करता मी रोज सकाळी सहा वाजता कालव्यावर अंघोळीसाठी जाऊ लागलो. पोहून व स्वच्छ अंघोळ उरकून जाण्यायेण्याच्या व्यायामासह तो आनंद मी मनसोक्त उपभोगला.

ख्रिश्चन कॉलनीतल्या एका खोलीत साधी खुर्चीही सोबतीला नव्हती. खाली फरशीवर सतरंजी टाकून बैठक करणे भाग पडत असे. इतर वेळी पट्ट्याच्या कॉटवर बसून व झोपून सर्व कामकाज व उपचार पार पाडावे लागत. कोणाचीही साथ व सोबत नसताना एकाकी दिनक्रमाची व एकांताची ही सोय किंवा गैरसोय, चिंतनीय व अभ्यासप्रवर्तक होती. त्या काळात मी माझा सर्व वेळ व शक्ती वाचन व अभ्यास यात व्यतीत करण्याचे ठरविले. तसे ते शक्यही झाले; कारण वाचन व चिंतन हे मला मनापासून आवडणारे विषय आहेत.

मी २० जुलै, १९७०ला ज्या वेळी बारामतीमध्ये नोकरीवर हजर झालो, त्याच्या पंधरा दिवस अगोदर महाराष्ट्र लोकसेवा आयोगाची अभियांत्रिकी सेवा वर्ग एक व दोनच्या पदासाठी स्पर्धा परीक्षेची जाहिरात वर्तमानपत्रात आली होती. अभियांत्रिकी कॉलेजमध्ये शिकत असताना यांत्रिकी विभागातील श्री. केंगे म्हणून एक प्राध्यापक मला एका वर्षी शिकवायला होते. त्यांनी 'भविष्यकालीन संधी' या व्याख्यानात महाराष्ट्र लोकसेवा आयोगाच्या परीक्षेचा मुद्दाम उल्लेख केला होता. सरकारी नोकरीसाठी या परीक्षेद्वारे वरची पदे व वाढत्या संधी उपलब्ध होतात, असे त्यांनी सांगितले व मनावर बिंबविले होते. त्यातल्या त्यात या स्पर्धा परीक्षा सर्वांनी नक्की घ्याव्यात अशी आग्रहाची सूचना त्यांनी सर्वांनाच दिली होती. ती सूचना माझ्या मनात व ध्यानात पक्की घर करून बसली होती. म्हणून संधी मिळताच लोकसेवा आयोगाच्या या परीक्षेस बसायचे, असा मी मनात आडाखा निश्चित केला होता.

बी.ई. पदवी परीक्षेचा निकाल व लोकसेवा आयोगाची जाहिरात जवळपास थोड्याच अंतराने आल्याने मी तातडीने फॉर्म मिळवून, तो भरून तयार केला होता. तो भरून पाठविण्याची शेवटची तारीख २५ जुलै असावी. मी फॉर्म भरून नुकताच चार दिवस अगोदर खात्यात हजर झालो होतो. खात्यामार्फत फॉर्म पाठविला तर वेळेवर पोहोचणार नाही व आपली संधी जाईल, या भीतीने मी खात्यात कार्यरत झालो असूनही फॉर्म थेट लोकसेवा आयोगाकडे स्वत:च्या जबाबदारीवर पाठविला. मनात पक्की धारणा होती की, दोन ते तीन दिवसच काम केले असल्याने नोकरीत नाही असे समजून कार्यवाही होण्यास कोणाची फारशी हरकत येणार नाही.

सप्टेंबर १९७०मध्येच मुंबई येथे परीक्षा झाली. माझगाव डॉक येथील विक्रीकर भवनच्या कार्यालयात परीक्षा केंद्र होते. आठवड्याची रजा घेऊन मी परीक्षेसाठी मुंबईस गेलो.

लोकसेवा आयोगाची सप्टेंबर १९७० मधील परीक्षा संपून हजर झाल्यापासून एक आठवड्याच्या आतच मला ही सर्वेक्षणाची क्षेत्रीय जबाबदारी दिली गेली. माझ्याबरोबर श्री. आनंद म्हणून माझे एक सहकारी असे आम्ही दोघे मिळून सर्व्हेचे सर्व साहित्य घेऊन मोरगावजवळील बोरकरवाडी या एका खेड्यात हजर झालो. त्या काळी फार वाहतुकीची साधने नव्हती. जाताना डेप्युटी इंजिनिअर साहेबांनी जीप दिली, त्यात साहित्य घालून आम्ही प्रकल्प स्थळापर्यंत प्रवास केला; पण पुढे काय? प्रथमदर्शनी मोरगाव येथील गणपतीचे दर्शन घेऊन खऱ्या अर्थाने त्याच्याच आशीर्वादाने अभियांत्रिकी व्यवसायातील क्षेत्रीय कामाचा श्रीगणेशा करण्यात आला. हे मोठे भाग्य मला सहज प्राप्त झाले. तेथे ग्रामीण भागात काहीच सोय नव्हती. म्हणून ग्रामपंचायत कार्यालय व शाळा यामध्येच गावकऱ्यांच्या मदतीने मुक्काम केला.

दोन लघु प्रकल्पांच्या साइटचा सर्व्हे करायचा होता. नुसता सर्व्हेच नव्हे, तर पायाच्या व जलरोधी खंदकाच्या नियोजनासाठी चाचणी खड्डेही घेणे आवश्यक होते. सर्वेक्षणाची नेमकी कार्यपद्धती मला तपशिलाने माहीत नव्हती, तरी माझे सहकारी श्री. आनंद हे अनुभवी असल्याने कार्यपद्धतीशी पूर्वपरिचित होते. हा अत्यंत दुष्काळी भाग असल्याने सिंचन प्रकल्पाच्या सर्वेक्षणाबाबत लोकांमध्ये फारच जागृती व तितकीच उत्सुकता होती. प्रत्यक्ष सर्व्हेसाठी व चाचणी खड्ड्यांसाठी सर्व सहकार्य करण्यास सरपंच व स्थानिक कार्यकर्ते सतत उत्साह दाखवित असत. या कामाची गरज त्यांच्या दृष्टिकोनातून व सहकार्यातून आम्हाला जाणवत होती.

अशा गरजू भागासाठी नवीन प्रकल्पाची सुविधा निर्माण करण्याचा नवीन लघु प्रकल्पाचा 'प्रकल्प अहवाल' तयार करावयाचा होता. स्थानिक तलाठ्याकडून गावचा नकाशा व काही मालकीबाबतचे आवश्यक जमिनीचे सात-बारा प्राप्त करून घेतले. ते त्यांनी शासकीय कामकाजासाठी सहकार्याच्या भावनेतून तत्परतेने उपलब्ध करून दिले. प्रत्यक्ष क्षेत्रावर भेट देऊन सरहद्दी व क्षेत्रीय पाहणीची माहिती, स्थानिक शेतकऱ्यांनी व तलाठ्याने अगदी जबाबदारीच्या जाणिवेतून तत्परतेने व अचूक उपलब्ध केली. तीस-पस्तीस वर्षांपूर्वीचा तो कालखंड, समाजमन व शासकीय सहकार्य या सर्वांचा आगळावेगळा अनुभव आम्हाला देऊन गेला. या कामासाठी शासकीय यंत्रणेतील परस्परांचे व गावातील संबंधितांचे कमालीचे उत्स्फूर्त सहकार्य लाभले.

ज्यांच्या जिरायत माळरान जमिनी पाण्याखाली जाण्याची शक्यता होती, त्यांनीही स्थानिक नेतृत्वाच्या साहाय्याने अजिबात विरोध न करता सहकार्य केले. सरपंच व तलाठी यांनी स्थानिक मजूर उपलब्ध केले. खरे तर गरजेपेक्षा खूप जास्त मजूर कामाच्या मागणीसाठी हजर होत असत. आम्ही गरजेनुरूप त्यांना कामे देऊन प्रत्यक्ष कामकाजास सुरुवात केली. त्या वेळी मोरगावच्या जवळपास बोरकरवाडी, तरडोली व जिरेगाव अशा तीन लघु पाटबंधारे तलावाचे प्रस्ताव विचाराधीन होते. त्यातील प्राधान्याने बोरकरवाडी व तरडोली या दोन जागी तपशीलवार सर्वेक्षण पूर्ण करण्याच्या वरिष्ठांच्या सूचना होत्या. त्यानुरूप गावातील उपलब्ध नकाशे, टोपोशीट व प्रत्यक्ष क्षेत्रीय पाहणीच्या आधारे तलावाची नेमकी जागा ठरविणे आवश्यक होते; पण गावच्या मागणीत व प्रस्तावात काही पर्यायांचाही उल्लेख होता. त्यातल्या त्यात अधिक सोयीची पाणी उपलब्धतेची साइट निवडून सर्व्हे सुरू करण्यात आला.

पूर्ण साइटची रेखीत निवड, सांडवा, विमोचक, जलरोधी खंदक अशी रचना करणे आवश्यक होते. सांडव्यासाठी पोहच कालवा व पुच्छ कालवा अशी रचना आवश्यक होती. या सर्व कामांची अगदी व्यवहार्य अंदाजपत्रके व नकाशे तयार करण्यासाठी व त्यास शासनाची प्रशासकीय मान्यता प्राप्त करण्यासाठी आर्थिक

कसोट्यांत बसणारा प्रस्ताव तयार करणे जरुरीचे होते. या मान्यतेस प्रशासकीय मान्यता असे संबोधण्यात येते. बांधकाम साहित्य व पायासाठी तांत्रिक पाहणी करून चाचणी खड्डेही घेण्यात आले.

दहा मीटरवर साखळी क्रमांक टाकून पूर्ण बुडीत क्षेत्राचे ग्रीड सर्वेक्षण करण्यात आले. कंपासच्या साहाय्याने अक्षांश व रेखांश ठरवून तात्पुरती स्थानिक लेव्हल गृहीत धरून ज्याला बेंचमार्क किंवा स्थिर चिन्ह म्हटले जाते, त्याच्या साहाय्याने सर्वेक्षणाचे काम पूर्ण करण्यात आले. माझा पहिलाच अनुभव असला, तरी माझे सहकारी श्री. आनंद यांना पूर्वानुभव होता व तेच या सर्वेक्षणाच्या कामात माझे प्रथम क्षेत्रीय गुरू होते. दोघांच्या विचारविनिमयाने व चर्चेने सर्व्हेंचे काम सुरळीत पार पाडण्यात आले.

प्रत्यक्ष क्षेत्रीय सर्वेक्षणानंतर लागलीच एकाच वेळी समांतर, प्लॉटिंग व नकाशे तयार करण्याचे काम हाती घेतले. हा प्रत्यक्ष क्षेत्रीय कामाचा अनुभव फारच उपयुक्त व महत्त्वाचा होता. तांत्रिक क्षमतेचे नेमके व्यवहारातील कार्यान्वयन येथे अंतर्भूत व आवश्यक होते. ग्रामीण पार्श्वभूमी व माझ्या गावाकडील क्षेत्रीय परिस्थिती व येथील परिस्थिती यात पुष्कळ साम्य होते. माझ्या निवासी जिल्ह्याचाच हा भाग असल्याने तशी भावनिक जवळीक अगोदरच मनात जागृत होती. शेत व शेतीसंलग्न प्रकल्प नियोजन यांचा पहिलाच अनोखा अनुभव सेवा कालावधीच्या सुरुवातीस मला प्राप्त होत होता. पाण्याशी शेतीचे नाते घरच्या शेतीने पूर्वपरिचितच होते. त्यामुळे नेमकी गरज व बारकावे ध्यानात घेताना वेगळाच आनंद मिळत असे.

उन्हातान्हात डोक्यात टोपी घालून सकाळी सात वाजल्यापासून संध्याकाळी सात वाजेपर्यंत क्षेत्रीय काम करण्यात येई. उत्साह व उत्सुकतेपोटी थकण्याऐवजी आनंदच अधिक जाणवत होता. लोकांचे मन:पूर्वक सहकार्य हाही मोठा दुग्धशर्करा योगच म्हणावा लागेल. जेवण व राहण्यासाठी लोकांनी पाहुण्यासारखी आमची उत्तम सोय केली होती. मला या प्रकल्प कामाच्या निमित्ताने मनसोक्त ज्ञान, अनुभव, आपुलकी व शेतीशी जवळीक, सामाजिक बांधिलकी अशा बहुअंगी उपलब्धी प्राप्त झाल्या होत्या. क्षेत्रीय कामाशी अपेक्षेपेक्षा जास्तच जवळीक व जवळचे नाते अगदी सहज जोडले गेले. प्रारंभीच अशी गोड पर्वणी पुढच्या वाटचालीसाठी आधार, प्रेरणा व आकर्षण बनली.

सर्व क्षेत्रीय कामे उरकल्यावर मग पुन्हा कार्यालयात बारामती येथे प्रयाण केले. प्रत्यक्ष क्षेत्रीय कामाचे रूपांतर तपशीलवार नकाशात, प्रकल्प अहवालात आणि अंदाजपत्रकात करणे आवश्यक होते. तरडोली व बोरकरवाडी येथील दोन्ही साइटचे क्षेत्रीय काम एकाच भेटीत मुक्काम वाढवून उरकण्यात आले होते. कार्यालयीन पद्धती व तेथील कामाची प्रपत्रे समजून घेणे आवश्यक झाल्याने अगोदर पूर्ण व

प्रशासकीय मान्यताप्राप्त अशा मंजूर दोन-तीन प्रकल्पांच्या मंजूर धारिका अभ्यासासाठी निवडून घेतल्या. लघु पाटबंधारे संहिता (मॅन्युअल) यामधील प्रकल्प नियोजन तरतुदीचा तपशीलवार अभ्यास व आकलन करून घेतले. प्रथम प्राथमिक स्वरूपाचे नकाशे व ले-आउट चर्चेद्वारे तयार केले आणि मग तपशीलवार अहवाल तयार करण्याचे काम हाती घेतले.

प्रशासकीय मान्यतेसाठी प्रस्ताव तयार करण्याच्या हेतूने सुरुवातीसच अंदाजपत्रके व नकाशे तयार करणे गरजेचे होते. कामाची मोजमापे व प्रमाणके नेमकी ठरविणे आवश्यक होते. उपलब्ध तसेच आवश्यक असणारे पाणी यांचे नेमके नियोजन गरजेचे होते. प्राथमिक नकाशे व ले-आउट तयार करून, तो चर्चा करून वरिष्ठ डेप्युटी इंजिनिअर साहेब यांच्या मान्यतेने तयार केला होता. अंदाजपत्रकातील नेमकी प्रमाणके ठरविण्यासाठी मोठे मोठे तक्ते, गणिती आकडेमोडी तयार करून परिमाणे काढण्यात आली. प्रत्येक बाबीचे प्रत्यक्ष परिमाण, नेमके दर ठरविणे हे क्षेत्रीय परिस्थितीशी जोडले जाणे गरजेचे असल्याने सर्व काम स्थानिक चौकशी व अभ्यास करून काळजीपूर्वक करण्यात आले.

कामाची अंमलबजावणी करताना ठेकेदाराचे संबंध नवीन कर्मचाऱ्यांबरोबर प्रस्थापित होऊ नयेत यासाठी सतत विचार होताना दिसत होता. अर्थात खात्यातील प्रस्थापितांचा हा खटाटोप स्थानिक ठेकेदार व ग्रामस्थ यांच्या सहकार्याने सुरू असल्याचे जाणवत होते. त्या दृष्टीने बोरकरवाडीचे सर्व्हेनंतरचे प्रकल्प अंमलबजावणीचे क्षेत्रीय काम मला न देता, विशेष पूर्वप्रस्थापित संबंध लक्षात घेऊन इतरांकडे सोपविण्यात आले. अर्थात मला हे ध्यानात यायलाही बराच कालावधी लागला. या घटनेतून खात्याची विशिष्ट कामकाज पद्धती व कर्मचाऱ्यांची सरंजामी मानसिकता माझ्या लक्षात आली. दूरदर्शीपणाचा अभाव व हक्काबाबतचे अज्ञान यातूनच ही कार्यवाही माझ्याकडून बिनविरोध स्वीकारली गेली.

सरकारी खात्यात नवीन असलो तरी, जे काम करायचे ते जास्तीत जास्त तंतोतंत व बिनचूक करायचे, अशी काम होण्यासाठी मनापासून ओढ व तळमळ होती. अगदी तन्मयतेने व एकरूप होऊन सर्व कामे, सर्व उपलब्ध वेळ व साधने वापरून हाती घेतली व पार पाडण्यात आली. नेमके आकलन व क्षेत्रीय जाण, यामुळे अंदाजपत्रके करताना एक वेगळाच अनुभव येत होता. नव्याने पहिलेच काम असले तरी ते अगदी बिनचूक, तंतोतंत व क्षेत्रीय परिस्थितीस अनुरूप व्हावे, असे मनात पक्के बसले होते. त्यासाठी पडेल ते कष्ट, त्रास व अभ्यास करण्याची तयारी व लागेल तेवढा वेळ देण्याची मानसिक तयारीही होती. म्हणून वेड्यासारखे, झपाटून गेल्यासारखे जास्तीतजास्त वेळ या कामासाठी मी व श्री. आनंद यांनी दिला.

चर्चा, तपशील, संदर्भ, नियमांचे व प्रशासकीय गरजांचे अध्ययन करीत,

प्रकल्प अहवालाचे मोठे महत्त्वाचे तांत्रिक काम नियोजित कालावधीत पार पाडण्यात आले. अर्थातच अनेकांचे कष्ट व मेहनत त्यास कारणीभूत होती. दुष्काळी भागांत अनेक वेळा प्राथमिक पाहणीत अव्यवहार्य ठरविलेले हे प्रकल्प, आम्हाला मात्र पूर्ण व्यवहार्य व शासकीय मापदंडात बसणारे आहेत, असे तयार करतानाच आढळून आले. त्यासाठी कोणतीही व्यवहार्य तडजोड किंवा अदलाबदल करावी लागली नाही. अशा पद्धतीने परिपूर्ण प्रकल्प अहवाल तयार करून वरिष्ठ कार्यालयामार्फत शासनास सादर केला होता.

यथावकाश नेहमीपेक्षा बऱ्याच तातडीने प्रशासकीय मान्यता शासन स्तरावरून प्राप्त झाली. लोकसेवा आयोगाच्या अभियांत्रिकी सेवा परीक्षेसाठी काही विशेष लक्ष व कष्ट घेणे मला क्रमप्राप्त झाल्याने काही काळ त्यासाठी घ्यावा लागला; पण परीक्षा आटोपताच प्रथम बोरकरवाडी व नंतर तरडोली अशी कामे प्रशासकीय मान्यताप्राप्त होऊन क्षेत्रीय कार्यवाहीसाठी प्राप्त झाली. काही तांत्रिक तपशील व आनुषंगिक किरकोळ फेरफार करून या कामास तांत्रिक मान्यताही अधीक्षक अभियंता यांचे स्तरावरून प्राप्त झाली. अशा तऱ्हेने प्रत्यक्ष क्षेत्रीय कार्यवाहीसाठी व अंमलबजावणीसाठी ही कामे आमच्याच उपविभागाकडे सोपविण्यात आली. खात्याच्या प्रचलित कामकाज पद्धतीनुसार व संकेतानुसार या कामाची क्षेत्रीय अंमलबजावणी ही अंदाजपत्रक तयार करणाऱ्या अधिकाऱ्याकडे सोपविली जात असते; पण तो संकेत डावलून ही कामे पूर्वग्रहाने दुसऱ्या अनुभवी व परिचित अभियंत्याकडे सोपविण्यात आली. तांत्रिक व प्रशासकीय दृष्टीने हा माझ्यावर प्रथम क्षणी मोठा अन्यायच होता. कामाची अंमलबजावणी प्रस्थापित अधिकाऱ्याच्या सोयीनुसार करण्यात आली. माझा प्रत्यक्ष कामाशी संबंध न राहिल्याने पुढील अंमलबजावणीचा नेमका तपशील मला कळला नाही.

मधल्या काळात अंदाजपत्रकाची शेरे पूर्तता, तांत्रिक फेरफार यासाठी विभाग व मंडळ कार्यालयात येणे-जाणे व शेऱ्यांच्या पूर्ततेसाठी चर्चा कराव्या लागल्या. अंदाजपत्रके, त्यातील तपशील व बारकावे वरिष्ठ पातळीवरही ध्यानात आले. त्यामुळे माझ्या कामाची व तांत्रिक क्षमतेची एक वेगळीच जाण कार्यालयीन कामकाजात तयार होत गेली. वरिष्ठांच्याही ही बाब सहज ध्यानात आली. चांगल्या गुणांची व कामाची मुद्दाम जाहिरात करावी लागत नाही, असा सकारात्मक अनुभव माझ्या मनाच्या शब्दकोशात जमा झाला. मनापासून कष्टपूर्वक केलेले काम अपेक्षित सर्व समाधान व आनंद देऊन जाते, हेच खरे ठरते.

कामाशी एकरूपता साधता आल्याने बारामती लघु पाटबंधारे उपविभागातील कनिष्ठ अभियंता म्हणून माझे काम माझ्या अपेक्षेप्रमाणे प्रगती साधत गेले. माझी कामातील एकरूपता, समरसता व आवड अधिकच वाढत होती. 'सुखाचे हे काम आवडीने करावे' असेच या कामाशी माझे नाते जोडले जात होते. 'सापडलो

एकमेका, जन्मभर नोहे सुटका।' असा उदात्त भाव या कामाशी माझ्याकडून जोडला गेला होता.

महाराष्ट्र लोकसेवा आयोगाची परीक्षा दिली तरी परीक्षेचा निकाल, तोंडी परीक्षा, वैद्यकीय परीक्षा व अंतिम नेमणूक होण्यास त्या वेळी साधारण एक ते दीड वर्षाचा कालावधी लागायचा. पहिल्या वेळी ही परीक्षा देताना अभ्यासही मनासारखा करता आला नव्हता; वेळही कमी पडला होता. व्यावसायिक माहितीही फारशी नव्हती. परीक्षेच्या दृष्टीने अधिक अभ्यास व चांगले मार्गदर्शन प्राप्त होण्यासाठी पुण्यात चांगल्या सोयी व संधी उपलब्ध होऊ शकत होत्या. यामुळेच भविष्यकाळासाठी परीक्षेची तयारी करण्यासाठी मनाची उत्तम पूर्वतयारी झाली होती.

भारत सरकारच्या अभियांत्रिकी सेवा किंवा भारतीय प्रशासकीय सेवा यासाठी प्रयत्न करण्याचेही मनात सतत येत राहिले, तरीपण मनाचा ओढ व कल, हा प्रशासकीय सेवेपेक्षा तांत्रिक कामाकडे अधिक होता. त्याचे कारण तांत्रिक पार्श्वभूमीची आवड अंगभूत बनलेली होती. प्रशासकीय सेवेतील वाढते अधिकार व वर्चस्व नेमके ज्ञात नसल्याने त्याबाबत जास्त आकर्षण कधीच मनात निर्माण झाले नाही. त्याचे वाढते महत्त्व व प्राधान्यही त्या वेळी साकल्याने ध्यानात आले नाही व समजून घेण्याची संधीही मिळाली नाही.

क्षेत्रीय काम व कौटुंबिक गरज म्हणूनही, पुण्यात काम करणे माझ्यासाठी अधिक सोयीचे होते. घराकडे लक्ष देण्यासाठी व पुढील कौटुंबिक व्यवस्थेसाठी, तसेच पुढील परीक्षेचा अभ्यास करण्यासाठी पुण्यात राहणे व काम करणे निश्चितच अधिक पसंतीचे व सोयीचे होते; पण नव्यानेच नोकरी व अल्प कालावधी अशा अवस्थेत विनंती करणेही मनाला उचित वाटेना. तशी ओळख किंवा परिचयही खात्यामध्ये फारसा वाढला नव्हता. कामाच्या दृष्टीने बारामतीमध्येही सेवेची गरज होतीच. अर्थात हा सर्व माझ्या मनातील विचार व अपेक्षांचा खेळ होता. स्वतःच स्वतःला समजावण्याचा तो अनोखा प्रयोग होता. पुण्यातील बदलीसाठी वैयक्तिक गरज, शासकीय गरजेपेक्षा अधिक प्राधान्याची ठरत होती.

एकदा अनपेक्षितपणे कार्यकारी अभियंता व्ही. एम. मंत्री हे क्षेत्रीय पाहणीसाठी बारामती येथे आले होते. कामाची पाहणी व काही मोजमापे तपासणी असा त्यांचा भेटीचा कार्यक्रम होता. त्यांचा मुक्काम बारामती येथील पाटबंधारे विभागाच्या विश्रामधामात होता. मोजमापे तपासणीसाठी काही 'लेव्हल्स' घेणे आवश्यक होते. म्हणून उपविभागातील लेव्हल व स्टाफ त्यांच्या गाडीत घालून त्यांनी मला बरोबर येण्याची आज्ञा केली. आमचे उपअभियंता इतर कामात व्यग्र असल्याने मी कार्यकारी अभियंता यांचे समवेत क्षेत्रीय मोजमापे घेण्यासाठी मदतनिसाच्या भूमिकेतून मदनवाडी लघु प्रकल्पाच्या साइटवर गेलो. तेथे क्षेत्रीय सहायकाने बेंचमार्क दाखविला; पण

धरणाच्या माती कामाच्या लेव्हल्स घेण्यासाठी तो धरणस्थळी घेऊन येणे आवश्यक होते.

फारसा अनुभव नसतानाही मी भीतभीतच तो 'बेंचमार्क' लेव्हल लावून दोन ठिकाणी लेव्हल हलवून, धरणस्थळी वाहून बरोबर आणला. अर्थात हे करताना 'लेव्हल फिक्स' करणे व नेमके 'रीडिंग' घेणे, ही कामे मी अगदी अचूक व शीघ्र पूर्ण केली. त्यातील सफाईदारपणा व कौशल्य कार्यकारी अभियंता यांच्या लागलीच ध्यानात आले. काही आकडेमोड करावी लागली. तीही मी बिनचूक व तत्पर पूर्ण केली. धरणाची पातळी व कामाची मोजमापे नेमकी सांगितली. त्या प्रसंगामुळे कार्यकारी अभियंता यांचे माझ्याबद्दलचे मत अत्यंत चांगले बनले. प्रवासात त्यांनी विचारलेल्या काही तांत्रिक तपशिलाबाबतही मी समाधानकारक खुलासा केला. कोणताही पूर्वपरिचय नसताना व साहेबांचे साहेब अशी मनात आदरयुक्त भीती असताना, त्यांना सामोरे जाणे माझ्यासाठी अनपेक्षित होते; पण प्रसंग आला की, तयारी होते व योग्य उत्तरही सापडते. फक्त तुमचा स्वत:वरचा विश्वास डगमगता कामा नये, असा अनुभव मला आला.

बारामतीमधील वसाहतीतील विश्रामधामात कार्यकारी अभियंता यांचा मुक्काम होता. मला हव्या असणाऱ्या पुण्यातील बदलीसाठी विनंती करण्यास या संधीचा उपयोग करून घेणे मला सोयीचे व योग्य वाटले. त्यानुसार उपअभियंता यांच्या पूर्व परवानगीने मी सकाळीच कार्यकारी अभियंता यांचे भेटीसाठी विश्रामधामावर गेलो. मला भेटीसाठी परवानगी मागताच श्री. मंत्री साहेबांनी तातडीने मोकळ्या मनाने मला बोलवून घेतले व अडचण विचारली. अगदी अल्प सेवा कालावधी व बदलीस आवश्यक सेवाकाल पूर्ण नसतानाही पुढील अभ्यासाच्या दृष्टीने सोय होण्यासाठी मी विनंती केली होती.

पुण्यात बदली झाली तर, मला स्पर्धा परीक्षेसाठी अधिक सुविधा होईल. त्या दृष्टीने त्या वेळचा सेवेच्या सुरुवातीचा कालावधी अधिकच महत्त्वाचा होता. अभ्यासाची व वयाची मर्यादा लक्षात घेता या वेळीच अधिक प्रयत्न करणे कसे आवश्यक ठरते, हे मी त्यांच्या ध्यानात आणून दिले. माझ्या बदलीचा सहानुभूतिपूर्वक विचार करण्याची विनंती केली. त्यांनी सर्व शांतपणे ऐकून घेतले. एका कागदावर नेमका तपशील देण्यास सांगितले व कोणतेही आश्वासन किंवा अभिप्राय व्यक्त न करता शासकीय इतमामानेच मला परत पाठविले.

खूप वशिलेबाजी किंवा विविध अशासकीय मार्गांनी संपर्क व पाठपुरावा असे मार्ग मला ज्ञात नव्हते. म्हणून त्याबाबत वेगळा विचार न करता मी माझे बारामती येथील काम नेहमीप्रमाणे सुरू ठेवले. मधल्या काळात बोरकरवाडी बरोबरच तरडोली या लघु पाटबंधारे प्रकल्पाचा अहवाल पूर्ण करून त्यासही प्रशासकीय मान्यता

शासनाकडून प्राप्त झाली. या कामाचे एक वेगळेपण, लक्षणीय यश व श्रेय माझ्या हिशेबी जमा झाले. माझ्या व्यावसायिक कामातील यशाची अप्रत्यक्ष पावतीच मला प्राप्त झाली होती.

ज्या वेळी पुण्यातील बदलीसाठी मी कार्यकारी अभियंता यांचेकडे विनंती केली, योगायोगानेच त्याच वेळी पुणे पाटबंधारे विभागात विभागीय कार्यलयात कनिष्ठ अभियंत्याचे एक पद रिक्त झाले होते. परिस्थिती, योगायोग आणि गरज हे कसे आपोआप जुळून आले. कार्यकारी अभियंता यांचे माझ्याविषयी मत निश्चित चांगले झाले होते. माझी विनंती व परिस्थिती यांची जाण व खरेपणा त्यांना ध्यानात आला असावा. एखाद्या कनिष्ठ स्तरावरील कर्मचाऱ्याचे एवढ्या आपुलकीने व सहानुभूतीने विचार करणारे वरिष्ठ, निःस्पृह पण व्यवहार्य विचार करणारे कर्मचारी तसे अपवादानेच आढळतात; पण श्री. मंत्री साहेबांचा अनुभव मला त्यांची सहृदयता व शासकीय चाकोरीबाहेरील विचार सांगून गेला. चारच दिवसांत पुणे विभागीय कार्यलयातील बदलीचे आदेश मला बारामतीमध्ये कार्यलयामार्फत योग्य मार्गाने प्राप्त झाले.

उज्ज्वल भविष्यासाठी व पुढील प्रगतीसाठी क्षेत्रीय कामापासून अलिप्त, पण अभ्यासाची सोय व मार्गदर्शन असलेल्या बिगर कार्यकारी पदावर कौटुंबिक सोयीच्या ठिकाणी बदलीचा असा अपूर्व योग मला प्राप्त झाला होता. श्री. वैद्य साहेब हे त्या वेळी माझे नियंत्रक अधिकारी व श्री. मंत्री साहेबांचे सहायक म्हणून काम करीत होते. त्यांनाही माझ्या या नेमणुकीने समाधान वाटले.

आता अभ्यास व कौटुंबिक स्थैर्य अशा दोन्ही आघाड्यांवर निष्ठापूर्वक पुढे जायचे होते. आर्थिक स्थिरता नसली तरी, रोजची अडचण कमी झाली होती. भाऊ व बहिणी यांच्यासाठीदेखील काही आर्थिक भार उचलणे शक्य होऊ लागले होते. गाव जवळ असल्याने वरचेवर गावाकडे जाणे-येणे व तेथील व्यवस्थेकडे वैयक्तिक लक्ष पुरविणे शक्य होऊ लागले होते. यामागील प्रमुख कारण माझी पुण्यातील बदली हेच होते. या माझ्या अनोख्या जगावेगळ्या बदलीचे संपूर्ण श्रेय श्री. मंत्री साहेबांचेच होते, हे मला पुनःपुन्हा कृतज्ञतेने व्यक्त केल्यावाचून राहवत नाही. सरकारी नोकरीतील या अनोख्या अनुभवाने माझी या यंत्रणेकडे पाहण्याची दृष्टीच बदलून गेली. हा तसा खऱ्या अर्थाने माझ्या जीवनातील परिवर्तनाचा केंद्रबिंदू बनला.

खऱ्या अर्थाने शासकीय अशा या माझ्या पहिल्याच बदलीने मला जीवनात स्थैर्य देण्यास खूपच मदत केली होती. प्रशासकीय दृष्टीनेदेखील अधिक वाढीव जबाबदारीचे काम करण्याची संधीदेखील या बदलीने मला बहाल केली होती. प्रशासनाबरोबरच माझी वैयक्तिक सोय साधणारी अशी ही बदली माझे जीवनाचे परिवर्तन करण्यास निमित्त व कारणही बनली.

पुण्यातील बदलीमुळे कार्यालयीन कामातही आमूलाग्र बदल झाला होता. उपविभागीय स्तरावरील कार्यकारी पदावरून व विभागीय स्तरावरील बिगर कार्यकारी पदावरील जबाबदारीत व कामातही मोठा बदल होत होता. कामाचे स्वरूप व व्याप्तीतही मूलगामी तात्त्विक बदल अपेक्षित होते व प्रत्यक्षातही मला तसे अनुभवास येत होते. विभागीय स्तरावरील पदात क्षेत्रीय कामाचा प्रत्यक्ष संबंध अजिबात अपेक्षित नव्हता. तसेच क्षेत्रीय भेटीसाठी मूळ कागदपत्रांची तयारी ही उपविभागाची जबाबदारी विभागीय स्तरावर घेणे अपेक्षित नव्हते. उपविभागाकडील कामांचे तांत्रिक निरीक्षण, परीक्षण व नियंत्रण कार्यकारी अभियंता यांच्या दृष्टिकोनातून व त्यांच्या सूचनेप्रमाणे करणे अपेक्षित होते. पाटबंधारे विभागाकडील मंडळ कार्यालयाकडील पत्रव्यवहार, तांत्रिक पूर्तता अशा महत्त्वाच्या जबाबदाऱ्या पार पाडाव्या लागत होत्या. कामाच्या बिलांची तांत्रिक तपासणी, दर आणि अंदाजपत्रकांची मंजुरी अशी कामे प्रामुख्याने करणे आवश्यक होते.

क्षेत्रीय कामात व नियोजनात नेमक्या काय चुका व उणिवा होतात, या विभागीय परीक्षणात अधिक बारकाव्याने लक्षात येतात. तांत्रिक व प्रशासकीय नियम व मापदंड यांची अधिक माहिती विभागीय स्तरावर होते. बुद्धीचा अधिक वापर वरिष्ठ कार्यालयांतील कामात सजगतेने करावा लागतो. बराच तांत्रिक पत्रव्यवहार, तांत्रिक टिप्पण्या, अहवाल व प्रशासकीय पत्रव्यवहार अशा कार्यालयीन स्वरूपाची शासकीय सेवेची नेमकी गरज याची ओळख या कामात करून घेता आली. अभियांत्रिकी ज्ञान व आकलन यांचा समन्वय साधण्याचे व्यवहारज्ञान देणारे हे एक महत्त्वाचे बिगर कार्यकारी पद आहे, अशी माझी स्वतःची धारणा होती व नंतरही ती तशीच अबाधित आहे.

सहायक अभियंता वर्ग दोन म्हणून पाटबंधारे विभागातील शासकीय सेवेत थेट प्रवेश करणाऱ्या अधिकाऱ्याची खात्याशी जवळीक व ओळख व्हावी, प्रशासकीय तसेच तांत्रिक तपशील बारकाव्याने माहीत व्हावा यासाठी विशेष प्रशिक्षण अत्यंत काळजीपूर्वक व पद्धतशीरपणे नियोजित केले जायचे. प्रशिक्षणातही कालापव्यय न होण्याची उचित व्यवस्था व कार्यपद्धती प्रचलित होती.

एखाद्या पूर्वप्रचलित जीवनपद्धतीत बदल होताना काही काटे सलतातच; पण त्यामुळे नव्यातील आनंद व उत्साह अधिक आकर्षक बनतो. या नवीन पदाची शान व मान, एक नव्या आशेचा किरण निर्माण करते आणि म्हणूनच हवीहवीशी वाटते. आपले सामाजिक व आर्थिक जीवन साधारण आकर्षक छटांचे असावे, त्याची वीणही घट्ट पण मोहक असावी, अशी स्वप्ने मनाला सुखी करतात व फुलवतात. अधिक प्रगतीसाठी व वाढत्या जबाबदारीबरोबर अधिक काम करण्यासाठी प्रत्येक

नवा रस्ता मला खुणावत होता.

प्रशिक्षणाचे अनेक मापदंड व तरतुदी वेळोवेळी अद्ययावत केल्या जात असल्या तरी, मूलभूत दिशादर्शनाचे स्वरूप तसेच राहते. जवळजवळ सर्वच कामाच्या जबाबदाऱ्यांची व नियमांची माहिती व ज्ञान संकलित स्वरूपात देण्याची सोय प्रशिक्षणात अंतर्भूत असल्याने त्याचे महत्त्व मोठे आहे. अशा या मोठ्या व विस्तृत प्रशिक्षणाचा लाभ मिळणे, हे फार महत्त्वाचे आहे. थोडक्यात, व्यक्तिमत्त्वाचे सरकारीकरण करण्याची ही प्रक्रिया अत्यंत प्रभावशाली व मार्गदर्शक आहे. या प्रशिक्षणात वाहन प्राप्त होत नाही. तसेच, सतत मुख्यालय बदलल्याने त्या काळी महालेखापालाकडून पगाराची स्लिप वेळेवर मिळत नसे. परिणामत:, पगारही वेळेवर होत नसे. प्रवासाने कौटुंबिक घडी वेळोवेळी विस्कळीत होत राहिल्याने काही अडचणी निर्माण होत होत्या. तरीही या अद्वितीय पर्वणीचे मनातील स्थान व महत्त्व अजोड उंची गाठते.

माझे प्रशिक्षण चालू असताना या प्रशिक्षणासाठी अभियांत्रिकी महाविद्यालयाची धुरा पाटबंधारे विभागातील अधीक्षक अभियंता एन.एम. डांगे हे अधिकारी सांभाळत होते. तसेच, महाराष्ट्र अभियांत्रिकी संशोधन संस्थेचे श्री. कापरे हे संचालक होते. श्री. देऊसकर हे खात्याचे पहिले अभियंता सचिव पूर्ण खात्याची धुरा सांभाळत होते. या सर्व ज्येष्ठांची खात्यातील कामगिरी व तपश्चर्या सर्वज्ञात असून, त्याचा जवळून लाभ व परिचय या प्रशिक्षणात मला मिळाला. अनेक मोठे प्रशासकीय अधिकारी व लेखा शाखेतील वरिष्ठ तज्ज्ञ यांचाही परिचय झाला. पाटबंधारे खात्याच्या रचनेचा स्वतंत्र व नवा अध्याय या तज्ज्ञ तंत्रज्ञांकडून आम्हाला मार्गदर्शक तत्त्वांसह संक्रमित करण्यात आला. खात्याची बांधिलकी व तत्त्वज्ञान आम्हाला ज्ञात करण्यात आले होते.

व्यक्तिमत्त्व, रचना, कार्यपद्धती, नियमावली, संहिता, कायदे, लेखा नियम, खात्याचे स्वरूप व व्याप्ती अशा सर्व मूलभूत पण अनभिज्ञ संकल्पना सक्षम व्यक्तींकडून ज्ञात झाल्याने त्याचा परिणाम व वापर तितकाच सहजतेने करता आला. चुका करत शिकण्यापेक्षा अगोदर शिकून चुका टाळणे कसे शहाणपणाचे आहे, यांचे धडे आम्हाला देण्यात आले.

थेट सेवा प्रवेशानंतर या प्रशिक्षणाचे एक वर्ष पूर्ण होताच माझी पहिली स्वतंत्र नेमणूक कणकवलीत पाटबंधारे प्रकल्प अन्वेषण उपविभागात प्रोबेशनरी सहायक अभियंता वर्ग-२ या नियमित कार्यभार असणाऱ्या पदावर करण्यात आली. मी कणकवलीत १२ मार्च, १९७३ रोजी उपविभागाचा कार्यभार स्वीकारला. देवरुख उपविभागाचे उपविभागीय अभियंता श्री. रसाळ हे अतिरिक्त कार्यभार सांभाळत होते. त्या वेळी कणकवली हे तालुक्याचे ठिकाण असून, माझा नेमणुकीचा प्रकल्प

अन्वेषण उपविभाग हा रत्नागिरीतील कार्यकारी अभियंता प्रकल्प अन्वेषण विभागाच्या अधिपत्याखाली कार्यरत होता.

रत्नागिरी व कणकवली हे अंतर पुष्कळ मोठे असल्याने सहज संपर्क साधता येत नव्हता; पण महिन्यातून एकदा मासिक बैठकीसाठी विभागीय कार्यालयास न चुकता जावे लागे. त्या वेळी सर्व कामाचे समालोचन व आढावा घेतला जाई.

कोकणामधील प्रकल्पस्थळी पुष्कळ ठिकाणी वाहनांसाठी पोहोच रस्तेच अस्तित्वात नव्हते. अत्यंत अडचणीत व प्रसंगी पायी चालत प्रकल्प स्थळी पोहोचावे लागे. सर्वेक्षणाबरोबर प्रकल्पाच्या पायाच्या तपासणीसाठी विंधण विवरे घेण्याचे मोठे काम यांत अंतर्भूत असे. यासाठी विंधण विवरे घेण्यासाठी अवजड यंत्रे प्रकल्प स्थळी पोहचविणे, जागेवर बसवणे हे फार अवघड व जिकिरीचे काम असायचे. विंधण विवरे घेतली की निघणारे खडकाचे नमुने संरक्षित ठेवणे व भूगर्भ शास्त्रज्ञांकडून खडकांच्या प्रकारांचे वर्गीकरण करून घेणे, हेही तितकेच महत्त्वाचे व अवघड काम पार पाडावे लागे.

नव्याने खात्यात प्रवेश करून प्रकल्पांची खऱ्या अर्थाने पूर्ण संकल्पना व रचना प्रत्यक्ष ठरविण्याचे व नियोजित करण्याचे मोठे महत्त्वाचे काम यानिमित्ताने माझ्याकडे सोपविण्यात आले. खात्यातील त्या वेळच्या विचारधारेप्रमाणे मात्र क्षेत्रीय अंमलबजावणी व आर्थिक उलाढाल अत्यंत अल्प प्रमाणात असल्याने अनावश्यक व दुय्यम दर्जाची नेमणूक म्हणजे आय.पी.आय. उपविभाग असा समज होत असे; पण मला त्या वेळी तो ज्ञातही नव्हता व तसा स्वतंत्र विचारही माझ्या मनात डोकावला नाही. म्हणून अत्यंत उत्साहाने व हिरिरीने मी या उपविभागाचे कामकाज हाती घेतले व करत राहिलो. या कामातील तांत्रिक सहभाग कामातील आनंद द्विगुणित करीत होता. अभियांत्रिकी महाविद्यालयातील प्राप्त ज्ञान व त्याचा व्यवहारातील उपयोग मला खूप आनंद देत उत्तेजित करीत गेला.

सर्व प्रकल्पांचे कोकणचे मास्टर प्लॅन व प्रकल्प अहवाल यांचा प्रथम मी स्वत: बारकाईने अभ्यास केला. पूर्वी तयार केलेल्या प्रकल्पांच्या प्राथमिक टिपण्या, प्राथमिक अहवाल व तपशीलवार प्रकल्प अहवाल यांचा अभ्यास केला. प्रत्येक टप्प्यावरील गरजा व अभ्यास यांचे परीक्षण व निरीक्षण केले. क्षेत्रीय कामाचे अति तातडीचे व धावपळीचे असे नियोजन नसल्याने शांतपणे परीक्षण व अभ्यास करण्यास वेळ व संधी होती. त्याचा मी पुरेपूर फायदा घेतला. अभ्यासाबरोबर काही प्रकल्प स्थळांची क्षेत्रीय पाहणीही केली. विस्तृत प्रकल्प भेटीही दिल्या. प्रत्यक्ष प्रकल्प स्थळी प्रकल्पाचा ले-आउट व तांत्रिक संकल्पना समजावून घेतल्या. कोकणात पावसाळ्यातील चार महिने कोणतेही क्षेत्रीय काम करता येत नाही, अशा वेळी कार्यालयीन कामकाज करण्याची येथील प्रथा व परंपरा आहे.

त्या वेळी उपविभागात पाच कनिष्ठ अभियंता कार्यरत असत. खात्यातच त्या काळात कनिष्ठ अभियंता पदावर अभियंता उपलब्ध होणे दुर्मिळ असायचे. योग्य, उच्च गुणवत्ताधारक उमेदवार सहज उपलब्ध व्हायचे नाही. त्यातले त्यात कोकणात व तेही सर्वेक्षणाच्या कामावर काम करण्यास फारशी उत्सुकता दिसून येत नसे; कारण यात प्रत्यक्ष शारीरिक काम करणे बंधनकारक होत असे. त्यामुळे गुणवत्ताधारक अभियंत्याऐवजी खात्यातील व्यावसायिक परीक्षा पास होऊन आलेले (प्रॅक्टिकल) अभियंते, सर्वेक्षणाच्या कामासाठी कसेबसे नाइलाजास्तव उपलब्ध होत असत. त्यांचे ज्ञान, समज व कार्यप्रवणताही काहीशी मर्यादित स्वरूपाचीच असे.

पण, सर्वेक्षणाचे महत्त्वाचे काम त्यांच्याकडे सोपविल्याशिवाय पर्याय नसे. हे सर्वजण व्यावसायिक परीक्षा पास होऊन मागच्या दाराने प्रवेश केलेले अधिकारी, स्वत: खात्यातून शिकत शिकत खात्याचेच काम करत असत. त्यामुळे त्यांची कार्यक्षमता व समज फारच मर्यादित व अपुरी असे. विषयाचे सखोल तांत्रिक ज्ञान नुसत्या अनुभवामुळे वाढविता येत नाही, हे पुन्हा एकदा प्रकर्षनि लक्षात येत गेले. भौतिक क्षमता चांगली असणारे तांत्रिक मदतनीस म्हणून या तंत्रज्ञांचा निश्चितच भरीव उपयोग करून घेता येतो.

प्रत्येक प्रकल्पावर प्रत्यक्ष सर्वेक्षणासाठी शारीरिक कठीण काम करणारे काही अभियंते आवश्यक असतात. अशा वेळी गरजेनुरूप गट तयार करून, सर्वेक्षण करावे लागते. साधारण दोन कनिष्ठ अभियंत्यांचा एक गट सर्वेक्षणासाठी सकाळी सहा वाजल्यापासून दुपारी दोन वाजेपर्यंत उन्हातान्हात व डोंगरदऱ्यात अवघड जंगलातील प्रत्यक्ष क्षेत्रीय सर्वेक्षण करीत असे. दुपारी दोन वाजल्यानंतर काम थांबवून दुपारी प्लॉटिंग व नकाशे तयार करण्याचे काम करावे लागे. स्थिर चिन्हापासून सर्व्हे सुरू करून पुन्हा स्थिर चिन्हावरच बंद करणे, असे सर्व्हेंचे मुख्य सूत्र बिनचूकपणासाठी महत्त्वाचे मानण्यात येई. स्थिर चिन्हांची तपासणी व मांडणी दोन उपविभागीय स्तरावरील नियंत्रक अधिकाऱ्यांनी समक्ष सहमतीने व स्वतंत्रपणे काउंटरचेक करण्याची प्रथा होती. त्याचे कटाक्षाने अनुपालन झाले की चुकांची शक्यताच राहत नसे.

क्षेत्रीय सर्वेक्षणानंतर लगेच प्लॉटिंग केल्याने केलेल्या सर्व्हेंचे नकाशात रूपांतर करून क्षेत्रीय परिस्थितीशी ताडून पाहता येत असे. माझ्याकडील उपविभागीय स्तरावर दोन स्वतंत्र गट सतत सर्वेक्षणासाठी कार्यरत असत. त्यातले त्यात बुडीत क्षेत्राचे सर्वेक्षण व जलसाठा कंटूर्स म्हणजे पाणी पातळीदर्शक समतल रेषा काढणे, हे अत्यंत प्रदीर्घ तपशिलाचे अवघड काम असे. प्रकल्पांची व्याप्ती व जलसाठा या अभ्यासातून निश्चित करता येतो. विंधण विवरातील तपशील तयार करून पाया व धरण रचनेचे संकल्पन सखोल व तपशीलवार करणे शक्य होत असे.

प्रत्येक सर्वेक्षण उपविभागाकडे त्या वेळी सहा ते सात मोठ्या प्रकल्पांची व अनेक जल विद्युत प्रकल्पांची, विविध स्तरावरील अन्वेषणाची कामे सोपविण्यात आली होती. नियंत्रक अधिकारी म्हणून प्रत्येक प्रकल्प स्थळास भेट देऊन पायाची तपासणी, सर्वेक्षणाची आखणी व नियोजन, मजूर व आनुषंगिक वेतन स्थिर चिन्हाची व सर्केच्या कामाची वेळोवेळी विहित तपासणी करण्याची मुख्य जबाबदारी माझ्यावर असे. ही सर्व कामे मी अत्यंत काटेकोरपणे, आनंदाने व उत्साहाने पार पाडीत होतो. क्षेत्रीय स्तरावर मुक्काम व गटाबरोबर राहणे व जेवणे, चर्चा अशा जवळिकीने कामातील आनंद, प्रगती व गुणवत्ता राखण्यात व वृद्धिंगत करण्यात मोठी मदत होत असे. ग्रामीण जीवनाशी एकरूपता, जवळीक व कोकणातील संपन्न निसर्ग पुन्हा नव्याने आनंदात भरच घालीत असे.

कणकवली येथे शासकीय निवासस्थान उपलब्ध नसल्याने अगदी अडचणीच्या, गैरसोयीच्या व आडवळणी ठिकाणी भाड्याने खासगी निवासस्थान घेऊन राहावे लागले. कणकवली येथे मला श्री. डोके, श्री. अभ्यंकर, श्री. कांबळे, श्री. हरिहर असे काही उपअभियंते सहकारी लाभले. माझ्या कामात त्यांची मदत व सहकार्य मला आपुलकीने प्राप्त होत असे. खानावळीतील जेवण व थंड पाण्याची अंघोळ सवयीचे बनले.

त्या वेळी दूरदर्शन किंवा सिनेमा अशी करमणुकीची साधने अस्तित्वातच नव्हती. रेडिओव्यतिरिक्त कोणतेही साधन विरंगुळ्यासाठी उपलब्ध नसे. कामाचा सतत ध्यास व पाठपुरावा, हाच करमणुकीचा एकमेव उपाय असल्याने व तो सोयीचाही असल्याने प्रकल्प कामांचा, नियमांचा व व्यावसायिक परीक्षेचा पूर्ण अभ्यास येथे करण्यास मला संधी मिळाली. या संधीचा मी पुरेपूर व चांगला वापर करून सरकारी काम व स्वत:चे प्रशिक्षण असा दुहेरी लाभ झाला.

सध्याच्या मोबाइलच्या जमान्यात त्या काळातील एक मजेशीर अनुभव नोंदविण्यासारखा आहे. मी कणकवली येथे असताना पुण्यातील आमचे नियंत्रक अधीक्षक अभियंता भिडेसाहेब यांचा क्षेत्रीय पाहणीचा दौरा नियोजित करण्यात येणार होता. काही प्रकल्प स्थळांची पाहणी व कामाचा आढावा ते कणकवली येथील भेटीत घेणार होते. पुण्यातून त्यासाठी मंडळ कार्यालयातून दूरध्वनी करण्यात येत होता. माझे कणकवली गावातील कार्यालय, पोस्ट ऑफिसपासून एक ते दीड किलोमीटर अंतरावर गावाच्या दुसऱ्या टोकाला होते. त्या वेळी कणकवलीत सार्वजनिक फोन फक्त पोस्ट ऑफिसमध्येच उपलब्ध होता. इतरत्र खासगी फोनची व्यवस्था जवळपास कोठेही उपलब्ध नव्हती. पोस्टातील पोस्टमन फोनवरील निरोप घेऊन सायकलवरून माझ्या ऑफिसमध्ये आला.

मी निरोपानुसार सरकारी जीप घेऊन पोस्टात पोहोचेपर्यंत कमीत कमी पंधरा ते

वीस मिनिटे लागायची. मी पोस्ट ऑफिसपर्यंत पोहचण्यापूर्वीच फोन बंद झालेला असायचा. मला पोस्टात बोलावून घ्या, नंतर थोड्या वेळाने फोन करतो, अशा अर्थाचा पुण्याहून निरोप होता. मी गेल्यानंतर पोस्टातून फोन सहज पुण्यास जोडला जात नसे. त्या वेळच्या सुविधेनुसार पुण्यास जाणाऱ्या लाइनमध्ये काहीतरी अडचण होती. कदाचित त्यामुळे पोस्टमास्तरने पुण्याहून येणाऱ्या फोनची प्रतीक्षा करण्यास सुचविले. मी तास दीड तास थांबून कंटाळून पुन्हा कार्यालयीन कामकाजासाठी कार्यालयात पोहोचलो. पुन्हा दहा मिनिटांत फोन आल्याचा दुसरा निरोप प्राप्त झाला. पुन्हा पोस्ट ऑफिसला प्रयाण व एक ते दीड तास प्रतीक्षा असे चार वेळा झाले; पण संपर्क होऊ शकला नाही.

शेवटी एका कनिष्ठ अभियंत्यास थांबवून चुकीचा व अर्धवट निरोप प्राप्त झाला. अधीक्षक अभियंत्याची प्रकल्प भेट आहे एवढेच थोडक्यात, पण अर्धवट समजले. प्रत्यक्ष भेटीची वेळ व तपशील समजू शकला नाही. नंतर कार्यकारी अभियंता यांचेद्वारा रत्नागिरीहून काही निरोप मिळाल्याने भेटीचे आयोजन व पूर्वतयारी करता आली. तरीपण सर्वसाधारण व्यवस्थापन व व्यवस्था याचा तपशीलवार निरोपाअभावी काही गोंधळ झालाच. माझा अननुभव व निरोपाचा गोंधळ, अशा दोन्ही कारणाने काही गैरसोय व गैरव्यवस्था वरिष्ठास प्रकल्प भेटीच्या वेळी सहन करावी लागली; पण अशी ही पहिलीच वरिष्ठांची भेट बरेच शिकवून गेली. दळणवळणाची उणीव ही प्राथमिक बाब प्रकर्षाने जाणवली. नवीन पिढीला तसे हे समजणेही अशक्य आहे.

याच कालखंडात आम्हाला एका मोठ्या प्रकल्पाचे तातडीचे सर्वेक्षण करण्याचे शासनाने आदेश दिले. तिलारी पाटबंधारे प्रकल्पाचे नियोजनाचे व बुडीत क्षेत्राचे सर्वेक्षण तातडीने एक महिन्यात करण्याचे आदेश होते. माझ्याकडे या कामाची जबाबदारी सोपविण्यात आली. दोन वेगळ्या उपविभागातील अतिरिक्त अभियंते या तातडीच्या कामासाठी तात्पुरते वर्ग करण्यात आले. म्हापशापासून पुढे प्रकल्प स्थळी पोहोचण्यासाठी जीपने जाण्यासारखादेखील रस्ता त्या काळात अस्तित्वात नव्हता. बुडीत क्षेत्रात तर कोठेच रस्ते नव्हते. पाऊलवाटादेखील रुळलेल्या नव्हत्या. घनदाट जंगल, तीव्र चढ, कठीण उतार, अनेक नाले, नदी उपखोरी अशी कोकणातील खडकाळ नदीपात्राची ती प्रकल्प साइट होती. स्थानिक रहिवाशांव्यतिरिक्त इतर कोणाचाही फारसा वावर या प्रकल्पाच्या बुडीत क्षेत्रात दिसून येत नव्हता.

तीन जीप्स, वीस लेव्हल्स, तेवढेच ज्युनिअर इंजिनिअर्स असा ताफा घेऊन साइटपर्यंत रस्ता करत आम्ही प्रकल्प स्थळी पोहोचलो. तेथे जवळच्या एका गावातील घरात व छोट्या दोन खोल्यांच्या शाळेत मुक्काम ठोकला. आम्ही सर्व जण तेथे कॅम्प साहित्य, तंबू, लाकडी पट्ट्यांच्या कॉट्स व सर्व्हे साहित्य घेऊन

पोहोचलो. स्थिर चिन्हापासून सुरुवात केली. साइट पाहून प्रस्तावित संरेखेवर स्वच्छता व साफसफाई करून घेतली. अनेक ठिकाणी मोठ्या प्रमाणात काटेरी झाडे, वेली, झुडपे तोडून साइटला दगडाचे ढीग लावून साखळी अंतरे तयार केली. बुडीत क्षेत्रावर नदीपात्रातून जाण्यासाठी पायरस्तेही फारसे वापरात व अस्तित्वात नव्हते. प्राथमिक अहवालासाठी पूर्वी प्रकल्प संरेखेची आखणी केलेली होती; पण झाडाझुडपांमध्ये ती अदृश्य झाली होती. टोपोशीटच्या आधारे सर्व्हेंची बेसलाइन टाकून बुडीत क्षेत्राचा सर्व्हे पुन्हा नव्याने सुरू केला. रोज पंधरा ते वीस लेव्हल्स सकाळी सहा पासून दुपारी दोन वाजेपर्यंत पूर्ण कार्यरत असत. प्रत्येक उपखोऱ्याचे व नाल्यांच्या मोजमापाचे काम एका स्वतंत्र गटाकडे सोपवून त्यांच्याबरोबर पाच-सहा मजुरांची तुकडी देऊन रस्ते तयार करीत सर्वेक्षण करावे लागे.

स्थिर चिन्हापासून स्थिर चिन्हापर्यंत रोजचे काम कटाक्षाने पूर्ण करण्यात येत असे. कामे संपली की, सर्वांना एकत्र करून जीपने सर्व्हे साहित्यासह मुक्कामाच्या ठिकाणी घेऊन यावे लागे. यासाठी तीन जीप्स वापरात होत्या. कामातील काही मजुरांकडूनच जेवण बनवून घेऊन छावणीवरच अंगतपंगतीत जेवण उरकावे लागे. थोडी विश्रांती घेऊन दुपारी तीनच्या नंतर नदीवरील विशाल डोहात मनसोक्त पोहण्यासाठी व अंघोळीसाठी जावे लागे. अर्धा-एक तास स्वच्छतेचे काम, कपडे धुणे इत्यादी आटोपले की, कॅम्पवर तंबूत किंवा शाळेत प्रत्येकानी दिवसभर केलेल्या कामाचे प्लॉटिंग पूर्ण करायचे व त्याचे आरेखन व परीक्षण करून घ्यायचे; नंतर मात्र सर्वांना वाचन व मनसोक्त फिरण्यासाठी काही मोकळीक मिळे.

लाइट उपलब्ध नव्हतेच, अशा वेळी गॅसच्या बत्त्या किंवा कंदील लावून सर्व व्यवहार करण्यात येई. गडद अंधार, जंगली प्राण्यांचे आवाज, साप व इतर प्राण्यांची वरचेवर भेट यांच्या भीतीमुळे लवकरच निद्राधीन व्हावे लागे. सकाळी चार-पाच वाजता लवकर उठून सहा वाजताच सर्व्हेंसाठी बाहेर पडावे लागे. येथील मुक्कामात भरपूर फणस, काजू, पपई, जांभळे, करवंदे असा रानमेवा खाण्यास मिळे. कामावरील मजूर घरून येतानाच असा परिपक्व, ताजा, चविष्ट मेवा मुद्दाम आमच्यासाठी पाहुणचार म्हणून घेऊन येत, त्याचा अनोखा आनंद आम्हाला मनसोक्त अनुभवता येई. अगदी ताज्या फळांचा आस्वाद सर्वेक्षण करताना घेण्याची अपूर्व संधी प्रत्यक्ष सर्वेक्षणाच्या वेळी सहज प्राप्त होत असे.

या सर्व धावपळीच्या व तातडीच्या कामाचे प्रयोजन आमचे काम चालू असतानाच आमच्या ध्यानात आले, की केंद्रीय जलसंपत्ती मंत्री के.एल. राव हे क्षेत्रीय पाहणीसाठी प्रकल्पास भेट देणार होते. ते नियोजित वेळी हेलिकॉप्टरमधून येऊन साइट पाहून गेले; पण ते स्वतः अभियंता असल्याने हवाई पाहणीद्वारे त्यांचे समाधान झाले नाही. दुसऱ्या दिवशी गोवा, महाराष्ट्र, गुजरातचे मुख्यमंत्री व

पाटबंधारे मंत्री यांचे समवेत तीस ते चाळीस क्षेत्रीय वाहनांचा ताफा घेऊन ते क्षेत्रीय पाहणीसाठी आले. आम्ही चेनिंग करून, झाडे तोडून, फक्की मारून, क्षेत्रीय लेआउट सज्ज ठेवला असल्याने त्यांची पाहणी समाधानकारकरीत्या पार पाडण्यात आली. एवढ्या मोठ्या व्यक्तींची भेट व प्रत्यक्ष दर्शन याचा लाभ झाल्याने खात्यातील आपल्या कामाचे महत्त्व व आनंद अधिकच द्विगुणित झाला.

अनेक प्रकल्प अहवाल, प्राथमिक टिपण्या, अन्वेषण अहवाल तयार करीत हा उपविभागातील माझा कार्यकाळ वाऱ्याच्या वेगाने पळत होता. कोकणातील सुंदर वातावरण, समुद्र किनारा, शहाळी, अननस, फणस, केळी, पपनस, आमसुले, मासे, मालवणी रस्सा अशा अनेक उपलब्धी कोकणातील जीवनाचा स्वाद व आस्वाद जास्त रुचकर बनवित होत्या. या कामातून मिळणाऱ्या ज्ञान व माहितीमुळे प्रकल्प नियोजन व अंमलबजावणीसाठी लागणाऱ्या मूलतत्त्वाचे तांत्रिक आकलन होते. या कालावधीत प्रकल्पांतील विविध रचना व त्यांचे नियोजन, तरतुदी व प्रशासकीय गरजा, बांधकाम कार्यक्रम अशा अनेक अंगांचा मूलभूत अंदाज व परस्परावलंबित्व, तांत्रिकतेची उकल व जाण फार चांगल्या पद्धतीने करून घेता आली.

एक निश्चित ध्यानात आले की, प्रकल्पाची मूळ संकल्पना व क्षेत्रीय आखणी यांचा योग्य समन्वय व तांत्रिक गरजा समजण्यासाठी पाटबंधारे अन्वेषणाचे काम करावे लागणे, हा एक मोठा अलभ्य लाभ म्हणावा लागेल. इतर सर्व शाखा व विविध कार्यप्रकारांत मोठ्या प्रकल्पाचे संपूर्ण तात्त्विक विवेचन कधीही ध्यानात येत नाही. प्रकल्पाची मूळ संकल्पना व रचनाच सर्व पर्यायांसह चक्षूंसमोर उभी करावी लागते. नेमका सोयीचा व तांत्रिक कसोटीचा पर्याय कसा निवडायचा याचा अंदाज व अभ्यास करण्याचे नेमके ज्ञान अन्वेषण स्तरावरील प्रकल्प कामातच होऊ शकते. खूप शिकणे व खूप क्षेत्रीय माहिती गोळा करणे, प्रकल्प क्षेत्राचा अभ्यास व आकलन अशा स्वरूपातील कामे अभियंत्याला एकदातरी करायला मिळायला हवीत.

खात्यातील प्रचलित विचारप्रणालीनुसार ही कामे दुय्यम दर्जाची समजण्यात येत असल्याने, श्रमही वाढत्या प्रमाणावर करावे लागत असल्याने हा विभाग टाळण्याचा बहुतांश अभियंत्यांचा दृष्टिकोन असतो; पण एकदा तरी अशी संधी प्राप्त होणे गरजेचे व अत्यावश्यक असल्याचे मला क्षेत्रीय अभ्यास करताना जाणवले. प्रकल्पाचा तपशील जमविताना व क्षेत्रीय माहिती गोळा करताना फार कष्ट घेणे अपरिहार्य असते. यासाठी विस्तृत काम व तितकीच भटकंती करणे गरजेचे बनते. सेवेच्या सुरुवातीसच अशी संधी प्राप्त झाल्याने मला उत्साहाने व उत्सुकतेने या सर्व कामात सहभागी होता आले.

तांत्रिक सहायकासाठीची व्यावसायिक परीक्षा पास करून तांत्रिक पदावर

कार्यरत असणारे बिगर अथवा निम्नतम गुणवत्ताधारक अभियंते वर्षानुवर्षे या शाखेकडे कार्यरत असत. दुज्या भावाने व दूषित दृष्टिकोनातून या कामाकडे दुर्लक्ष होत असल्याचे सर्वसाधारण निरीक्षणावरून जाणवते; पण पाटबंधारे प्रकल्पावर काम करणाऱ्या अभियंत्याला प्रकल्प अन्वेषणाचे हे काम बंधनकारक ठरविण्यात यावे असे मला अनुभवांती खात्रीशीरपणे वाटते. यातून प्रकल्प कामाची माहिती व अभ्यास अधिक तपशिलाने व वास्तववादी पायावर होऊन वैयक्तिक गुणवत्तेत व खात्याच्या कामात मोठी भर घालता येईल.

याच अन्वेषण उपविभागाकडे जलसंपत्तीच्या अभ्यासाची प्रमुख धुरा असते. रोजच्या पावसाची, पुराची व प्रवाहांची मोजणी करून त्यांचे हिशेब व अंदाज तयार करण्याचे महत्त्वाचे काम करणे, हा याच शाखेचा अपरिहार्य भाग असतो. त्यामुळे पाण्याची उपलब्धी, पूर परिस्थितीचा अभ्यास व निरीक्षणे, प्रकल्पाचे जलनियोजन, नदी व खोरेनिहाय जलसंपत्तीचा अभ्यास, लेखाजोखा तयार करण्याचे मूळ क्षेत्रीय पण महत्त्वाचे काम या शाखेकडूनच करण्यात येत आहे. पावसाळ्यात व मान्सूनोत्तर जलसंपत्ती याची पाऊसमानासह माहिती गोळा करणे अगदी प्रकल्पाच्या बुडीत क्षेत्रापासून ते लाभक्षेत्रापर्यंतचे हे मोठे महत्त्वाचे नियोजनाचे परिमाण व व्याप्तिदर्शक रेकॉर्ड संकलित करून दाखल करणे व जाहिररीत्या सर्वांना उपलब्ध करणे, या बाबी या उपशाखेकडून केल्या जातात. म्हणून माझा कणकवली येथील पाटबंधारे प्रकल्प अन्वेषण उपविभागातील कार्यकाळ म्हणजे एक आव्हान व एक उपयुक्त पण तितक्याच महत्त्वाच्या कामाची जाण होण्याची पर्वणीच होती.

अशा महत्त्वपूर्ण कामाच्या व्यापात, तसेच कर्तव्यतत्पर कामाच्या गर्दीत मला स्वत:ला विसरायला व्हायचे. कोकणातील समृद्ध निसर्ग, हिरवाई व सौंदर्य यांच्या उपलब्धीचाही पर्यावरणीय परिणाम हेही कारण असू शकेल. या एकरूपतेत व कार्यव्यापात मला खरोखर अनोखी वैयक्तिक ज्ञानाची उपलब्धी झाली. वैयक्तिक ज्ञानाच्या व अनुभवाच्या कक्षा विस्तारित करता आल्या. अन्वेषण शाखेबद्दलची माझी जवळीक व जाण द्विगुणित करता आली. या व्यावसायिक प्राप्तीसह काही कौटुंबिक अडचणी, तसेच काही लाभही एकाच वेळी उपलब्ध झाले. या कामाचे बक्षीस म्हणून म्हणा किंवा काही इतर योग म्हणा; पण मी सहायक अभियंता वर्ग-१ या महाराष्ट्र लोकसेवा आयोगाच्या पूर्वी दिलेल्या परीक्षेत निवडलो गेलो आणि या उपविभागातच माझी वर्ग एकच्या पदावर प्रोबेशनरी सहायक अभियंता वर्ग-१ पदी कार्यालय प्रमुख म्हणून नेमणूक झाली. ही पदोन्नती असली तरी, प्रोबेशन कालावधीत कामाचे स्वरूप दोन्ही पदांसाठी सारखेच असल्याने कामात व जबाबदारीत बदल झाला नाही; पण पुन्हा प्रशिक्षण आवश्यक करण्यात आले नाही. दोन्ही पदाचे प्रशिक्षणही एकच व सामाईकच असल्याने माझी कामाची जुळणी व

कामात सलगता राखण्यास या नवीन जबाबदारीची मदत झाली.

पाटबंधारे अन्वेषण उपविभागाकडे पाहण्याची उदासीनता व दुय्यम दृष्टिकोन मला मात्र अमूल्य भेट देत राहिला. रस घेताना कामाची निवड महत्त्वाची न मानता उपलब्ध संधीचे सोने करण्याचे सामान्य तत्त्व आयुष्यात बरेच काही शिकवून जाते.

सुख-दुःखाची बेरीज व वजाबाकी आपण मांडतो व आपणच अनुभवतो. काम व परिस्थिती निमित्त बनतात. वाळवंटातही मृगजळाची प्राप्ती निसर्गदत्तच असते.. प्रामाणिक प्रयत्न व अविरत कार्यतत्परता हीच यशाची व सुखाची गुरुकिल्ली म्हणता येईल. महाराष्ट्र लोकसेवा आयोगाच्या परीक्षेत वर्ग एक पदी निवड व नेमणूक, वर्ग एकची व्यावसायिक परीक्षा उत्तीर्ण होणे, पुत्ररत्नाची प्राप्ती अशा खूप आनंददायी घटना येथील कार्यकालावधीत मला प्राप्त झाल्या आणि म्हणूनच ही पदस्थापना ही माझ्या आयुष्यातील अपूर्व संधीच ठरली.

अशा प्रकारे कणकवली येथील प्रकल्प अन्वेषणाच्या कामात मी मग्न असतानाच माझी बदली दौंड येथील खडकवासला कालवा उपविभाग क्र.४मध्ये झाली. या उपविभागाकडे कालव्याचे बांधकाम व विविध स्तरावरील इतर कालवे व वितरण व्यवस्थेच्या कामांची अंमलबजावणी ही प्रमुख जबाबदारी सोपविण्यात आली होती. बांधकामाचा क्षेत्रीय अनुभव, विशेषतः, कालव्याच्या कामातील विविध बाबींचा परिचय होण्यासाठी ही व्यवस्था केली असावी. दौंड येथे शासकीय वसाहत असल्याने प्रथमच शासकीय सेवेत शासकीय निवासस्थान उपलब्ध झाले होते. सर्व कुटुंबासह दौंड येथे हजर झालो. बांधकामाची प्रत्यक्ष कार्यवाही करण्याची व अंमलबजावणीची ही पहिलीच वेळ होती. प्रथमच कामकाज अंमलबजावणी उपविभागाचा कार्यभार स्वीकारताना अनेक नवीन बाबींस सामोरे जावे लागले होते. उपविभागीय अभियंता श्री. माळी यांचेकडील अतिरिक्त कार्यभार मी स्वतंत्रपणे स्वीकारला होता.

पण, त्याच काळात अधीक्षक अभियंता म्हणून श्री. ना. चि. शिंदे यांच्याकडे मंडळ कार्यालयाचा अतिरिक्त कार्यभार आला होता. त्यांच्या क्षेत्रीय भेटीत त्यांनी कामाचे परीक्षण व निरीक्षण केले. कार्यकारी अभियंता यांना माझ्याकडे भरीव व मोठे काम सोपविण्याच्या सूचना दिल्या. मी वर्ग एक मधील प्रोबेशनरी अभियंता असल्याने पुढील अनुभवासाठी व क्षमता वाढविण्याच्या दृष्टिकोनातून त्यांनी अशा विशिष्ट सूचना दिल्या होत्या. या सूचनांनुसार श्री. भागवत यांनी माझ्या उपविभागाकडे ९०-९१ किलोमीटरसहित पुढील लांबीतील सर्वेक्षण व चाऱ्या-पोटचाऱ्यांची बांधकामे अंमलबजावणीसाठी सोपविली होती.

इतर उपविभागांकडील कामे फेरवाटप करून आवश्यकतेनुसार पुरेसे काम माझ्या उपविभागास देण्याच्या समक्ष सूचना अधीक्षक अभियंता यांनी दिल्या होत्या. तोपर्यंत भागवत साहेबांनी कामाची क्षमता व कार्यपद्धती याचा अंदाज घेऊन,

माझ्याकडे कि.मी. ९१ पुढील सर्व कामे सोपविली. अल्प कालावधीतच मी अत्यंत परिश्रमपूर्वक कामांना लक्षणीय गती दिली. जमीन ताब्यात घेण्यासाठी भूसंपादन प्रस्ताव तयार करण्यापासून विभागीय कार्यालयाने नेमून दिल्याप्रमाणे व सांगितल्याप्रमाणे, सर्व कामे खात्याअंतर्गत किरकोळ ठेकेदारामार्फत एकाच वेळी सुरू केली.

निविदा, मासिक बिले, मोजमापे, कामांचे पद्धतशीर नियोजन यामुळे अल्प कालावधीत कामांनी विशेष वेग घेतला. माझी कामाची धडाडी व तळमळ कार्यकारी अभियंता यांच्या ध्यानात आली होती. मग मागे न पाहता किंवा पर्यायांचा फारसा विचार न करता आणखी कामे व आणखी वेग असे चढत्या क्रमाने कालवा खोदाई, बांधकामे व काही नवीन बांधकामांचे सर्वेक्षण व अंदाजपत्रके अशी अगदी मोठ्या प्रमाणात कामे माझ्या उपविभागाकडे सोपविण्यात आली होती. ती सर्वच कामे तेवढ्याच तत्परतेने व अपेक्षेपेक्षाही अधिक वेगाने सुरू करून प्रगतिपथावर राखण्यात आली होती. माझ्या उपविभागांतील कनिष्ठ अभियंते नवीन असले व अननुभवी असले तरी, उत्साही, आज्ञाधारक असल्याने सूचनांप्रमाणे कामांची प्रगती गाठताना विशेष अडचणी उद्भवल्या नाहीत. 'इच्छा असेल तर मार्ग दिसेल' या म्हणीप्रमाणे मी अत्यंत उत्साहाने व तांत्रिक क्षमतेचा कस लावून कामे वेगाने कार्यान्वित केली होती.

कोणत्याही नव्या व्यक्तीस किंवा जवळपासच्या लाभधारक शेतकऱ्यांनाही प्रगतीतील बदल प्रकर्षाने जाणवला होता. कामांच्या भेटीत व आढाव्याच्या वेळी तसे चर्चेतून वेळोवेळी व्यक्त होत असे. त्या पावतीच्या आधारे मी माझे प्रयत्न अधिक वाढवून, अडचणीची खोल कठीण खडकातील खोदाई व बांधकामे करण्यात लक्षणीय प्रगती करून घेतली. स्थानिक लोकप्रतिनिधींचे चांगले सहकार्य मिळत गेले. चाऱ्या व उपचाऱ्यांचे नियोजन व सर्वेक्षणही हाती घेण्यात आले. एक वेळी पाच ते दहा हजार कामगार कालवा कामावर कार्यरत असायचे. कालव्याच्या त्या भागास सर्वत्र बाजारासारखी गडबड असणाऱ्या स्थानिक यात्रेचे स्वरूप येत असे.

कामाची अशी शिस्तबद्ध व वेगवान अंमलबजावणी अधीक्षक अभियंता यांच्याही बैठकीतील चर्चेतून व क्षेत्रीय भेटीतून वेळोवेळी ध्यानात आली होती. याच प्रकल्पातील वरसगाव येथे नवीन मोठ्या दगडी धरणाचे बांधकाम सुरू करायचे होते. या मुख्य धरणाच्या अंमलबजावणीसाठी एका विश्वासू व कार्यक्षम अधिकाऱ्याची गरज होती. कालव्यापेक्षा धरणाचे काम हे अधिक महत्त्वाचे व प्राधान्याचे असल्याने अधीक्षक अभियंता यांनी मला बोलावून घेऊन त्या कामासाठी माझ्या सहमतीने, बदलीस पात्र नसतानाही माझी त्या कामावर नेमणूक केली.

मी जुलै १९७५ पासून पानशेत येथील धरण उपविभागात हजर झालो. पुण्याच्या अगदी जवळ व आव्हानात्मक मोठ्या दगडी धरणाचे प्रत्यक्ष अंमलबजावणीचे

कामकाज असल्याने मी अधिकच खूश होऊन माझे सहकारी उपविभागीय अधिकारी श्री. ठकार यांचेकडून उपविभागाचा कार्यभार स्वीकारला. पानशेत येथील निसर्गरम्य वातावरण व पाण्याने तुडुंब भरलेले दोन जलाशय, यामुळे तेथील वातावरण म्हणजे प्रति महाबळेश्वरसारखेच होते. मावळचा हा भाग भौगोलिकदृष्ट्याही पूर्वपरिचितच होता. कोकणाशी मिळताजुळता असा निसर्ग व वृक्षराजी यांनी येथील शासकीय वसाहत संपन्न होती. १९६१च्या पानशेतच्या महाप्रलयाच्या किरकोळ खाणाखुणा सोडल्या तर बाकी सर्व परिसर धरण परिसरासह फेरनिर्मितीने पूर्ण सजलेला होता.

नवीन अतिरिक्त धरणाची निर्मिती आता शेजारच्या मोसे नदीवर करायची होती. धरण स्थळावर धरणरेषेची आखणी व मोजमापे साखळी क्रमांकासह पूर्वप्रस्थापित केलेली होती. नुकतीच या धरणाची निविदा अंतिम करून, ठेकेदाराची नेमणूक करून, काही अडचणींमुळे रद्द करण्यात आलेली होती. पुन्हा काम हाती घेण्यासाठी फेरनिविदा काढणे गरजेचे होते. पावसाळ्यातच उपविभागाचा कार्यभार स्वीकारल्यामुळे क्षेत्रीय कामे करण्यासाठी तेथील परिस्थिती योग्य नव्हती. पहिले दोन महिने काळजीपूर्वक सर्व कागदपत्रांचा परिपूर्ण अभ्यास व नियोजन करण्यात आले होते. मी जुने सर्व तपशील व पूर्वेतिहास आत्मसात करण्याच्या हेतूने तेथील सर्वच पार्श्वभूमीचा, इतिहासाचा, साहित्य व सामग्री उपलब्धतेचा, भूसंपादन व पुनर्वसन व्यवस्थेचा तपशीलवार अभ्यास करून सध्:स्थिती ज्ञात करून घेतली होती. बुडीत क्षेत्रासह धरणस्थळ व बांधकाम साहित्याच्या खाणी, पोहोच रस्ते यांची प्रत्यक्ष पाहणी करून आढावा घेतला होता.

बांधकामासाठी फार लांबून म्हणजे भीमा व घोडनदीतून वाळू आणणे गरजेचे होते. त्यासाठी नदीपात्रातील नैसर्गिक वाळूचे महसूल विभागाकडून आरक्षण प्राप्त करणे महत्त्वाचे होते. धरणास लागणारे वाळूचे प्रमाण फार मोठे असल्याने नदी-पात्राची पाहणी व चाचणी खड्डे घेऊन वाळूसाठी नदीचे पात्रच पाटबंधारे विभागाकडे वर्ग करण्याचा प्रस्ताव तयार करून महसूल विभागाकडे पाठविला. धरणरेषा व जलाशयासाठी भूसंपादनाचे प्रस्ताव व संयुक्त मोजणी ही कामे पानशेत उपविभागाच्या मदतीने प्राधान्याने हाती घेण्यात आली होती. हा उपविभाग खडकवासला कालवा विभाग-१, पुणे येथील कार्यकारी अभियंता यांचे नियंत्रणाखाली कार्यरत होता. त्यामुळे प्रशासकीय कामासाठी व आढाव्यासाठी विभागीय मुख्यालयास म्हणजेच पुण्यास वरचेवर जाणे-येणे अपरिहार्य ठरे.

वरसगाव येथील नवीन वीर बाजी पासलकर जलाशय निर्मितीत मुख्य धरणाचे बांधकाम करणे प्रस्तावित होते. या मुख्य धरणाच्या कामासाठी नवीन ठेकेदाराची नेमणूक करणे अत्यंत तातडीचे व अत्यावश्यक होते. मसुदा निविदा तयार करून ठेकेदार नेमण्याची पुढील कार्यवाही ही वेळ घेणारी बाब होती. म्हणून मधल्या

कालावधीत खातेनिहाय कार्यपद्धतीचा वापर करून धरणाच्या पाया खोदाईचे काम खात्यामार्फत सुरू करण्याच्या सूचना कार्यकारी अभियंता यांच्याकडून मिळाल्या होत्या. त्यानुसार पाया खोदाईचे काम किरकोळ ठेकेदारी पद्धतीने स्थानिक ठेकेदारांच्या मदतीने सुरू केले होते. जास्तीत जास्त मजूर व मशिनरीच्या मदतीने पाया खोदाईचे पुष्कळ काम कार्यान्वित करण्यात आले होते. काही वाळूही प्राप्त करून धरणस्थळी साठ्यावर ठेवली होती.

एक ते पाच या मोनोलिथचे पायाचे खोदाईचे काम पूर्ण करून प्रत्यक्ष दगडी बांधकाम हाती घेण्यात आले होते. लांबी व रुंदीनिहाय उतार अधिकच तीव्र व बदलणारे असल्याने धरणाच्या पायातील बांधकाम व मूळ खडक यातील घर्षणाचा विरोध मोजणे महत्त्वाचे ठरले. खडकवासल्यातील केंद्रीय जल अनुसंशोधन केंद्र यांच्या मार्गदर्शनाखाली क्षेत्रीय प्रयोग करून तपासणी करण्याचे ठरविण्यात आले होते. त्यामुळे त्यांचे संशोधन अधिकारी श्री. चौधरी व मुख्य संशोधन अधिकारी यांच्या सल्ल्याने व प्रत्यक्ष परीक्षणाखाली हे अवघड तांत्रिक काम अतिशय मेहनतीने पूर्ण करून घेण्यात आले. त्यांच्या अहवालानंतर धरणाचे संकल्पचित्र, मध्यवर्ती संकल्पचित्र संघटनेकडून पूर्ण करून घेऊन बांधकाम सुरू करण्यात आले. नदीपात्र वगळून उर्वरित पूर्ण लांबीमध्ये पाया खोदाई व डाव्या तीरावरील दगडी बांधकाम असे एकाच वेळी प्रगतिपथावर ठेवण्यात आले होते. एकाच वेळी पूर्ण लांबीमध्ये स्थानिक ठेकेदार नेमून कामाचा वेग अधिक वाढविण्यात आला.

या कामाबरोबरच निविदा अंतिम करण्यासाठी कार्यवाही व पाठपुरावा करण्यात आला होता. त्याच वेळी पवना प्रकल्पावरील विशेष मोहिमेखाली हाती घेतलेल्या उपसासिंचन योजनांचीही उर्वरित कामे या उपविभागाकडे सोपविण्यात आली होती. उपसासिंचन योजनांच्या पूर्णत्वाच्या दृष्टीने व प्रत्यक्ष पाणी वापर सुरू होण्याच्या दृष्टीने तातडीने कार्यवाही करावी लागली. मेसर्स अतुर इंडिया प्रायव्हेट लिमिटेड या कंपनीला धरणाचे बांधकाम ठेकेदारी पद्धतीने देण्यात आल्याने त्यांनी वरसगाव धरणाची कामे सुरू करण्याच्या दृष्टीने सर्व प्राथमिक तयारी धडाक्याने हाती घेतली.

पाटबंधारे मंत्र्यांच्या हस्ते कोनशिला बसवून धरणाचे प्रत्यक्ष बांधकाम सुरू करण्यात आल. याच कालावधीत सॉन्डल डॅमसाठी मातीकाम, पोहोच रस्ते, वृक्षारोपण, पुनर्वसन, भूसंपादन, तांत्रिक व गुणवत्ता नियंत्रणाची कामे हाती घ्यावी लागली. भूसंपादन व पुनर्वसनासाठी स्वतंत्र उपविभाग कार्यरत असल्याने त्यांनी स्वतंत्रपणे प्रस्ताव तयार केले. आनुषंगिक क्षेत्रीय तपासणी व प्रत्यक्ष सरहद् मोजणी अशी मर्यादित जबाबदारी माझ्याकडील उपविभागाकडे होती. धरणग्रस्तांच्या सहकार्याने पानशेत वसाहतीचा वापर करूनच वरसगाव धरणाचे काम वेग घेऊ लागले.

ठेकेदाराने धरणस्थळी त्यांची वेगळी वसाहत प्रस्थापित केली होती. कृत्रिम

वाळूसाठी रॉडमिल बसवून क्रश वाळूचा वापरही काही प्रमाणात सुरू झाला होता. धरणाच्या पातळीचे व ले-आउटचे नियंत्रण व गुणवत्ता नियंत्रण ही महत्त्वाची जबाबदारी माझ्या अखत्यारीतील उपविभागावर होती. ले-आउट व संकल्पचित्रासंदर्भात अनेक आनुषंगिक बदल व तांत्रिक टिपण्या तपशीलवार तयार करून, गरजेनुसार वरिष्ठ कार्यालयाची मान्यता प्राप्त करून घेणे फारच महत्त्वाचे होते. नवीन विश्रामगृहाचे बांधकामही याच वेळी हाती घेऊन कार्यान्वित करण्यात आले होते. धरणाच्या बांधकामाशी संलग्न अनेक विषय, वरिष्ठांच्या वरचेवर भेटी व मार्गदर्शन, कामाची व्याप्ती व पाया स्तरावरील तांत्रिकता, या जबाबदाऱ्या पार पाडताना खूप काम पडत होते; पण त्यात एक निर्मितीचा आनंद व भविष्यातील स्वप्न रचले जात होते. सर्व वेळ या कामासाठी देताना खूप धावपळ होत असे.

घरी तसे वेगळे काही कालापव्यय करण्याचे साधनच नसल्याने पूर्ण वेळ उपविभागीय कामासाठी वाहून घेतल्यासारखा व्यतीत होत होता. क्षेत्रीय धरण स्थळावरील सरकारी वसाहतीत सर्वच कर्मचारी एकत्र राहत असल्याने सतत उपलब्ध असतात. शिवाय इतर काहीही कामे किंवा करमणुकीची फारशी साधने उपलब्ध नसल्याने सर्वच जण सर्वच काळ शासकीय कामासाठी तयार व तितकेच उत्सुकही असत. सिंचन वसाहतीतील ही बाब विशेष लक्षात येण्यासारखी आहे. त्या काळी करमणुकीची इतर साधने फारशी उपलब्ध नसल्याने काम हेच करमणुकीचे महत्त्वाचे साधन बनले होते.

कौटुंबिक स्तरावरही चांगलीच स्थिरता निर्माण होऊ लागली होती. दौंड येथे असताना सर्वांत छोट्या बहिणीचे लग्न पार पाडल्याने एका मोठ्या जबाबदारीतून मोकळेपणा अनुभवता येत होता. धाकट्या भावाचे महाविद्यालयीन शिक्षण पुण्यात सुरू होते. गावाकडील घर व शेती यांचे व्यवस्थापनही जास्त लक्ष देऊन बऱ्यापैकी होऊ लागले होते. वर्ग-१ मधील सेवेचा चार वर्षांचा कालावधीही पूर्ण होत आला होता. कामाच्या गर्दीत व जबाबदारीत वेळ कसा पळत होता, हे ध्यानातही येत नव्हते. ग्रामीण पार्श्वभूमीशी गाठ बांधलेल्या मनाला तशीच ग्रामीण क्षेत्रावर काम करण्याची संधी उपलब्ध व्हावी हा मोठा देवयोग म्हटला पाहिजे.

सहायक अभियंता वर्ग-१ या पदी चार वर्षे सेवा पूर्ण झाल्याने मी कार्यकारी अभियंता या पदावर पदोन्नत होण्यास पात्र झालो होतो. पदाच्या उपलब्धतेनुसार त्याच वेळी एप्रिल १९७६ मध्ये महाराष्ट्र शासनाने माझी कार्यकारी अभियंता म्हणून पदोन्नती केली. कार्यकारी अभियंता म्हणून माझी पहिली नेमणूक शिरूर येथील कुकडी पाटबंधारे प्रकल्पाच्या विभाग क्र.३ मध्ये करण्यात आली होती. अगदी अपेक्षित वेळी पावसाळा सुरू व्हावा, तशा प्रकारची अनुकूलता या पदोन्नतीने मला नोकरीत अनुभवता आली. पानशेत येथील धरण उपविभागाचा कार्यभार श्री. भंडारी

या एका वयस्कर कनिष्ठ अभियंत्याकडे सोपवून मी कार्यमुक्त झालो. काम करताना स्थानिक लोक व कर्मचारी यांनी बांधलेली आपुलकीच्या नात्याची घट्ट वीण, सहज तोडता व सोडता येत नव्हती. या नोकरीच्या निमित्ताने माझे व माझ्या कुटुंबाचे सर्वांशी असे जवळिकीचे संबंध प्रस्थापित होत असतानाच तेथून स्थलांतर हा अनुभव काहीसा सुख-दु:खाने मिश्रित असाच होता.

ग्रामीण भागात म्हणतात की, शेताचा बांध शेतातील कामे सांगतो. तुम्ही बांधापर्यंत पोहोचा. तद्वतच मी क्षेत्रीय कामासाठी क्षेत्रावर पोहोचताच कामे माझा पाठलाग करू लागत. कुकडी प्रकल्पावरील माझ्या पदोन्नतीने एक मोठे बक्षीसच प्राप्त झाल्याने मी सद्गदित झालो होतो. माझे वडिलोपार्जित घर, गाव व शेती या प्रकल्पाच्या लाभक्षेत्रात डिंभे डाव्या कालव्याच्या लाभक्षेत्रात समाविष्ट आहे. माझ्या कुटुंबाच्या मालकीची तीन एकर जमीन कालव्याच्या कामासाठी संपादित करण्यात आली आहे, म्हणजे मी एक धरणग्रस्त व लाभधारक अशा दोन्ही अर्थांनी या प्रकल्पाशी जोडलो गेलो होतो. कुकडी पाटबंधारे प्रकल्प विभाग तीनवर नियुक्ती हा मोठा दैवयोग म्हटला पाहिजे. हरवलेली जवळची व्यक्ती सापडावी व अनपेक्षित लाभ व्हावा, अशा आनंदी अवस्थेत मी विभागाचा कार्यभार कार्यकारी अभियंता एन. के. शेख यांच्याकडून स्वीकारला.

कुकडी डाव्या कालव्याची सर्व प्रकारची कामे विविध टप्प्यांवर करण्याची जबाबदारी माझ्याकडे असणाऱ्या या विभागाकडे सोपविण्यात आली होती. कालव्याची खोदाई, सरेखा सर्वेक्षण, लाभक्षेत्रांतील चाऱ्यांचे नियोजन, आनुषंगिक भूसंपादन, संकल्पचित्रे, बांधकामांचे सर्वेक्षण व संकल्पन, कालव्याचे मातीकाम व प्रत्यक्ष बांधकामे, अशी विविध कामे कर्तव्य सूचीत अंतर्भूत होती. कालव्याची १९७२च्या दुष्काळात मऊ स्तरातील खोदाईची काही कामे, मजुरांना रोजगार उपलब्ध करण्याच्या मूळ हेतूने अर्धवट स्थितीत करण्यात आलेली होती. कालव्यासाठी तात्पुरत्या व कायमस्वरूपी वसाहतींची कामे हाती घेणे आवश्यक होते. अहमदनगर जिल्हा राजकीय स्तरावर फारच जागृत व संवेदनाक्षम जिल्हा होता. तीन-चार राजकीय पक्षांचे राज्य स्तरावरील अध्यक्ष व तीन मंत्री या जिल्ह्यांतून त्या वेळी राजकारणात कार्यरत होते. दुष्काळी परिस्थितीने कामाची निकड वाढलेली होती. प्रकल्पातील धरणाची कामे वेगवेगळ्या टप्प्यांवर गतिशील पद्धतीने होत होती, म्हणून कालव्याचे कामही तितक्याच तातडीने पूर्ण करणे गरजेचे होते.

अत्यंत धडाडीने व उत्साहाने मी कामास गती दिली. किरकोळ ठेकेदार व रोजगार हमी योजनेखाली मोठ्या प्रमाणात कालवा खोदाईची कामे सुरू केली. ९१ कि.मी.च्या पुढे सरेखा सर्वेक्षण ११४ किलोमीटरपर्यंत व तिथूनही पुढे १३० किलोमीटरपर्यंत पूर्ण करण्यात आले. सरेखेस मुख्य अभियंता यांची मान्यता घेऊन

प्रत्यक्ष खोदाई व बांधकामे सुरू केली होती. पाच उपविभागांच्या मदतीने जवळजवळ पंचवीस हजार मजूर एका वेळी विभागात कार्यरत होते. एवढी मोठी व्याप्ती, त्याची उपयुक्तता व गरज ध्यानात घेताच उत्साह अधिकच वाढे.

त्या वेळी मुख्य अभियंता श्री. गुप्ते व श्री. एम. डी. देशमुख यांच्या भेटीत त्यांनी कामाच्या वेगाची व नियोजनाची निरीक्षण टिपण्याद्वारे लेखी व तोंडी प्रशंसा केली. अशा पाठीवरील कौतुकाच्या थापेमुळे पायातले बळ अजूनच वाढले होते. वसाहती व कालव्यावरील विविध बांधकामे धडाडीने हाती घेण्यात आली होती. शिरूर येथेही वसाहत बांधून राहण्यासाठी प्रस्थापित झाली होती. वाडेगव्हाण, श्रीगोंदा, अण्णापूर येथेही वसाहतीची कामे व भूसंपादन प्रस्तावित करून क्षेत्रीय कामे प्रत्यक्ष सुरू करण्यात आली होती.

कामाची तातडी ध्यानात घेऊन त्याच वेळी शासनाने अतिरिक्त दोन नवीन विभागांची या प्रकल्पाच्या कामासाठी निर्मिती केली. विभाग पाच अण्णापूर येथे व विभाग सात श्रीगोंदा येथे अशा प्रकारे वाढीव कामाची योग्य विभागणी करून, कामावर लक्ष केंद्रित करून कामाचा वेग वाढविण्यात आला होता. यात मंत्री महोदयांच्या अनेक भेटी, पाहणी दौरे, चर्चा यांचा प्रकल्प क्षेत्रावरील कामास लाभ झाला. याच कालावधीत राजकीय घडामोडीत आबासाहेब निंबाळकर, श्री. खताळ, श्री. आदिक बंधू हे पाटबंधारे मंत्री झाले. त्यांच्याशी चर्चा व त्यांच्या प्रकल्प भेटी वरचेवर होत राहिल्या.

श्री. आदिक साहेब व श्री. शंकरराव काळे यांच्या प्रकल्प भेटीत कोणीतरी नाराज ठेकेदार व स्थानिक राजकारणी नेहमीच कामाबाबत काही तक्रारी करीत असत. काही वेळेला पुरेसे स्पष्टीकरण किंवा निराकरण करण्यास प्रशासनास संधीच मिळत नसे. इतके जीव ओतून काम चालू असताना कोणीतरी मोघम स्वरूपाची क्षुल्लक तक्रार करणे हे क्लेशकारक होते. त्याबाबत संबंधित म्हणून मला किंवा अधीक्षक अभियंत्यांना न विचारता व खुलासा करण्याची संधीही न देता अल्प कालावधीतच, म्हणजे डिसेंबर १९७८मध्ये माझी बदली तडकाफडकी नागपूर येथील कालवा संकल्पचित्र विभागात करण्यात आली. नुकतीच कामाची कार्यक्षम जुळणी व अंमलबजावणी सुरू असतानाच ही राजकीय गैरसमजातून संधी न देता तडकाफडकी बदली म्हणजे मोठा आघातच होता; पण सत्तेपुढे शहाणपण चालत नाही, हे सत्य या वेळी अनुभवास आले.

कुकडी प्रकल्प विभागातील नवखा, स्थानिक मागासवर्गीय आणि पुणे जिल्हा निवासी अधिकारीच अशा प्रकारचा अन्याय सहन करू शकतो, या धारणेतूनच परस्पर मंत्री स्तरावरून कार्यवाही करण्यात आली होती. माझ्याकडे त्या वेळी श्री. यादव, श्री. गंगावणे, श्री. जोशी, श्री. कदम, श्री. घम, श्री. गरुड असे

उपअभियंता कार्यरत होते. श्री गंगावणे व श्री. यादव यांचे स्थानिक वाद राजकीय रंग घेत असल्याने व मी मागासवर्गीय असल्याने जातीय दृष्टिकोनातून पहिला जोरदार झटका मला बसला; पण मी स्वाभिमान व नाइलाज म्हणून विरोध न करता लागलीच नागपूर येथे आज्ञाधारकपणे हजरही झालो; पण या प्रकरणात माझी बाजू ऐकण्याची तसदी राजकीय स्तरावर घेण्यात आली नाही, याचे वैषम्य मनात टोचत होते. अवेळी व प्रशासकीय सोय किंवा कामाची सोय व गैरसोय विचारात न घेता ही बदली म्हणजे अन्यायाची परिसीमा असल्याचे स्पष्ट जाणवत होते.

याच वेळी प्रशासकीय स्तरावर विभाग क्रमांक-५कडे काम हस्तांतर होताना काही कालवा स्थिर चिन्हांच्या चुकीमुळे पातळीत फरक पडला, म्हणून या स्थिर चिन्ह स्थापन करण्याशी माझा संबंध नसताना मला जबाबदार धरून माझ्याविरुद्ध विभागीय चौकशी सुरू करण्यात आली होती. तीही तांत्रिक विषयाची जाण नसणाऱ्या महसूल विभागाच्या चौकशी अधिकाऱ्याकडून. यामुळे माझी खूपच निराशा होऊन कामातील उत्साह व सचोटी याबाबत द्विधा मन:स्थिती निर्माण झाली. चौकशीचे कामही प्रदीर्घ कालावधीसाठी लांबवित पाच ते सहा वर्षे चालवून नंतर निर्णय घेण्यात आला होता.

या काळात या चौकशीच्या चक्रात तीव्र स्वरूपाचा मानसिक छळ व त्रास सोसावा लागला होता. आचार्य अत्रे यांनी 'अजगराच्या विळख्यातून' या लेखात सरकारी चौकशीद्वारा झालेल्या त्यांच्या मनस्तापाचे आणि भोवतालच्या लोकांच्या स्वभावाचे अगदी मार्मिक वर्णन केले आहे. त्याची प्रचिती व प्रत्यक्ष अनुभव माझ्याही वाट्याला या स्थिर चिन्ह चुकीबद्दलच्या चौकशीत हुबेहूब अनुभवास आला. अंतिमत: किरकोळ शिक्षा स्वरूपात निर्णय झाला होता. जलसंपदा विभागाकडील काही वरिष्ठ अनुभवी अधिकाऱ्यांच्या व्यवहार्य दृष्टिकोनामुळे मला न्याय मिळू शकला होता. या एका चौकशीच्या चुकीच्या निष्कर्षाने माझे भविष्यच उद्ध्वस्त केले असते. केवळ नशिबाने मला हे सर्व सहन करण्याची शक्ती दिली होती.

पण, या प्रकरणाचा माझ्या अधीक्षक अभियंता म्हणून होणाऱ्या पदोन्नतीवर विपरीत परिणाम होऊ शकत होता. श्री. ओक व श्री. डी. एन. कुलकर्णी यांच्या व्यवहार्य विचारसरणीमुळे अंतिमत: मला पदोन्नतीसाठी व शिक्षेसंदर्भातही काही प्रमाणात योग्य न्याय मिळाला होता; पण वैचारिक व नैतिक दृष्टिकोनातून एक वेगळाच दृष्टांत मला या प्रकरणातून प्राप्त झाला. कामाकडे बघण्याची त्रयस्थ दृष्टी अधिक व्यापक व व्यवहारी स्तरावर राखता आली होती. प्रशासकीय नोकरीत पदनिहाय मर्यादा, व्यवहार्यता व व्यापकता याचा अंदाज, वास्तववादी व सुरक्षिततेच्या दृष्टीने समन्वयाची जाण झाली. जाती-धर्माचे विचार व त्यांचा नोकरीतील अनुभव व प्रभावही नव्याने अनुभूतीस आला.

शिरूर येथून माझी बदली म्हणजे माझ्या करिअरला मोठा धक्काच होता. तोल सावरत मी समन्वय साधला व सेवाप्रवास कर्तव्य भावनेने व जबाबदारीच्या जाणिवेने अव्याहत चालू ठेवला. बदली रद्द होण्यासाठी प्रयत्नांचा उपयोग होण्याची शक्यता फारशी आशादायक नसल्याने काही कालावधीसाठी बदल स्वीकारणेच अपरिहार्य बनले.

नागपूरमध्ये संकल्पचित्र विभागात कार्यरत असताना सकाळी व संध्याकाळी भरपूर मोकळा वेळ मिळे. नागपूरमध्ये उन्हाळ्याचा काळ असल्याने तसा तापदायक व आरोग्याच्या दृष्टीने त्रासदायक वातावरण होते. शासकीय कामात दिवसभर कसा वेळ निघून जाई हे समजत नसे; पण कार्यालयीन वेळेनंतरचा सर्वच वेळ अत्यंत विचारात व एका उद्विग्न मन:स्थितीत व्यतीत होत असे.

आमदार निवासात तात्पुरती निवासाची व जेवणाची व्यवस्थाही सहज होण्यासारखी होती. फक्त निवास वरचेवर बदलणे भाग पडत असे. रिक्त निवास मोठ्या प्रमाणात उपलब्ध होत असल्याने हाच पर्याय तात्पुरता स्वीकारणे सोयीचे होते. त्या वेळी श्री. नायडू नावाचे एक कनिष्ठ लेखनिक माझ्या कार्यालयात कार्यरत होते. त्यांनी मात्र माझी वैयक्तिक सोय करण्यासाठी मन:पूर्वक मदत केली. कौटुंबिक आपुलकीच्या भावनेने त्यांनी माझे नागपूर येथील वास्तव्य जास्तीत जास्त सुखदायक होण्यासाठी प्रयत्न केले. मोकळ्या वेळी सोबत व लागेल ती मदत करत, त्यांनी एक वेगळा अनुभव मला दिला. खऱ्या भावना व आपुलकी ही शासकीय नात्याहून कशी वेगळी असते, याचा प्रत्यक्ष अनुभव श्री. नायडू यांच्या मदतीने मला प्राप्त झाला. त्यांचे आई-वडील व कुटुंबीय यांनी देखील मानवी नात्याचे वेगळे दर्शन घडवले. आजही मागे पाहताना ही आठवण आवर्जून नोंदविण्याचा मोह आत्मकथनात मला टाळता येत नाही.

नागपूर येथे पेंच प्रकल्पाच्या कालव्याची बांधकामाची संकल्पचित्रे व नागपूर विभागातील इतर मोठ्या व मध्यम प्रकल्पावरील महत्त्वाची बांधकामे यांचे संकल्पचित्र करून देण्याचे काम विभागास देण्यात आले होते. कामाची व्याप्ती विदर्भातील विस्तृत भौगोलिक क्षेत्रावर करावी लागत असल्याने फिरती करणे अपरिहार्यच होते.

अमरावती जवळील अपर वर्धा प्रकल्पावरील कालव्यावरील मोठ्या बांधकामांची संकल्पचित्रे करण्याचे काम माझ्यावर सोपविले होते. उन्हाळ्यात अननुभवी फिरतीचा परिणाम सनस्ट्रोकच्या स्वरूपात अनुभवावा लागला. अधीक्षक अभियंता के. एन शुक्ल व मुख्य अभियंता एस. एम भालेराव यांच्या मार्गदर्शनाने नागपूर येथील कामात नवीन अनुभव व दृष्टिकोन अनुभवता आला. येथील खोल मातीत पायाची रचना व दगडाची मर्यादित उपलब्धी, तेथील भूगर्भाचे वेगळे स्वरूप या बाबी विचारात घेऊन संकल्पचित्र करण्याचे तंत्र शिकताना खूपच अनुभव व आत्मविश्वास

प्राप्त झाला. मी येथील कामांशी समरस होत असतानाच बदलीसाठी प्रयत्न फलदायी झाले.

ऑगस्ट १९७९मध्ये माझी बदली पुन्हा अहमदनगरमध्ये मुळा कालव्वा विभागात करण्यात आली. या विभागास नव्यानेच सुरुवात करावी लागल्यामुळे कार्यालय प्रस्थापित करणे फार कष्टप्रद होते. वांबोरी चारी व पाथर्डी शाखा कालवा या मुळा प्रकल्पातील नवीन विस्तारीकरण प्रकल्पाचा अभ्यास सुरुवातीस या विभागाकडे सोपविण्यात आला होता. मी ३० ऑगस्ट, १९७८ रोजी या विभागाचा कार्यभार स्वीकारला व अहमदनगर येथे शासकीय वसाहतीत कुटुंबाचे स्थलांतर केले. कुकडी प्रकल्पातून नागपूर येथे बदली होऊन आठ महिन्याने परत त्याच जिल्ह्यात पदस्थापना हा काहीसा चमत्कारिक योगायोग म्हणावा लागेल; पण प्रशासकीय कामकाजातील विसंगतीचा हा वेगळाच अनुभव होता.

अहमदनगर येथे श्री. संभाजीराव जाधव या सहकाऱ्याकडून मी काहीही भौतिक अस्थापना उपलब्ध नसणाऱ्या कागदावरच्या कालवा विभागाचा कार्यभार स्वीकारला. त्यांच्याच कार्यालयात बसत वैयक्तिक, कौटुंबिक मैत्री संबंधातून स्नेह व आपुलकी अनुभवत अहमदनगर येथील विभागीय कार्यालयातून अपेक्षित, तांत्रिक कामकाज सुरू करता आले. कार्यभार स्वीकारला त्या वेळी श्री. अभंगे हे अहमदनगर पाटंबधारे मंडळाचे अधीक्षक अभियंता व नियंत्रक अधिकारी होते. त्यांच्या मार्गदर्शनाचा लाभ सुरुवातीच्या कामाला दिशा दर्शविणारा होता. वांबोरी चारी म्हणजे मुळा हाय लेव्हल कॅनलचा प्रस्ताव तयार करण्याची पहिली कामगिरी माझ्या कार्यभारातील नवनिर्मित विभागाकडे सोपविण्यात आली.

प्रकल्प पाणी नियोजन, प्रत्यक्ष उपलब्धता व नेमके अतिरिक्त लाभक्षेत्र यांचा मूलभूत विचार जलशास्त्रीय दृष्टिकोनातून करावा लागला होता. त्यासाठी क्षेत्रीय पाहणी, उपलब्ध माहितीचे संकलन या महत्त्वाच्या बाबी आवश्यक होत्या. बऱ्याच चर्चा, प्रत्यक्ष क्षेत्रीय सर्वेक्षण व उपलब्ध पाण्याचा नेमका हिशेब तयार करून, दुष्काळी भागासाठी तीन मोठ्या उपसा जलसिंचन योजनांसह प्रकल्प अहवाल तयार करण्यात आला. अगदी प्राधान्याने व पूर्वक्षमतेने हे काम वेळेत पूर्ण करता आले. अतिरिक्त पाणी फारसे उपलब्ध नसले तरी उपलब्ध पाण्याचा विस्तृत क्षेत्रावर वापर करण्याचे मूळ सूत्र विचारात घेण्यात आले. अस्तित्वातील मुळा प्रकल्पातील सांडव्यांतून वाहणाऱ्या अतिरिक्त पुराच्या पाण्याचा वापर व मूळ मुळा सिंचन प्रकल्पातील पीक पद्धती विरळ करून उपलब्ध होणारे पाणी या वाढीव उच्च पातळीवरील क्षेत्रासाठी वापर करण्याचे या प्रकल्पात प्रस्तावित करण्यात आले होते.

पण, हे प्रकल्प अहवालाचे काम चालू असतानाच नगर येथे लाभक्षेत्र विकास

प्राधिकरणाच्या अधिपत्याखाली जागतिक बँकेच्या साहाय्याने मुळा कालव्याचे नूतनीकरण हा नवीन सुधारणा प्रकल्प हाती घेण्यात आला. यासाठी स्वतंत्र विभाग आवश्यक असल्याने मी कार्यरत असणारा मुळा कालवा विभाग नव्याने मुळा नूतनीकरण विभाग म्हणून लाभक्षेत्र विकास प्राधिकरणाच्या अखत्यारीत प्रकल्पाच्या नवीन विकास कामासाठी व आधुनिकरणासाठी रूपांतरित करण्यात आला होता.

नूतनीकरणाची कामे ही पूर्ण नवी संकल्पना, आधुनिक पाणी वापर तंत्राचा वापर करण्याच्या दृष्टीने नियोजित केली होती. व्यवस्थापनात शेतकऱ्यांचा सहभाग लक्षात घेऊन किंवा प्रयत्नपूर्वक सहभाग वाढवून लाभक्षेत्रातील सिंचन व्यवस्थेचे आधुनिकीकरण करायचे प्रकल्पात प्रस्तावित होते. यासाठी कामाच्या बाबी व कार्यपद्धतीबाबत अनेक नवीन कल्पना व विचार, तसेच आमूलाग्र बदल करणे विचारात घ्यावे लागले होते. हे समजून संकल्पचित्रे तयार करून अंमलबजावणी करणे व तेही कालव्याचे प्रस्थापित सिंचनावर विपरीत परिणाम न करता, हे मोठे कसरतीचे व कौशल्याचे काम होते.

या कामास श्री. लेलेसाहेब यांचे प्रशासक म्हणून समर्थ मार्गदर्शन मिळाले. जागतिक बँकेचे श्री. कारमेली यांचेही मार्गदर्शन व देखरेखीचा लाभ या कामास प्राप्त झाला. प्रकल्पाचे व्यवस्थापन व देखभाल दुरुस्ती या दृष्टीने तांत्रिक रचना व समूह पाणी पाळी पद्धती हे त्यांचे तंत्र नवीन कामात अंतर्भूत करता आले. या कामासाठी श्री. लेलेंचा पाठपुरावा व कामाची तळमळ ही अलौकिक व दुर्मिळ अशीच होती. पूर्ण भक्ती व शक्तीने काम करण्याची त्यांची हातोटी सर्व कर्मचाऱ्यांना बरेच काही शिकवून जात असे. सर्व नव्या संकल्पना व व्यवहार्य सिंचन व्यवस्थापन यांचा समन्वय, नियंत्रण हे आजही त्यांच्याकडून शिकण्यासारखे आहे. पाणी वापराचे ग्राहक म्हणजे शेतकरी, त्यांच्या सोयीसाठी व हितासाठी सिंचन व्यवस्था कार्यान्वित होण्यासाठी त्यांचे प्रयत्न फारच अनोखे व व्यवहार्य होते.

लोकसंपर्कातून नेमकी क्षेत्रीय रचना व त्याचा अभ्यास हा दुर्मिळ अनुभव होता. कार्यपद्धती, प्रशिक्षणाचा आग्रह या बाबी त्यांच्या अंदाजाने व कार्यशैलीनुसार प्रत्यक्षात आल्याचे इतरत्र पाहण्यात आले नाही. काही ठिकाणी प्रायोगिक तत्त्वावर काही कामे त्यांच्या वैयक्तिक पाठपुराव्याने करण्यात आली असली तरी काळाच्या ओघात ती पुन्हा पूर्वावस्थेस पोचली होती. सिंचन व्यवस्थापनाची अनेक अंगे त्यांच्या मार्गदर्शनाखाली नव्याने शिकता आली.

मुख्य कालव्याची व वितरण व्यवस्थेची पुनर्रचना व नूतनीकरण हे आव्हानात्मक काम पूर्ण नव्या व्यवहार्य तांत्रिक निकषांतून लेले यांच्या मार्गदर्शनाखाली करताना खूप आनंद व आत्मविश्वास मिळाला होता. नव्या मनूचा नव्या दमाचा शूर शिपाई, अशी प्रेरणा त्यांनी दिली व नूतनीकरणाची कामे वेळेत व गुणवत्ता राखून पार पाडता

आली. सिंचन व्यवस्थापनाचे तंत्र व मंत्र जवळून शिकता आले आणि अनुभवताही आले. अनेक नवीन पद्धती व विचार कृतीत आणण्याची एक मोठी संधी या कार्यकाळात मला प्राप्त झाली. फुलासंगे मातीसही वास लागे या तत्त्वानुसार व्यवस्थापन व बांधकाम यांचे नेमके नाते अल्पांशाने का होईना आत्मसात करता आले.

मुळा नूतनीकरण प्रकल्प हे एक आधुनिकतेचे स्वप्न सत्यात उतरवण्याचा प्रयत्न होता. मनातील आदर्श कल्पनांना, पाणी व जमीन या दोन पंचमहाभूतांतील तत्त्वांना, समाजाच्या सोयीसाठी दिलेले ते मूर्त रूप होते. सर्वांनी पुढे व्यवहारात वापरावे असे एक आदर्श अभियान, निर्मितीचा तो एक नवा प्रयोग होता. त्यातील सर्व बाबींचा व त्यांचा समाजाच्या विविध विकास प्रक्रियांवर होणारा नेमका परिणाम यांचा अभ्यासही जागतिक बँक व वाल्मि यांच्या मदतीने तृतीय संस्था अशा दृष्टिकोनातून करण्यात आला. मूल्यमापन व नेमके सामाजिक बदल किंवा फायदे यांचा हिशेब, गणित प्रत्यक्ष पाहणीच्या व मोजमापांच्या आधारे नोंदविण्यात आले; पण खर्च आणि विकास यांचे गणित व्यवहार्य होत असले, तरी याचा मूल घटक जो लाभधारक आहे, त्याच्या सहभागाशिवाय ही संकल्पना यशस्वीपणे राबविताच येत नाही.

नेमका तेथेच सामाजिक सहभाग हा पाणी वापर संस्थांच्या माध्यमातून घडवून आणण्याचा प्रयत्न म्हणावा तशी गती घेत नाही. आजाराचे कारण व नेमका उपाय समजूनही आजार बरा होऊ शकत नाही. नव्या संकल्पना राबविताना परस्पर समन्वयाऐवजी एकमेकांवर दोषारोप व परस्परावलंबित्व वाढवून, हा प्रश्न अधिक गुंतागुंतीचा बनत चालला आहे. सिंचन व्यवस्थापनात लोकांचा सहभाग वाढण्यासाठी नव्यानेच महाराष्ट्र शासनाने नवीन कायदा घोषित केला आहे; पण प्रत्यक्ष अंमलबजावणीचे व फायद्याचे गणित काळाबरोबरच ठरविले जाईल.

पाण्याचा कार्यक्षम व विकासक्षम वापर करण्याची संकल्पना प्रत्यक्षात उतरविण्याचे नेमके उपकरण किंवा कार्यसंहिता तयार करण्यासाठी मला सहभागी होता आले, ही माझ्यासाठी मोठ्या लाभाची व अभिमानाची बाब आहे. ही संहिता सध्या बांधकामधीन असणाऱ्या सर्व सिंचन प्रकल्पात जागतिक बँकेच्या मदतीने अंतर्भूत करण्याचा शासनाचा प्रयत्न सुरू आहे. बांधकाम पूर्ण होऊन व्यवस्थापनाकडे वर्ग झालेल्या प्रकल्पांतही पाण्याच्या कार्यक्षम वापराचे तत्त्व अनुसरणे ही प्रगतीची गुरुकिल्ली आहे. लोकसहभाग व पुरेसा आर्थिक आधार यांच्याशिवाय या बाबी यशस्वीपणे कार्यान्वित होणार नाहीत.

सुधारणा व विस्तार या बाबी अंगभूत व कायमस्वरूपी विचारप्रणाली ठरविणाऱ्या असल्याने त्यासाठी नूतनीकरणासारखे प्रयोग हे अव्याहत चालू ठेवणे ही खरोखर

काळाची गरज आहे. जीवनाची दृष्टी बदलणारी व नवीन दृष्टी विकसित करणारी नूतनीकरणाची कार्यप्रणाली सर्वांना मार्गदर्शन करीत नेमक्या ध्येयाची दिशा दर्शविणार आहे; मात्र केलेल्या कामांचे वास्तवाशी मूल्यांकन व पुनर्विलोकन हे सातत्याने होत राहिले पाहिजे.

अहमदनगर येथील माझ्या पदस्थापनेत खूप तांत्रिक कामे केली असली, तरी त्यांची तपशीलवार नोंद येथे करणे सयुक्तिक होणार नाही. सिंचन व्यवस्थापनेतील सामाजिक अभिसरणाचे नवे प्रयोग व संकल्पना राबविताना स्वत:कडे व कुटुंबाकडे पाहण्याचाही नवीन दृष्टिकोन प्राप्त झाला.

या प्रवासात अनेक सहकारी व सहाध्यायी भेटले. त्यांचा आधार व सोबतही बरेच काही शिकवून गेली. आयुष्याकडे पाहण्याची नवी दृष्टी व जिज्ञासा जागृत करत त्यांनी जीवन शिकविले. याबाबतीत आवर्जून नोंद करावी अशी अनेक नावे आहेत; पण प्रामुख्याने श्री. संभाजीराव जाधव, श्री. एम. जे. करमरकर, श्री. एल. ओ. पाटील, श्री. जी. इ. शुक्ल, श्री. क्ही. एल. रत्नपारखी, श्री. डी. वाय. नळगीरकर, श्री. मन्नुर अशी अनेक नावे घेता येतील. वसाहतीची पुनर्बांधणीतील सुधारणा अल्पांशाने करताना एका शासकीय वसाहतीतील एकत्रित कुटुंबाची रचना डोळ्यांसमोर ठेवून नियोजन करता आले. त्यातून सहजीवन व सहकार्याची सहज निर्मिती होत गेली.

अहमदनगर येथील विहित कालावधी पूर्ण झाल्याने माझी बदली मंत्रालयात अपर सचिव म्हणून करण्यात आली. मी ऑक्टोबर १९८४मध्ये मुंबई येथे मंत्रालयात हजर झालो.

मंत्रालयातील कामाचे विवरण व अनुभव हे अभियंत्याच्या नेहमीच्या कार्यप्रणालीहून अत्यंत वेगळे असते. निर्णय प्रक्रियेच्या प्रथम टप्प्यावर म्हणजे नियोजन व अंदाजपत्रके तयार करण्याच्या कामाशी निगडित अभियांत्रिकी अंदाज, अंतिम टप्प्यातील कार्यवाहीसाठी फेरआयोजन करावे लागते. अनेक अडचणींच्या धोरणात्मक बाबीवर अंतिम कार्यवाही व निर्णय, सचिव, मंत्री व मुख्यमंत्री यांचे स्तरावर होत असल्याने तांत्रिक निकष प्रशासकीय व धोरणात्मक बाबींशी निगडित होतात. महत्त्वाचे धोरणात्मक निर्णय घेण्यासाठी प्रकरणाचा तपशीलवार अभ्यास करून थोडक्यात टिपणी तयार करावी लागते.

निर्णयासाठी त्यामध्ये प्रत्येक स्तरावर अभ्यास होऊन स्वतंत्र मत नोंदविता येते. धारिका म्हणजेच प्रत्येक फाइलची सुरुवात सहायक व कक्ष अधिकारी या स्तरावर होते. नेमक्या निर्णयासाठी धारिका कोठपर्यंत पाठवायची याची नोंदही सुरुवातीसच करण्यात येते. आवश्यकतेनुसार पुढील फेरफार प्रत्येक स्तरावर केले जातात. क्षेत्रीय स्तरावरून मंत्रालयात पाठविलेल्या प्रत्येक प्रकरणाचा कसा विचार

होतो व निर्णय कसा घेतला जातो, त्यातही प्रत्येक स्तरावरील निर्णयस्वातंत्र्य हेही कसे अबाधित राखले जाते, ही बाब विशेष उल्लेखनीय ठरते व या संपूर्ण प्रक्रियेची नेमकी जाण मंत्रालयातील कामातून होते.

निर्णयाप्रत पोहोचताना सर्वांगीण विचार व तपासणी करणे आवश्यक असते. प्रकरणनिहाय निर्णय स्वतंत्र होत असला तरी, काही एकसारख्या प्रकरणांना अशा निर्णयाचे संदर्भ घेऊन कार्यवाही केली जाते. म्हणून प्रत्येक प्रकरणी निर्णय, व्याप्ती व व्यापकता स्वतंत्र एका प्रकरणापुरती मर्यादित न राहता विस्तृत स्तरावर परिणामकारक ठरते. प्रशासन व तांत्रिकता यांतील समन्वय व परस्परसंबंध मंत्रालयात काम केल्यामुळे चांगलाच ध्यानात येतो. त्यामुळेच अभियंता व प्रशासन यांचे मंत्रालयातील एकत्रित काम अत्यावश्यक आहे. विशेषतः, विकास प्रकल्पांच्या सर्व टप्प्यांवर सातत्याने विचार व कार्यवाही तांत्रिक दृष्टिकोनातून करावी लागते. स्थळ व कालनिहाय त्याचे स्वरूप व व्याप्तीही बदलत असते. आर्थिक तरतुदी व विधिमंडळाचे कामकाज याचीही मोठी विलक्षण संगती साधली जात असते. राज्य सरकारच्या विविध विभागांची जोडणी व समन्वय मंत्रालयातच चांगल्या पद्धतीने शक्य होतो.

मंत्रालयात कामाला व विचारांना नेमकी शिस्त व दिशा घ्यावी लागते. तेथील कामाची तत्परता ही उच्च दर्जाची ठेवावीच लागते. प्रत्येक धारिकेचा समयबद्ध पद्धतीने विचार केला जातो. निर्णयप्रक्रिया अगदी व्यापक परिणामी असल्याने प्रत्येक शक्यतांचा व पर्यायांचा सखोल अभ्यास व चिंतन आवश्यक ठरते. विधिमंडळातील कामकाज हे मंत्रालयाशी जवळून जोडलेले असते. विधिमंडळाची अधिवेशने व चर्चा आणि विविध समित्यांची कामे ही मंत्रालय स्तरावर कार्यान्वित होत असतात. विधिमंडळातील प्रश्नोत्तरे व चर्चा हे राज्यांतील शासन कारभाराचे मुख्य सूत्र बनते.

विधिमंडळ सदस्य व मंत्री यांचा खात्याच्या संपूर्ण कामाशी नित्य संबंध येतो व शासन कामाची रूपरेखा, विशेषतः, आर्थिक तरतुदी व अंमलबजावणी या नेमक्या स्वरूपात ठरविण्यात येतात. प्रशासनावर शिस्त व अंकुश राखण्याचे कामही मंत्रालयात अधिक प्रभावी रीतीने करण्यात येते. प्रत्येक धारिकेसाठी व विषयासाठी क्षेत्रीय संघटना विधिमंडळ व खात्याचे मंत्री महोदय यांचा संपर्क व पाठपुरावा मंत्रालयीन स्तरावरील प्रशासनाद्वारा राखण्यात येतो. समन्वयाची भूमिका तत्पर राहून नेमकी पार पाडावी लागते.

क्षेत्रीय स्तरावर मोठ्या प्रमाणात प्रत्यक्ष अंमलबजावणी करताना आलेला क्षेत्रीय अनुभव व अडचणी या निर्णय प्रकियेत प्रतिबिंबित होण्यासाठी मंत्रालयात विविध पदांवर अभियंत्यांचे काम फारच उपयुक्त आहे. कामाच्या व जबाबदारीच्या माझ्या कार्यकाळात मला कार्यकारी अभियंता व पदसिद्ध अपर सचिव म्हणून काम

करण्याची जी संधी मिळाली, ती खरोखरच अत्यावश्यक होती. मंत्रालयीन प्रक्रियेबाबतची मनातील संदिग्धता संपुष्टात आणण्यासाठी या संधीचा चांगला फायदा झाला. लोकप्रतिनिधी व प्रशासन यातील संबंधाची नेमकी जाण व अभ्यास मंत्रालयातील पदावर काम करतानाच होतो. मंत्रालयात आपले नजीकचे वरिष्ठ हे फार प्रभावीपणे परिणाम व गुणवत्तावर्धन साधण्यास मार्गदर्शन करतात. माझ्या या कार्यकाळात मी सचिव लाभक्षेत्र विकास याच्याकडे काम करीत होतो.

त्या कालावधीत श्री. आ. ह. नावकल व श्री. डी. एन. कुलकर्णी हे अनुक्रमे उपसचिव व सहसचिव होते. अत्यंत पुरोगामी व मोकळ्या मनाची ही माणसे कामाची वेगळीच पण स्वयंस्पष्ट दिशा शिकवत गेली. प्रत्येक धारिकेवर आपले मत मोकळेपणाने व स्पष्ट मांडण्याचा त्यांचा आग्रह हा स्वत्व जपण्याचा व वाढविण्याचा महायज्ञच होता. खात्यात काम करताना काही अलिखित नियम व पद्धती वापरात असतात. शिवाय, प्रत्येक व्यक्तीची जाण व ज्ञानही स्वतंत्र असते. त्या वेळी काम करताना बऱ्याच वेळा वरिष्ठांची मते व वृत्ती लक्षात घेऊन कामाचे स्वरूप व दिशा ठरवावी लागते.

मला लाभलेले हे वरिष्ठ जगरहाटी सोडून स्वतंत्र आविष्काराची क्षमता असणारी माणसे असल्याने ते स्वत:बरोबर कनिष्ठांनाही तेवढीच मोकळीक स्वत:हून देत असत. ही दृष्टी व वृत्ती अत्यंत दुर्मिळतेने प्रशासनात आढळते आणि त्यामुळेच माझी मंत्रालयातील बदली ही एक मोठी आनंददायी व वेगळी प्रेरणा देणारी बाब मला जाणवली. सचिव म्हणून श्री. एम. डी. देशमुख व श्री. पी. आर. गांधी अशी स्वत:ची स्वतंत्र कार्यशैली व विचारशैली असणारी धडाडीची प्रभावी व्यक्तिमत्त्वं खूपच मार्गदर्शक ठरली. आपली कामे प्रामाणिकपणे व बिनधास्तपणे पार पाडण्यासाठी त्यांचा आधार नेहमीच प्रेरक ठरला. स्वत:ची एक वेगळी शिस्त व कार्यशैली आणि त्याद्वारे प्रभाव व धाक त्यांनी प्रशासनावर निर्माण केला होता.

मंत्रालयातील माझ्या अडीच वर्षांच्या कार्यकाळात तीन वेळा नागपूर येथील अधिवेशनांत समन्वयाचे काम करण्याचा योग मला प्राप्त झाला. मंत्रालयातही प्रश्नांची उत्तरे तयार करून मंत्री महोदयांना ब्रीफ करण्याचे काम त्या वेळी अपर सचिव व उपसचिव स्तरावर अंतिम व्हायचे. अत्यंत तातडीच्या माहितीव्यतिरिक्त, प्रसंगी क्षेत्रीय अधिकाऱ्यांना मंत्रालयात अधिवेशन काळात मंत्री महोदयांना ब्रीफ करण्यासाठी बोलविण्याची त्या वेळी प्रथा नव्हती. अत्यंत महत्त्वाच्या चर्चेसाठी किंवा प्रश्नांसाठी सहसचिव किंवा सचिव स्वत: क्वचित प्रसंगी ब्रीफिंग करत; पण सतत बैठका, मोठ्या प्रमाणात लोकप्रतिनिधी व प्रत्यक्ष जनता यांचा संपर्क व वावर यामुळे मंत्रालयातील कामाची एक वेगळी छाप मनावर उमटते.

नियमांची, कायद्याची व अधिकारांची अधिक जवळून माहिती व वापर करण्यात

येतो. कार्यालयीन काम, कार्यलयीन टिपण्या व निर्णयप्रक्रियेची एक वेगळी शैली शिकण्यासाठी मंत्रालयातील पदस्थापना अत्यंत मार्गदर्शक ठरते. विशेषत:, पदोन्नती, सेवा शर्ती, विभागीय चौकशी अशा अनेक गुंतागुंतीच्या प्रकरणी नेमकी कार्यपद्धती व निर्णयप्रक्रिया, विचारप्रक्रिया यांचा चांगला बोध व अनुबंध प्रत्यक्ष अनुभवता येतो. जागतिक बँक व केंद्र शासनाशी पत्रव्यवहार व समन्वय, चर्चा व भेटी यातही जवळून सहभागी होण्याची संधी मिळते.

या संदर्भात अनेक विशिष्ट घटना व प्रसंग अनुभवता आले. त्याचा ऊहापोह उचित ठरणार नाही. प्रत्येक प्रकरणी काही परस्परविरोधी विचार व निर्णय होत राहतात; पण प्रशासनातील तो कालनिहाय बदल स्वीकारणेच आवश्यक ठरते. त्यातील नेमके गुण-दोष हे सापेक्ष ठरत असल्याने ते कटाक्षाने या लिखाणात अंतर्भूत केलेले नाहीत; पण मी मंत्रालयातील कामकाजात खूप काही शिकलो. कामकाजाची एक वेगळी जाण व स्वत:ची वेगळी ओळख प्रत्यक्ष अनुभवता आली. क्षेत्रीय कामापासून दूर पण अभियांत्रिकीच्या शिरोबिंदू ठरणाऱ्या यंत्रणेत काम करण्याचा हा योगायोग खरोखरच मला पर्वणीसारखा वाटला.

लाभक्षेत्र विकास कामे व यंत्रणा दोन्हीमध्ये मिळालेले नगर येथील अनुभव, मंत्रालयीन कामकाजाने अधिक समृद्ध व विस्तृत झाले. खात्यातील सर्व क्षेत्रीय संघटनेचा कार्यपरिचय व अधिकारी स्तरावर वैयक्तिक परिचय या पदस्थापनेच्या निमित्ताने प्राप्त झाला. आपली जबाबदारी व नेमकी मर्यादा यांचा नव्याने साक्षात्कार होऊ शकला किंवा त्यांच्याकडे पाहण्याची एक वेगळी वास्तवादी दृष्टी प्राप्त झाली. मी कामाशी, परिस्थितीशी अगदी तल्लीन व एकरूप होऊन मंत्रालयीन अधिकारी बनलो होतो.

मंत्रालयातील माझ्या कामाने मला नवा आशय व दृष्टिकोन दिला. अत्यंत शांत, आनंददायी, सुखद कार्यविचार व कार्यमग्नता अनुभवत मंत्रालयात मी रमलो होतो. सेवा कालावधी व ज्येष्ठतेचा विचार करता पदोन्नतीसाठी प्रतीक्षा सुरू झाली होती. मंत्रालयात कार्यरत असलो तरी माझ्या पदोन्नतीबाबत कार्यवाही सामान्य प्रशासन विभागाकडून होत असल्याने मंत्रालय स्तरावरील नेमकी प्रगती समजू शकत नव्हती.

यातही कुकडी प्रकल्पातील कामकाजातील स्थिर चिन्हाबाबतच्या विभागीय चौकशीचा अंतिम निर्णय झाला नसल्याने या गोपनीय प्रकरणाचा अडथळा होण्याची एक शक्यता वाटत होती; पण खात्यातील माझे काम व वरिष्ठांशी बांधिलकी येथे मदतीला आली. त्यांनी दोषारोपाचे योग्य परीक्षण करून नि:स्पृह अभिप्राय मांडल्याने या विभागीय चौकशीच्या शृंखलेतून माझ्या पदोन्नतीसाठी अनुरोध विचारात न घेण्याची शिफारस पाटबंधारे विभागाने केली. माझ्या कामकाजाबद्दल मला अनेक

वेळ अत्युत्कृष्ट कामकाजाची प्रमाणपत्रे विभागाने दिली असल्याने पदोन्नतीस बाकी कोणतीही अडचण नव्हती. माझी बौद्धिक क्षमता, कामाची सचोटी, प्रगती, प्रामाणिकपणा यांचे योग्य मूल्यमापन व त्याबाबत लेखी सूचना वेळोवेळी खात्यातील वरिष्ठांकडून करण्यात आली होती.

एप्रिल १९८७मध्ये माझी अधीक्षक अभियंता या पदावर पदोन्नती झाली. शेवटी एकदाचा शासनाचा माझ्या पदोन्नतीबाबत आदेश निघाला. पदोन्नती असल्याने मंत्रालयातूनही त्वरित कार्यमुक्त करण्यात आले. कृतज्ञता व्यक्त करण्यासाठी म्हणून त्या वेळचे माझे वरिष्ठ व विभागाचे सचिव श्री. एम. डी. देशमुख यांना भेटलो. कार्यमुक्तीसाठी विनंती केली. त्यांनी अभिनंदन करीत मला सांगितले, 'अरे, समर्थन करण्यापेक्षा स्वतःच्या सामर्थ्यावर विश्वास ठेवित, मोकळ्या मनाने उत्तम काम कर.' त्यांच्या त्या एका वाक्यातही माझ्या व्यक्तिमत्त्वाचे बरेचसे परीक्षण होते. त्या एका वाक्याने माझ्या मनात व विचारात एक वेगळे तेज व धारणा चमकून गेली. एक वेगळी दृष्टी प्राप्त झाली.

माझी अधीक्षक अभियंता म्हणून पहिली पदस्थापना पुणे पाटबंधारे मंडळात झाली. व्यवस्थापन व महत्त्वाची मोठी कामे, जबाबदारी असणारे हे पद माझ्यासारख्या अगदी नव्याने पदोन्नत अधिकाऱ्यास दिल्याने शासकीय कामकाजाबाबत एक वेगळाच अनुभव व विश्वास माझ्या मनात निर्माण झाला. माझ्यापेक्षा सेवाज्येष्ठ व व्यवस्थापनाशी अधिक परिचित अधीक्षक अभियंता उपलब्ध असताना माझी पदस्थापना या महत्त्वाच्या व प्रतिष्ठेच्या पदी करणे, हा माझ्यावर दाखविलेला मोठा विश्वास म्हणावा लागेल. मलाही या मागची नेमकी कारणमीमांसा ध्यानात आली नाही. नेमणुकीबाबत फार चिकित्सा न करता अधिक महत्त्वाचे काम करण्याची मनाची तयारी होती. पडेल ते कष्ट करण्याची उभारी व उमेद यामुळे मी कार्यभार स्वीकारला.

ज्या मंडळ कार्यालयात मुलाखतीद्वारे मी कनिष्ठ अभियंता म्हणून पाटबंधारे विभागातील सेवा सुरू केली त्याच मंडळात मी विभागप्रमुख अधीक्षक अभियंता म्हणून कार्यभार स्वीकारताना, एक वेगळाच आनंद व स्वाभिमान मनात जाणवत होता. व्यवस्थापन व लाभक्षेत्र विकास कामाचा अनुभव पाठीशी असल्याने सिंचन व्यवस्थापन फार तपशिलाने व जवळून पाहिले होते; अनुभवले होते. पाणी व्यवस्थापनाच्या आदर्श तत्त्वांची अंमलबजावणी करण्याची ही एक आव्हानात्मक संधी या निमित्ताने मला प्राप्त झाली होती. एक वेगळी प्रतिष्ठा व विस्तृत व्यवस्थापनाची जबाबदारी, अशा दोन्हीही आनंद देणाऱ्या बाबी अनुभवास येत होत्या.

पुणे पाटबंधारे मंडळात अधीक्षक अभियंता म्हणून मी कार्यभार स्वीकारला. अत्यंत मानाच्या व व्यवस्थापनाची मोठी जबाबदारी असणाऱ्या या पदावर कामाची

व्याप्तीही मोठी होती. क्षेत्रीय प्रशासकीय कामे व कार्यक्षेत्र मोठे असल्याने कामाचे नियंत्रण व अंमलबजावणी, वेळेचे बंधन अधिक गुंतागुंतीचे बनत गेले.

परिमंडळीय अधीक्षक अभियंता म्हणून आस्थापनेची विस्तृत जबाबदारी या पदावर सोपविलेली होती. आस्थापनेच्या अनेक वादग्रस्त बाबी, विशेषत: मागासवर्गीयांचा पदोन्नतीवरील अनुशेष या बाबी अधिक तपशिलाने व काटेकोरपणे पालन केल्याने त्यातून होणारा अन्याय वाढीव प्रमाणात दूर करता आला होता. नियमानुसार जी पदे मागासवर्गीयांना पदोन्नतीने देय ठरतात त्याबाबतही अनेक वेळा नियमांचा कीस काढत पदोन्नती रेंगाळत ठेवली जाते. अशा काही प्रकरणी नेमकी सकारात्मक कार्यवाही प्रस्तावित करून, निर्णय घेत अंमलबजावणी करण्यात आली. अगदी नियमाच्या चाकोरीतून न्याय देता येतो, याचा वेगळा स्वतंत्र अनुभव घेता आला. अन्याय दूर केल्याने देखील न्याय दिला जातो; मात्र न्याय देण्याच्या प्रयत्नातच अन्याय होत असतो. अनेक तरतुदी, नियम व सेवा शर्ती यामुळे आस्थापनेचे काम दिवसेंदिवस अधिक किचकट व कठीण बनत चालले आहे.

सिंचन व्यवस्थापनाच्या कामकाजात पाणीवाटप व पाणी मोजमापाचे काही मूलभूत अडचणीचे प्रश्न चिरस्थायी बनले आहेत. पाणी उपलब्धता मर्यादित असल्याने व लाभक्षेत्र विस्तृत असल्याने पाण्याची गरज चढत्या भाजणीमध्ये वाढत राहते. रब्बी व उन्हाळ्यातील पाणीवापर अधिकाधिक गुंतागुंतीचा बनत चालला आहे व भविष्यात ही गुंतागुंत आणखीनच वाढणार आहे. पूर्ण व्यवस्थापन यंत्रणेतील पाणीवापर हा अनेक वर्षांच्या अनुभवाने प्रस्थापित झाला आहे. मंजुरीपेक्षा अधिक उभे पीकक्षेत्र व विहिरीतला कालवा संलग्न उपलब्ध पाणीसाठा सतत बदलत असतो.

पीक लावले की ते कापणीपर्यंत जोपासावेच लागते. या सर्वांत महत्त्वाचे नियंत्रक व स्रोत पाणी हेच असते. कालव्यातील पाणी भूजल उपलब्धतेतील तूट भरून काढण्यासाठी विविध मार्गांनी व पद्धतीने वापरले जाते; पण त्याचा काटेकोर हिशेब मांडला जात नाही. सिंचन कायद्यातील पाटमोट संबंध या कलमाचा स्वत:ला सोयीस्कर अर्थ लावून पाणी हिशेबातली लवचिकता वापरता येते. लाभधारक व सिंचन कर्मचारी यातील घनिष्ठ संबंधातून सोयीची कार्यप्रणाली विकसित करण्यात आली आहे.

सिंचन व्यवस्थापनातील पीकक्षेत्रावर पाण्याविना क्वचित पीकहानी अनुभवास येते. तीही मुख्यत: दुष्काळी वर्षांत दिसून येते. सध्यातरी लाभक्षेत्रातील अनियंत्रित व सतत बदलक्षम असे ऊस क्षेत्र हीच कालवा व्यवस्थापनातील मुख्य अडचण आहे. कालव्यातील सतत बदलता पाणीनाश हा असे बदल समायोजित करण्यास प्रशासन व लाभधारकांच्या मदतीला येतो. त्यामुळे अधिक पाणीनाश नोंदवून,

अधिक पाणी वापराचे तंत्र क्षेत्रीय यंत्रणेत लाभधारकांची सोय या भूमिकेतून स्वीकारले गेले आहे.

विहिरीवरील ऊस व बागायत क्षेत्र बदलत असल्याने व त्यावर प्रशासनाचे नियंत्रण नसल्याने कालवा निरीक्षक व शाखा अधिकारी या स्तरावर या बाबी समजून किंवा न समजताही अव्याहत चालू ठेवल्या जातात. नेमके वापरलेले पाणी व भिजलेले क्षेत्र ज्ञात झाले की, सर्व संदिग्धता व चुका लक्षात येणे अपेक्षित असते; पण याबाबत पाणी मोजण्यातच मूलभूत फरक जाणीवपूर्वक घडवून आणला जातो. पाण्याचे गेज व प्रवाह यांचा हिशेब अनुभवाने प्रस्थापित करून घेऊन पाणी व्यवस्थापनात अनिश्चितता व अव्यवस्था कागदोपत्री प्रस्थापित करण्यात आली आहे. अर्थात हे माझे वैयक्तिक मत व अनुभव असला तरी, या क्षेत्रात काम करणाऱ्या सर्वांचाच प्रत्यक्ष अनुभव असाच असावा असे माझे प्रामाणिक मत आहे.

पुणे पाटबंधारे मंडळात अधीक्षक अभियंता म्हणून काम करताना सिंचन कार्यक्रम व पाण्याचा हिशेब घेण्यासाठी पूर्ण व्यवस्थेचा असा अभ्यास करण्याचा मी मनापासून प्रयत्न केला. उपविभाग व शाखा स्तरापर्यंत माहिती फेरसंकलित केली. पाणीवहन व वाटप कार्यक्रम तयार केला व नेमकी सुधारणा पूर्वनियोजित करून उद्दिष्टे ठरविण्यात आली. प्रत्यक्ष अंमलबजावणी, प्रत्यक्ष कार्यवाहीचा क्षेत्रीय आढावा, पाहणी व मोजणी काटेकोरपणे करण्यात आली. दोन उन्हाळ्यांत अशा काटेकोर व्यवस्थापनाचा परिणाम म्हणून चांगल्या पद्धतीने सिंचन कार्यक्षमतेत सुधारणा होत असल्याचे अनुभवास आले. पूर्ण कालव्याचे रोटेशन चार्ट तयार करून कार्यक्षम पाणी वापराचे तंत्र व मंत्र वास्तवात आणण्यासाठी जाणीवपूर्वक प्रयत्न करण्यात आले. अतिरेक किंवा अव्यवहार्यता टाळण्याचा प्रयत्न केला. केवळ वाईट गोष्टीचाच नव्हे, तर चांगल्या गोष्टीचाही अतिरेक अडचणीचा ठरतो.

अतिरेकाचे कारण माणसाच्या मनोरचनेत असते. मनाला गतिशील राहण्याकरीता एक लय साधावी लागते. ओळखीचा मार्ग सुरक्षित वाटतो, म्हणून तीच गोष्ट करण्याकडे मानवी मनाचा स्वाभाविक कल असतो. प्रस्थापित सिंचन व्यवस्थापन व पाणीवाटप यामध्ये लवचिकता निर्माण करीत कार्यक्षम बनविणे, हा नेमका हेतू मनात असल्याने एका वेगळ्या बांधिलकीने, कार्यवाहीची दिशा ठरविली व तशीच ती तळमळीने, शिस्तीने अनुसरली व कार्यान्वित केली. अशा या दृष्टिकोनाचे व कार्यवाहीचे मूल्यमापन करणे व नेमके परिणाम मोजणे ही अल्प कालावधीत साधता येणारी बाब नाही. काही काळाच्या सातत्याने मात्र हे साधणे शक्य आहे. न्याय्य व कार्यक्षम पाणी वापराची प्रक्रिया अवघड व गुंतागुंतीची असली तरी ती अशक्य व दुरापास्त नक्कीच नाही.

ऑगस्ट १९८८मध्ये म्हणजे जेमतेम एक वर्ष चार महिन्यांत माझी बदली पुणे

पाटबंधारे मंडळातून इतरत्र करण्यात आली. कोणतीही पूर्वकल्पना किंवा तक्रार अथवा उणीव नसताना अवेळी बदली करण्यात आली. सचिव पातळीपर्यंत समक्ष भेटूनही बदलीचे योग्य स्पष्टीकरण किंवा खुलासा प्राप्त होऊ शकला नाही. राजकीय स्तरावरून ही बदली करण्यात आल्याचे प्रशासकीय स्रोतांकडून सांगण्यात आले. तत्कालीन मुख्यमंत्र्यांच्या आदेशावरून बदली करण्यात आल्याचे चौकशीअंती समजले. पुणे पाटबंधारे मंडळातून विहित कालावधी पूर्ण होण्याअगोदरच काही कारण नसताना माझी अन्यायाने बदली करण्यात आली होती. विरोधाची धार न ठेवता मी ती स्वीकारली.

शिस्तप्रिय मुख्यमंत्री हेच पाटबंधारे मंत्री असताना असा अन्याय होणे अशक्य वाटले, म्हणून समक्ष वैयक्तिक संपर्क साधला असता कोणतेही सयुक्तिक कारण न सांगता, 'मी सांगतो म्हणून बदलीच्या ठिकाणी हजर व्हा' असे सांगण्यात आले. मी दोन दिवस अवधी मागितला तर तोही न देता एकतर्फी कार्यभार स्वीकारण्यास श्री. आर. व्ही. चव्हाण या माझ्या सहकाऱ्यास सांगण्यात आले. अगदी नाइलाज म्हणून मग मीच समजूतदारपणे कार्यभार स्थानिक स्तरावर नियमित होण्यासाठी स्वीकारार्थ सही केली.

अजूनही या बदलीमागचे कोडे मनात तसेच आहे. त्याचे उत्तर सापडू शकले नाही. तार्किकतेने मी एक मागासवर्गीय अधिकारी व माझ्या जागी येणारा अधिकारी पूर्वपरिचित व राजकीय संबंधाने अधिक जवळचा असल्याने असा भेदभाव होत असल्याचा अन्वय काढता आला. त्या वेळी माहिती अधिकाराचा कायदा आस्तित्वात नव्हता. प्रशासनाची गोपनीयता असे कारण देऊन अशा अन्यायावर पांघरूण घालत सोयीस्करपणे कार्यवाही करता येते. अगदी बळजबरीने मला हा अन्याय स्वीकारावा व सहन करावा लागला.

१ सप्टेंबर, १९८८ रोजी मी पुणे पाटबंधारे प्रकल्प मंडळ या कार्यालयाचा कार्यभार स्वीकारला. या वेळी माझे नियंत्रक अधिकारी म्हणून श्री. आर. के. इनामदार नंतर श्री. एस. ई. भेलके असे मुख्य अभियंता दर्जाचे अधिकारी होते. यातील श्री. इनामदारसाहेब हे सिंचन व्यवस्थापन व मंत्रालयीन कामकाज यात अत्यंत अनुभवी व तज्ज्ञ होते. शिवाय तत्त्वनिष्ठही होते. त्यामुळे माझ्या अकाली बदलीचे त्यांनाही वाईट वाटले.

पण, शासनाचे आदेश म्हणून स्वीकारणेच भाग पडले. श्री. भेलकेसाहेब हे अत्यंत सरळ स्वभावाचे व शांत प्रवृत्तीचे अधिकारी असल्याने प्रकल्प मंडळात काम करताना त्यांच्याशी सहज समन्वय जमून गेला. अडचणीत व गुंतागुंतीच्या विषयात अत्यंत कुशल निर्णय व निःस्पृह कार्यवाही यामुळे त्यांचेकडे काम पर्वणीच होती. पुणे पाटबंधारे मंडळातून प्रकल्प मंडळाकडे बदली म्हणजे तशी प्रतिष्ठेच्या दृष्टीने

अवमानकारक वाटत असली तरी, अवेळी बदलीचा अन्याय स्वीकारल्यानंतर ही बाब स्वीकारणे व्यवहार्य होते व विसंगत ठरण्यासारखेही नक्कीच नव्हते. एका मोठ्या अवमानानंतर छोटा अवमान सहज सवयीचे बनतात. निदान मनातील अंतर्गत विरोध कमी जाणवतो.

पुणे पाटबंधारे प्रकल्प मंडळात अधीक्षक अभियंता म्हणून, अनेक मोठ्या प्रकल्पांच्या बांधकामाची जबाबदारी सोपविण्यात आली होती. खडकवासला, चासकमान, भामा आसखेड, नीरा देवघर, गुंजवणी अशा अनेक प्रकल्पांची विविध स्तरावरील कार्यवाही या मंडळाकडे विविध टप्प्यांवर प्रगतिपथावर होती. खडकवासला व चासकमान हे प्रकल्प पूर्णत्वाच्या दृष्टीने अधिक गतिमान व प्रगत अवस्थेत होते. बाकीचे प्रकल्प बांधकामाच्या प्राथमिक अवस्थेत होते. खडकवासला प्रकल्पामध्ये वीर बाजी पासलकर धरण वरसगाव हे काम मुख्य धरण बांधकामाच्या अंतिम टप्प्यावर होते.

धरणांची काही अंतिम स्वरूपाची कामे, वरसगाव व पानशेत येथील विद्युतगृहे दोन्हीसाठी स्वतंत्र स्विचयार्ड व नंतर एकत्रित स्विचयार्ड तयार करून तेथून ११ किलो व्होल्ट दाबाची विद्युतनिर्मिती व तिचे १३२ किलो व्होल्टच्या दाबाने विजेचे वहन महाराष्ट्र वीज मंडळाच्या मुख्य वाहिनीस जोडण्याचा मूळ प्रस्ताव होता; परंतु चिंचवडच्या पुढे वनविभागाच्या क्षेत्रात या जोडवाहिनीस ही उच्च दाबाची मोठी विद्युतवाहिनी उभी करण्यास हरकत घेण्यात आली. केंद्र शासनाची परवानगी प्राप्त झाल्याशिवाय विद्युत वाहिनीचे काम करू नये, असे स्पष्ट आदेश प्राप्त झाले होते.

व्यवहाराच्या दृष्टीने दोन्ही धरणांत पाण्याचा साठा पूर्ण क्षमतेने उचित प्रमाणात उपलब्ध होत होता. तोही खात्रीशीर व दरवर्षी होत होता. याशिवाय पावसाळ्यात अतिरिक्त पूरप्रवाह सांडव्यांवरून सोडावा लागत असे. विद्युतनिर्मितीसाठी अत्यंत उपयुक्त व सोयीची अशी ही परिस्थिती होती. शिवाय, पानशेत व वरसगाव दोन्ही विद्युतगृहं चाचणी घेऊन स्वतंत्र स्विचयार्डसह वापरण्यास तयार होती. पिण्यासाठी, सिंचनासाठी व पुराचे पाणी अपरिहार्यपणे नदीत सोडणे भाग पडत होते. या सोडण्यात येणाऱ्या पाण्याची स्थितिजन्य ऊर्जा गतिजन्य ऊर्जेत रूपांतरित करून वीजनिर्मिती करण्याचा प्रस्ताव होता. दरवर्षी काही दशलक्ष युनिट वीजनिर्मिती सहज शक्य होती. केवळ मुख्य विद्युत वाहिनीचे काम केंद्राच्या परवानगीसाठी अडल्याने ही वीज तातडीने वापरणे शक्य होईना.

म्हणून मग विद्युत विभागाच्या तज्ज्ञाच्या साहाय्याने पुण्याच्या लोकल लोडसाठी ही वीज वापरण्याचे ठरविण्यात आले. यासाठी २५ ते ३० किलोमीटर लांबीची स्वतंत्र विद्युत वाहिनी कमी दाबाच्या विद्युत भारासह (२२०००व्होल्ट्स) तयार करणे भाग पडले. हे काम अगदी मोजक्या कालावधीत व तातडीने पूर्ण करणे

आवश्यक होते. अन्यथा विजेची सहज उपलब्ध शक्ती विनावापर वाया घालविणे भाग पडणार होते. बरे, केंद्र सरकारच्या वन विभागाची परवानगी या बाबी प्रदीर्घ कालावधीसाठी प्रलंबित राहतात. म्हणून सामाईक स्विचयार्डमध्ये आनुषंगिक बदल करून, नवीन विद्युत वाहिनी टाकून पुणे शहर विभागासाठी या वीजनिर्मितीचा वापर करता आला. अत्यंत काटेकोर नियोजन व समन्वय राखून हे काम वेळेत पूर्ण झाले नसते, तर बराच काळ हा विद्युत निर्मितीचा लाभ घेता आला नसता. पण वेळेवर निर्णय व तितकीच तत्पर अंमलबजावणी यांतून हे काम विद्युत निर्मिती क्षेत्रात आपली मोलाची भर व सहभाग देण्यास सक्षम झाले.

खडकवासला कालव्याची काही अस्तरीकरणाची कामे, १६५किलोमीटरच्या पुढील बांधकामे व कालव्याच्या अंतिम टप्प्याची बरीचशी कामे विशेष लक्ष घालून पूर्ण करण्यात आली. नेमकी पाणी वहनाशी संबंधित मुख्य कालव्यांची व शाखा कालव्यांची कामे व उपकालव्यांची सर्व प्रकारची कामे करण्यात बरेच लक्ष व पाठपुरावा करावा लागला. पण उपलब्ध अनुभवी क्षेत्रीय संघटना, स्थानिक लोक प्रतिनिधी यांच्या समन्वयाने कामाला चांगली गती देऊन, अनेक वर्षे रेंगाळलेली महत्त्वाची कामे, बांधकामे व वितरण व्यवस्थेची कामे तातडीने पूर्ण करण्यात आली. अनेक जलसेतू व पाइप कल्व्हर्ट यांची कामे, सतत समन्वय, चर्चा व पाठपुरावा करून पार पाडण्यात आली. त्याचा या भागास प्रत्यक्ष सिंचनाचा लाभ प्राप्त होण्यास व वितरण व्यवस्थेच्या निर्मितीस मोठी मदत झाली.

याच वेळी नीरा डावा कालवा व खडकवासला उजवा कालवा यांना जोडणाऱ्या सणसरकटचे काम हाती घेण्याची मागणी आली. त्याचा अभ्यास करून प्रकल्प अहवाल तयार केला. त्यास प्रकल्पाच्या विस्तारित व्याप्तीत प्रशासकीय व तांत्रिक मान्यता घेतली. तीन किलोमीटर लांबीचा बोगदा व सात किलोमीटर उघडा कालवा अशा स्वरूपात प्रत्यक्ष कामाची अंमलबजावणी करण्यात आली. तीन किलोमीटरचा बोगदा पूर्ण करून निधीची उपलब्धता करून घेऊन या कालव्याचे ही काम वेळेत पूर्ण करण्यात आले होते.

पवना धरणाचे विद्युतगृहही याच वेळी चाचणी घेऊन पूर्ण करून कार्यान्वित करण्यात आले होते.

चासकमान प्रकल्पातील भूसंपादन, पुनर्वसन व धरणाची मुख्य नदी पात्रांतील घळभरणीची कामे तातडीने पूर्ण करणे आवश्यक होते. वाड्यासारखे मोठे गाव पाण्याखाली बुडणार असल्याने त्याचे स्थलांतर हे एक मोठे आव्हान होते. लोकांचे सहकार्य असले तरी, योग्य भूसंपादन मोबदला व पुनर्वसन कार्यवाही यांचा उचित आग्रहही होता. त्या वेळी पुण्याचे जिल्हाधिकारी व कमिशनर यांनी वैयक्तिक स्तरावर फार मोलाचे सहकार्य केले. विशेषत: सर्व संबंधितांच्या बैठकी क्षेत्रावर

घेऊन महसूल विभागाच्या सहकार्याने त्यांच्या मागण्या व पुनर्वसनाची कामे याबाबत निर्णय घेऊन कामे अंतिम स्वरूपात हाती घेऊन, घळभरणी करण्याचा निर्णय करण्यात आला होता. सर्व संबंधित विभागांनीही आवश्यक सहकार्य करण्याचे मान्य केले. विभागीय आयुक्त श्री. बोंगीरवार व जिल्हाधिकारी श्री. श्रीनिवास पाटील यांचे मोलाचे सहकार्य लाभले. कार्यकारी अभियंता श्री. आर. एस. गायकवाड यांचेही महत्त्वाचे योगदान या कामाच्या अंमलबजावणासाठी उपलब्ध झाले होते.

चासकमान प्रकल्प डाव्या व उजव्या कालव्याची कामेही पद्धतशीर नियोजन करून तातडीची व महत्त्वाची कामे प्राधान्याने हाती घेऊन पूर्ण करण्यात आली होती. विशेषत:, जलसेतू व मोठी बांधकामे प्राधान्याने हाती घेऊन पूर्ण केली होती. स्थानिक लोकांचे सहकार्य व संपर्क हे फार महत्त्वाचे अंग काळजीपूर्वक हाताळावे लागले होते. कालव्याची दुष्काळातील जुनी कामे नव्या सरेखेवर उपयोगात आणून, खोल खोदाई व उंच भराव यासाठी अधिक काटेकोर गुणवत्ता नियंत्रण राखावे लागले होते. कालव्याचे बरेचसे काम नदीपर्यंत पाणी पोचविण्याच्या हेतूने पूर्ण करण्याचा प्रयत्न केला. दुष्काळी भागासाठी जलसाठेनिर्मिती व पाणीवहन व्यवस्था अशी एकत्रित कामे आखणी करून हाती घेण्यात आली. वहनक्षमता व कालव्याचे काम यांचे लाभक्षेत्र विचारात घेऊन वर्गवारीने विभाग तयार करून कालवा व वितरण व्यवस्थेची कामे कार्यान्वित करण्यात आली. अत्यंत मोठ्या प्रमाणावर प्रगती व पाणीवापर क्षमता याबाबत विशेष जबाबदारी पार पाडता आली होती. एकूणच, लाभक्षेत्राच्या प्रगतीच्या बाबतीत स्वत:चा सहभाग उचलून प्रयत्नपूर्वक सिंचन क्षेत्र नवनिर्मितीचे उद्दिष्ट साध्य करता आले.

याच कालावधीत भामा आसखेड, नीरा देवघर या प्रकल्पांची प्राथमिक कामे हाती घेण्यात आली होती. पाटबंधारेमंत्री व मुख्यमंत्री यांच्या प्रमुख उपस्थितीत कोनशिला बसवून कामे सुरू झाली होती. कृष्णा खोऱ्यातील महत्त्वाचे जलसाठे निर्मितीचे व वापराचे उद्दिष्ट गाठण्यासाठी मला या पदस्थापनेत महत्त्वाचा हातभार लावता आला व पुरेसा सहभागही उचलता आला. अनेक वर्षे रेंगाळलेली ही कामे, विशेष प्रयत्नाने व स्थानिक धरणग्रस्तांच्या सहकार्याने कार्यान्वित करताना मोठी कसरत करावी लागते. अभियंत्यापेक्षाही समाजकामाची बंधने अधिक मूलगामी व महत्त्वाची ठरतात. शासकीय अधिकारी पदाची जबाबदारी व त्या पलीकडील सामाजिक बांधिलकी लक्षात घेऊन कार्यवाही करताना वेगळा आनंद व निर्मितीचे समाधान नक्कीच हाती येते. प्रतिकूलता म्हणजे आव्हान असते व नवीन संकल्पना, विचारशक्ती यांचे ते उगमस्थान असते. कार्यकारी अभियंता एस. जी. कोळी, पानसे, मोडक, खेडकर यांच्या भरीव सहकार्यानेच ही सर्व मोठी आव्हाने कार्यक्षम पद्धतीने पार पाडता आली.

मला शासनसेवेत काम करताना माझ्या अभियंता या तांत्रिक क्षमतेचा वेगळा, अनोखा आविष्कार अनुभवता आला, त्याचे कारण कामाशी माझी जवळीक व निष्ठा होती. ही जबाबदारी मी नेहमी आनंदाने व उत्साहाने स्वीकारली. तेथे स्थिरावत व स्वत:ला हरवण्याची सवय बनत गेली. काय करावे, यापेक्षा जे केले ते अधिक महत्त्वाचे व गरजेचे समजून केले की, त्याचे महत्त्व आपोआप द्विगुणित होत जाते. उपलब्ध सहकाऱ्यांना विश्वासात घेत जबाबदारी सोपविली की, काम यशस्वीपणे पूर्ण करण्याची खात्री होत जाते. आपण काय करतो त्यापेक्षा संपूर्ण संघटना किती चांगले काम करते यावर आपल्या कामाचे यश अवलंबून असते.

नेमणुका, वैयक्तिक अडचणी या सर्वांचा केंद्रस्थ विचार नेमका ओळखून, प्रश्नांची उकल साधता आली की, ती नेमके समाधान व पूर्तीचा आनंद बहाल करून जाते. प्रत्येक व्यक्ती, कुटुंब, गाव, राज्य व राष्ट्र अशी शृंखला केंद्रस्थ जाणिवा रुंदावत नेते. एक उद्दिष्ट गाठताना सर्वांचीच प्राप्ती सहज घडून जाते. विचारांची खोली व अनुभवाची उंची यांना तुमची परिमाणे देता येतात. कल्पनेतील उत्कृष्ट व प्रत्ययकारी अनुभव यातील वेगळेपणा सहज जाणता येत नाही. स्वीकार प्रत्येक प्राप्त बाबींचा आणि आनंद त्यात रमण्याचा, हा फॉर्म्युला जगण्याची उमेद वाढवितो. विशेषत:, शासकीय नोकरीत तर मोठी सामाजिक कामे व विकास प्रक्रिया तुमची प्रतीक्षा करीत असते. खूप मोठे व अनोखे समाधान व आनंद सेवा करताना सहज प्राप्त करता येते.

विहित कालावधी पूर्ण केल्यानंतर शासन हिशेबानुसार अडीच वर्षांच्या कामकाजानंतर ठाणे पाटबंधारे मंडळात अधीक्षक अभियंता पदावर माझी बदली करण्यात आली.

मी एप्रिल १९९१मध्ये ठाणे पाटबंधारे मंडळात अधीक्षक अभियंता म्हणून कार्यभार स्वीकारला. कोकणातील नैसर्गिक परिस्थितीचा वेगळेपणा दुरून पाहिला होता; पण प्रत्यक्ष अनुभवला नव्हता. तीव्र उताराची खडकाळ जमीन व त्यावर धो धो कोसळणारा भरपूर पाऊस, लघुत्तम लांबीच्या व आकाराच्या नद्या व नाले, नारळ, पोफळी व बागांनी नटलेली शेती व भाताचे प्रमुख पीक होणारी शेती असा वेगळा थाट व साज प्रत्येक भेटीत प्रत्यक्ष अनुभवास येई.

कार्यभार स्वीकारतानाच कामाची माहिती घेताना प्रमुख निरीक्षणे चर्चेत स्पष्ट होत होती. उद्योगधंद्यासाठी प्राधान्य व त्यासाठी पाणीसाठ्याची निर्मिती ही कोकणातील जलनियोजनातील तातडीची गरज होती. जलसाठा निर्मितीतही महत्त्वाची अडचण जमिनीची उपलब्धता, संपादन आणि वन जमिनीसाठी केंद्राची मान्यता या बाबी प्राधान्याने व कौशल्याने हाताळणे आवश्यक होते. प्रथमदर्शनी ढोबळ आढाव्यातच नियोजन व विकासाची ही मूलसूत्रे लक्षात घेत नव्या पदावर कामकाज वेगाने सुरू केले होते.

ठाणे व रायगड या दोन जिल्ह्यांतील प्रकल्पांची अंमलबजावणी मुंबई शहर व आजूबाजूचा परिसर व त्यातील औद्योगिक विकास या दृष्टीने जास्त महत्त्वाची बनत चालली होती. भरपूर पाऊस पडूनही उन्हाळ्यात पिण्यासाठी पाणी नाही, अशी या क्षेत्राची नेहमीची अडचण होती.

बांधकाम व्यवस्थापनाशिवाय कोकणामधील जलसंपत्तीचा अभ्यास हे या मंडळाचे महत्त्वाचे काम होते. सर्व पर्जन्यमापन केंद्रे व सरितामापन केंद्रे यांचे नियमित संचलन राखणे व उपलब्ध माहितीचे संकलन करणे, अशी महत्त्वाची जबाबदारी या मंडळाकडे सोपविण्यात आली होती. वर्षभर संकलित माहितीची एकत्रित छपाई व नेमका हिशेब पुस्तिकेच्या स्वरूपात प्रकाशित करण्यासाठी खूप मेहनत व पाठपुरावा करणे आवश्यक असते. त्यासाठी संगणक प्रणालीचा वापर करून नव्याने प्रपत्रे व पुस्तके तयार करण्यात आली. या संगणक प्रणालीद्वारे पूर्ण कोकण विभागातील प्रत्येक खोऱ्याचा नियोजित प्रकल्प स्थळांतील पाणी उपलब्धतेचा हिशेब नव्यानेच तयार करण्यात आला.

मंडळ कार्यालयातील शाखा अभियंता श्री. वाघोलीकर यांच्या मदतीने नवीन संगणकप्रणाली विकसित करण्यात आली होती. मागील काही वर्षांची माहिती विस्कळीत व अपूर्ण स्वरूपात उपलब्ध होती. तिचे विचारपूर्वक व्यवस्थित संकलन करून जलसंपत्ती उपलब्धतेची वर्षनिहाय स्वतंत्र संगणक पुस्तिका तयार करून प्रसिद्ध करण्यात आली होती. कोकणामधील कोणत्याही नदी खोऱ्यांत विवक्षित ठिकाणी प्रत्येक वर्षी किती जलसंपत्ती उपलब्ध झाली याचे नेमके उत्तर या संगणक प्रणालीत सहज उपलब्ध होऊ शकत होते. तीनशेपेक्षा जास्त जलमापन व शंभरपेक्षा जास्त सरितामापन केंद्राचा एकत्रित हिशेब व मेळ घालण्याच्या दृष्टीने ही प्रणाली फारच उपयुक्त, सोपी व सुटसुटीत तयार करण्यात आली होती. या सर्व केंद्रांची माहिती गोळा करणे, त्यांची पाहणी व देखभाल करणे, त्यासाठी तपासणी आणि नियंत्रण राखणे, या बाबी खूप किचकट व व्यवस्थापनाच्या दृष्टीने अडचणीच्या होत्या; पण त्यातही शिस्त व समन्वय घालण्याची सूत्रबद्ध कार्यपद्धती विकसित करून कामकाज सुलभ व सुरळीत ठेवण्यात आले होते.

आणखी एक महत्त्वाचे अंग म्हणजे या मंडळाच्या नियंत्रणाखाली चार जिल्ह्यांकरिता जलविद्युत प्रकल्पांचा अभ्यास व सर्वेक्षण यासाठी तीन स्वतंत्र कार्यकारी अभियंता कार्यरत होते. जलविद्युत प्रकल्पांचाही मास्टर प्लॅन तयार होता. या सर्व प्रकल्पांचे विविध टप्प्यांवरील संशोधन अहवाल तयार करून त्यास शासन मान्यताप्राप्त करणे, हे आवश्यक व तातडीचे काम होते. कोकणातील सह्याद्रीच्या घाटातील ५०० ते ६०० मीटर उंचीचा फरक, हा अशा प्रकल्प आखणीस उपयुक्त ठरत असे. वापरण्यायोग्य पाणीसाठा निर्मिती व विद्युत गृह, असे दोन स्पष्ट भाग या

प्रकल्पात येतात. घाटावर पाणीसाठ्यासाठी जागा उपलब्ध होणे व कोकणातील विद्युतगृहासाठी जागा उपलब्ध होणे, अधिक महत्त्वाचे ठरते. अशा वेळी वन जमिनीचा प्रश्न हा कळीचा मुद्दा होऊ पाहत आहे.

अशा प्रकारच्या बऱ्याच योजना या उदंचन जलविद्युत प्रकल्प स्वरूपाच्या असल्याने कोकण पायथ्याजवळील उपलब्ध पाणी उचलण्यासाठी रात्रीच्या वेळी पर्यायी वापर करता न येणारी अतिरिक्त वीज उपलब्धता हा महत्त्वाचा घटक आहे. महाराष्ट्र राज्य विद्युत महामंडळाकडून तसे वीज उपलब्धतेचे प्रमाणपत्र उपलब्ध झाल्याशिवाय या योजनेची आखणी अंतिम करता येत नाही. सातत्याने चर्चा व पाठपुरावा करूनही अतिरिक्त विद्युतशक्ती उपलब्धतेचे नेमके अंदाज उपलब्ध होऊ शकले नाहीत. परिणामी, तीन विभाग कार्यरत असतानाही उदंचन जलविद्युत योजनेचा एकही अंतिम अहवाल तयार होऊ शकला नाही. पूर्व प्राथमिक स्तरावरील व प्राथमिक स्तरावरील प्रकल्प अहवाल तयार करण्यात आले व पुढील कार्यवाहीसाठी मुख्य अभियंता यांच्याकडे पाठविण्यात आले; पण अंतिम टप्प्यांचा अहवाल त्या वेळी तयार होऊ शकला नाही. पाणी उचलण्यासाठी विजेची अनुपलब्धता हाच यातील मुख्य वादग्रस्त घटक कळीच्या मुद्द्याच्या स्वरूपात अनुत्तरित राहतो.

त्या काळात मंडळ कार्यालयातील सर्वच लेखा व प्रशासन शाखेकडील संपूर्ण कामेदेखील संगणक प्रणालीवर घेण्यात आली होती. त्यामुळे कामाचा वेग व गुणवत्ता वाढण्यास व उंचावण्यास मदत झाली होती. इतर शासकीय कार्यालयांत उपलब्ध संगणकाचाही फारसा वापर होत नसताना कोकण विभागाचे तत्कालीन मुख्य अभियंता श्री. आर. जी. कुलकर्णी यांच्या कुशल मार्गदर्शनाने व पाठपुराव्यातून संगणकीकरणाद्वारे आधुनिकीकरण व प्रशासकीय सुधारणा करणे शक्य झाले.

पाणी व्यवस्थापनाचे व पाणीपट्टी वसुलीचे कामही संगणकप्रणाली वापरून प्रथम अद्ययावत करण्यात आले. थकबाकीचे वर्गीकरण व पृथ:करण करून, मोठ्या थकबाकीसाठी उद्दिष्टे ठरवून कार्यवाही करण्यात आली. बैठका, चर्चा आणि पाणी नियंत्रण अशा त्रिसूत्रीतून मंडळातील सिंचन महसूल दरवर्षी मागील वर्षाच्या तीन पट करण्यात माझ्या कार्यकाळात यशस्वी होता आले. सातत्याने तीन वर्षे असा उपक्रम साधता आल्याने पाणी वापर व सिंचन व्यवस्थापन यातही लक्षणीय सुधारणा करता आली.

पाणी व्यवस्थापनासाठी वितरण व्यवस्था, पाइप वितरण पद्धतीचा वापर करण्यासाठी जागतिक बँकेच्या तरतुदीनुसार अभ्यास, पथदर्शी प्रकल्प व प्रत्यक्ष अंमलबजावणी करण्यात आली होती. या अभ्यासातून 'पाइप वितरण' पद्धतीवर एक तांत्रिक पुस्तक लिहून केंद्र सरकारच्या स्तरावर सायन्स व तंत्रज्ञान विभागाकडून ते संदर्भ पुस्तिका म्हणून प्रकाशित करण्यात आले. ही एक महत्त्वाची तांत्रिक

उपलब्धी कायमस्वरूपी निर्माण करता आली, हे मी माझे मोठे भाग्य समजतो. कार्यालयीन कार्यपद्धतीनुसार विशिष्ट विषयावर मी बरेच चिंतन व टिपणे तयार केली. वेळोवेळी ती शासनास सादर केलेली आहेत. काही मात्र पुस्तकाच्या स्वरूपात वितरित होऊ शकली नाहीत, अशा माझ्या काही पुस्तकांची यादी परिशिष्ट तीनमध्ये नमूद केली आहे.

असे सुरळीत कामकाज प्रगतीत असतानाच त्या वेळचे सचिव श्री. व्ही. पी. शिपीसाहेब यांच्या शिफारशीने व कौतुकाच्या चार शब्दांनी माझी नेमणूक ऑक्टोबर ९३मध्ये कोल्हापूरमधील वारणा प्रकल्प मंडळात अधीक्षक अभियंता म्हणून करण्यात आली. वारणा व दूधगंगा प्रकल्पावरील श्री. शिपीसाहेब यांच्या प्रदीर्घ कारकिर्दीतून करण्यात आलेल्या कामांचे पुढील सातत्य राखण्याच्या उदात्त हेतूने श्री. शिपीसाहेबांनी माझी बदली वारणा प्रकल्प मंडळ कोल्हापूर येथे करून घेतली. अगदी शुद्ध प्रशासकीय हेतूने व कामाच्या आत्मीयतेतून त्यांनी उचललेले हे पाऊल ही माझ्यासाठी अप्रत्यक्ष शाबासकी, माझ्यावरील त्यांचा विश्वास व कौतुकच होते.

अत्यंत आनंदी व कृतार्थ शब्दांपलीकडील उदात्त भावनेने मी ठाणे येथून कोल्हापूरला ३ नोव्हेंबर, १९९३ रोजी हजर झालो. माझे परम मित्र अधीक्षक अभियंता एम.इ. दळवी यांचेकडून कार्यभार स्वीकारला. कामाची प्रत्यक्ष सुरुवात करण्यापूर्वींच आमच्या दोघांमध्ये आपुलकीचे व आपलेपणाचे असे धागे अगोदरच जुळलेले असल्याने एक वेगळा उत्साह व विचारधारा मनात गुंजन करत होती.

मंडळातील कार्यभार पदसूचीचे अवलोकन करतानाच या मंडळातील परंपरा व कामकाज यांचा सहज अंदाज करता येत होता. खात्यातील अत्यंत ज्येष्ठ व अनुभवी तज्ज्ञ अभियंत्यांनी या मंडळाची धुरा सांभाळली असल्याने मंडळ कामास एक वेगळी शिस्त व वळण आपोआपच प्राप्त झालेले होते. मंडळातील अभियंते व प्रशासन व्यवस्था ही अत्यंत अनुभवी व कार्यकुशल होती. कामाची नेमकी माहिती व ज्ञान प्रत्येक स्तरावर उचित प्रमाणात उपलब्ध होते आणि प्रकल्प यशस्वितेसाठी हीच पूर्वपीठिका आवश्यक होती. कामाची प्रगतीही अगदी पूर्णत्वाच्या टप्प्याकडे झुकलेली होती. कामाचे नेमके तंत्र व मंत्र सुनियंत्रित स्वरूपात राबविले असल्याने पुढचे टप्पे कार्यान्वित करणे अपेक्षित होते.

त्यातल्या त्यात त्या कालावधीत पाटबंधारे विभागाचे राज्यमंत्री श्री. सदाशिवराव मंडलिक हे कोल्हापूर जिल्ह्यातील असल्याने एक वेगळे प्राधान्य व महत्त्व उर्वरित कामास प्राप्त झाले होते. मंडळस्तरावर कार्यकारी अभियंता श्री. खाडिलकर, उपविभागीय अभियंता श्री. सुहास कुलकर्णी हे अत्यंत जाणकार, अनुभवी व कार्यक्षम अभियंते कार्यरत होते. त्यांना कामाची पूर्ण माहिती व अभ्यास असल्याने कामकाजात सलगता व सातत्य राखणे सुलभ बनले होते. अनेक बारकावे, घटना,

प्रसंग व व्यक्ती याची नोंद करण्यासारखी असली तरी येथे तपशिलाला फारसे महत्त्व न देता, ठळक बाबींसह हे कथन करण्यात आले आहे.

प्रथमत:, कार्यभाराचे स्वरूप पाहता दोन्ही मुख्य धरणांची उर्वरित कामे पूर्ण करणे, विशेषत: पाणीसाठा पूर्ण क्षमतेने करणे व नियंत्रक बांधकामांची कामे पूर्ण करणे, दोन्ही प्रकल्पांतील कालव्याची कामे व जलविद्युत प्रकल्पांची प्रगतिपथावरील कामे पूर्णत्वास नेऊन जलविद्युतनिर्मिती सुरू करणे असे महत्त्वाचे टप्पे कामांच्या यादीत अंतर्भूत होते. दोन्ही प्रकल्पांतील धरणांची कामे मोठ्या ठेकेदारांमार्फत प्रगतिपथावर होती; मात्र कालव्याची कामे विस्कळीत स्वरूपात कार्यवाहीत होती. विद्युतगृहाची कामेही ठेकेदारांची नियुक्ती होऊन प्रगतिपथावर होती. पायाखोदाई व पायाभरणीची महत्त्वाची कामे अगोदरच पूर्ण झाली असल्याने या कामासाठी फार अडचणी नव्हत्या.

सर्व खाणी, रस्ते, मशिनरी, यांत्रिकी उपकरणे व दरवाजे हे क्षेत्रावर उपलब्ध झालेले होते. त्यांची उभारणी व चाचणी मात्र करून घेणे आवश्यक होते. वारणा धरणावर वालेचा ब्रदर्स व दूधगंगा धरणासाठी एशियन कन्स्ट्रक्शन कंपनी या मोठ्या ठेकेदारांची कामे प्रगतिपथावर होती. या दोन्ही धरणांत अंशत: जलसंचय पूर्वीच करण्यात आलेला होता. उपलब्ध पाणी नदीत सोडून पिकांसाठी काही प्रमाणात उपलब्ध करून देण्यात येत होते. प्रत्यक्ष कालव्यांद्वारा पाणीपुरवठा करण्याची सुरुवात करण्यात आली नव्हती; पण या भागात शेतकऱ्यांची उसाची शेती व कारखानदारी आधीच प्रस्थापित झालेली होती. उसाच्या क्षेत्राचा विस्तार, पाण्याच्या उपलब्धतेनुसार व शेतकऱ्यांच्या सोयीनुसार अगोदरच प्रस्थापित झाला होता.

राधानगरी सिंचन प्रकल्पातील कार्यप्रणालीनुसार लाभक्षेत्राखालील नदीत कोल्हापूर पद्धतीचे बंधारे बांधण्यात आलेले आहेत व त्या बंधाऱ्यांतून उपसा सिंचनाने पाण्याचा वापर प्रामुख्याने ऊस व इतर बागायत व बारमाही पिकासाठी करण्यात येतो. येथील शेतकऱ्याकडे वैयक्तिक शेतीक्षेत्र धारणा लहान आकाराची असल्याने त्यात जास्तीतजास्त उत्पादन काढण्याच्या दृष्टीने शेतकरी सतत प्रयत्नशील असतात. सिंचनासाठी अत्यंत पोषक असे वातावरण व विचारधारणा लाभधारकांत अगोदरच मुरलेली असल्याने बंधाऱ्यात पाणी उपलब्ध झाले की उर्वरित सर्व व्यवस्थापन शेतकरी स्वत:च्या प्रयत्नाने अत्यंत कार्यक्षम राखण्याचा प्रयत्न करतात. पाण्याचा प्रत्येक थेंब वापरून सर्व उपलब्ध क्षेत्रांतून कमाल उत्पन्न घेण्याची ही मानसिकता, हा मोठा नावीन्यपूर्ण भाग कोल्हापूर व सांगली जिल्ह्यात दिसून येतो.

दक्षिणेकडील तीन-चार जिल्ह्यांत पाणीवापर व पाणी नियोजन याबाबत शेतकऱ्यांमधील जागृती व आपलेपणा अत्यंत आदर्श व उच्च प्रतीचा आढळून

येतो. असा तो इतर प्रकल्पांवर सहसा दिसून येत नाही. वैयक्तिक व सार्वत्रिक स्वरूपात सुसूत्र, शिस्तबद्ध व कार्यक्षम पद्धतीने करण्यात येत असल्याने, खऱ्या अर्थाने पाण्याचा लाभ द्विगुणित केला आहे. सिंचनासाठी पाणी वापराची एक आदर्श अशी व्यवस्था प्रचलित व वापरात असल्याने येथील प्रकल्पाची ती मोठी जमेची बाजू आहे. नदीतून पाण्याचा उपसा सिंचनाने होणारा वापर व तीव्र उताराचे लाभक्षेत्र, यामुळे पाण्याचा निचराही पुन्हा नैसर्गिकरीत्या नदीलाच पोहोचतो. स्थानिक विहिरीलाही त्याचा लाभ मिळतो.

कृष्णा पाणी लवादातील पाणीवापर सूत्राप्रमाणे जलसाठेनिर्मिती हे प्रथम प्राधान्य होते. त्या दृष्टीने उपलब्ध निधी प्रामुख्याने धरणाच्या कामासाठी वापरण्यात येत होता. कालव्याची कामे प्राधान्य व गरज या दोन्ही दृष्टीने दुय्यम प्राधान्यात येत असल्याने निधी उपलब्धतेनुसार अगदी तातडीची व महत्त्वाची निवडक कामे हाती घेण्याचे धोरण होते.

वारणा प्रकल्पात सांडव्याची उर्वरित कामे पूर्ण होऊन सांडव्यावरील दरवाजे उभारणीही माझ्या कार्यकाळात पूर्ण करण्यात आली, त्यामुळे पाणीसाठ्यात मोठी वाढ झाली. जल व विद्युत विमोचकांची अंतिम स्वरूपाची काँक्रिटिंगची कामे, दरवाजे, हॉइस्ट व इतर आनुषंगिक यंत्रणा पूर्ण करून, त्यांची चाचणी पूर्ण करण्यात आली. विद्युतगृहाचे खूपच काम बाकी होते. मशिनरी उभारणीचे कामही प्रगतिपथावर होते. ही सर्व कामे, पुच्छ कालव्याची अंतिम टप्प्यांची कामे प्राधान्याने पूर्ण करण्यात आली. विद्युतगृहाचे स्विचयार्ड पूर्ण करून चाचणी घेण्यात आली व विद्युतनिर्मितीही सुरू करण्यात आली. वारणा मुख्य धरणाचे अंतिम देयकही अदा करून पूर्णत्व अहवाल तयार करण्यासाठी हाती घेतला होता; मात्र कालव्याची उर्वरित कामे प्रामुख्याने लहान-मोठी बांधकामे हाती घेऊन पूर्ण करून, पाणी खुजगाव जलसेतूतून उजव्या कालव्यास वळविण्यात आले.

उर्वरित कालवा कामांचे नियोजन व निधीनुसार, मातीकामे व बांधकामे प्रगतिपथावर ठेवण्यात आली. जवळजवळ ३७ टी.एम.सी. पाणीसाठा असणारे वारणा धरण पूर्णावस्थेस पाहताना निर्मितीचा एक वेगळा आनंद अनुभवता आला. या कामात शासनाकडील स्थापत्य अभियांत्रिकी विभाग, यांत्रिकी विभाग, विद्युत विभाग, गुण नियंत्रण विभाग अशा अनेक शाखांचे विविध अधिकारी व कामे, यांचा समन्वय व कार्यक्षम वापर करण्याची जबाबदारी मला पार पाडावी लागली. भूसंपादन व पुनर्वसनाची उर्वरित कामे पूर्ण करावी लागली. ही अत्यंत कालबद्ध व महत्त्वाची नियंत्रक कामे, अंतिम स्वरूपाची असल्याने खूप जाणीवपूर्वक व तांत्रिक क्षमतेने, संघटनाकौशल्य वापरीत व उचित पाठपुरावा करीत पार पाडावी लागली.

दूधगंगा प्रकल्प हा आंतरराज्य प्रकल्प असल्याने त्याच्या पूर्तीकडे कर्नाटक

शासनाचेही लक्ष होते व त्यांच्याकडून शीघ्र कार्यवाहीसाठी सतत पाठपुरावा करण्यात येत होता. धरणाचे मातीकाम साधारण पूर्ण होण्याच्या अवस्थेत होते. तरी काही अंतिम टप्प्यांची फिनिशिंगची माती धरणाची कामे पूर्ण करण्यात आली; मात्र दगडी धरणाचे काम फारच मागे राहिले, अगदी ४० टक्क्यांपेक्षाही कमी पाणीसाठा-निर्मिती झाली होती. म्हणून प्राधान्याने नदीपात्रातील दगडी धरणाचे काम सांडव्याच्या क्रेस्ट पातळीपर्यंत पूर्ण केल्यानंतर सांडव्याचे काँक्रीटही पूर्ण करण्यात आले. सांडव्यावरील दरवाजे उभारणी व आनुषंगिक सर्व कामे यांत्रिकी संघटनेच्या सहकार्याने पूर्ण करण्यात आली. विमोचकाच्या हॉइस्टची बांधकामे व उभारणी, विमोचक दरवाज्यांची चाचणी, ही किचकट कामे काळजीपूर्वक पूर्ण करण्यात आली. सांडव्यावरील दरवाजे उभारणी झाल्याने याही धरणात शंभर टक्के पाणीसाठा झाल्याचे पाहता आले. पुच्छ कालव्याची दुसऱ्या व तिसऱ्या टप्प्यांची कामे पूर्ण करणे क्रमप्राप्त असल्याने तीही विहित कालावधीत गरजेनुरूप पूर्ण करण्यात आली.

दूधगंगा या प्रकल्पातील विद्युतगृहाचे कामही फारच अर्धवट व विस्कळीत होते. त्यास वेग देऊन यांत्रिकी विभाग व विद्युतनिर्मिती यंत्रणेसह कामाचा समन्वय साधून प्रकल्पातून उपलब्ध पाण्याद्वारे वीजनिर्मितीसाठी प्रयत्न करण्यात आले. सर्व संयुक्तिक कामे पूर्ण करीत या जलविद्युत प्रकल्पातही प्राथमिक चाचणी घेऊन वीजनिर्मिती सुरू झाली. विशेषतः, विद्युतनिर्मितीनंतर पाणी पुच्छ कालव्यांद्वारे मुख्य कालव्यात सोडण्यात येत होते. कालवा चालू नसताना विद्युतगृहातील वीजनिर्मिती बंद न ठेवता पाणी पर्यायी व्यवस्थेद्वारा नदीला सोडण्यासाठी कालव्यावरील एस्केप पूर्ण करण्यात आला. खराब खडकांच्या अनेक अडचणी दूर करीत नदीपात्रातील सांडव्याचे दुसऱ्या व तिसऱ्या टप्प्याचे काम पूर्ण करून घेणे भाग पडले.

याच वेळी धरणस्थळी पर्यावरणवृद्धीसाठी सुंदर उद्याननिर्मिती नव्याने पहिल्यांदाच करण्यात आली. धरण पायथ्याजवळील जमिनीचे समतल प्लॉट तयार करून बागेची नियोजनपूर्वक रचना करण्यात आली होती. वृक्षारोपण, फुलझाडे, मृदसंधारण, पर्यावरण अशा अनेक बाबींची पूर्तता या बागेच्या निर्मितीतून साधता आली होती. दूधगंगा प्रकल्पाची बाग हे पर्यटनस्थळ म्हणून लोकांना आकर्षित करण्यासाठी विकसित करण्यात आले होते; पण नेहमीच्या शासन कार्यप्रणालीतील अनुभव येथेही पुन्हा आलाच. योग्य देखभाल व परीक्षणाअभावी आज त्या कामाचा विकास ठप्प झालेला दिसतो.

दूधगंगा प्रकल्पाच्या वितरण पद्धतीच्या अंमलबजावणीमध्ये माझ्या कार्यकालात दोन महत्त्वाचे टप्पे गाठता आले. दूधगंगा नदी बिद्री शाखेद्वारे वेदगंगा नदीला जोडली व त्याहूनही अवघड गोष्ट म्हणजे गैबी खिंडीतील बोगदा पूर्ण करून,

दूधगंगा प्रकल्पाचे पाणी पंचगंगेमध्ये सोडण्यात आले. गैबी बोगद्याचे काम ठरलेल्या कालावधीत पूर्ण करून, पाणी वापराचे व उपलब्धतेचे सूत्र बदलता आले. याचप्रमाणे कोल्हापूर शहरास पिण्याचे पाणी पुरवण्यात अधिक लवचिकता व शाश्वती आली. येथे पाइपद्वारे शहराला पाणीपुरवठा करण्याची भविष्यकालीन गरज तांत्रिक निष्कर्षातून व्यवहार्य असल्याने त्यासाठी कार्यवाही होणे आवश्यक आहे. शुद्ध व चांगल्या पिण्याच्या पाण्याच्या खात्रीशीर पुरवठ्यासाठी ही अटळ गरज असून, तिची अंमलबजावणी संबंधित विभाग व संस्थांकडून होणे गरजेचे आहे. तसेच कार्यक्षम पाणीवापर करण्याच्या दृष्टीने हितकारक ठरणारे आहे.

वारणा प्रकल्प मंडळात काम करताना खरोखरच अद्वितीय आनंद प्राप्त झाला. कामाचे तंत्र व मंत्र नेमके जाणणारे तत्कालीन अनुभवी कर्मचारी व कार्यकारी यंत्रणा ही खरोखरच मोठी जमेची बाजू होती. सातत्य व सचोटी या दोन्हींचा प्रत्यय येथे प्रकर्षाने आला. कृष्णा खोऱ्यातील महाराष्ट्राच्या दक्षिण विभागाची पाणी साखळीची संकल्पना या प्रकल्पाची उपयुक्तता अधिक वाढवणारी आहे. कृष्णा खोऱ्याच्या निर्मितीनंतर महामंडळाच्या नवीन कार्यप्रणालीची मुख्य गरज निविदा मसुदा ठरविणे ही होती. त्यानुसार अंमलबजावणीचे स्वरूप, वेग व गुणवत्ता नियोजित करता येणार होती. या निविदा समितीचा अध्यक्ष म्हणून या नमुना मसुदा निविदा तयार करण्याचे महत्त्वाचे काम करण्याचा योग मला आला. पाच प्रकारच्या वेगवेगळ्या निविदांच्या मसुदा पुस्तिका तयार करून अंतिम स्वरूपात वापरात आणता आल्या. या निविदा मसुद्यात नंतरही अनेक सुसंगत सुधारणा करण्यात आल्या. काही ठिकाणी स्थलकालनिहाय बदलही करणे क्रमप्राप्तच होते. शिवाय, काही ठिकाणी प्रकल्पनिहाय विशिष्ट तरतुदी अंतर्भूत करणे अनिवार्य झाले.

तरीही हाच नमुना नंतरही सर्वच महामंडळांना वापरणे शक्य झाले. खऱ्या अर्थाने बौद्धिक कौशल्य वापरण्यास व निर्मितिक्षमता वापरण्यास येथे मोठी संधी प्राप्त झाली. त्या वेळचे सचिव आर.जी. कुलकर्णी यांनी मला ही अमूल्य संधी आत्मविश्वासाने बहाल केली, त्यामुळे त्यांच्याबद्दलची कृतज्ञता माझ्या मनात दाटून आली.

कोल्हापूर येथील मुख्यालय निवासव्यवस्था अत्यंत उत्तम व सुखकारक आहे. पर्यावरण व हवामान पुण्या-मुंबईच्या तुलनेत अत्यंत शुद्ध व मोकळे असल्याने तसे आदर्शच म्हणावे लागेल. एक विचार व अनुभूती योगनिर्मितीस कशी प्रेरक ठरते, याचा वेगळा अनुभव मला आला. येथील कार्यकाळ पूर्ण झाल्याने व माझी पदोन्नती झाल्याने मला कोल्हापूरचा निरोप घ्यावा लागला. पदोन्नतीचा आनंद असला तरी, आवडत्या कामाचा व आवडत्या पर्यावरणाचा वियोग क्लेशदायक होता.

दूधगंगा धरण प्रकल्पावर अनेक अवघड कामे फार जबाबदारी घेऊन व

रात्रंदिवस खपून पूर्ण करण्यात आली. श्री. मंडलिक साहेबांच्या वरचेवर भेटी व प्रकल्प अंमलबजावणीतील सहभाग हा नोंद घेण्याइतपत लक्षणीय आहे.

मुख्य विमोचकातून पाणी सोडणे, दूधगंगेचे पाणी पंचगंगा व वेदगंगा नद्यांत सोडताना भव्य-दिव्य समारंभ करण्यात आला होता. सरकारी यंत्रणेचे उचित कौतुक व गौरवदेखील करण्यात आला होता. यातूनच आत्मविश्वास व आपुलकी वाढत गेली. सामाजिक, राजकीय, प्रशासकीय समन्वयाचे उत्तम उदाहरण म्हणजे दूधगंगा प्रकल्प म्हणता येईल. प्रकल्पनिर्मितीत एवढा आनंद व स्वयंस्फूर्त प्रतिसाद अन्यत्र अनुभवता आला नाही.

दूधगंगा प्रकल्पाच्या यशस्वी पूर्ततेनंतर २९ एप्रिल, १९९७च्या शासन आदेशाने माझी मुख्य अभियंतापदी पदोन्नती झाली. मुख्य अभियंता व महाराष्ट्र राज्य दुसरा सिंचन आयोग सचिव म्हणून औरंगाबाद येथे ही पदोन्नती करण्यात आली. इतरत्र कार्यकारी पदे रिक्त असतानाही मला हेतुपुरस्सर राजकीय व प्रशासकीय अंमलबजावणीत नेमणूक दिली नाही, असे सहज जाणवले. तथापि, ९ मे १९९७ रोजी मी औरंगाबाद येथे सिंचन आयोगाचा कार्यभार स्वीकारला. प्रसिद्ध जलतज्ज्ञ अ. चितळे हे या आयोगाचे अध्यक्ष असल्याने मला एका वेगळ्या व्यक्तिमत्त्वाच्या मार्गदर्शनाचा लाभ मिळाला.

जल व भूमी व्यवस्थापन (वाल्मि) या संस्थेच्या निसर्गरम्य परिसरात आयोगाचे कार्यालय होते. कार्यालयीन व्यवस्था, लायब्ररी, अद्ययावत प्रयोगशाळा, निवासव्यवस्था व इतर सर्व सुविधा फारच उत्तम होत्या. तसेच, प्रसन्न व मोकळे वातावरण कामाचा उत्साह वाढवणारे होते. व्यवस्थापन विषयाचे प्रशिक्षण देणाऱ्या या राज्यस्तरीय शिखर संस्थेचे मोठे नाव व तसाच आकर्षक कारभार जवळून अनुभवण्याची व आयोगाच्या कामासाठी त्याचा लाभ करून घेण्याची ही सुवर्णसंधीच होती. आयोगाची रचना व कार्यपद्धती ही त्याच दृष्टीने अत्यंत विचारपूर्वक, तज्ज्ञ मार्गदर्शकांच्या नेतृत्वाखाली तयार करण्यात आली होती.

१९६२च्या पहिल्या सिंचन आयोगाच्या पायावर या दुसऱ्या सिंचन आयोगाची निर्मिती प्रदीर्घ कालावधीनंतर झाली असल्याने त्याचे महत्त्व हे निर्विवाद अतिउच्च दर्जाचे होते. पाटबंधारे विभागातील कामात विविध पाणी लवादातील निर्णय व पहिल्या सिंचन आयोगाच्या शिफारशी हीच जलसंपदा नियोजनाची मुख्य विचारप्रणाली होती; पण कालपरत्वे कार्यपद्धतीत धोरणात्मक बदल करून ती अद्ययावत व विकासक्षम राखावी लागते. दुसऱ्या सिंचन आयोगात असेच अनेकविध विचार व धोरणे ठरविण्यासाठी कामकाज व विचारसंहिता ठरविण्याचे उद्दिष्ट होते. त्या दृष्टीने आयोगाची नेमकी कार्यकक्षा शासनाकडून तयार करून विहित करण्यात आली होती.

अशा पार्श्वभूमीवर मी प्रमुख ज्येष्ठ प्रशासकीय अधिकारी म्हणून आयोगाचा कार्यभार हाती घेतला होता. पूर्वीच या पदासाठी नियम, कामकाज किंवा नेमकी कार्यप्रणाली विहित करण्यात आलेली नव्हती. त्या वेळी दि. मा. मोरे हे अधीक्षक अभियंता या नात्याने आयोगाचा कार्यभार हाताळत होते. त्यांनी निवडक चाळीस विषयांची यादी व तज्ज्ञ व्यक्तींची निवड सूची तयार करून काही प्राथमिक स्वरूपाच्या टिपण्या तयार करून घेतल्या होत्या; परंतु आयोगाच्या अहवालाची नेमकी रूपरेखा व तपशील निश्चित करण्यात आलेला नव्हता. याबाबत नेमकी कार्यवाही व दिशा ठरविणे गरजेचे होते. अध्यक्ष म्हणून चितळेसाहेब रोज आयोगाच्या कामात सहभाग घेत होते व मार्गदर्शन करत होते. तरीपण विषयाची व्याप्ती व महत्त्व हे अतिशय व्यापक व धोरणात्मक असल्याने त्याचे बारकावे व तपशील ठरविणे तसेच महत्त्वाचे होते.

शासनाच्या ५ डिसेंबर, १९९५च्या निर्णयानुसार सिंचन आयोगाची नियुक्ती करण्यात आली होती. या निर्णयातील प्रस्तावनेत नमूद केले आहे की, स. गो. बर्वे यांच्या अध्यक्षतेखाली १९६०मध्ये महाराष्ट्र राज्याचा पहिला सिंचन आयोग स्थापन झाला होता. त्यानंतर ३५ वर्षांत अनेक पाटबंधारे प्रकल्प पूर्ण झाले. खेड्यात आणि शहरात राहणाऱ्या लोकांच्या टक्केवारीत मोठ्या प्रमाणात बदल झाला. जनतेच्या राहणीमानात बदल झाला असून, आता शासनाने पिण्याचे पाणी ही बाब सर्वोच्च प्राधान्याने मान्य केली आहे. त्यानंतर अन्नधान्यासाठी, सिंचन रोजगारासाठी, उद्योगधंदे याकरीता पाणी आरक्षण व जलविद्युतनिर्मिती या बाबींना प्राधान्यक्रम दिला आहे. या बदललेल्या परिस्थितीचा विचार करता राज्यातील सिंचनविषयक प्रश्न आणि जलसंपत्ती विकासाच्या संबंधित बाबी यांचा अद्ययावत अभ्यास करण्यासाठी व त्याबाबत अहवाल सादर करण्यासाठी एक आयोग नियुक्त करण्यास शासनाला आनंद होत आहे. हा आयोग महाराष्ट्र राज्याचा दुसरा सिंचन आयोग म्हणून ओळखला जातो.

आयोगाची नियुक्ती करताना आयोगाचे सल्लागार, अध्यक्ष व सदस्य यांची नेमणूक करण्यात आली होती. अध्यक्ष व तेरा सदस्य असे त्याचे स्वरूप होते. या निर्णयासोबत स्वतंत्रपणे आयोगाची कार्यकक्षा विहित करण्यात आली होती. त्यात नेमकी विषयसूची त्रोटक स्वरूपात विहित करण्यात आली होती. २० ऑक्टोबर, १९९७च्या शासन निर्णयातील कार्यकक्षेत काही वाढ करण्यात आली होती. त्यानुसार दुसऱ्या सिंचन आयोगाची कार्यकक्षा ही केवळ सिंचन या एकाच विषयाशी निगडित नसून, सिंचनाव्यतिरिक्त पाण्याशी निगडित विषयांचा अंतर्भाव असणारी होती. यामध्ये जलविद्युतनिर्मिती, कारखानदारीसाठी लागणारे पाणी, पाण्याचा पुनर्वापर, जलशुद्धीकरण, घरगुती वापराचे पाणी, ग्रामीण, शहरे, भूजल, अवर्षण-

प्रवण प्रदेश, पर्यावरण, पाणी वापरातील लोकांचा सहभाग, वन कायदा, पाण्याचे प्रदूषण, मृदसंधारण, मत्स्यपालन व पर्यटन या सर्व विषयांचा समावेश करण्यात आला होता. या सर्व विषयांची व्याप्ती 'सिंचन' या शब्दात समाविष्ट करणे प्रस्तुत ठरत असल्यामुळे, तसेच आयोगाच्या कार्यकक्षाही विस्तृत करण्याची गरज भासल्यामुळे आयोगाचे नामकरणही 'महाराष्ट्र जल व सिंचन आयोग' असे करण्यात आले.

आयोगाच्या अहवालाचे स्वरूप व विस्तृतता लक्षात घेऊन पाच खंडांत अहवालाची मांडणी करण्याचे ठरविण्यात आले व त्यासाठी नेमकी कार्यवाही व माहिती संकलनाची जबाबदारी निश्चित करण्यात आली होती. त्यानुसार क्षेत्रीय व कार्यालयीन कामकाजाचे नियोजन व आराखडा तयार करण्यात आला होता. आयोगातील सचिव व ज्येष्ठ अधिकारी या नात्याने या कार्यप्रणालीचे आयोजन व संकल्पन करण्याचे सद्भाग्य मला लाभले.

जून १९९९मध्ये या आयोगाचा अहवाल प्रसिद्ध झाला. अंमलबजावणीसाठी महासंचालक म्हणून पुन्हा माझी नेमणूक या आयोगात करण्यात आली होती. या आयोगाच्या कामकाजात एकदा बैठकीला जाताना मला एका अपघातास सामोरे जावे लागले. माझ्या कामाच्या सलगतेत अडथळा निर्माण झाला. विश्रांतीची व कौटुंबिक मदतीची गरज असल्याने मला पुणे मुख्यालयात बदली मिळण्यासाठी मी शासनाकडे विनंती केली. माझ्या विनंतीचा विचार होऊन माझी बदली १ फेब्रुवारी, १९९९च्या शासन आदेशाने पुण्यात 'महाराष्ट्र भूविकास महामंडळ मर्यादित' येथे मुख्य अभियंता व व्यवस्थापकीय संचालक म्हणून करण्यात आली.

ही बदली माझ्या विनंतीने करण्यात आली असली तरी, पुण्यातील या काळात कार्यकारी स्वरूपाची मुख्य अभियंत्याची पदे रिक्त होती. तथापि, काही हेतू व पूर्वग्रह दृष्टीने मला अशा पदापासून वंचित राखण्यात आले. फार तपशील किंवा नेमकी भूमिका नमूद करणे सोयीचे नसल्याने, त्याबाबतचा ऊहापोह जाणीवपूर्वक या आत्मकथनात मी टाळला आहे.

मी पुण्यातील महाराष्ट्र भूविकास महामंडळाचा निवासी मुख्यालयाचा कायमस्वरूपी कार्यभार स्वीकारला. माझा सहकारी असलेला मुख्य अभियंता व्ही.एन. पेंडसेकडून हा कार्यभार मी स्वीकारला.

या महामंडळात कार्यरत असताना एका लवादात सदस्य म्हणून काम करण्याचा योग आला होता. इतर दोन सहकाऱ्यांसह 'अपर पेनगंगा प्रकल्प' कामावरील वादाबाबत हे लवाद नेमले होते. त्याच्या कामकाजाला काही वेळ देता आला होता. महामंडळाचे वार्षिक अहवाल, आर्थिक तपासणी व ताळेबंद, सर्वसाधारण संचालक मंडळाच्या बैठकी, अशा प्रकारची कामे या महामंडळात करावी लागत होती. कामाला फारसा वाव नव्हता. तरीपण क्षेत्रीय अधिकाऱ्यांच्या बैठका, कर्जवसुली

आणि आढावा अशा तांत्रिक कामासही पुरेसा वेळ व महत्त्व देता आले होते. महामंडळाच्या धोरणात्मक बाबी, आस्थापना बाबी, मंत्रालयीन बैठका व पत्रव्यवहार, संचालक मंडळाच्या बैठका व समन्वय या बाबी कटाक्षाने, तत्परतेने व वेळच्या वेळी करण्यात आल्या होत्या. कृषी खात्याचा समन्वय व सहयोग आवश्यकतेनुरूप उपलब्ध करून घेण्यात आला होता.

पाटबंधारे विभागाच्या मूलभूत प्रवाहापासून काहीसे दूर व अलिप्त असे कामकाज या महामंडळाकडे विहित केले होते. ते समजण्यात व त्याची आवश्यकतेनुसार अंमलबजावणी करण्यात कालक्रमणा होत राहिली. पुन्हा सचिव या पदश्रेणीत काही पदे रिक्त असल्याने पदोन्नतीचा योग अपेक्षित होता. धारिका मंत्रालय स्तरावर विविध विभागांत कार्यवाहीत होती. सर्व गोपनीय असल्याने आस्थापना समितीच्या व निवड समितीच्या बैठका व हालचाली ज्ञात होत नव्हत्या; पण तरीही उत्सुकतेने व आतुरतेने पदोन्नतीची प्रतीक्षा सुरू होती. एकाच आदेशाने मुख्य अभियंता झालेले माझे सहकारी मुख्य अभियंता पदोन्नत होऊन एक वर्षाचा कालावधी झाला होता. त्यामुळे सेवाज्येष्ठतेनुसार मी पदोन्नतीच्या रांगेत विराजमान होतो व विचाराधीनही होतो. मला डावलून कनिष्ठांची पदोन्नती होण्याची शक्यता अजिबात नव्हती.

काही कार्यकारी संचालकांची पदे रिक्त असूनही कार्यकारी पदासाठी माझा विचार वेळेवर होत नव्हता. कारण अज्ञातच होते. कार्यकारी संचालकपदी अगोदर नेमणुका झाल्यावर वाल्मि व सिंचन आयोग अशी दोन महासंचालकांची अकार्यकारी पदे रिक्त असतानाही बरेच दिवस धारिका मंत्रालयात वर-खाली, विविध मजल्यांवर प्रवास करीत होती. शेवटी आमचा योग व नाइलाज म्हणून पुन्हा औरंगाबादमध्ये महाराष्ट्र जल व सिंचन आयोगात २९ ऑगस्ट, २००० रोजी महासंचालक म्हणून पदोन्नतीसह माझी पदस्थापना करण्यात आली.

मी शासन आदेशाचे अनुपालन करीत विनातक्रार मुक्त मनाने औरंगाबादमध्ये जल व सिंचन आयोगाच्या महासंचालक पदाचा कार्यभार स्वीकारण्यास हजर झालो. तत्पूर्वी आयोगाचा अंतिम अहवाल प्रसिद्ध झाला होता. त्याचे शासनस्तरावर वितरण व चर्चाही करण्यात आल्या होत्या. मंत्रिमंडळासही ही बाब अवगत करण्यात आली होती. त्यातील ३२९ शिफारशींची अंमलबजावणी शासन स्तरावरून होण्यासाठी त्याबाबत शासन स्तरावरील आदेश प्रस्तुत होणे आवश्यक होते. त्यानुसार कार्यवाही होण्यासाठी पुन्हा टिपणे काढणे व शासनाकडे पाठपुरावा करण्याचे काम व जबाबदारी, महासंचालक म्हणून माझ्याकडे सोपविण्यात आली होती.

आयोगाचे अध्यक्ष चितळेसाहेब यांची नियमित कामाची जबाबदारी संपुष्टात आली असल्याने त्यांचे गरजेनुरूप मार्गदर्शन अधूनमधून घेण्यात येऊन टिपणे तयार

करून शासनाकडे सादर करण्यात आली होती. समक्ष चर्चा व विचारविनिमय करूनही नेमके आदेश प्रस्तुत करण्यात शासनाच्या विविध विभागांकडून समन्वयाच्या काही अडचणी येतच राहिल्या होत्या. पाटबंधारे विभागाने एखादी शिफारस मान्य केली तरी, त्याचा अप्रत्यक्ष संबंध इतर विविध शासकीय विभागांशी जोडला जात असे. काही धोरण किंवा प्रशासकीय बदल हे सर्वांच्या सहमतीने होत असतात.

मी औरंगाबाद येथे कार्यरत असताना २९ ऑक्टोबर, २००१च्या आदेशाने माझी बदली नाशिकमध्ये महासंचालक महाराष्ट्र अभियांत्रिकी संशोधन संस्था व अभियांत्रिकी अधिकारी महाविद्यालय येथे करण्यात आली होती. बदली आदेशाच्या अनुपालनार्थ मी ८ नोव्हेंबर, २००१रोजी नाशिकच्या महाराष्ट्र इंजिनअरिंग रिसर्च इन्स्टिटट्यूटमध्ये (मेरी) महासंचालक म्हणून हजर झालो. ही बदलीही कोणत्या हेतूने करण्यात आली हे कोणासही माहीत नाही; परंतु सिंचन आयोगात जेमतेम एक वर्ष दोन महिने काम करण्याची संधी मला मिळाली.

नाशिक येथे महासंचालक महाराष्ट्र अभियांत्रिकी संशोधन संस्था व अभियांत्रिकी अधिकारी महाविद्यालयात हजर होताच विविध कामांचा आढावा घेऊन संस्थेच्या परिणामकारक कामकाजाच्या दृष्टिकोनातून नेमकी कार्यवाही करण्याचे मनातून योजिले होते.

त्या दृष्टीने मी या पदाचा कार्यभार स्वीकारल्यानंतर संस्थेतील संशोधन विभागाच्या कामांची व अभियांत्रिकी अधिकारी महाविद्यालयातील प्रशिक्षण कार्यक्रमाची माहिती करून घेतली होती. मेरीमध्ये होणाऱ्या चाचण्या, संशोधन आणि क्षेत्रीय अधिकाऱ्यांच्या नेमक्या गरजा यांचा समन्वय साधण्यासाठी काही भेटी व समक्ष चर्चा घडवून आणल्या.

अभियांत्रिकी अधिकारी महाविद्यालयासाठी अद्ययावत प्रशिक्षण कार्यक्रम आखला व प्रत्यक्ष प्रशिक्षण वर्गास भेटी देऊन मार्गदर्शन केले. दीर्घकालीन कामकाजाचे उद्दिष्ट डोळ्यांसमोर ठेवून सुरुवात करण्यात आली होती; पण येथेही स्थिरस्थावर होण्यापूर्वी अल्प कालावधीतच माझी बदली ठाणे येथे कोकण पाटबंधारे विकास महामंडळात करण्यात आला. मेरी, नाशिक येथे जेमतेम दोन महिनेच काम करण्याचा योग आला. शासन आदेशानुसार मी तातडीने ३१ डिसेंबर, २००१ रोजी ठाणे येथे कोकण पाटबंधारे विकास महामंडळाच्या कार्यकारी संचालक पदावर हजर झालो.

मुंबई व ठाणे परिसरात तिसऱ्यांदा काम करण्याचा योग आला. पूर्वी कोपरी वसाहत येथे अधीक्षक अभियंता म्हणून कामकाज केले असल्याने प्रकल्प व स्थानिक परिस्थिती बरीचशी पूर्वज्ञात व पूर्वपरिचित होती. कार्यभार घेताच महामंडळाच्या सर्व कामांची सद्य:स्थिती व अद्ययावत तपशीलवार माहिती सुरुवातीसच करून

घेतली. कोकणातील प्रशासन व सिंचन कार्यक्रमात शासनाने दुहेरी कार्यपद्धती अनुसरली होती. प्रचिलत शासन कार्यपद्धतीने काही कामे स्वतंत्रपणे मुंबईच्या मुख्य अभियंत्यांकडे व काही निवडक कामे शीघ्र अंमलबजावणीसाठी महामंडळाकडे सोपविण्यात आली होती.

महामंडळाचा व्याप अगदी आटोपशीर व मर्यादित असल्याने इतर महामंडळांच्या तुलनेत सर्वांत लहान व आटोपशीर असे 'कोकण सिंचन विकास महामंडळ' होते. कोकणातील अडतीस प्रकल्पांतील विविध टप्प्यांवरील कामांची अंमलबजावणी करणे, निधीची उपलब्धता विचारात घेऊन कामाचे नियोजन व आखणी करणे, या अनुषंगाने प्रशासकीय, तांत्रिक कामे व तपासण्या करून कामाची गुणवत्ता व प्रगती राखणे ही प्रमुख जबाबदारी कार्यकारी संचालक म्हणून माझ्याकडे सोपविण्यात आली होती. धोरणात्मक निर्णयासाठी संचालक मंडळ कार्यरत झालेले होते.

या महामंडळाच्या नियंत्रणात दोन अधीक्षक अभियंत्यांची कार्यालये उत्तर व दक्षिण कोकणसाठी स्वतंत्रपणे कार्यरत होती. पाटबंधारे मंत्री हे कोकण व कृष्णा खोरे महामंडळाचे अध्यक्ष होते. नियामक मंडळाचे मार्गदर्शन व सूचनेनुसार महामंडळाचा कारभार चालतो. या नियामक मंडळावर शासकीय व बिगर शासकीय सदस्य कार्यरत असल्यामुळे स्थानिक परिस्थिती व गरजा यांचा पूर्ण विचार व प्रतिबिंब कामकाजात नेमके अंतर्भूत होत असते. महामंडळाचे धोरण व कामकाज हे नियामक मंडळातून ठरत असल्याने अंमलबजावणी व प्रशासनाची मुख्य जबाबदारी कार्यकारी संचालकाकडे देण्यात आली होती.

निधी संकलन व निधी वितरण हे अत्यंत महत्त्वाचे काम व जबाबदारी प्रामुख्याने महामंडळावर येत असे. खात्याचे मंत्री हे अध्यक्ष असल्याने त्यांचेकडूनही याबाबत सतत मार्गदर्शन व पाठपुरावा करण्यात येत असतो. कोकण महामंडळाचे मुख्यालय मंत्रालयापासून जवळ असल्याने मंत्रालयीन सर्वच कामकाजाचा समक्ष लाभ या महामंडळाच्या कामकाजात होत असे. सचिव किंवा इतर विविध खात्यांकडील समन्वय तसा सुलभतेने साधता येत असे. समक्ष कर्मचारी पाठवून पाठपुरावा करण्यात सुविधा होत असे.

अजितदादा पवारसाहेब यांच्यासारखे कार्यकुशल मंत्री अध्यक्ष असल्याने कामाबाबत निर्णय व कार्यवाही अत्यंत कार्यक्षमतेने व तत्परतेने करता येत असे. कोकणामधील कामांचे स्वरूप व अडचणी या भौगोलिक परिस्थिती व स्थानिक परिस्थितीनुसार वेगळ्या प्रकारच्या असतात. वनजमीन व शेतजमीन संपादन व पुनर्वसन हे अधिक अडचणीचे व गुंतागुंतीचे प्रश्न सर्वच प्रकल्पांत प्रामुख्याने निर्माण होत असत; पण सतत पाठपुरावा व समन्वय याद्वारे प्रकल्प कामाला अपेक्षित निधी जमा होऊ शकला. क्षेत्रीय कामेही आवश्यक गती व गुणवत्ता राखून करण्यात येत होती.

तांत्रिक मार्गदर्शन व परीक्षण ही मुख्य अभियंता यांची जबाबदारी कार्यकारी संचालक म्हणून मी पार पाडत असे. घळभरणी व पाणीसाठा या मुख्य गरजांचे काटेकोर नियोजन करून कसोशीने पूर्तता करण्यात आली होती.

एकूणच, कामाचे व कामकाज पद्धतीचे नवे सूत्र व कार्यप्रणाली महामंडळाच्या माध्यमातून शासन कार्यक्रमात मला राबवता आली त्याचा आनंद व समाधानही मिळाले. कार्यकारी संचालक पदावरील अल्प जबाबदारीने एक वेगळा दृष्टिकोन दिला व कामकाजाची वेगळी झलक मला अनुभवायला मिळाली. अशा प्रकारे सुरळीत सेवा कालावधी सुरू असतानाच पुण्यात कृष्णा खोरे विकास महामंडळात माझी बदली कार्यकारी संचालक म्हणून झाली. ही माझी नेमणूक मात्र पूर्णपणे माझ्या कामाची पावती घ्यावी, अशा स्वरूपात अनपेक्षितपणे माझ्या वाट्यास आली होती. या बदलीमागे योगायोग असावा, असे सतत माझ्या मनात येत राहिले.

कृष्णा खोरे विकास महामंडळाची अत्यंत अडचणीच्या काळात वाटचाल चालू असताना ही जबाबदारी स्वीकारणे तसे फार सोयीचे व सोपे नव्हते. तरीही काम करायचे व तेही वाद व अडचणी असताना यात वेगळाच आनंद मिळतो. तसे महामंडळाच्या अत्युच्च प्रशासकीयपदी विराजमान होणे, हीही मोठी प्रतिष्ठेची बाब होती; कारण कृष्णा खोरे महामंडळ हे महाराष्ट्रातील सर्वांत मोठे व कार्यप्रवण असे महामंडळ आहे आणि म्हणून येथे काम करण्याची माझी निवृत्तीपूर्वीची अंतिम पदस्थापना मी तेवढ्याच आनंदाने व उत्सुकतेने स्वीकारली.

मी जून २००३मध्ये कृष्णा खोरे विकास महामंडळाचा कार्यभार स्वीकारला. निधीची मोठी अडचण महामंडळात पदोपदी व सर्वत्र जाणवत होती. अगदी कर्मचाऱ्यांचे पगारदेखील वेळेवर करता येत नव्हते. अनेक प्रयत्न व धावपळ करून निधीची जमवाजमव करून दर महिन्याला पगाराची सोय करावी लागत होती. कर्मचाऱ्यांचे मोर्चे व आंदोलने ही नित्याची बाब बनलेली होती. क्षेत्रीय कामापेक्षाही अंतर्गत अडचणीसाठी बरीच शक्ती व वेळ खर्ची करणे भाग पडत होते. निधी उभा करण्याचे महामंडळाचे अधिकार शासन स्तरावरून वित्तविभागाकडील एका स्वतंत्र कंपनीकडे सोपविण्यात आल्याने प्रयत्न करूनही निधी उपलब्ध होत नव्हता.

महामंडळाची पत व दर्जा अत्यंत खालावला असल्याने खुल्या बाजारात स्पर्धेतून पैसे उभे करण्याचे मार्गच शासन स्तरावरून बंद करण्यात आले होते. महामंडळातील कामकाजातील चढाईचा दोर कापून परतीचा मार्गच बंद झाल्याने कर्मचाऱ्यांना प्राणपणाने लढण्याशिवाय पर्याय नव्हता. महामंडळाची आर्थिक आघाडीवर फारच वाईट अवस्था झाली होती. ही लढाई मात्र अंतर्गत कर्मचारी कलह व स्वत: शासन यांच्याशी चालू ठेवावी लागत होती. या ना त्या मार्गाने निधी प्राप्त करून डोंगराएवढे उर्वरित काम उरकण्यासाठी विशेष प्रयत्नांची गरज होती.

प्रादेशिक असमतोल व त्यातून दांडेकर समितीने दर्शविलेला अनुशेष हे कलहाचे मुख्य कारण होते. कृष्णा खोऱ्याकडे मोठ्या प्रमाणात निधी उपलब्ध होऊन सर्व कामे खूप जोरात सुरू झाली होती. यामुळे विविध विभागांतील प्रगतीत जाणवण्याइतपत तफावत सहज ध्यानात येऊ लागली होती. विधिमंडळ स्तरावर याबाबत चर्चा व प्रश्नोत्तरे स्वरूपात सतत गोंधळाची स्थिती निर्माण होऊ लागली. येथूनच कृष्णा खोऱ्यातील सिंचन प्रकल्पांच्या कामांना खरा शासनअंतर्गत विरोध तयार झाला. कृष्णा पाणीवाटप लवादाचा निर्णय व त्याबाबत राज्याची भूमिका व जबाबदारी यांचा विचार बाजूस पडून असमतोलाचे शस्त्र वापरत कृष्णा खोऱ्याचे काम जवळजवळ ठप्प झाले होते.

काही प्रकल्पांवर मोठ्या प्रमाणावर झालेला खर्च व गुंतवणूक फलदायी होण्यापूर्वीच अनेक ठिकाणी विनावापर भांडवली गुंतवणूक पडून राहिली होती. उपसा सिंचन योजना अर्धवट स्थितीत पुढील कामकाजाची प्रतीक्षा करत अजूनही पडून आहेत. त्यांचा उपयोग शेतीसाठी करता येत नाही. काही ठिकाणी धरणात पाणीसाठे होऊनही कालवा व वितरण व्यवस्थेअभावी शेतीसाठी पाणी वितरण होत नाही. एकूणच महामंडळ निर्मितीचे स्वप्न भंग पावण्याच्या अवस्थेप्रत पोहोचले आहे.

प्रगतीची दौड थांबल्याने हताश व विकल मनाने क्रियाशील समाजकारण व राजकारण संधीची प्रतीक्षा करीत आहे. तीही अनिश्चित अवस्थेत व अडचणींच्या गराड्यामध्ये आहे. अशा या महामंडळामध्ये प्रशासकीय व तांत्रिक काम तसेच गुंतागुंतीचे व ओढाताणीचे बनले होते. त्याचा कारभार सांभाळण्याची कसरत करण्याची जबाबदारी कार्यकारी संचालक या नात्याने माझ्यावर येऊन पडली होती. कार्यालयीन कामकाज फारच वाढत्या प्रमाणात करावे लागत होते. अडचणी व प्रश्न यामुळे पत्रव्यवहार वाढत्या प्रमाणावर होत होता. महामंडळाचे कार्यक्षेत्र व प्रकल्पांची व्याप्ती ही फारच मोठी असल्याने संपर्क व चर्चा यासाठी कार्यालयीन कामकाजाचा बराचसा वेळ खर्च करावा लागत होता. भेटणाऱ्यांची गर्दी व प्रश्नांची गुंतागुंत यामुळे प्रत्येकाचे समाधान करणे किंवा उचित कार्यवाही करणे हे वेळकाढू व पुनरावृत्ती स्वरूपाचे बनत होते; पण अधिकारी व व्यक्ती म्हणून सामाजिक जाणीव समृद्ध होत काम करावे लागत होते.

तशी क्षेत्रीय स्तरावर प्रकल्पांची माहिती व पार्श्वभूमी ज्ञात असल्यामुळे प्रश्नांची उकल होण्यास सुलभ होत असे. कितीही काम केले तरी कमीच अशी अवस्था या महामंडळाच्या कामात मात्र प्रकर्षाने जाणवली होती. बरेचसे कामकाज नेमके मूल्यमापन किंवा मोजमाप न करता येण्यासारखे होते. मुख्य म्हणजे या महामंडळाच्या बाबतीत निधीची कमतरता असताना काम काही नसावे, असे सामान्य अंदाज मात्र नेमक्या विरुद्ध दिशेने कार्यरत होते. चक्रव्यूहासारखे अंतर्गत यंत्रणेत व कार्यप्रणालीत

अविरत फिरत राहावे लागत होते.

अनेक बाबी व त्याची बदलती स्वरूपे त्यामुळे अंतिमत: नेमके काय करता आले किंवा साध्य झाले हे स्वत:लाही सांगता येणे कठीण होत गेले. अशा वेळेला ग. दि. माडगूळकरांचं एक गीत आठवायचं-

उदासीन का वाटती आज तारा?

उदासीन का वाहतो आज वारा?

जगुनी जगी काय जीवा मिळाले?

तुझे पाखरा पंख सारे गळाले

तुझ्या कोटरी का तुझा कोंडमारा?

या महामंडळाच्या कामकाजात माझ्या मनाची अशी संभ्रमित अवस्था बनली होती.

कृष्णा खोरे विकास महामंडळातील माझे काम व जबाबदारी पार पाडण्यासाठी मी मनापासून प्रयत्न केले. प्रशासकीय काम व शिस्त हा पाठ एक नित्याचा भाग बनविण्यासाठी सर्व सहकाऱ्यांना बरोबर घेत, एक वेगळी नाती व नीती रुळविण्यासाठी जाणीवपूर्वक प्रयत्न केले. तांत्रिक जबाबदारी हाताळण्यास अभियंत्यासारखे अनेक ज्येष्ठ व कनिष्ठ अधिकारी कार्यरत असताना तांत्रिक बाबीबाबत मुद्दाम लक्ष घालण्याची मला माझ्या स्तरावरून फारशी तातडीची आवश्यकता वाटत नव्हती. तशी या पदासाठी शासनाची अपेक्षा व धारणाही नव्हती. काही निर्णयाचे किंवा अडचणीचे मुद्दे चर्चेंद्वारा किंवा बाह्य सल्लामसलीतून नियामक मंडळाच्या माध्यमातून सोडविता येणे शक्य असते.

महामंडळाची नेमकी गरज व काम काय होते? प्रामुख्याने निधी व त्यानुसार कार्यक्रम अंमलबजावणी व नियंत्रण अशी मुख्य अपेक्षा होती. खासगीकरणातून किंवा बिगर शासकीय स्रोतातून निधीची उभारणी व विनियोग ही मुख्य जबाबदारी शासनानेच धोरण म्हणून काही काळासाठी महामंडळाकडून स्वतंत्र दुसऱ्या शासकीय यंत्रणेकडे सोपविल्यामुळे निधी उभारणीचे बहुतेक मुख्य काम संपुष्टात आले होते. स्वतंत्र यंत्रणेची भूमिका सावत्र आईसारखी असल्याने नियमाच्या अधीन कार्यालयीन वेळेतच सर्व कामकाज करायचे अशी प्रचलित कार्यपद्धती वापरात आहे.

मग पाटबंधारे महामंडळासाठी निधी कसा उपलब्ध होणार? पर्यायी मार्गाचा विचारही सुरू झाला नाही व तसा तो प्रशासकीय स्तरावरही होऊ शकला नाही. राजकीय वाद व सामाजिक प्रश्न यातून विकास पूर्ण थांबणे अपेक्षित नाही व पुढेही कधी तसे कोणासही मान्य होण्यासारखे नाही. एका अवघड, न सुटणाऱ्या कोड्यासारखी परिस्थिती निर्माण झाली आहे. कृष्णा लवादाची बंधने व विभागीय अनुशेष यांच्या निधी उपलब्धतेबाबतच्या अडचणी सोडविताना वेगळा विचार विशिष्ट प्रगतीसाठी

अत्यावश्यक होता. तथापि, तो सर्वांना मान्य होण्यासारखा नव्हता.

राज्यातील टंचाईग्रस्त भागातील टंचाई कामासाठी राज्यपालांनी काही निधी उपलब्ध करून देण्याचे धोरण जाहीर केले. असा टंचाईग्रस्त भाग कृष्णा खोऱ्यात मोठ्या प्रमाणात अंतर्भूत होता. विशेषतः, कालवा लाभक्षेत्रात टंचाईग्रस्त भागाचा समावेश होत असल्याने कृष्णा खोऱ्यासाठी राज्यपालांनी विशेष भेट देऊन पाहणी केली. काही निवडक प्रकल्पांसाठी व निवडक कामांसाठी टंचाई निधी उपलब्ध केला. या निधीचे मुख्य नियंत्रण महसूल विभागाच्या अखत्यारीत येत असल्याने दोन्ही खात्यांच्या सहमतीने कार्यपद्धती ठरवून अंमलबजावणी करण्यात आली; पण दोन तज्ज्ञ एकत्र आले की वाद व्हायचाच. तसेच या निधी वितरणात अत्यंत किचकट कार्यपद्धती ठरविण्यात आली होती. त्यातील किचकटपणा सांभाळत काम करणे भाग पडले होते.

महसूल व वित्त विभागाच्या समन्वयाने व प्रशासकीय शिस्तीने कामाच्या अंमलबजावणीतील लवचिकता नष्ट होऊन अगदी नियमाच्या व कायद्याच्या चाकोरीतून कामकाज चालविणे भाग पडले होते. परिणामी, प्रगतीच्या मार्गात येणाऱ्या अडचणींमुळे फेरविचार करणे गरजेच झाले. या निधीसाठीही सामाजिक व राजकीय स्तरावरून हस्तक्षेप होऊ लागल्याने कामाचा वेग व व्याप्ती प्रत्येक वेळी बदलत गेली. श्रीमती झुत्सी व श्रीयुत नंदलाल अशा वित्त विभागाच्या ज्येष्ठ सचिवांनी वेळोवेळी मार्गदर्शन केले. तथापि, वस्तुस्थिती व वैयक्तिक अनुभव यांचा समन्वय साधताना पुष्कळदा नियोजनात व अंमलबजावणीतही अडचणी अनुभवास आल्या होत्या. त्यांचाही कामावर मोठा प्रभाव व परिणाम होत गेला.

भारत सरकारने सिंचननिर्मितीसाठी ए.आय.बी.पी. असा स्वतंत्र विकास कार्यक्रम हाती घेतला होता. त्यात बसणाऱ्या प्रकल्पास भारत सरकारकडून विशेष कर्ज रूपात निधी उपलब्ध करून दिला जात असे. हा निधी काही प्रमाणात अनुदान व काही आगाऊ भांडवली अर्थसाहाय्य अशा स्वरूपात प्राप्त केला जात होता. यासाठी एक मुख्य अट म्हणजे हा प्रकल्प केंद्रीय जल आयोगाकडून मान्यताप्राप्त असला पाहिजे. कृष्णा लवादाच्या मर्यादित पाणीवापर राखण्याच्या तरतुदीचा वापर करण्यासाठी केंद्रीय जल आयोगाने महाराष्ट्रातील नवीन प्रकल्पास मान्यता देण्याचे स्थगित केले होते. अशा प्रकारे कृष्णा खोऱ्याचे नवीन प्रकल्प केंद्रीय जल आयोगाच्या अटीची पूर्तता करत नसल्याने त्यास ए.आय.बी.पी.चा निधी जलसंपत्ती मंत्रालयाकडून पुरेशा प्रमाणात प्राप्त होऊ शकत नव्हता.

त्यातही ज्या प्रकल्पांना निधी प्राप्त करायचा, त्याचीही तरतूद भांडवली अर्थसंकल्पात राज्याच्या नियत वाट्यांतच भांडवली खर्चाच्या नियत निधीतून अंतर्भूत करायची दुसरी जाचक अट विहित करण्यात आली होती. अशा प्रकारे

अगदी अल्प प्रमाणात काही प्रकल्पांच्या कामास निधी प्राप्त झाला व त्यानुसार विहित कामे हाती घेऊन पूर्ण करण्यात आली. राज्याच्या कार्यक्रमातील सर्व बाबींचा या कार्यक्रमात समावेश नसल्याने अगदी निवडक बाबींवरच ही तरतूद वापरावी लागे; पण अगदीच थांबलेल्या कामाच्या चक्रास थोडीफार गती देण्यासाठी हे टॉनिक उपयुक्त झाले.

याच कालावधीत मोठ्या प्रमाणात बॉन्ड्सचे मुदतीनंतरचे पैसे परत करण्याचे मोठे काम, बंधनकारक स्वरूपाचे व वैधानिक जबाबदारीचे होते. एका वर्षात बँका व बॉन्डधारकांचे ८०० ते १००० कोटी रुपये परत करणे भाग पडले. महामंडळाकडे स्वत:च्या उत्पन्नातून निधी उपलब्ध होऊ न शकल्याने या निधीची शासन स्तरावरून विधिमंडळाच्या साहाय्याने तरतूद करून घ्यावी लागली होती. अर्थ विभागाकडे सतत पाठपुरावा करत, हा निधी प्राप्त करून सर्व संबंधितांना वेळेवर परत करता आला होता.

शासनाची पत व जबाबदारीची ही महत्त्वाची बाब असल्याने शासनाच्या या संदर्भातील अभिवचनाची उचित पूर्तता करण्याची दक्षता घेण्यात आली होती. बँका व इतर संस्था यांच्या समन्वयाने निधीचे वितरण अत्यंत सुलभतेने करता आले होते. बँकेनी केलेले सहकार्य मात्र याबाबतीत कौतुकास्पद म्हणावे लागेल. एवढ्या मोठ्या निधीचे व्यवस्थापन करताना त्याचा ताळेबंद, लेखापरीक्षण व बँकांशी समन्वय, या बाबी फार महत्त्वाच्या ठरतात. कंपनी म्हणून खासगी ऑडिटर नेमून लेखा तपासणी करणे, त्यातल्या त्यात विस्तृत क्षेत्रावर कार्यरत असलेल्या कार्यालय व बँकांचा समन्वय व समायोजन राखणे, अशी क्लिष्ट काम पूर्ण करावी लागत होती. वार्षिक ताळेबंद व नफा-तोटा पत्रक तयार करणे बंधनकारक होते. त्यासाठी तपासणी व प्राधिकृत लेखा तपासणी अधिकाऱ्यांकडून प्रामाणित लेखापरीक्षण यांचा उपयोग करावा लागत असल्याने हे काम अत्यंत काळजीपूर्वक व कालबद्धतेने पूर्ण करावे लागत होते. त्यातल्या त्यात वित्त विभागातील मुख्य लेखा अधिकारी व इतर अधिकारी यांचा पूर्ण गट या कामासाठी कार्यक्षम पद्धतीने उपयोगात आणता येत असे.

कृष्णा खोऱ्यातील पाणी वाटपासंबंधी लवादाचा निर्णय सद्य:स्थितीत पुनर्विचारासाठी पुनर्स्थापित लवाद मंडळाकडे सोपविण्यात आला असल्याने कर्नाटक, महाराष्ट्र व आंध्रप्रदेश यांच्या पाणीवाटपात पुनर्विलोकन व सुधारणा अपेक्षित आहेत. त्या दृष्टीने नवीन लवाद मंडळ कार्यरत असल्याने राज्याची बाजू मांडणे अत्यंत महत्त्वाचे आहे. सिंचनाची सद्य:स्थिती, सध्याचा पाणीवापर, प्रत्यक्ष पाणी उपलब्धता व भविष्यकालीन पाणी गरज, या महत्त्वाच्या बाबी राज्याच्या फायद्याच्या दृष्टीने मांडणे महत्त्वाचे आहे. त्यासाठी खूप काम व माहिती संकलन, युक्तिवाद व स्पष्टीकरण तयार करणे

आवश्यक आहे. हे काम स्वतंत्रपणे व जबाबदारीने होण्यासाठी शासन दक्षता घेत आहे. महामंडळाचा सहभागही यासाठी महत्त्वाचा आहे. त्या दृष्टीने स्वतंत्र कक्ष निर्माण केला आहे. त्याचे मोठे काम महामंडळ स्तरावरून हाताळावे लागते. ही धोरणात्मक व राज्य स्तरावरील महत्त्वाची बाब असल्याने हे काम फार मोलाचे आहे.

मोठे राजकीय व सामाजिक पाठबळ असूनही कृष्णा खोऱ्याचे काम अपेक्षित वेग घेऊ शकत नव्हते. सर्व पर्याय व युक्तिवाद दुर्बळ ठरू पाहत होते. जनमानसात या मोठ्या व गुंतागुंतीच्या कामाबाबत स्पष्ट कल्पना पोहचविता आली नाही. प्राधान्यक्रम किंवा स्वतंत्र कार्यक्रम निवड संहिता तयार होत नव्हती. सर्वच कामे एकाच वेळी पूर्ण होण्याची सर्वांनाच घाई होती; पण अडचणींवर नेमका तोडगा सापडत नव्हता. मोठ्या उपसा सिंचन योजनांच्या आड वीजटंचाईचे सावट हे मोठे संकट होते. कार्यान्वित उपसा सिंचन योजनाही वीज बिलाच्या होणाऱ्या खर्चाच्या अडचणीपोटी वापरात आणता येत नव्हत्या.

कृष्णा खोऱ्यातील कामाचे नियंत्रण व अंमलबजावणी ही शासकीय सेवा असली, तरी त्याद्वारे मोठ्या प्रमाणात समाजसेवा व पायाभूत विकासाची मूलभूत कामे करीत ती नवनिर्मितीची एक अपूर्व संधी होती. या संधीत पाणी उपलब्धतेपासून अंतिम पाणी वापरापर्यंतच्या सर्व व्यवस्थांचा अंतर्भाव होता. पाणी वापराचे नवे तंत्र वापरून, प्रत्येक क्षेत्रात पाणी काटकसरीने वापरून जास्त सिंचन क्षेत्र व वाढती लोकसंख्या, तसेच वाढते उद्योगधंदे यांची पाण्याची गरज भागविण्याचे अवघड गणित सोडवायचे होते.

शेती विकासासाठी जास्तीतजास्त क्षेत्रावर पाणी पोहोचविणे, पाणीनाश कमी करणे, नद्यांचे, नाल्यांचे नियंत्रण व सुशोभीकरण, निचऱ्याचे व पाणथळ जमिनीचे व्यवस्थापन, उपसा सिंचन व भूजल वापराचे नवीन उपाय करून लाभक्षेत्राबाहेरील शेतीसाठीही पाणी उपलब्ध करणे अशा अनेक प्रकारच्या विकास कामांची ही मोठी साखळी व आव्हानात्मक जबाबदारी आहे. विकास प्रक्रियेचे एक मुख्य तत्त्व व गरज म्हणजे पाणी उपलब्धता हेच आहे. कृष्णा खोऱ्याचे उद्दिष्ट या पाण्याची उपलब्धता व वापर वाढविणे हाच आहे. त्यामुळे त्याचे महत्त्व लक्षात घेता ही मोठी समाजसेवाच आहे हे सहज ध्यानात येते.

मनात अशी प्रभावी कल्पना ठेवून मी प्रेरित झालो होतो. ही अनेकांच्या सहभागाची व पूर्तता करण्याची प्रेरणा या सेवेच्या निमित्ताने उपलब्ध झाली होती.

ग्रामीण भागातून बालपण व्यतीत करताना त्या जीवनाशी बांधिलकी निर्माण झाली असल्याने कृष्णा खोरे महामंडळातील ही जबाबदारी व संधी माझ्या मनोभूमिकेस फारच उत्तेजित व उल्हसित करणारी होती. अनेकांनी उभारलेल्या या

विकासयज्ञात हे अल्प योगदान अर्पण करण्याची ही बहुमोल पर्वणी होती. तिचा माझ्या मनाप्रमाणे व कल्पनेप्रमाणे जास्तीतजास्त उपयोग करण्यासाठी सतत प्रयत्न करत राहणे, ही मोठी आनंदाची जबाबदारी होती. कामाचा वसा व त्यासाठी उपलब्ध संधी व त्या संधीतील आव्हाने, हे सर्व सेवेच्या उत्कृष्ट संधी प्राप्त करून देण्यास खऱ्या अर्थाने पुरेसे होते.

एका अभियंत्याच्या भूमिकेतून समाजनिर्मिती व उभारणी, तसेच विकासाच्या या संधी म्हणजे या अभियांत्रिकी तंत्राचाही गौरवच आहे. आपल्या ज्ञानाचा, बुद्धीचा, कौशल्याचा आणि अनुभवाचा वापर जास्तीतजास्त ग्रामीण लोकांकरीता करण्यासाठी ही अभियांत्रिकी पदवीची शाल उपयोगात आणता आली. अनेक मोठ्या विकास योजनांची उभारणी व पूर्तता वाढत्या प्रमाणावर होण्यासाठी काटेकोर अर्थाने पाणी हे अजूनही बंधन बनलेले नाही, हे अभियांत्रिकी कौशल्याचे दर्शक आहे.

उलट अर्थाने पाणीप्रश्न असले तरी ते सापेक्ष आहेत आणि ते सोडविण्यासाठी कृष्णामाईचे पाणी स्वयंभू वृत्तीने व सक्षमतेने कार्यरत आहे. कृष्णा खोऱ्याच्या जलसाखळीतून व जलसेवेतून समाजाला सुख व समृद्धीचा लाभ होत आहे व तो वाढत्या प्रमाणावर होत राहणार आहे. या खोऱ्यात त्यासाठी पुरेसे पाणी उपलब्ध आहे; पण त्याच्या वापराची व्यवस्था हेच महत्त्वाचे सूत्र कौशल्यपूर्वक अमलात आणण्याचे काम करावे लागणार आहे. अंतर्गत कलह व लवादातील पाणी वाटपाचे प्रश्न, हे काळाच्या ओघात सुटणार आहेत. आज सुटलेले प्रश्न भविष्यात नवीन प्रश्नांना जन्म देणार आहेत.

त्यासाठी उपाय व उत्तरे शोधण्याचे आव्हान समाजापुढे व त्यातल्या त्यात अभियांत्रिकी शाखेकडील कौशल्य वापरत स्थित स्वरूपात सातत्याने करावे लागणार आहे. खऱ्या अर्थाने अशा प्रश्नांना सुरुवात नाही व अंतकही नाही. विकास प्रक्रियेचे ते सोबती असून, त्यांचा सहभाग हेच या प्रक्रियेचे नेमके आव्हान आहे. वैयक्तिक भूमिका व कामकाज हे नेहमी महत्त्वाचा परिणाम साधणार असल्याने या सेवासंधीची उपलब्धी व काटेकोर अंमलबजावणी ही मोठी कर्तव्यपूर्ती ठरणार आहे.

कृष्णा खोऱ्याचे कर्मचारी हाही संख्येने मोठा वर्ग अंमलबजावणीत सहभागी आहे. या कर्मचारी वर्गाच्या सेवा अटी व सेवाशर्ती, बदली, पदोन्नती, कामकाज व सोयी-सवलतींबाबत बरेच प्रश्न सातत्याने कामात अडथळे व अडचणी निर्माण करत होते. वित्तीय नियम व लेखापद्धती, हाही महामंडळ कार्यपद्धतीचा आवश्यक भाग आहे. त्याची बंधने व पूर्तता कामाच्या पारदर्शक अंमलबजावणीसाठी महत्त्वाची बाब आहे. एकूणच, हा एक मोठा प्रवास आहे. त्याचा त्रास व आनंदही आहे. सामाजिक विकासाच्या या महत्त्वाच्या गुरुकिल्लीची राखण, वापर व संरक्षणाची महत्त्वाची संधी या सेवेतून उपलब्ध होताना, एक वेगळीच अनुभूती व प्रतिपूर्ती

सहज प्राप्त होत राहिली. या दिंडीचे वारकरी म्हणून आपली भूमिका प्रामाणिकपणे व निष्ठेने पार पाडली की, प्रतिपूर्तीच्या विठ्ठलदर्शनाची संधी सहज प्राप्त होणार आहे. जीवनाशी संलग्न अशा मोठ्या संकल्पनेचे नेमके यश किंवा नेमके मूल्यमापन स्थल व कालनिहाय व्यक्तिसापेक्ष बदलत जाणारे असल्याने त्याचा हिशेब करण्याची कल्पना अव्यवहार्यच ठरवावी लागेल.

वारणा प्रकल्पास राज्यपाल डॉ. पी. सी. ॲलेक्झांडर यांची भेट

श्री. गोपीनाथ मुंडे यांची दूधगंगा प्रकल्पातील गैबी बोगद्यास भेट

भामा आसखेड धरणाच्या भूमिपूजन प्रसंगी तांत्रिक माहिती देताना लेखक

वीर बाजी पासलकर धरणस्थळी विश्रामधामाच्या उद्घाटन प्रसंगी

वीर बाजी पासलकर धरणस्थळी वीर बाजी पासलकर पुतळ्याच्या अनावरण प्रसंगी

शिंदे कुटुंबीय - कौटुंबिक संगेलन

शाळेतील कार्यक्रम प्रसंगी
सौ. इंदूसोबत मुले

धाकटा भाऊ सुदाम व लेखक

महाळुंगे पडवळ येथील
जुने घर (जन्मस्थळ)

महाळुंग पडवळ येथे
वडिलांनी बांधलेले
सध्याचे घर

पुणे येथील जाई बंगला

दूधगंगा प्रकल्पस्थळी निवांत निसर्गदर्शन करताना

श्री. व सौ. एका निवांत क्षणी

जाईच्या सानिध्यात रमलेले लेखक

खडकवासला प्रकल्पस्थळी पूरपरिस्थितीची पाहणी करताना

निवृत्ती

महाराष्ट्र शासनाच्या जुन्या पाटबंधारे म्हणजे सध्याच्या जलसंपदा विभागात सव्वाचौतीस वर्षे सेवा करून मी ३० सप्टेंबर, २००४ रोजी कायमस्वरूपी सेवामुक्त झालो. तसा सेवेचा संपूर्ण कालावधी सुखासमाधानात व्यतीत केल्यानंतर अगदी संतुष्ट मनाने मी सेवानिवृत्ती स्वीकारली होती. कार्यकारी संचालक या सचिव दर्जाच्या पदावरून निवृत्त होताना वेगवेगळे पर्याय विविध स्तरांवरून सुचविण्यात आले होते. मला वाटते तसे एवढ्या महत्त्वाच्या पदावरून निवृत्त होताना प्रत्येकाच्या बाबतीत असे सगळे पर्याय नेहमीच सुचविले जात असावेत; पण झालेल्या सेवेतून संतुष्ट मनाने निवृत्त होताना माझ्या मनात मात्र अजिबात द्विधा मन:स्थिती नव्हती.

काहीशा संघर्षमय नोकरीनंतर शांततेची तात्पुरती सीमारेषा किंवा सुरुवात सेवानिवृत्तीच्या निमित्ताने प्रत्यक्षात होते. या जगातील आपले अस्तित्व हेच महत्त्वाचे आहे. सेवानिवृत्तीनंतरही आपल्या अनुभवाचा उपयोग तरुण पिढीला करून दिला तर निवृत्तीनंतरचे जीवन आनंदमय करता येईल. देशपातळीवर मोठ्या संख्येने युवा पिढी कार्यरत असताना त्यांना वैचारिक व तात्त्विक सुफल सल्ल्याची गरज असते. असा मोफत सल्ला निवृत्त व अनुभवाने परिपक्व कर्मचारी सहज आनंदाने उपलब्ध करून देण्यास उत्सुक आहेत. माझा देह व बुद्धी माझ्या कुटुंबाच्या, समाजाच्या, देशाच्या व विश्वाच्या कामासाठी कारणी लागावी, यापेक्षा कोणती वेगळी अपेक्षा असू शकते निवृत्त माणसाची?

आयुष्यातला मोठा कालावधी जलसंपदा विभागात अभियंता म्हणून शासकीय सेवेत व्यतीत करावा लागला. मनात आले म्हणून काही भावना, प्रेरणा व विचार व्यक्त करण्यासाठी विचारांचा हा जीवनाशी मेळ घालण्याचा खटाटोप लिहिण्याच्या निमित्ताने कागदावर व्यक्त करता आला.

सेवा कालावधीकडे त्रयस्थ नजरेने पाहताना मनात अनेक विचार व आठवणी गर्दी करतात. पाहता पाहता आयुष्यातील सहा दशके या कर्तव्य यज्ञात व्यतीत झाली होती; पण एवढा प्रदीर्घ कालावधी ध्यानातही आला नाही. अगदी तारुण्याचा उमेदीचा आणि घटनांनी रसरसलेला कालावधी काळाच्या ओघात सहज निसटून गेल्यासारखे वाटत आहे. अनेक घटनांचा आढावा घेताना मनात उलटसुलट विचार येऊ लागतात. सेवेच्या निमित्ताने अनेक निरपेक्ष सामाजिक कामे करता आली. विशेषत: प्रकल्पनिर्मितीची स्वप्ने वास्तवात साकार झालेली पाहताना खूप मोठे समाधान व कायमस्वरूपी नवनिर्मितीची जाणीवही मनात वरचेवर होत राहते. शेती, पिण्याचे पाणी, उद्योगधंदे व विद्युतनिर्मितीच्या कामास प्रयत्नपूर्वक आकार व गती देण्याच्या कार्यक्रमात सेवेच्या निमित्ताने सहभागी होता आले. समाजाच्या व विकासाच्या या उभारणीत अभियंत्याच्या भूमिकेतून उपलब्ध झालेली संधी, अनमोल व कल्पनातीत ठरली.

एक स्वतंत्र व अगदी आपले असे वैयक्तिक जीवन सुरू झाल्याचा एक वेगळाच आनंद असला तरी, जी कामाची सवय मागील कर्तव्यप्रवण आयुष्यात अंगात मुरली, ती विसरता येत नाही. सवयीची गुलामी व त्यातील अस्थिरता मनाला विचलित करत असली तरी, एक स्वीकारता येणारा बदल व वास्तवता म्हणून ती तितकीच आकर्षकही वाटते.

कनिष्ठ अभियंता, त्यानंतर महाराष्ट्र पब्लिक सर्व्हिस कमिशनकडून सरळ सेवा भरतीने सहायक अभियंता, कार्यकारी अभियंता, अधीक्षक अभियंता, मुख्य अभियंता व अंतिमत: कार्यकारी संचालक या प्रशासकीय जबाबदारीच्या पदावर काम करण्याची संधी मला मिळाली. जलसंपदा विभागातील अनेक मोठी कामे पुढेही अविरत चालू राहणार आहेत; माझ्याप्रमाणेच पुढे येणाऱ्या प्रत्येक कर्मचाऱ्याचा सहभाग या चक्रात महत्त्वाचाच असणार आहे. व्यक्तिनिरपेक्ष शासनाचा हा रामरथ सातत्याने कार्य करीतच असतो. कोणीही आले तरीही काम, काही नियम व कायद्यांच्या मर्यादित पुढे पुढे चालूच राहणार आहे. एका व्यक्तीच्या प्रवेशाने किंवा निवृत्तीने शासनाच्या कामकाजात फार मोठा फरक किंवा परिणामकारक बदलही दिसून येत नाही; पण प्रत्येक दगड दुसऱ्याचा आधार बनत स्वत:चे स्थान, महत्त्व व कार्यशैली यांचा छाप या यंत्रणेत मागे ठेवून जातो, हे निर्विवाद सत्य मान्यच करावे लागेल.

निवृत्तीच्या या कालावधीचे नेमके अवलोकन करताना सध्याचा दिनक्रम कसा व्यतीत होतो, हे नमूद करणे महत्त्वाचे वाटते. निवृत्त झाल्यापासून रोज सकाळी सर्व वर्तमानपत्रे वाचल्यावर काही महत्त्वाचे फोन संपर्क व निरोप दिले की, तासभर प्राणायामासाठी देतो. श्री. रामदेवबाबा यांच्या पतंजली योग पुरस्कृत पद्धतीच्या

शिबिरात सहभागी होऊन प्रशिक्षण घेतल्याने प्राणायामाचे शास्त्रशुद्ध व तंत्रशुद्ध ज्ञान व कार्यपद्धती ज्ञात करून घेतली आहे. शिवाय, दूरसंचार यंत्रणेद्वारे आस्था वाहिनीवर रोज सकाळी ६ ते ८ या कालावधीत प्रात्यक्षिक रोज उपलब्ध असल्याने त्याचाही उपयोग अधूनमधून संदर्भासाठी करून घेता येतो. या व्यायाम करताना व आन्हिकं पार पाडताना मी दूरध्वनी कटाक्षाने टाळतो.

मी निवृत्तीबरोबर माझा मोबाइल फोन बंद करून त्याद्वारे होणारा काही उपद्रव टाळण्याचा जाणीवपूर्वक प्रयत्न केला. फिरतीवर जाणे आवश्यक नसल्याने मीच स्टेशनरी बनलो, या कदाचित चुकीच्या पण अव्यवहार्य कल्पनेने का असेना, पण मी मोबाइलचा त्रास व सोय दोन्हीही टाळू शकलो.

आठवड्यात कमीत कमी सहा दिवस प्राणायाम, योगासने मी करतो. या प्रणालीनंतर दिनचर्येवर बरेच प्रभावी नियंत्रण राखणे शक्य झाले आहे. सूर्यनमस्कार व दीर्घ श्वसन, सकाळ-संध्याकाळ पायी फिरणे हे महत्त्वाचे सूत्र आपलेसे झाले की, मग वृद्धत्वातील शरीराच्या व्याधी काही प्रमाणात तरी दूर ठेवता येतात. प्राणायामाच्या शेवटी शवासनामध्ये जाण्याआधी मी काही प्रार्थनावजा श्लोक म्हणतो, उदा. गायत्री मंत्र, महामृत्युंजय मंत्र व सद्गुरू वामनराव पै यांची विश्वप्रार्थना, ॐ शांति मंत्र वगैरे. व्यायामाच्या शेवटी माता, पिता, गुरू यांना वंदन करत, शवासन करतो. यामुळे मनातील विचारांचे वादळ शांत होत, स्वत:चे अस्तित्व स्थिरावण्यास मदत होते. हे सहज जमण्यासारखे नसले, तरी स्वत:चा तात्त्विक विसर व शरीर बंधापासून मुक्ती हळूहळू साधता येते. यामुळे मृत्यूबाबतची भीतीही कमी होत जाते. आपणच आपल्या शवासनातील शरीराचे तटस्थ व त्रयस्थ भूमिकेतून अवलोकन केले की, नश्वर शरीराची नेमकी जाण व भान आध्यात्मिक हेतूने साधता येते.

आयुष्यातील ३४ वर्षे शासकीय सेवेसाठी देताना सेवाकालावधीत विविध जबाबदाऱ्यांमुळे स्वत:च्या इच्छा-अपेक्षांचा विचार करायला वेळच मिळाला नाही. त्या आता नव्याने पूर्ण करताना त्यातील निसटलेला आनंद अनुभवता येईल का? नवीन विचारांची नवीन पिढी मनाप्रमाणे आयुष्य जगण्याची मोकळीक निदान मला तरी उपलब्ध करून देत आहे. मानसिक व शारीरिक क्षमता तो निसटलेला आनंद घेण्यास सक्षम आहे का, हा महत्त्वाचा मुद्दा माझ्याच मानसिकतेशी संलग्न आहे. निवृत्त आयुष्यातील आनंद, हा तुम्हीच तुमच्या विचाराने संस्कारित करण्याचा आहे. काही अडचणी असल्यातरी त्या मोठ्यांनी छोट्यांना समजून घेण्याच्या मनाच्या लवचिकतेतून तुम्हीच निवडणे अधिक शहाणपणाचे आहे.

नव्या पिढीला दोष देणे किंवा नावे ठेवणे म्हणजे तुमच्याजवळ असणाऱ्या मोठेपणाचा तुम्हीच अपमान व अवहेलना करण्यासारखे आहे. प्रसिद्ध शास्त्रज्ञ विक्रम सेठ यांनी म्हटले आहे की, 'माझ्या गोष्टी जेथे मला घेऊन जातात, तेथे मी

पोहोचतो.' माझेही आयुष्य जसे आहे तसे सांगण्याचा मनोदय आहे. पुढील एका अर्थपूर्ण सुभाषितात आत्मकथनाचे मूलतत्त्व व जीवनाचे तत्त्वज्ञान सामावलेले आहे.

'असंच गाणं असतं, आभाळाला अंत नसावा। ताल ठेका देताना, कधी हात थांबत नसावा। जपावा प्रत्येकानं आपल्या मनात एखादा छंद, नाकारावं त्यात आपण आपलंच अस्तित्व। बघा मित्रांनो, मग कसं मस्तपैकी जगता येतं अन् आयुष्याचं अवघड कोडं आपोआप सुटतं।'

हातात नाही व नियमात बसत नाही म्हणून, अन्यथा साठ टक्के लोकांनी तरी आपले काम निवृत्तीनंतरही विनातक्रार चालूच ठेवले असते. बहुतांश समाजसेवक व राजकारणी निवृत्त होत नाहीत. यातून सर्वांनाच नेहमी पडणारे काही प्रश्न मलाही पडले. ही निवृत्तीनंतरच्या मानसिकतेची प्रश्नमालिका आहे व ती सर्वांना किरकोळ फेरफारासह लागू करण्यास हरकत नाही. तपशिलासाठी परिशिष्ट पाच वाचा.

आयुष्यभर प्रवास, नोकरी, कर्तव्यपूर्ती यात वेळ गेल्याने तो कसा गेला हे कळले नाही आणि हे सर्व चक्र अचानक निवृत्तीच्या ब्रेकने थांबविले की, वेळ घालविणे किती अवघड काम आहे, हे नेमके ध्यानात येऊ लागते. कृष्णा खोऱ्यातील अवाढव्य पसाऱ्यातील कामांचा वेग व व्याप्ती व त्यानंतर एकदम पूर्णविराम, हे काहीसे चमत्कारिक व अनैसर्गिक वाटणे स्वाभाविक आहे. सवयी व विचार पद्धतीत मूलभूत बदल करताना लवचिक व सहज पचणारे परिवर्तन अपेक्षित असते; पण माझ्याबाबतीत तर हा एकदम ४४० व्होल्ट्सचा धक्काच होता. वेगवान गाडीला तातडीने ब्रेक लावताना वाहनाचे नुकसान होण्याची शक्यता टाळता येत नाही, तद्वतच अतिशय क्रियाशील जीवनक्रमापासून, क्रियाशून्य अवस्था स्वीकारणे फारच अवघड वाटणे स्वाभाविकच होते.

प्रकृती व शारीरिक क्षमता उत्तम असल्याने कामाची सवय व आवड यांचे व्यसन एकाएकी सोडणे अवघड वाटू लागते. सेवा कालावधीतील वेगवान आयुष्य भरभर निघून जाते; पण सेवा करताना कामाच्या धावपळीत स्वत:चे कुटुंब व घर थोडेसे दुर्लक्षित राहते.

नको तेवढी मोकळीक, करमणुकीची आधुनिक व्यवस्था, संगणक, टीव्हीसारखी चोवीस तास गुंग ठेवणारी संपन्न व्यवस्था, यामुळे मन मानेल तसे जगताना नातेसंबंधातील आपुलकी कमी होत चालली आहे. 'माइंड युवर ओन बिझनेस' ही स्वकेंद्रित विचारधारा कुटुंबावर आज सर्वत्र राज्य करीत आहे. यामुळे घराघरातील संवाद तुटत चालला आहे. ही पिढीपिढीतील अंतरे व विचारांची स्थित्यंतरे माणसा-माणसामधील दरी रुंदावण्यास निमित्त बनत चालली आहेत. तुझे-माझे सुरू झाले की आपलेपण नामशेष होत जाते.

माझ्या बगीच्यातली मी घाम गाळून जोपासलेली फुले म्हणजेच माझी मुले.

वय व कालपरत्वे ती स्वतंत्र होत गेली. तो निसर्गधर्मच असतो. दिवस जातात, पण आठवणी मागे राहतात. मुले लहान होती अगदी निर्व्याज, निरागस. त्या वेळी त्यांच्यासाठी खाऊ घेणे किंवा वस्तू घेणे, हा मोठ्यांचा विरंगुळा व वेडही असते; पण काळाबरोबर असे क्षणही संपुष्टात येत दुर्मिळ होत जातात. ही आपलीच वरवर कठोर दिसणारी तरुण पिढी आतून मात्र आपल्यासारखीच म्हणजेच लोण्यासारखी मऊ असते. आपण ज्येष्ठ नागरिकांनी त्यांच्या भावना ओळखाव्या लागतात. कामामुळे त्यांच्याकडे आपल्यासाठी घ्यायला वेळ नसतो. सकाळी लवकर बाहेर पडून उशिरा परतणारी तरुण पिढी तणावाखाली वावरत असल्यामुळे अबोल व दूरस्थ असल्यासारखी भासते.

बदलांना यशस्वीपणे सामोरे जायचे असेल तर, तरुण पिढीला बरोबर घ्यावेच लागेल. निर्णयप्रक्रियेतील लवचिकता आणि कामाचा झपाटा यामुळे नवीन आव्हाने पेलून तरुण पिढीच नेमके परिणाम साधू शकेल. एक जुनी म्हण आहे, 'जनता नहीं जानती मेरा बाप कौन है।' यातील शेवटचा जो मथितार्थ आहे तो महत्त्वाचा आहे. केवळ वडिलांच्या कर्तृत्वावर कोणीच मोठे होऊ शकत नाही. मी कार्यकारी संचालक होतो म्हणून माझ्या मुलाचे कर्तृत्व त्यावर अवलंबून नसते. खरे तर अशा पाट्या घेऊन फिरण्याची गरजच नवीन पिढीस लागू नये. आपल्याप्रमाणे आपल्या मुलानेही कर्तृत्ववान बनावे असे वाटत असेल तर, तसे त्याला तयार करून नवीन आव्हाने पेलण्यास मोकळीक द्या. तरुण पिढीवर भरवसा टाका. यश त्यांच्याकडे चालत नव्हे धावत येईल; कारण त्यात तुमचा आत्मविश्वास व कर्तृत्व उतरलेले असते.

मुलावर म्हणजेच नव्या पिढीवर भरवसा टाकत, पूर्ण जबाबदारी द्या. आपण खरीच निवृत्ती स्वीकारायची व जसे काही त्रयस्थ निरीक्षक म्हणून फक्त थोडे दिवस लक्ष द्या. चुकायला, तसेच त्याचे काम पूर्ण त्याच्या जबाबदारीवर करण्याचे पूर्ण स्वातंत्र्य त्याला द्या. त्याचा आत्मविश्वास व कार्यकुशलता, नवीन कार्यप्रणाली जवळून पाहा. त्याच्या कर्तृत्वाची खात्री झाली की, त्याला मुक्त संचार करू द्या. विश्वासाने विश्वास वाढत तुमच्या अपेक्षांची पूर्ती आपोआप होऊ लागते. नवीन पिढीवर पूर्ण विश्वास हाच वृद्धत्वाचा मंत्र जपायची सद्बुद्धी सतत जपली की, वृद्धत्व आनंददायक बनविता येते. निदान माझातरी तसा अनुभव आहे.

वृद्धाश्रमात अल्प संख्येने का होईना, पण म्हातारी माणसे असणे अशी स्थिती सर्वत्र दिसू लागली आहे. वाढत्या वयाबरोबर अशा आश्रमांची संख्या वाढत आहे व भविष्यातही ती तशीच वाढणार आहे यात शंका नाही. यावर वेळीच योग्य विचार व उपाययोजना होणे अत्यावश्यक आहे. प्रत्यक्ष अनुभवातूनही शिकता येत नसेल, तर मग ही अनास्था स्वीकारणे एवढाच पर्याय समाजासमोर उपलब्ध राहतो.

आयुष्याची मर्यादा वाढल्याने निवृत्तीनंतरही लक्षणीय कालावधी प्रत्यक्षात

उपलब्ध होतो. प्रकृतीने व मनाने ठणठणीत असणाऱ्या ज्येष्ठांना निवृत्तीच्या पोकळीची जाणीव अधिक तीव्रतेने होते. निवृत्तीचे वय ५८ वर्षे असले तरी कार्यक्षमतेमुळे व अनुभवसंपन्नतेमुळे काहीतरी करावेसे वाटत असते. निवृत्तीनंतर कार्यालयातील तुमची गरज संपुष्टात आली तरी आपल्या घराला आपली अधिक गरज आहे, ही भावना मनाला सुखावित असते. मी २००४मध्ये निवृत्त झालो तरी कुटुंबातील माझी उपस्थिती सर्वांचाच आधार बनत गेली, तसा विशेष विचार व दिनक्रम राखण्याची मी काळजी घेत होतो. आता माझी गरज संपली आहे, असा न्यूनगंड मी उत्पन्न होऊ दिला नाही.

मुलगा व्यवसायात रुळत असताना मला आनंद झाला. पेन्शन व आर्थिक नियोजनही स्थिर व दूरगामी जमल्याने तशी तीही फारशी विवंचना मनात डोकावत नव्हती. प्रकृतीनेही चांगली साथ राखल्याने सर्व कामकाज मनाप्रमाणे आखण्याचे स्वातंत्र्य व आनंद सहज अनुभवता आला. इंदूचा आधार अजूनही पूर्वीसारखाच आहे. मन अस्वस्थ होण्याचे प्रसंग निर्माण करता कामा नये. घरची जबाबदारी, अधिकारपद चिरंजीव व सूनबाईकडे सोपवताना मुक्त मनाने त्याचे स्वागत करण्याचे तारतम्य मनाला साधता आले पाहिजे. नवीन पिढीची प्रचंड गतिमानता, जागतिकता व आधुनिकता मागील पिढीशी मिळतीजुळती असूच शकत नाही. अशा वेळी अनेक प्रसंग व घटना, वादाची ठिणगी पडण्यास कारणीभूत ठरतात; पण वडीलकीच्या नात्याने व अनुभवाने प्राप्त प्रगल्भतेतून विवेक राखीत आपण त्यात सहभागी होण्यातच अधिक सोयीचे व शहाणपणाचे आहे. जर विचारात जास्त अंतर पडत आहे, असे वाटले तर कटुता न येता वेळीच त्यावर उपाय शोधला पाहिजे.

हक्काचा घरचा मदतीचा हात उपलब्ध केल्यामुळे अनेक व्यवहारांमध्ये सुरक्षितता निर्माण करता येते. नोकराकडून बँकेत पैसे भरणे, काढणे यापेक्षा घरातल्या रिक्त वेळ असलेल्या निवृत्त ज्येष्ठाने ते स्वतःहून केले, तर सर्वांचीच केवढी सोय होते; पण चाळीस वर्षे मरमर मेलो या घरासाठी, आता कणभरही काम करणार नाही, हा हेकटपणा आला की, आपल्याविना आपले घर तर आपले काम कसेही करवून घेते; पण आपण मात्र त्या घरात अडचण होऊन जातो.

दोन मुली व एक मुलगा यांचं लग्न मी नोकरीत असतानाच पार पडलं होतं. त्यामुळे सेवानिवृत्तीनंतर त्या जबाबदारीतून मुक्त होतो. गावात वडिलोपार्जित घर व पुण्यात बांधलेले घर यामुळे निवासाची कायमस्वरूपी व उत्तम सोय झाली होती. मुलाचा व्यवसायही बऱ्यापैकी स्थिर होण्याचा दिशेने प्रगती करत होता. अशा प्रकारे निवृत्तीच्या उंबरठ्यावर सांसारिक व प्रमुख गरजांची पूर्तता समाधानकारक पद्धतीने करण्यात आली. आयुष्याकडून भौतिक सुखाची नेमकी वेगळी बाकी काही मागणी पूर्वीही नव्हतीच. पुढेही असणार नाही. मागणी नसताना सर्व प्राप्त झाल्याचे चित्र

मनाला अधिकच आल्हाददायक वाटत राहते.

नवीन पिढीच्या नव्या आवडीबद्दल व नव्या निवडीबद्दल विचार करताना या पिढीच्या बुद्धिमत्तेची व कौशल्याची नोंद घेणे गरजेचे वाटते. माझ्या वडिलांचा पिढीजात व्यवसाय, माझी शासकीय नोकरी अशा मर्यादित लघु-उत्पन्न गटातील तरुण पिढी कोणतेही पिढीजात मार्गदर्शन किंवा पार्श्वभूमी नसताना नवीन उद्योगधंदे सुरू करतात, नव्या संधी जगात धुंडाळतात. महाराष्ट्राबाहेरही फारसे न गेलेल्या आई-वडिलांना परदेशात नेतात. संगणक शिकवतात, आधुनिक चित्रपटगृहात नेतात. गावाला बसऐवजी आरामशीर वातानुकूलित गाडीतून घेऊन जातात, हेसुद्धा नवी पिढी मनाने मोठी असल्याचे लक्षण आहे. नव्या जीवनशैलीच्या सर्व सुविधा, स्वत:बरोबर आई-वडिलांनाही उपलब्ध करतात हे केवढे सुख आहे.

निवृत्तीनंतर नियमित मिळणारा पगार येणे बंद झाले की, पैशाची आवकजावकही तुलनात्मक दृष्टीने बरीच कमी होऊ लागते. पेन्शनच्या आधारावर पूर्वीची जीवनशैली चालू ठेवणे कठीण होत जाते. लागलेल्या सवयी एकाएकी सहज बदलता येत नाहीत. आरोग्य व प्रवास हे महत्त्वाचे खर्च निवृत्तीनंतर भरमसाठ वाढून नियंत्रणात राखता येत नाहीत. भौतिक व शारीरिक दुर्बलता पाठलाग चालू ठेवतात. प्रेम व आदरापोटी निर्माण केलेली नाती व संबंध सांभाळताना त्रेधातिरपीट होत राहते. मानमरातब व खर्चाच्या लागलेल्या सवयी, वाढलेले संपर्क, एकदम सहज तोडता येत नाहीत. मुले व नातवंडे यांचे स्वतंत्र, वेगळे विश्व तुमच्या अपेक्षांची पूर्वीसारखी दखल घेईनासे होते व घेत असले तरी तसे स्वत:ला गैरसमजातून वाटायला लागते. जरी त्यांनी तुमची खूप काळजी घेतली तरी, आपला अहंभाव (इगो) दुखावून आपण त्या गैरसमजातच जगायला लागतो; कारण पूर्वीची तुमची नियंत्रक भूमिका संपवून तुम्हाला दुसऱ्यांकडून तुमच्या नियंत्रणाची सवय करून घ्यावी लागते.

अधिकार व प्रतिष्ठेपोटी आम्ही आमची सगळी कामे पैशाने करून घेऊ शकतो, अशी 'पैसा फेको, तमाशा देखो,' अशी मस्तीची दीर्घ काळ मुरलेली वृत्ती, सहज बदलता येत नाही. शरीर थकले तरी मन व सवयी बदलताना लवचिकतेच्या अभावामुळे अवघडल्याची जाणीव सतत होतच राहते. सगळी कामे पैशाने होत नाहीत. पुष्कळदा मायेचा व वैयक्तिक संबंधांचा स्पर्श हवा असतो. माणुसकीची जाण व प्रेम करण्याइतका समतोल राहत नाही. नात्याची ऊब व प्रेमाचा स्पर्श ही उत्तरायुष्यातील प्रभावी औषधे सहज उपलब्ध झाली नाहीत, तर नंदनवनातही वाळवंटाचा आभास होतो.

आजी-आजोबांच्या मायेने नातवंडं सुखावतात. अनेक चांगले संस्कार शिकतात. घरातील लहान-मोठ्या गोष्टींवर लक्ष ठेवताना व सर्वांची काळजी घेताना

आजी-आजोबांचे अस्तित्वही आपुलकीची व ममत्वाची जाणीव अधिक प्रभावी बनवत असते. नातवंडांना शाळेत सोडणे, गोष्टी सांगणे, फिरायला घेऊन जाणे, त्यांचे कौतुक करणे, पाढे पाठ करून घेणे, अभ्यास घेणे अशा कितीतरी लहानसहान बाबी ममत्वाची साखरपेरणी करतात. विशेषत:, स्वयंपाकघरातील स्वाद व सुगंध वृद्धांच्या हजेरीने सहज बदलतात. नात्याची व पिढीची वीण खूपच प्रभावी व मोहक रूप घेऊ शकते. तिला जुन्याचे रंग व नव्याचा मुलामा आजीकडूनच अधिक चांगला प्राप्त होत जातो.

वयानुसार आपण आपली भूमिका स्वीकारली, तर प्रत्येक भूमिकेचे वेगळेपण नजरेत भरते. प्रत्येक भूमिकेशी एकरूपता व समरसता हीच यशाची गुरुकिल्ली ठरणार आहे. आत्मकथनातील हा सर्व भाग मी माझ्या अनुभवावर आधारित आहे.

एखाद्या खट्याळ मुलासारखे वृद्धत्वातील खरे वय सर्वांसमोर हमखास बाहेर डोकावतेच. कधी चेहऱ्यावरची किंवा चेहऱ्याखालची गळ्यावरील एखादी सुरकुती, पापणीतला किंवा भुवईतला एखादा पांढरा केस, कुरकुरणारे सांधे, मंदावलेल्या हालचाली, वाकलेले किंवा शरीराची ठेवण कोठूनतरी आपले वय जाहीर करतेच. आपले शुभेच्छुक तुमची खोटी स्तुती करत नेहमीच वय व प्रकृती अधिक तरुण असल्याचा भास निर्माण करत असतात. पूर्ण रंगवायच्या राहून गेलेल्या एखाद्या केसातून मूळ रंग व आपला ढोंगीपणा एकाच वेळी जाहीर होतो. त्यापेक्षा जे वय निसर्गाने आपल्याला सहज बहाल केले, ते तितकेच सहज स्वीकारणे शहाणपणाचे ठरते.

प्रत्येक सामान्य जीवनात असामान्यत्वाची झलक असतेच. फक्त मोठ्या व्यक्तींच्या सामान्य व्यवहाराचे मोठे कौतुक व प्रसिद्धी होते. तथापि, सामान्यांतील असामान्यत्व अप्रसिद्ध राहिले, तरी त्याचे महत्त्व कमी होत नाही. कळसाचे दर्शन घेताना पायातील दगडाचे श्रेय अव्यक्त राहिले, तरी संलग्नतेतून त्याचे महत्त्व कळसाला सतत जाणवत असते.

अकराव्या पंचवार्षिक योजनेची सांगता व बाराव्या पंचवार्षिक योजनेची आखणी होत असताना ज्येष्ठ नागरिकांच्या सन्मानार्थ काही तरतुदी व योजना तयार करण्यात आल्या, काही निर्णयही घेण्यात आले. मध्यंतरी वृद्धांना सांभाळण्याची कायदेशीर जबाबदारी मुलांवर सोपविण्याचा कायदा संसदेत संमत करण्यात आला. परिवर्तनशील व वेगवान जीवन पद्धतीतही वृद्धत्वाच्या सुखाची व सुरक्षिततेची दक्षता घेण्यासाठी नियम व कार्यपद्धती बनवण्यात शासन संवेदनशील आहे, हेच यावरून सिद्ध झाले. 'वृद्धत्व' हे आनंदीच असले पाहिजे असा समाजाचा दृष्टिकोन आहे. वृद्धांनी स्वत:च्या वृत्तीने व कृतीने ते अधिक आनंदी बनविले पाहिजे.

भारत सरकारमार्फत १९८५-९० च्या पाचव्या पंचवार्षिक योजनेत सर्वच

वृद्धांसाठी निवृत्तिवेतन देण्याची योजना मान्य झाली. वृद्धाश्रम व वृद्धांसाठी कार्य करणाऱ्या स्वयंसेवी संस्थांना सरकारी मदत देण्यास सुरुवात झाली आहे. या योजनेनुसार वृद्धांना आर्थिक सुरक्षितता, आरोग्यसेवा, आश्रम व इतर गरजांचा विचार, तसेच वृद्धांवरील अत्याचार, संपत्तीचे अपहरण व पिळवणूक रोखण्यासाठी त्यांना विविध विधायक कामात सहभागी करून घेण्याचे धोरण नक्की केले गेले आहे. केंद्र सरकारने जानेवारी १९९९मध्ये ज्येष्ठ नागरिकांसाठी राष्ट्रीय धोरण जाहीर केले. आर्थिक स्थैर्य, आरोग्य सेवा, पौष्टिक आहार, सुरक्षित निवास, जीवित व मालमत्ता संरक्षण या महत्त्वाच्या बाबींव्यतिरिक्त ज्येष्ठांना उपयोगी अशा अनेक गोष्टींचा या धोरणात समावेश करण्यात आला आहे.

वृद्धांनीदेखील मुलांचे बदलते जीवन व सध्याची परिस्थिती जाणून घेऊन आपल्या राहणीमानात बदल करणे गरजेचे आहे; परंतु हेही खरेच आहे की, ७५ वर्षांच्या माणसाला आपण बदलू शकत नाही आणि म्हणून ५० ते ५५ वर्षांच्या वयापासूनच लोकांनी वृद्धत्वाचे नियोजन करायला पाहिजे. आयुष्यामध्ये वयाची भर घालण्यापेक्षा निवृत्तीनंतरच्या प्रत्येक वर्षाला चांगल्या आयुष्याची जोड दिली पाहिजे.

दिवसातील काही भाग स्वत:साठी ठेवून आपण आजपर्यंत जे काही करू शकलो नाही, ते करण्यात आनंद मिळवून उरलेल्या वेळात समाजाला काही देण्याचे ठरविले पाहिजे. एकसष्ठी, पंचाहत्तरी आणि सहस्रचंद्र दर्शन हे दिवस आपल्या भारतीय संस्कृतीमध्ये फार मोलाचे समजले जातात. कौतुक व कृतज्ञतेपोटी असे शुभेच्छा समारंभ फार मोठ्या प्रमाणावर साजरे केले जातात. आधुनिकतेच्या व जागतिकीकरणाच्या वाऱ्यामुळे आता मुले आपल्या वृद्ध आई-वडिलांकडे दुर्लक्ष करू लागली आहेत. आपल्या हातांनी आपल्या मुलांना खेळविलेले असते, शिकवलेले असते, आयुष्यभर खस्ता खाल्लेल्या असतात; परंतु मुले मात्र आपण आपल्या आई-वडिलांमुळे आहोत याची जाणीव विसरलेली असतात. वास्तविक पाहता अशी मानसिकता बदलण्याचे काम आपण सर्वांनीच सांघिक पद्धतीने करायला पाहिजे.

आरोग्याची काळजी करण्याऐवजी प्रत्यक्ष आजार येण्यापूर्वीच प्रतिबंधक उपाययोजनांद्वारे ते थोपविले पाहिजेत. जीवनाच्या संध्यापर्वात आपले म्हातारपण व्याधी घेऊन येणार, हे गृहीत धरून त्याला खंबीरपणे तोंड देण्याची तयारी केली पाहिजे. आरोग्य हीच खरी संपत्ती असून, आरोग्याशिवाय संपत्ती व्यर्थ आहे. आरोग्याची नुसती काळजी करत जीवनात ताण निर्माण करण्याऐवजी उत्तम आरोग्य स्वत: प्रयत्नपूर्वक कमवावे लागते.

माझ्या आयुष्यात मी केलेली सिंचन प्रकल्पांची कामे व त्यातून आज प्रत्यक्ष झालेला विकास यांचा आढावा घेतला, तर आजचा शहरांचा विकास, औद्योगिक

विकास, कृषी विकास, पायाभूत रचनांचा विकास या सर्वांचे मूळ या प्रकल्पांतून उपलब्ध झालेल्या पाण्याशी प्रत्यक्षपणे जोडले जाते, हे प्रकर्षने सहज लक्षात येते. एकूणच या विकास प्रक्रियेतील माझा सहभाग मला अपेक्षेपेक्षा किती तरी जास्तच आनंद देऊन जातो. मी जे काम केले त्याची थेट नोंद माझ्या नावाशी जोडली गेली नसली तरी, मला त्यातील माझा सहभाग नक्कीच माहीत आहे. म्हणून त्या कामाबाबत रास्त अभिमान व गौरवाची माझ्या मनातील भावना अत्यंत उचित व अभिमानास्पदच आहे.

साचेबंद सुख आणि निर्जीव स्वास्थ्य मिळवणे हे आयुष्याचे ध्येय नसावे. समर्थ रामदासांची एक काव्यपंक्ती आठवते, 'उत्कट भव्य तेचि घ्यावे. मिळमिळीत अवघे टाकावे।।' हे जिवंत वृत्तीच्या माणसाचे जीवनविषयक तत्त्वज्ञान असले पाहिजे. केवळ जगणे हा पुरुषार्थ नाही. उत्तुंग ध्येयासाठी संघर्ष करताना भोगाव्या लागणाऱ्या यातना देखील सुखावहच असतात. महत्त्वाकांक्षा व क्रियाशीलता हरवलेले आयुष्य, निव्वळ निरर्थक असते. 'आकाश दिसल्यावर जो भरारी घेत नाही, तो पक्षी कसला.' महत्त्वाकांक्षा नसेल, तर ते जीवन कसले. जे केवळ नशिबाने पदरात पडते त्यावर संतुष्ट होणे बरोबर नाही. 'खादाड असे माझी भूक, चतकोराने मला न सुख' या वृत्तीच्या माणसांनीच इतिहास घडविला.

ज्या गोष्टी करता आल्या नाही, त्याबाबत एका मर्यादेपुढे खंत वाटायला नको. निर्मितीतील आनंद मिळवायचा. जबाबदारीचे व कर्तव्याचे भान ठेवून जीवनाची वाटचाल समृद्धीची बनवता येते. कामातून सतत समाधानी किंवा कामातून सतत असमाधानी या दोन्ही वृत्तींचे मी कथन केले आहे. वास्तविकतेचे स्वच्छ मनाने विश्लेषण करण्याचा हा माझा प्रयत्न आहे. शेवटी तुमचा मार्ग व तुमचे यश हे तुम्हीच ठरवायचे आहे. तुमच्यापेक्षा तुमच्या योग्यतेचे अचूक मूल्यमापन इतर कोणीही करू शकणार नाही, ते तसे केले तरी त्यामागील त्याची भूमिका स्वतंत्र व वेगळीच असणार, यात शंका नाही.

निवृत्तीनंतर योग्य व्यायाम व आहार आणि बदलती मानसिकता यांच्या मदतीने मला माझा उच्च रक्तदाब नियंत्रित ठेवता आला. ताण विसरून, जीवनाकडे पाहण्याचा दृष्टिकोन बदलून, मोठ्या प्रमाणावर भेडसावणारी प्रकृतीची समस्या सुसह्य करणे मला शक्य झाले. आता मात्र मला उच्च रक्तदाब हा माझ्या प्रकृतीचा स्वभाव सवयीचा वाटू लागला आहे. काही उपायांसह तो प्रेरकच ठरला आहे. वेळेवर औषधे घेणे व काही बिघाड जाणवताच वैद्यकीय मदत घेणे, हे प्रकृती सांभाळण्याचे मुख्य सूत्र सांभाळणे आवश्यक होत गेले आहे.

सभोवतालचे निवृत्त सगेसोबती व सहकारी पाहता, असे लक्षात येते की वृद्धांची संख्या काळाबरोबर वाढतच आहे. काम करत असतानाच वृद्धत्व चोर-

पावलाने कधी जवळ केले, हे कधीही कळत नाही. म्हणून त्याचा विचार आणि जाणीवही वेळीच व आगाऊ होत नाही; मात्र आलेले वृद्धत्व सरता सरत नाही, असे सध्य:स्थिती पाहताना प्रकर्षाने जाणवते. पाहता पाहता सुखी व कर्तव्यसंपन्न जीवन निसटून जाते. कुणाचा तरी आधार घेऊन जगायचे ही कल्पना सहज सहन होण्यासारखी व सुखकारक नसली, तरी तिला पर्यायपण नाही. भूतकाळातले तारुण्याचे, वैभवाचे, अधिकाराचे व प्रेमाचे दिवस दृष्टीसमोर चलचित्रपटासारखे पुढे पुढे सरकत राहतात. खूप कष्ट व मेहनत करून उभ्या केलेल्या संसाररूपी रोपट्याचा वृक्ष होताना पाहण्यातील आनंद वृद्धत्वात अधिक जाणवतो व द्विगुणित होतो, हा इंदूचा व माझाही अनुभव आहे.

तुम्ही किती वर्षे जगलात यापेक्षा कसे जगलात हे महत्त्वाचे. जगतानाही आयुष्याकडे कसे पाहिले व अनुभवले हे अधिक महत्त्वाचे. मृत्यूला न घाबरता येणारा शेवटचा दिवस गोड कसा होईल, याचा विचार परिपक्व बुद्धीतून वृद्धावस्थेत करावयास हवा. स्वत:चे हक्क आणि कर्तव्य यांची जाणीव ठेवत, आनंदी वृद्धत्वाची सांगता साधणे कठीण नसावे. त्यासाठी एक दृष्टी व संवेदनाशील जाणीव हवी असते.

सेवापुस्तकातील व शाळेच्या दाखल्यावरील माझी जन्मतारीख १ ऑक्टोबर, १९४६ अशी नोंदण्यात आली आहे. प्रत्यक्षात माझी खरी जन्मतारीख २६ ऑगस्ट, १९४६ अशी आहे. १ ऑक्टोबर हा वृद्धदिन म्हणून स्वीकारण्यात आला आहे. वृद्धांबद्दल आदर व आत्मीयता जागृत करण्याचे ते एक निमित्त आहे. वृद्धांनी निवृत्तीनंतर स्वत:मध्ये आमूलाग्र बदल करण्याचा व तसा संकल्प करण्याचाही हा शुभदिन मानावा लागेल.

घरातील कामात सहभाग वाढवावा. कौटुंबिक सुसंवाद राखण्याचा जाणीवपूर्वक प्रयत्न व्हावा, दर्जेदार कलाकृती, चांगले संगीत, व्यायाम, खेळ यातूनच जीवन समृद्ध करता येते. समाजकार्य करता आले तर दुधात साखरच. हा माझाच नाही तर सर्वच निवृत्तीनंतरच्या वृद्धांचा सर्वसाधारण प्रश्न आहे. वाढती वयोमर्यादा विचारात घेऊन निवृत्तीनंतरचे जीवन अधिक आनंदी राखण्याची जाणीव मनात राखणे आवश्यक आहे.

निसर्गनियमानुसार वय आपोआप वाढत असते. त्यासाठी कुठलेही परिश्रम करावे लागत नाहीत; पण निवृत्त आयुष्याला आकार देण्यासाठी मात्र काहीतरी परिश्रम करावेच लागतात. तरच आयुष्याच्या कॅनव्हासवर सुंदर चित्र निर्माण होते. साठ वर्षे संपून पुढचा प्रवास म्हणजे, उताराच्या वाढत्या अडचणी अनुभवीत आनंदाचा शोध घेण्याची संधी प्राप्त करून देतो. स्वत:कडे मोकळ्या मनाने व त्रयस्थ भूमिकेतून पाहत आत्मपरीक्षणास सामोरे जाण्याचा योग, याच वेळी उपलब्ध

होत असतो. नंतर केले जाणारे कोणतेही काम हे स्वत:शिवाय इतरांसाठीची मनाची धडपड असते.

आयुष्याचे उत्तरायण सुरू झालेले असते. आजपर्यंतची दगदग, धावपळ, धडपड आता शांततेच्या प्लॅटफॉर्मकडे वाटचाल करू लागतात. म्हणून साठीशांत करायची. सगळे 'मी' केलेले विसरायचे; कारण आता मी काही करायचे म्हटले तरी होण्यासारखे नाही. निदान खात्री व आत्मविश्वास तरी उताराच्या दिशेने प्रवास करू लागले आहेत. समजा, जाणीवपूर्वक विशेष धावपळ, दगदग केली, तर शरीर विरोध करते; पण मन आणि त्याद्वारे स्फुरणारे विचार मात्र परिपक्व, ताजेतवाने व प्रेरक बनलेले असतात. शरीर व मनाचा असा प्रवास एकमेकांच्या विरोधी दिशेने सुरू होतो. थकलेल्या शरीरामुळे चिडचिड होते.

पुढचे आयुष्य मी जगणार ते दुसऱ्यांच्या कलाने, त्यांच्या विचाराने, त्यांना सुखकर होईल असे. निवृत्तीनंतर आपले सुख इतरांच्या सुखात शोधण्याचा मंत्र जपत मनाला पटवला की, मार्गक्रमण आनंदमय बनत जाते. गोड फळाच्या गरात राहूनही, अलिप्त होणारी काळी कुळकुळीत, टणक व चकचकीत चिकूची किंवा सीताफळाची बी आपले कार्य करण्याचे विसरत नाही. पडेल तेथे नवनिर्मिती व सर्जनशीलता राखत पुढील पिढीची गरज पूर्ण करते. ती धडपड पाहिली की, आपणही मनाला व शरीराला या संसाराच्या मोहपाशातून सोडवीत समाजसेवा करावी अशी स्फूर्ती मिळत जाते. जिथे आपली गरज असेल, तिथे जाऊन झेपेल तितके काम करत राहिल्यास मन प्रसन्न होते. आयुष्याचे सार्थक झाल्याचा अनोखा आनंद अनुभवास येतो.

घराचे नूतनीकरण व विस्तार करत मुलाने एकसष्ठीनिमित्त शुभेच्छा कार्यक्रम आयोजित केला. गृहशांती, पूजा व एकसष्ठी असा त्रिवेणी कार्यक्रम आयोजित करण्यात आला होता. आयुष्याचे मूल्य समजावणाऱ्या एका सुभाषिताची आठवण या वेळी नेमकीच होते.

> *चलं चित्तं, चलं वित्तं। चले जीवितं योवनं।*
> *चला चलम इदं सर्वं। कीर्ति: यस्य स जीवति।।*

'मरावे परी, कीर्तिरूपे उरावे' या म्हणीनेच सुभाषिताची सांगता करण्यात आली आहे. जीवनाची सांगता निश्चित असली, तरी अज्ञात आहे. प्रत्येक क्षण परिपूर्ण उपभोगण्याचा व अनुभवण्याचा प्रयत्न अंतिम ध्येयाकडे घेऊन जातो.

आयुष्यात मोठा आनंद मिळविण्याच्या संधी निवृत्तीनंतर खूपच कमी होतात. म्हणूनच रोजच्या जगण्यात छोट्या छोट्या गोष्टींचा आनंद चुकवायचा नाही, उलट तो हक्काने उपभोगायचा. स्टीफन कोले म्हणतो, 'आपला मूड आपण ठरवायचा.

कोणाच्या शब्दाने आनंदी, तर कोणाच्या शब्दांनी दु:खी होणे, हे चुकीचेच आहे.' कोले यांच्या म्हणण्यानुसार सुखी माणूस आपले आनंदी वातावरण कायम आपल्याबरोबर नेत असतो. म्हणूनच ती व्यक्ती आली की, सर्वांनाच आनंदाची प्राप्ती होते. आपले गतजीवन स्वत:ला सुखी ठेवण्याचे निमित्त बनले, यातून इतरांनाही आनंद वाटण्याची ही संधी जीवनात असे उत्सव निर्माण करते. आपल्या आनंदात इतरांना सहभागी करून घेताना एक वेगळेच समाधान प्राप्त होत जाते.

सुखाचा नेमका पत्ता सहज उपलब्ध होत नसल्यामुळे त्या सुखाचा अंधारातच शोध सुरू होत असतो. सुखाचा शोध हे मानवी मनाचे मूलगामी वेड आहे. सध्या रोजच्या क्षुल्लक गरजांपासून तर अंतिम ध्येयातही सुखाचा शोध सुरूच असतो. नळाला पाणी केव्हा येईल भरून ठेवा, बाई केव्हा येईल घरात थांबा, केरवारे, धुणी-भांडी अशी कामे पूर्ण होणे महत्त्वाचे असते; पण ही कामे कधीच संपत नाहीत व पूर्णही होत नाहीत. नातवंडांची शाळा, त्यांच्या वेळा, शाळेतून नातवंडांचे परतणे या सर्वच बाबी जीव टांगणीला लावतात. घरातील वृद्धांना अशी अनेक अवधानं संभाळावी लागतात.

आपल्यावाचून यांचे अडले नाही, हे आपल्याला वेळीच नीट कळत नाही. चूक नव्या पिढीची नसून, वृद्ध पिढीची आहे. नवी पिढी आपले सुख त्यांच्या आवडीप्रमाणे मिळवत असते. कोणी काही घ्यायची किंवा करायची वाट पाहत नाही. वृद्धांच्या मर्जीवाचून युवा पिढीचे अडत नाही. ते नव्या नव्या पर्यायी वाटा शोधतात. आला दिवस त्यांच्या पसंतीने आनंदात घालवतात.

रोजच्या जीवनात या ना त्या कारणासाठी आपण आपला रमीचा डाव, ग्रूप, मित्र-मैत्रिणी, कट्टा यासाठी नियमित वेळ देणे थांबवितो. नवीन पिढीला नातेवाईक नकोत, पण आपल्या वयाच्या नातेवाइकांना आपण का टाळतो? त्यांच्याकडे येणे-जाणे का ठेवत नाही? घरात बसून राखण करा, अशी जबाबदारी मुलगा किंवा सून यांनी तुमच्यावर सोपविलेली नसते. आपल्या मनाच्या व कृतीच्या जंजाळात आपणच अडकत जातो.

कर्तव्याला चुकायचे नाही; पण नव्या पिढीलाही त्यांच्या उचित कर्तव्याची, जबाबदारीची जाणीव करून द्यायची; तीही न बोलता फक्त कृतीतून. वृद्धांनी उरलेले आयुष्य आपल्या आवडीनुसार घालवायचा आपला हक्क अबाधित राखायचा, आपण आपले सुख शोधायचे. सुख वृद्धत्वातही कोणी ओटीत आणून घालणार नाही. ते तुम्हालाच मिळवावे लागेल. उर्वरित आयुष्याचा आनंद घेण्याचा हाच राजमार्ग आहे आणि तो तुमच्याच हातात आहे. 'वृद्धत्व सुखी करणे' हाच मंत्र पुढील जीवनाची गुरुकिल्ली ठरणार आहे. ही किल्लीही तुमच्याच स्वत:च्या हातात आहे. योग्य विचार व योग्य वापर करणे, आपल्याच हातात असते.

जीवनातील संवेदना

मन शांत, शिथिल व एकाग्र करून पूर्वग्रह न ठेवता आपल्याच सदसद्विवेकबुद्धीने, कोणताही नि:पक्ष व चांगला निर्णय सहज घेता येतो. कोणताही एकच मार्ग, एकच विचार व एकच उपाय नेमकी दिशा दर्शविणारा ठरू शकणार नसल्याने सारासार विचार करावाच लागतो. पूर्वानुभव असो वा नसो, नेमके ज्ञान असो वा नसो, रुळलेल्या वाटेने प्रवास हाच सुरक्षित मार्ग निवडावा लागला.

शासकीय नोकरीत काम संपले की, जवळचे वाटणारे बरेच जण पूर्णपणे दूर जातात हा अनुभव होता. माझी प्रगती व कार्यपद्धती काही व्यक्तींना अडचणीची वाटत होती. काही जण माझ्याकडे स्वार्थी व स्वकेंद्रित दृष्टिकोनातून पाहत होते. शासकीय सेवेत व्यक्तीच्या वैयक्तिक प्रश्नाऐवजी समाज व राज्य स्तरावरील समाजहित व कल्याण कसे साधता येईल, यावर निर्णयप्रक्रियेत भर दिला जात असतो. माझ्या वैयक्तिक जात व धर्माचा विचार कार्यप्रणालीत किंवा प्रशासकीय वाटचालीत कधी मनात डोकावला नाही. चांगल्या व शाश्वत कामांचे फायदे, कुटुंबासह सर्व संबंधितांना व समाजाला मिळतात अशी माझी पक्की धारणा होती व तीच मी कसोशीने जोपासण्याचा प्रयत्न करत होतो. त्यामुळे माझ्याकडून अपेक्षित मदत न मिळाल्यामुळे अशा काही व्यक्तींचा अप्रत्यक्ष रोष मला पत्करावा लागला होता व त्याचे परिणामही भोगावे लागले होते. माझ्या अवेळी बदल्या याच भूमिकेतून होत गेल्या होत्या.

ज्यांना आपण आयुष्यभर प्रेम दिले, सर्वतोपरी मदत केली, त्यातील काही जण ते विसरले, काही जण कामे संपल्याबरोबर बाजूला झाले. 'गरज सरो नि वैद्य मरो,' हा सर्वसाधारण अनुभव सर्वत्र प्रत्ययास येतो. मानवी मनाचे अनेक कंगोरे पाहायला मिळाले व प्रत्यक्ष अनुभवले होते. यात अनेक जखमाही झाल्या; पण त्या ध्यानात

राहिल्या नाहीत.

शासन यंत्रणेमध्ये समाजमनातील समज बदलण्यासाठी जाणीवपूर्वक प्रयत्न होणे जरुरीचे आहे. या अनुषंगाने काही मूलभूत बदलांची गरज सातत्याने निर्माण होत असल्याचे लक्षात येते. प्रकल्पाच्या उभारणीतील अनेक घटक, अनेक न संपणाऱ्या मागण्यांसाठी व अशक्य बाबींसाठी पाठपुरावा करत असत. नाही मिळणार हे गृहीत धरूनही मागणी केलीच नाही तर नक्कीच मिळणार नाही, त्यापेक्षा मागणी नोंदवायला तरी काय हरकत आहे, असा दूरदर्शी विचार त्या पाठीमागे असतो. प्रकल्पाच्या अंमलबजावणीत अभियंता म्हणून आम्ही इतके गुंततो की, स्वतःचा विसर पडतो. अनेक लोकप्रतिनिधी, ठेकेदार, लाभधारक यांनी त्यांचे व शासन सेवकाचेही महत्त्व वाढविल्याचा भास होत जातो. स्वतःला, कामाला व ध्येयाला विसरूनही अपेक्षित साध्य साधता येत नाही, ही मन अस्थिर करणारी जाण शासकीय सेवेत उचित नक्कीच नाही.

अनेक सभा, मोर्चे, कार्यक्रम मनासारखे व काही मनाविरुद्धही पार पाडावेच लागतात. काही वेळा एखादी चांगली घटना किंवा प्रसंग हाही विजयोत्सव बनतो व तो साजरा करणेही अटळ ठरते. या बाबी थांबविता येत नाहीत; तुमच्या नकळत अनेक धोरणे व घटना वरिष्ठ पदाच्या छत्राखाली कार्यान्वित होतात. लोकांची गर्दी व कौतुकाचे समारंभ सर्वांनाच हवेहवेसे वाटतात. आपण एकदा एखादा निर्णय घेतला की, प्रथा, परंपरा, पूर्वार्धाच्या संदर्भात पुढे चालणे भाग पडते. आपणच आपल्या कृतीने व विचारांनी, अनेकांच्या हातातील बाहुले बनत जातो. गर्दीने आपले कौतुक केले, कृतज्ञता व्यक्त केली, सन्मान केला की तुमच्या प्रत्येक कृतीला तुम्ही तसाच प्रतिसाद अपेक्षित धरता; पण हे सर्व निखळ व प्रामाणिक भावनेपेक्षा, विशिष्ट हेतूने प्रेरित असले की, मग मात्र मनाचा कोंडमारा होतो.

आपल्या शब्दाला अधिक मान व कृतीचे अधिक कौतुक हे कार्यप्रणालीचे सूत्र बनते. सदसद्विवेकबुद्धीने झालेले काम व गेलेला वेळ या बाबी दुरुस्तीच्या पलीकडच्या ठरतात. सुरू झालेला वैचारिक गोंधळ थंडावण्याची प्रतीक्षा करणे सोयीचे बनते. काही सुधारणा व बदल कधी कधी होत राहिले तरी चक्रीय पद्धतीने नवीन पर्वाची मांडणी शासकीय पद्धतीने व मानसिकतेतून होत राहते. प्रशासनाचा तो अटळ भाग बनत जातो. खासगी व्यवसायातही असेच अनुभव बदलत्या शैलीत लक्षात येत जातात.

आपली तत्त्वे व जीवनमूल्ये त्यासाठी निःस्पृहतेने अदा करावयाची किंमत या बाबी विचारप्रक्रियेत वयपरत्वे बदलत जातात. अनुभवातून आपण शिकत जातो. त्यातून मतपरिवर्तन होत राहिले तरी, स्वतःशी तडजोड टाळता येत नाही. पुरेसा वस्तुनिष्ठ दृष्टिकोन व अनुभवाधिष्ठित दृढ विश्वास यातून आत्मविश्वास वाढत जातो.

जे हाती घेईन त्यात झोकून देण्याची मनोवृत्ती, कार्यप्रवणतां व कार्यसिद्धी वृद्धिगत करीत जाते. कार्यसिद्धीनंतरही आपण त्यात पूर्णपणे गुंतत जातो. कामातील आपली गुंतवणूक ही पदाची व काळाची गरज बनते.

जीवनातील तात्त्विकतेचा विचार करताना वेळोवेळी मला महाभारताची हटकून आठवण येते. आपण जर काही कारणामुळे, मग ते प्रेम असो किंवा द्वेष असो, धृतराष्ट्रासारखे अंध झालो, आपले सहकारी जर गांधारीप्रमाणे डोळ्यांवर पट्टी बांधून बसले, वस्तुस्थिती ध्यानात येऊनसुद्धा, आपण कशाला तोंड उघडा व नसत्या भानगडीत पडा किंवा वाईटपणा घ्या अशी वृत्ती ठेवली, तर अशा परिस्थितीत आपल्यातूनच दुर्योधन निर्माण होतो. आपल्या वैयक्तिक जीवनात नवीन व वेगळेच महाभारत घडते. आयुष्यात अतिविश्वास किंवा अंधविश्वास ठेवल्याने, अतिप्रेम केल्याने आपण धृतराष्ट्र झालो आहोत, हे सर्व वाताहत होईपर्यंत कोणाच्याच ध्यानात येत नाही. आजही सेवा कालावधीतील काही स्मृती जिवंत व ताज्या आहेत. प्रत्येकाचे आयुष्य हे स्वतंत्र महाभारत असते, आदर्शाची कल्पना आवश्यक असली तरी, परिस्थितीचा अनुनयही आवश्यक बनतो. यशाचा मार्ग सापडत नाही तर, तो प्रत्येकाला स्वतःच शोधावा लागतो. चालत आक्रमित झालेला मार्ग न चुकता मूल्यांकित केला तर वास्तव निश्चित ध्यानात येते व ते मात्र तुमचे स्वतःचे स्वतंत्र व वेगळेच असते.

मनुष्याला सुखाच्या क्षणांपेक्षा दुःखाचे क्षण अधिक स्पष्टपणे आठवतात. त्यामुळेच कदाचित परमेश्वराने मलाच का एवढी शिक्षा व एवढे बक्षीसही दिले असे काही वेळा वाटते. रवीन्द्रनाथ टागोर देवाकडे प्रार्थना करतात की, 'दुःख व तापाने व्यथित झालेल्या माझ्या मनाचे तू सांत्वन करावेस अशी माझी अपेक्षा नाही, दुःखावर जय मिळवता यावा एवढीच माझी इच्छा आहे. सुखाच्या दिवसांत नतमस्तक होऊन मी तुझा चेहरा ओळखावा. दुःखाच्या रात्री सारे जग जेव्हा माझी फसवणूक करील, तेव्हा तुझ्याविषयी माझ्या मनात शंका निर्माण होऊ नये, एवढीच माझी इच्छा आहे. तुझ्या मदतीशिवाय लढा देण्याची शक्ती दे, संकटात मन खंबीर राहू दे.' या प्रार्थनेतील सुंदर विचार मनास शांत करतात, स्थिरता देतात.

आयुष्याची गोळाबेरीज करताना अनेक बाबी व गोष्टी मिळवल्या, तसेच काही गमावल्यादेखील. मित्र, नातेवाईक, प्रेम, पैसे, सुख व आनंद मिळवला, तसेच उधळीत किंवा चुकत बरेच घालवलेही. या जमा-खर्चात शेवटी शिल्लक नेमकी काय, हे अनुत्तरित व गूढच राहते. आपले आयुष्य शाश्वत नसताना त्याचा मोह शेवटपर्यंत सुटत नाही. मानवी विचाराचे व मनाचे क्लेश देणारे वर्तन पाहिल्यावर घडले ते स्वीकारून त्याला पुन्हा सामोरे जावे लागणार नाही, याची काळजी घेणे हेच शहाणपणाचे ठरेल.

गीतेतील अंतिम सत्य हेच अटळ सत्य आहे, याची मनात खूणगाठ बांधावी. 'कर्मण्ये वाधिकारस्ते मा फलेषु कदाचन' या वृत्तीने स्वत:कडे व आयुष्याकडे पाहण्यासाठी परिपक्वता प्रयत्नपूर्वक प्राप्त करावी लागते. शेवटी, आपण कोण आहोत, कोठून आलो, कोठे जाणार आहोत याची उत्तरे आपल्याकडे कुठे आहेत? बहुतांशी, प्रत्येकाच्या आयुष्याचा ताळेबंद मांडला तर, ती व्यक्ती अनेक सुख-दु:खाच्या अनुभवातून गेलेली असते. जीवन हा एक सातत्याने करावा लागणारा संघर्ष आहे.

प्रत्येकाला शत्रू व मित्र आहेत. ते सातत्याने तुमची सोबत करत आहेत. प्रत्येकाचा जगण्याचा संघर्ष चालू असतो. जगताना काही प्रसंगी आयुष्याची दोरीच तुमच्या हाती राहत नाही. वेळ, अवेळ, न्याय, अन्याय असा गणिती हिशेब टाळून प्रत्येकाची जीवनयात्रा सुरू होते व समाप्त होते. जीवनमान हजारो वर्षे अव्याहत चालू आहे. याचाच अर्थ जीवन हे मृत्यूपेक्षा श्रेष्ठ आहे. निसर्गदत्त मृत्यूची भीती मनात ठेवून जगणे उचित ठरणार नाही.

आशावाद एकदम उफाळून येतो आणि वाटते आपण जगायला हवे, भरभरून जगायला हवे. परमेश्वराने मला चांगले आई-वडील दिले, तरीपण ते नशिबाने अल्पकाळीच पोरके करून गेले. चांगले गुरुजन भेटले. शरीर प्रकृती, बुद्धिमत्ता आणि कुटुंबस्वास्थ्य मिळाले, या भांडवलावर प्रत्येक दिवस उत्तम व मनासारखा पार पाडता आला. निवृत्तीनंतरदेखील भरपूर कामे करता येण्याजोगी आहेत, याबद्दल परमेश्वराचे आभारच मानले पाहिजेत. आयुष्याच्या अखेरपर्यंत उद्योगी व विचारमग्न राहून, जीवन परिपूर्ण करण्याचा प्रयत्न करायचा, हा ठाम विचार मनाशी ठेवून शांतपणे झोपी जायचे, हे सर्व विचारमंथन व्हायला व उमजायला बहुधा वयाची साठी गाठावी लागते.

प्रत्येक माणसाच्या जीवनात असा एखादा क्षण येतो की, ज्यामुळे त्याच्या जीवनाला कधी अर्थ प्राप्त होतो, तर कधी संपूर्ण निरर्थक वाटून कलाटणी मिळते. या अनंत क्षणांच्या प्रवाहात मात्र एखादा क्षण असा असतो की, त्या क्षणी मनात काहीतरी खळबळ माजते. कधी एखाद्या क्षणाचा मनाला परिसस्पर्श व प्रकाशस्पर्शही होतो व मन उजळून निघते. सज्जनांच्या सहवासात असा क्षण मिळतो.

भक्त पुंडलिकाच्या जीवनात असा क्षण एकदा आला की, त्यामुळे संसाराची व पत्नीची आसक्ती त्याच क्षणी नष्ट झाली व मात्यापित्यांच्या जीवनात व सेवेत त्याने आपले जीवन सार्थकी लावले. प्रत्यक्ष पांडुरंगांना देखील विटेवर उभे राहून त्याची वाट पाहावी लागली. योग्य वेळी योग्य कृतीचे महत्त्व विदित करताना एक श्लोक आठवतो.

'निर्वाण दीपे, किमु तैलदाने। चौरै गृहे, वा किमु सावधानम्।
वयोगते, किं वनिता विलास:। पयोगते, किं खलु सेतू बंध:।*

दिवा विझून गेल्यावर तेल घालून काय उपयोग, चोर चोरी करून गेल्यावर सावध होऊन काय उपयोग, वय निघून गेल्यावर स्त्रीचा सहवास करण्याचा काय फायदा, पाणी वाहून गेल्यावर बांध घालून काय फायदा, तहान लागल्यावर विहीर खोदून उपयोग होणार नाही. त्याचप्रमाणे प्रत्येक काम हे योग्य वेळी, नोकरी, व्यवसाय, कलेची जोपासना किंवा अनेक उपयुक्त, चांगल्या गोष्टी योग्य वेळी केल्या पाहिजेत. निघून गेलेली वेळ व संधी पुन्हा सहसा प्राप्त होत नाही.

मी शासकीय सेवेमध्ये कनिष्ठ अभियंता पदापासून सेवा सुरू करून अत्युच्च अशा मुख्य अभियंता पदापर्यंत कार्यरत राहिलो. त्यानंतर शासनाच्या सचिवपदीही नियुक्ती झाली. अनेक बदल्या, अनेक ठिकाणे, अनेक नवीन जबाबदाऱ्या, मोठे मोठे सिंचनाचे विकास प्रकल्प पार पाडताना व कार्यान्वित करताना नेमकी यशस्विता ठरविणे, हे तसे बरेच अवघड व कठीण काम होते. शासकीय सेवेत कामांची व प्रकल्पांची, तसेच अपेक्षांची कमतरता कधीच नसते.

यातूनही नकारात्मक दृष्टिकोन आपल्याला निराशावादी बनवतो व कार्यविन्मुखता वाढवितो; मात्र सकारात्मक दृष्टिकोन हा आपल्या प्रगतीला, समृद्धीला म्हणजेच यशाला कारणीभूत ठरतो. शासन सेवेतील पाटबंधारे प्रकल्पांची प्रतिकृती व कामे दीर्घ काळ चालू राहतात. त्यामुळे एका व्यक्तीला किंवा अधिकाऱ्याला तो प्रकल्प निश्चित पूर्णतेच्या सीमेकडे कधीच नेता येणे शक्य नसते. तरीही आपले काम आपण प्रामाणिकपणे व उत्साहाने पार पाडले की, समाधान प्राप्त होत जाते. आपल्या कामाचे सर्वांत उत्तम मूल्यमापन आपण स्वतःच करू शकतो, इतरांनी केलेले मूल्यमापन त्यांच्या कल्पनेप्रमाणे व पूर्वग्रहदूषित असण्याची शक्यता असते.

निसर्गाचा नियमच असा आहे की, जे तुमच्या विचारात असेल, तेच तुमच्या कृतीतून उतरेल. जो धाडस करतो, त्यालाच नशीब साथ देते. सकारात्मक विचार करणारा माणूस, नेहमी प्रसन्न व चित्तवृत्ती प्रफुल्लित ठेवणारा असल्यामुळे अंमलबजावणीतील कार्यवाही व पूर्तता वेगाने होते. सकारात्मकता हीच नवीन शोधांची जननी असते. आज आपण सुखी आयुष्य जगत आहोत, मग अधिक प्रयत्न व अधिक प्रयोग कशासाठी करायचे, असा नकारात्मक विचार मनात आणला, तर माणसाचा विकास ठप्प होऊन जातो. न्यूटन किंवा एडिसन यांनी अमर्याद प्रयोगातून लावलेल्या शोधामुळेच आधुनिक जगाची प्रगती होऊ शकली. कोलंबसच्या सकारात्मक विचाराने प्रवासात आलेल्या अनेक अडचणी, समुद्रातील वादळे या सर्वांवर मात करून दुर्दम्य इच्छाशक्तीच्या जोरावर त्याने अमेरिकेचा शोध लावला. सकारात्मक

विचार करून ध्येय बाळगले की यशाचा मार्ग सापडतो. सकारात्मक दृष्टिकोन तुम्हाला तुमच्या उद्दिष्टांकडे, संकल्पनांकडे घेऊन जाण्यास सक्षम ठरतो.

एखादी गोष्ट वारंवार करावी लागली तरी कंटाळून न जाता, ती करत राहणे, हा सरकारी नोकरीतील विशेष व्यक्तिगुण आत्मसात करणे गरजेचे वाटते. यश मिळाल्यानंतर ते टिकविण्यासाठी वेळेचे व कामाचे नियोजन करून, सर्व आवश्यक उपाययोजना अमलात आणायला हव्यात. परिस्थितीनुसार वेगवेगळी धोरणे आखणे, कष्ट करण्याची तयारी असणे, आपल्यातील उत्तम प्रकृती, बुद्धिमत्ता व हुशारी यांचे भान ठेवणे महत्त्वाचे आहे. उत्तुंग आशा बाळगत, शांत राहून विचार केला की, प्रत्येक मिनिटाचे मूल्य ध्यानात येते. कृती करण्यापूर्वी पूर्ण विचार करीत, खुल्या मनाने जगाकडे पाहत, स्वतःला अद्ययावत ठेवायचे ठरविले की, मग ध्येयपूर्तीसाठी अपार कष्ट घ्यावे लागतात. असे निष्ठापूर्वक कष्ट केले की यश तुमचेच आहे. त्याची वाट पाहण्याची आवश्यकता नाही.

मी शासनसेवेत असतानाच माझा मुलगा राहुल हा त्याच्या विविध व्यवसायांत व्यवस्थित स्थिर झाला होता. पुष्कळ प्रयत्न व कष्ट करत त्याने स्वतःचा व्यवसाय भरभराटीस आणला होता. माझी विशेष मदत किंवा प्रतिष्ठा याची अपेक्षा न करता, राहुलने व्यवसायात प्रगती करावी, अशी माझी सुरुवातीपासून अपेक्षा होती. माझ्या अपेक्षेप्रमाणे मुलाच्या बाबतीतही मी नशीबवान ठरलो. त्याच्या कष्टाने व अविरत प्रयत्नाने त्याने जे व्यवसाय हाती घेतले, ते भरभराटीस आणले. आर्थिक सुबत्ता व स्थैर्य याबरोबर वेगळा आत्मविश्वास व कर्तव्यपरायणता, त्याच्या सर्व व्यवहारांत दिसून येते; पण कामासाठी वाढता वेग, वाढता वेळ, वाढती व्याप्ती या चक्रात तोही पूर्ण गुंतत चालला आहे. सरकारी कामकाजातील रोज लवकर कामावर जाणे व जास्तीतजास्त उशिरापर्यंत थांबणे, हे दुष्टचक्र त्याच्याही अंगवळणी पडू लागले आहे.

आज आधुनिक घर असूनही आईच्या वात्सल्याच्या स्पर्शाला मुले पारखी झाल्याचे दिसते. नवरा-बायकोचा सहवास बरेचसे यांत्रिक स्वरूप घेऊ पाहतोय. प्रत्येक नात्यातील अंतर वाढतेय. धावून धावून सारेच थकलेत. खोटे खोटे सुख मिळवताना निदान तसे दाखविण्याचा प्रयत्न करताना सारेच दमले आहेत. प्रत्येकाला आता जगण्याच्या व सुखाच्या खऱ्या भावना हव्या आहेत. प्रत्येकाला मायेच्या उबदार स्पर्शाची आवश्यकता आहे. माझी मनापासून काळजी घेणारे कोणीतरी आहे, ही खात्री प्रत्येकाला हवी आहे. यासाठी प्रत्येकाने स्वतःपासून सुरुवात करून, दुसऱ्याशीदेखील सतत संवाद साधण्याची गरज आहे. माझ्या कुटुंबातही मला कधी कधी याच भावना सतावतात.

बाहेरच्या जगातील स्पर्धा व स्वतःच्या अस्तित्वासाठी संघर्ष करून, माणूस या

प्रयत्नात कधी हरला, कधी जिंकला, कधी खचला, कधी तुटला, मनानेच एकटा होत चालला आहे. त्याच्या त्या एकाकी मनाला सावरण्यासाठी धीराचा हात घरातूनच पुढे येऊ शकतो. माझी बदली व एकटे राहण्याचा जीवनक्रम, सेवा कालावधीत बरेच शिकवित गेला. प्रत्येक ठिकाणी भरपूर वेळ व भरपूर कटकटी यातून मार्ग शोधताना मनाची त्रेधातिरपीट थांबविता आली नाही. भक्कम कौटुंबिक आधार हीच यावर गुरुकिल्ली आहे.

जे धावण्याच्या बाबतीत मागे पडतात असे म्हातारे आई-वडील वृद्धाश्रमाची वाट पाहत, जुनी नाती नवी होण्याची प्रतीक्षा करीत आहेत. वेगवेगळ्या मार्गाने कुटुंबांचा संकोच होत ते चौकोनी, त्रिकोणी, दोनकोनी आणि एककोनी बनत आहे. हे सारे कोन, पुन्हा एकत्र सांधण्याची स्थिती, आता राहिली नाही. श्रावण बाळाची जी कथा रामायणात येते, त्यामागचा खरा उद्देश, नाती जोडण्याचा आणि ती मानवी प्रवासात सतत वाहून नेण्याचा आहे. औद्योगिकरणानंतरच्या रेट्यात कुटुंबव्यवस्थेला मोठ्या प्रमाणात तडे जात आहेत, माणूस यंत्रवत व एकलकोंडा होण्याची भीती वाढत्या प्रमाणात दृष्टीस येऊ लागली आहे.

जगण्याच्या धावपळीत असे कमकुवत मन कधीतरी खचण्याचा प्रसंग येतोच. मी मुंबईहून कोल्हापूरला कामासाठी प्रवास केला व पोहचण्यापूर्वीच मुंबईत थोरल्या बहिणीचा मृत्यू झाल्याचा निरोप मिळाला. अंत्यदर्शनही होऊ शकले नाही. पुन्हा मुंबईस पोहोचायचे म्हणजे बारा तासाचा फेरप्रवास व तेवढा वेळ अंत्यविधी लांबविणे शक्य नसल्याच्या निरोपाने अगतिकता व परिस्थिती धीराने स्वीकारणे भाग पडले. अशा दुखावलेल्या मनाला, अगदी मायेने व विश्वासाने जवळ घेऊन, धीर देणे व खंबीर बनविणे गरजेचे असते. हे फक्त घरातील व्यक्तीचे काम असते. चार भितींनी घर बनत असते; पण खरे घर घरातील माणसांनी बनते व सजतेही. असे घरपण असणारे घर मला मिळालेय, हे माझे नशीब आहे.

जगण्यासाठी खरंच काय हवे असते? तू एकटा नाही, मी तुझ्यासाठी आहे, हा विश्वास आणि सगळ्यांचे एक दुसऱ्यावर खूप प्रेम, असे प्रेमाचे घर मला इंदूने तिच्या कृतीने, कौशल्याने व बुद्धीने बहाल केले. प्रत्येकजण प्रेमाचा भुकेला आहे, तुमचा ईश्वरही प्रेमाचा भुकेला आहे, मग तेच प्रेम नवऱ्याचे बायकोवर, बायकोचे नवऱ्यावर, आई-वडिलांचे मुलांवर व सर्वांचे एकमेकांवर मनापासून करणे जमले की जे हवे असते ते आपोआप प्राप्त होते. नोकरी, व्यवसाय या बाबी दुय्यम मानून, सुदृढ व आनंदी जीवन राखता येते. नेमका हेतू व उद्दिष्ट मनात असले की, रस्ता सोपा बनत जातो. कोठेतरी म्हटले आहे की, 'मैं खुदा की तलाशमें निकला, खुदाको पा लिया.'

परमेश्वराच्या शक्तीला ओळखा व लक्ष द्या, ती तुमचीच असून तुमच्याच

जवळ सतत आहे. जगातील सर्व नाती व सर्व कामे तुमच्यापेक्षा वेगळी मानण्याची मूलभूत चूक करू नका. फुल स्पीडवर पंखा ठेवायचा अन् मस्तपैकी आवडते पुस्तक वाचत पडायचे, यातील वेगळा आनंद अनुभवता आला पाहिजे. रोज काही ना काही नवीन काम निघायचेच आणि मग जाऊ दे आज नाही तर उद्या, असे पुढे ढकलणे नशिबी सतत येत राहते. स्वत:साठी जगणे म्हणजे फार विचार न करता, मनसोक्त काही गोष्टी करणे, हे जमवायला शिकले पाहिजे.

आवडणाऱ्या गोष्टींसाठी वेळ देणे, म्हणजेच मस्त निवांतपणे अंघोळीसाठी वेळ देणे अशी सुरुवात करून, कडक चहा, पेपर वाचताना घेणे, आवडीचा पदार्थ स्वत:साठी करणे किंवा करून घेणे, खळखळून हसणे, कधीतरी मनसोक्त आसवे वाहू देणे, शांतपणे जेवणाचा आस्वाद घेणे, मनाजोगते सजणे-नटणे, बेहद खूश होत सिनेमा-नाटकाचा आनंद लुटणे, स्वत:साठी आवडीची वस्तू खरेदी करणे, हे अधूनमधून जाणीवपूर्वक करत राहिले पाहिजे.

हे सगळे सोय म्हणून नव्हे तर निखळ आनंदासाठी करण्यातच खरी मजा असते. प्राप्त जीवनाचे शहाणपण सरकारी सेवेतूनही इतकेच सहज शोधता येते. सद्गुरू वामनराव पै सरकारी नोकरीतच जीवन विद्या शोधू व शिकवू शकले. लोकशाही कार्यप्रणालीत, सरकारी सेवेत, जनसेवेचे व्रतपालन अधिक सुलभ असल्याचे अनेकांचे अनुभव आहेत.

एकमेकांचे स्वभावधर्म सांभाळत आजवर एकमेकांसाठी केलेल्या उत्तम गोष्टी, तडजोडी यांची वेळीच योग्य नोंद एकमेकांना करून द्यायला हवी. वेळीच मनाचा आरसा पुसून लखख केला की, त्यात सगळे बरे-वाईट प्रसंग जसेच्या तसे डोळ्यांसमोर उभे राहतात. या अफाट जगात, माणसांच्या महासागरातदेखील आपले असणे, आपल्यासाठी कोणी वाट पाहणारे असणे, घासातला घास राखून खाणारे असणे, आपल्याला जिवापाड जपणारे कोणी असणे यासारखे अन्य कोणतेही सुख मोठे नाही.

उत्तम प्रकृतीचे महत्त्व जीवनातील अनेक प्रसंगांनी पुन:पुन्हा जाणवू लागते व त्यांची गरज व प्राथमिकता सर्व अध्यात्माहून व तत्त्वज्ञानाहूनही अधिक महत्त्वाची वाटू लागते. आपल्या विचारांचे, कृतीचे, आपली प्रकृती हे मूळ अधिष्ठान आहे. आपले अस्तित्वच प्रकृतीच्या माध्यमातून व्यक्त व प्रदर्शित होत असल्याने भौतिकदृष्ट्या त्याची साथ मानवी अस्तित्वाची प्रेरणा बनते; पण आयुष्याच्या वाटचालीत व निसर्गनियमानुसार बालपणापासून वृद्धत्वापर्यंतचे बदल, हे होतच असतात; पण तरीही बदलात काही अनियमितता किंवा उणिवा प्रकृतीला बंधने निर्माण करत जातात. त्यांचे योग्य निराकरण व समाधान करतच जीवनाचा प्रवास आनंदी बनविता येतो.

नात्याचे बंधही अनुभवाच्या मदतीने व काही कसोट्यांवर अधिक घट्ट बनत जातात. काही परीक्षा व अवघड वळणे पार पाडताना, नात्यांची ऊबच पुन्हा उभे करण्यास बळ व आधार देते. बुद्धीच्या देणगीतून प्राप्त झालेले वेगळेपण व शहाणपण प्रत्येक व्यक्तीत अनुभवास येते आणि म्हणूनच प्रत्येकाची जगण्याची व आनंदाची व्याख्याही बदलणारी असते. यामुळेच मतभिन्नता व विचारक्लिष्टता वाढण्यास प्रोत्साहन मिळते. यातूनच प्रत्येक घटनेचे परिणाम व्यक्तिनिहाय बदलत असतात. जीवघेणी स्पर्धा व यशप्राप्तीची घाई हीच या अस्वस्थतेचे मूळ बनतात. सरकारी किंवा खासगी सेवाक्षेत्रात असे अनेक प्रसंग येतात.

औषधोपचार, व्यायाम व आहार ही उत्तम प्रकृतीसाठी अत्यावश्यक मानके ठरतात. उच्च रक्तदाब व रक्त पातळ राखण्यासाठी काही रासायनिक औषधे, कायमस्वरूपी घेणे माझ्यासाठी गरजेचे ठरले आहे. तशी मी वैद्यकीय सल्ल्याने काही औषधे दीर्घ काल घेत असतो. त्या औषधांची अगदी सवयच झाली आहे. डॉक्टरांनी अमान्य केले, तरी या औषधांचा साइड इफेक्ट म्हणून, मला गॅसेस व मलावरोध सोबत करत राहिला आहे. अगदी खूप काळजी व आहार नियंत्रण राखूनही हे विकार संपूर्णपणे टाळता आले नाहीत.

आपण बाह्य देखाव्यासाठी केवढे कष्ट घेतो, त्या तुलनेत आपल्या व्यक्तिमत्त्वासाठी कष्ट घेतले आहेत काय, याचा विचार करण्याची वेळ आली आहे. सोन्यामोत्याच्या दागिन्यांपेक्षा व्यक्तिमत्त्वातील गुण माणसाला जास्त सुंदर बनवितात, असे भर्तृहरी म्हणतो. स्वत:चे मित्र बनत अधूनमधून स्वत:शी बोलणे जास्त महत्त्वाचे आहे.

माझ्या जीवनात मी स्वत:ला विसरू शकत नाही, मनातील भावना लाव्हारसाप्रमाणे आतून खदखदतात. कोणतेही निमित्त मिळताच, त्या बाहेरच्या दिशेने प्रवास सुरू करतात. मूळ पदावर येण्यासाठी किंवा नेमका धागा किंवा वैचारिक सलगता राखण्यासाठी प्रयत्न करताना एखाद्या सर्कशीतील विदूषकासारखी खरोखरीच त्रेधातिरपीट उडते.

आत्मपरीक्षण व मूल्यांकनाने या बाबी सहज ध्यानात येऊ शकतात. ग्रामीण वातावरणात रुजलेला माझा स्वभाव व प्रकृती, मला पुन:पुन्हा त्या विचाराकडे खेचत राहते. आधुनिकतेचे मूल्यमापन मी ग्रामीण मापदंडावर करण्याची चूक करतो. त्यामुळे माझे निष्कर्ष व भावना या तशा काहीशा अनाकलनीय व क्लिष्ट स्वरूपात व्यक्त होत असतात.

माझ्या दोन मुली व एक मुलगा यांच्या व्यावसायिक यशावर मी पूर्ण समाधानी आहे. नेमकी दिशा देतानाही चुकतचुकतच त्यांनी स्वत:ची दिशा शोधली. निष्ठेने त्यावर वाटचाल केली. त्यांचे मूल्यमापन आवश्यक व प्रस्तुत संदर्भात उचित नसल्याने, अलिप्त राहणेच मला योग्य वाटते.

वास्तवातून जीवनाचे मूल्यांकन करताना पूर्णत्वाची ओळख, पत्नीत्वाच्या सहवासातून होत जाते. बालपणीच्या काहीशा कष्टमय व रुक्ष जीवनशैलीचे रूपांतर, नवीन जीवनपद्धतीत करण्याचे काम इंदूने केले. तिने केलेल्या प्रेमाचा वर्षाव कल्पनातीत असून, तो अमूल्यच आहे. मी कितीही प्रयत्न केले असते, तरी तिच्याशिवाय नेमकी जीवनाची दिशा शोधता आली नसती. हा प्रेमाचा गोफ काळाच्या सोबतीने घट्ट विणला जातो व तोच सर्व घडवितो. जीवनाचे असे वेगळे तत्त्वज्ञान, आनंद, दु:ख, आपले घर, वैभव, संस्कृती, संस्कार, परंपरा, समृद्धी, यश, अपयश, नात्यातील प्रेम, वात्सल्य, ममता ही सर्वथा एकमेकांच्या सोबतीने फलद्रूप बनत जातात. तिथूनच खऱ्या अर्थाने सुरू होतात व अंतिमत: तेथेच एकमेकांसोबत अंतही पावतात.

जीवनात सुख-दु:ख वाट्याला येण्याचा निसर्गनियम समजून घेत, शिशिरानंतरच्या वसंताची अपेक्षा करीत प्रेरणादायी विचार व कृती करीत, नव्या आशेने जीवन अनुभवता येते, ते कुटुंबाच्या गोड सोबतीने व शासकीय सेवेच्या आधारानेच हे सत्य आहे. जे वाट्याला येते त्यातले सर्वोत्तम शोधून आयुष्य साजरे करण्याची कला अवगत करण्यासाठी तशी मानसिकता ठेवावी लागते. तसा दृष्टिकोन व अनुभूतीही बाळगावी लागते. या सर्वांची सुरुवात व शोध स्वत:पासून सुरू होऊन स्वत:पाशीच थांबतो. भौतिक गोष्टी किंवा भौतिक सुखाची सोबत घेऊन अध्यात्माचा विकास साधणे कठीण असते.

स्त्रीत्वाच्या सोबतीने संसाराचे रहस्य उलगडण्याचा मार्ग शोधता येतो. म्हणूनच तिचे महत्त्व आणि सोबत, यातून माझी जीवनशैली बनत गेली. शेतातील डोलणारी, फुललेली पिके पाहून जसा शेतकरी परिपूर्ण आनंद अनुभवतो, तशीच निर्मितीची व विकासाची भरारी मारताना जीवनात निरागसता व परिपूर्णता अनुभवणे हे सांसारिक जीवन व पत्नीचे प्रेम यातून शोधता येते.

आपल्या विचारानुसार आपला दृष्टिकोन तयार होत असतो. त्यामुळे आपल्यापेक्षा इतरांची मते वेगळी असू शकतात. ती व्यक्त करण्याचे स्वातंत्र्य व हक्क प्रत्येकाला आहे याची जाणीव आपण ठेवली की, राग, चिडचिडेपणा, अस्वस्थपणा कमी होतो. स्वत:कडे दुसऱ्याच्या दृष्टिकोनातून पाहता आले पाहिजे. त्यामुळे स्वत:ची चूक असेल तर, ती मोकळ्या मनाने कबूल करता येते. इतरांचे मत जर बरोबर असेल तर, तेपण स्वीकारता येते. मला माझ्या जगण्याच्या चाकोरीत हीच मोठी उणीव भासली. अनेक माणसे भेटली, नोकरीनिमित्त तर अगणित लोकांचा सहवास लाभला; पण त्यांच्याशी जवळीक कधीच साधता आली नाही. वैयक्तिक स्तरावर किंवा व्यावसायिक भूमिकेतूनही या संधीचा उपयोग करण्याचा मानस कधी मनात आलाच नाही.

प्रसिद्धी, पैसा, मानमरातब यांचाही मला कधीच लोभ नव्हता. सरकारी नोकरीची मनातील वेगळी भूमिका, अपेक्षा या बाबी कालनिहाय अधिक प्रभावी व व्यापक बनत गेल्या. कोणताही हेतू किंवा अपेक्षा मनात न ठेवता काम करण्यामुळे, कार्यक्षमता व प्रामाणिक हेतू साधण्यास सोयीचे होईल असे वाटले. या मुख्य भूमिकेतून सतत कामकाज करत राहिल्यामुळे अलिप्तपणाबाबतची उणीव मनाला जाणवली नाही. दुसऱ्यास आपले न मानण्यामुळे आपणासही दुसऱ्याचे होता येत नाही. लोकसंग्रहाची ही त्रुटी सातत्याने मनाला टोचत राहिली; पण नोकरीच्या ध्येयवादात ती विरतही गेली. बरे, यात आर्थिक नुकसान किंवा जाणवण्यासारखी व्यावहारिक अडचणही लक्षात आली नाही. यामुळे आत्मकेंद्रित विचारसरणीची सवय अंगवळणी पडत राहिली. यामुळे नेमके काय साधले किंवा काय चुकले, हे मात्र गुलदस्तातच राहत गेले.

मी माझा व कुटुंबीयांचा बाहेरच्या सामाजिक व्यवस्थेशी धागा जुळवून घेऊ शकलो नाही. मुलांच्या बाबतीत त्यांचे विचार व सामाजिक जाण, ही आणखी वेगळीच ओळख बनत गेली होती. निवृत्तीनंतर नातेसंबंधात माझे फारसे जाणे-येणेही राहिले नाही. मी अध्यात्माच्या ओढीने सामाजिक संबंधापासून अलिप्त राहणे पसंत केल्याने पूर्व भूमिकेची पुनरावृत्ती होत गेली. ती मला सोयीचीही वाटत गेली. अनेक सामाजिक, राजकीय व्यक्ती, संस्था यांचा संबंध सेवा कालावधीत येत गेला; पण तसा तो नंतर टिकवणे जमले नाही.

आपल्या प्रत्येकामध्ये काही गुण असतात, तसेच काही दोषसुद्धा असतात. व्यवहारी दृष्टिकोनातून आपल्यातील चांगले गुण वाढविण्याबरोबरच आपल्या स्वतःतील दोष कमी करण्याचा प्रयत्न करायला हवा. आपल्यात असणारे दोष ओळखून ते दूर कसे करता येतील याचा विचार करत, त्याप्रमाणे आपणच प्रयत्न करणे उपयुक्त ठरते. विशेष म्हणजे ज्याप्रमाणे आपल्यात काही दोष असतात, तसे ते इतर व्यक्तींमध्ये देखील असतातच. कदाचित त्याचे स्वरूप व प्रकार वेगळे असू शकतात. माझेच खरे व माझेच म्हणणे बरोबर या भूमिकेतून दुरावा वाढीस लागतो. माझ्या बाबतीतही काही बाबी मलाच अनैसर्गिक वाटतात. उदा. प्रवासात निरुद्देश भेटलेल्या अनोळखी व्यक्तीशी स्वतःहून बोलणे व मैत्री करणे, हे मला सहज जमत नाही.

माझे स्वतःचे ज्ञान व अनुभव न मागता इतरांना उपलब्ध करणे, माझ्या स्वभावात नाही. मला जे ज्ञान किंवा विचार ज्ञात आहेत, ते तसेच सर्वांना ज्ञात असतीलच, असा माझा सोयीस्कर गैरसमज आहे. बरे, जे ज्ञान तुम्ही प्राप्त केले ते समयोचित व परिस्थितिजन्यच असते. त्यात तुमचे नेमके मोठेपण काहीच नसते. कोणते वेगळेपणही नसते. अत्यावश्यक व अटळ गरजेशिवाय प्रवास करणे, मी टाळत राहतो. अगदी पूजा, वाढदिवस, सत्यनारायण इतर विधी किंवा उपचार,

उद्घाटन अशा समारंभास उपस्थित राहणे गैरसोईचे वाटते. आपण आपल्या सोयीप्रमाणे इतरांना भेटण्यास जाणे व त्यांची गैरसोय करणे मला अजिबात मान्य नाही. यातून एकच निष्कर्ष निघतो की, स्वत:च स्वत:त रममाण होत आयुष्यास सामोरे जाण्याचा एकच पर्याय मी स्वत:साठी ठेवला आहे. आर्थिक व्यवस्थापनातही मी रममाण होत नाही; कारण सुरुवातीपासूनच त्याला माझ्या शब्दकोशात महत्त्वाचे स्थान नव्हते व ते पुढेही असणार नाही. काही न्यूनगंड व गैरसमज यामुळेही व्यक्त होणेच संपुष्टात आले; पण त्याची दुसरी बाजूही दुर्लक्षित करण्यासारखी नाही. काहीतरी मिळवताना काही गमावणे आवश्यक ठरते.

गुणाबरोबर दोष हे मानवी स्वभावाचे अलंकारच असतात. जीवनाची सजावट त्याशिवाय अपुरीच असते. एखाद्या व्यक्तीतील गुंतलेपण अव्यक्तच बरे वाटते. त्यासाठी शब्दांचा फुलोरा हवा कशाला? आपल्यातील दोष ओळखून त्या दोषांचे रूपांतर गुणात करता आले तर उत्तमच; पण ज्ञानातील तेज तत्त्वाप्रमाणे गुण-अवगुण स्वीकारून ते आपले मानले की, त्यांचा उपद्रव होत नाही. आपले दोषही स्वीकारले की, श्रद्धा व विश्वास वाढीस लागतो. मग सर्वत्र स्वत:ची प्रतिमा दिसू लागते.

काही गोष्टी न बदलता स्वीकारण्याने त्याचे उदात्तीकरण साधता येते. काहीही वेगळे व्यक्त करण्याची किंवा नव्याने मांडण्याची आवश्यकता राहत नाही; कारण स्वत्वाची अनुभूती व जाण जेथे सोबत करते, तेथे संपूर्ण स्वीकार व चिरंतन मन:शांती आपोआपच प्राप्त होत जाते.

तसे एक अभियंता म्हणून जीवनाकडे पाहतानादेखील, विश्लेषणात्मक दृष्टीने पाहण्याची सवय अंगभूत बनत जाते. जेव्हा आयुष्य खूप कठीण व खूप सोपेही वाटू लागेल, तेव्हा सरलतेकडे वळता येते. सरलतेमुळे शांती लाभेल. जेव्हा मन शांत असते, त्या वेळी कठीण विषयावर मन केंद्रित केले की, त्यामुळे तुम्ही अधिक कुशल व व्यवहारी बनत जाता. व्यवसाय व कुटुंब अशा दोन परस्परविरोधी मूलभूत उपायांचा समन्वय साधत आयुष्याचे गणित सोडवावे लागते.

केवळ सोपेपणाने जगण्याने आळशी आणि निष्क्रिय बनण्याची शक्यता वाढते. समस्यांमध्ये गुंतून पडून संतापी व निराश वृत्ती वाढीस लागते. समंजस व सुझ विचार दोन्हीमध्ये कुशलतापूर्वक समतोल राखतात आणि दोन्हींचाही आनंद घेता येतो. तंत्रज्ञानाने भरलेल्या व विकसित होणाऱ्या या जगात कोणीही तंत्रज्ञानविरहित जीवन जगण्याचे स्वप्नही पाहू शकणार नाही. तसेच, केवळ अवघड गोष्टींकडे लक्ष देणे म्हणजे आयुष्यही अवघड बनवत जाणे हे अनुभवास येते. जर तुम्ही जीवनाचा सोपेपणा व अवघडपणा दोन्ही जाणून घेतले, तर सुख तुमची साथ देत राहते.

मागासवर्गीय समाजातील जन्म व संस्कार, मनातील दुय्यमत्वाची व इतरांशी

असहायपणे जुळवून घेण्याची मानसिकता, तशाच भावना जीवनशैलीवर अधिक प्रभाव पाडतात. बालपणी ग्रामीण वातावरणात बागडताना बाह्य जगातील आधुनिकीकरणाची झेप, तसेच हक्क आणि अधिकार कधी जाणवलेच नाहीत व कोणी त्याबाबत जागृतही केले नाही. त्याहूनही सहन करावे लागलेले अन्याय कधी खटकलेही नाहीत. पूर्व पिढीचे संस्कार हे तत्कालीन समाजधारणेस अनुकूल असेच प्रस्थापित झालेले होते. तरीही सर्व समजून व जुळवून घेत वाटचाल पुढे चालू ठेवावीच लागली होती. जीवनाकडे पाहण्याचा दृष्टिकोनच चुकीचा व प्रदूषित असल्याने, विकासाकडे झेप घेताना, मानवाची अवस्था द्विधा होणे अगदी स्वाभाविकच बनत जाते. जन्माने बहाल केलेले संस्कारांचे व विचारांचे दागिने माणूस अगदी सहज आपले मानतो व त्यात त्याला चुकाही सहसा लक्षात येत नाहीत. म्हणूनच सामाजिक बदल हा क्षणिक विचार नसून, तो पिढ्या न् पिढ्यांचा आचारविचार व संस्कारांचा परिपाक असतो.

जो जीवनापासून दूर राहतो, तो जीवनाला बोजा समजतो, त्याचे जीवन दुःखी होते. जीवन सुखाने जगण्यासही श्रद्धा व मनाची शांती हवी असते. जो आपल्या ईश्वरदत्त कार्यावर श्रद्धा ठेवतो, तो जणू परमेश्वराच्याच जवळ राहतो. ग्रामीण जीवन व शासकीय नोकरी, तांत्रिक व्यावसायिकता यातून माझी वैयक्तिक जीवनशैली बनत गेली. सोय नंतर ध्यानात आली.

आपण आपले आयुष्य कशा प्रकारे जगायचे, हे प्रत्येक माणसाने ठरवायचे असते. तुमच्या मनातील विचारानुसार तुमचे जीवन घडत जाते. आदर्श व उत्तम जीवन जगण्यासाठी, आपल्यासमोर नेमके आदर्श व ध्येय सतत दृष्टिपथात हवे. उन्हात जावे, ऊनच पचवावे आणि मोहरून-बहरून येण्यासाठी लख्ख सूर्यप्रकाशात झगडावे. आपल्या ध्येयाच्या प्राप्तीसाठी, आयुष्यभर अथक प्रयत्न करायला हवेत. ध्येयासाठी झगडण्यातूनच खात्रीने सुखाची प्राप्ती होते.

मात्र झगडताना आदर्श कधीही विसरता कामा नये. आपल्याला काय प्राप्त होते, यश की अपयश, ही बाबच गौण आहे. तुम्ही तुमच्या आदर्शानुसार अपेक्षित ध्येयासाठी जीवन जगला की नाही, यालाच सर्वांत जास्त महत्त्व आहे. ध्येयासाठी व आदर्शासाठी जगताना मनाची जी संवेदना जागृत होते, त्यात फार मोठा आनंदाचा ठेवा उपलब्ध होतो. अपयशाची टोचणी योग्य जाणिवेतून व संवेदनांतून नेहमीच स्फूर्ती व आनंद देते.

'या जन्मावर, या जगण्यावर शतदा प्रेम करावे, ' या कवी मंगेश पाडगावकरांनी लिहिलेल्या काव्यपंक्ती किती अर्थपूर्ण आहेत याची पुनःपुन्हा आठवण होते. जीवन हे सुंदर आहे व त्याचा आस्वाद घ्या, आनंद घ्या, असे पुनःपुन्हा हल्ली प्रत्येकाच्या मनावर का बिंबवावे लागते, हे माठे अनाकलनीय वास्तव आहे. जीवनशैली

म्हणजेच पैसा आणि पैसा मिळविण्यासाठी माणूस वाटेल ते करायला तयार असतो. ज्या काही गोष्टी मिळणे अशक्य असते, त्यासाठी पैसा नक्कीच जीवनाची अत्यावश्यक गरज आहे; पण म्हणून 'पैसा' म्हणजेच सर्वस्व हे समीकरण चुकीचे आहे. 'लाइफ स्टाइल'च्या या नादात मिळणाऱ्या आनंदाच्या क्षणांना पूर्णपणे मुकत जाणे, कदापि उचित नाही.

पगार, गाड्या, मोबाइल, इंटरनेट या गोष्टी मेंदूत पक्क्या 'डाउनलोड' झाल्या की, कधीही 'डिलीट' न होण्यासाठीच त्या तेथे कायमच्या स्थानापन्न होतात. सुख-दु:खाच्या गोष्टी एकमेकांशी शेअर करायला कुणाकडे अतिरिक्त वेळ उपलब्ध नसतो. बिझनेस मीटिंग्ज, पार्ट्‌जि, त्यात पुन्हा चौकोनी कुटुंबपद्धती अस्तित्वात येत आहे. त्यामुळे परस्पर सुसंवाद संपुष्टात येत असल्याचे दिसून येते.

आनंद व सुख हे प्रत्येकाच्या मानण्यावर असते, हे जरी खरे असले तरी, दुसऱ्याच्या आनंदात सहभागी होण्यापेक्षा दुसऱ्याच्या आनंदाचे कारण बना आणि बघा, तुम्ही आणि ती व्यक्ती कसा दुप्पट आनंद लुटताय ते. निरागस, छोटेसे बाळ, ज्याची जगाशी ओळखही झालेली नसते. धर्म, जात, वित्त, सत्ता ही माणसाने केलेली वर्गवारी त्याला माहीत नसूनही, ते सर्वांकडे बघून किती गोड हसते. गोंडस कळी, तिला माहीत असते की, एक दिवस आपण मातीत मिसळून जाणार आहोत, तरीही ती मोठ्या दिमाखाने उमलते. टवटवीत फुलांकडून सर्वांनाच सुगंध, सुखद आनंद, प्रसन्नता प्राप्त होते. आपली बदलती वेगवान 'लाइफ स्टाइल' विसरून जीवनाकडे बघा, ते भरभरून जगा आणि दुसऱ्यालाही जगू द्या.

उंबऱ्याची आठवण घराबाहेर पडताना महत्त्वाची ठरत असते, ती यासाठी की, कुटुंबकबिल्यात सुखरूप परतण्याचे उबदार आश्वासन, त्या उंबरठ्यातच असते. सुख शाश्वतीची सीमारेषा, मर्यादा त्या उंबरठ्यात व घरकुलातील नात्यांमधील ओढीत सामावलेली असते. असेच अनेकविध नियंत्रक उंबरे कार्यालयात, सामाजिक बंधनात, नातेसंबंधांत असतात. फक्त स्थानपरत्वे तुमच्या समजानुसार व प्राप्त होणाऱ्या अनुभवानुसार त्यांची नावे बदलतात. आजच्या 'फास्ट ट्रॅक' पिढीने असे काही उंबरठे, मर्यादा, सुरक्षित अंतर राखून, जरा दमानेच सबुरीचा सल्ला व मंत्र जपत आठवणीने पार करावेत. म्हणजे शर्यत तुम्हीच जिंकणार यात शंका मानायचे कारण नाही.

सन २००५च्या साहित्य संमेलनाच्या अध्यक्षपदावरून बोलताना केशव मेश्राम यांनी मांडलेले निरीक्षण फार महत्त्वाचे आहे. 'माणसाचे माणूसपण मूल्यभावाने अधोरेखित होत असते. विशेषतः, मूल्ये ढासळण्याच्या काळात मूल्यांच्या मौलिकतेची ओळख पटायला लागते. प्राथमिक गरजांची गळचेपी होत जाणे, यासाठी लागणारा वेळ व विचारासाठी माणसाकडे सवडच उपलब्ध नाही. चांगले माणूस होताना

नोकरी व कुटुंब यांना सारखेच जपले पाहिजे व जीवही लावला पाहिजे.'

मी अभियंता झालो नसतो तर, माझा जीवनपट कसा असता हे सांगताही येणार नाही. अभियंता असताना प्रशासन सांभाळण्याचे कठीण गणित सोडवताना, पूर्वानुभव उपयुक्त होतोच, असे निश्चित विधान करता येणार नाही. नोकरी, तिचे स्वरूप, पत्नी व तिचे सहकार्य कसे असेल, हे नेमके कल्पनेत आणता येणार नाही. या सर्व बाबी जीवनाची वाटचाल निश्चित व नियंत्रित करत असतात.म्हणून बदलत्या संकल्पनेचा व अवधानांचा प्रत्येकाचा अनुभव वेगळाच असेल. मानवी व्यापारात राजाचा रंक व रंकाचा राजा होताना वेळ लागत नाही. तुम्ही काय व्हावयाचे, हे तुमच्या हातात नसते; मात्र तुम्ही जे होता, त्यात अपेक्षित शोध व बोध हीच खरी कुशलता असते. तिचा उचित साक्षात्कार वेळोवेळी बदलक्षम असतो. जर-तरच्या या बाबी कल्पना करण्यासच उचित असतात. प्रत्येक क्षणातील प्रत्येक घटना जीवनाचे रूपांतर होण्यास जबाबदार असते.

माणसाच्या जीवनात सुख-दु:खाचा लपंडाव सतत सुरू असतो; पण आयुष्य हे ओझे मानणाऱ्या माणसाला, स्वसांत्वनाचे अल्प सुखही मिळू शकत नाही. आयुष्य हे बोजा नसून, हे सुंदर मोहक व सुवासिक फूल आहे. या जीवनरूपी फुलाचा मधुर सुगंध स्वत:ला प्रसन्न करतोच; पण त्याचबरोबर तुमचा परिसर, पर्यावरण व आसमंतदेखील सुगंधित करीत असतो. विशाल विश्वातील प्रत्येकाच्या सुखाची सुरुवात व्यक्तीपासूनच होते; पण असे व्यक्तिगत सुख जपताना समाजमनाची जाण व भान राखले की, तुमचे सर्वस्व व ध्येय आपोआप तुम्हाला प्राप्त होत जाते.

अभियंता म्हणून नोकरी करताना मी काय मिळवतो हे फार महत्त्वाचे नसते; पण तुम्ही जे केले त्यातून तुम्ही किती आनंद घेतला व घेता घेता त्यातील किती इतरांना वाटला हे जास्त महत्त्वाचे असते. स्वत: सुखी होत इतरांना सुख वाटण्याचा यापेक्षा वेगळा गुरूमंत्र कोणतेही समृद्ध आयुष्य व अनुभव उपलब्ध करू शकणार नाही.

आपण जर आपले जीवन सुगंधी फुलासारखे बनविले, तर त्या जीवनरूपी फुलाचा सुगंध सर्वत्र पसरेल व सर्वच जण त्याची सातत्याने आठवण ठेवतील. अभियंता म्हणून सेवेतून प्रामाणिकपणे जनहिताचे कार्य केले असेल तर, त्या कार्याचा सुगंध कधीही ओसरणार नाही. आपण कल्याणाचे कार्य सतत करत राहिल्यास लोक आपली आठवण कायम ठेवतात. कामात रस व गोडी अनुभवास न आल्यामुळेच आपणास कोणत्याही कामाचे ओझे वाटू लागते. अशा व्यक्तीचे काम व जीवन नीरस होऊन त्याच्याबरोबर इतरांचीही त्याला अडचण वाटते किंवा ओझे वाटते. अभियंता म्हणून नोकरी करताना जलसंवर्धनाशी व जलसंपत्तीशी मी जोडला गेलो होतो. त्यामुळे निसर्गाच्या सान्निध्यात रमता आले व कामही करता

आले. धरणांच्या व कालव्यांच्या नवनिर्मितीत शेतीतून सुखाची स्वप्ने फुलताना अनुभवता आली. विकासाच्या पायाभूत गरजेशी नाते संलग्न राहिल्याने आनंदाचा सहवास सहज साधता आला व उपलब्धही होत राहिला.

जीवनात प्रत्येक व्यक्ती अनेक भूमिकांतून व्यक्त होत असते. परमेश्वरी संकेत व धार्मिक परंपरेतील आश्रम व्यवस्थेने माणसाला सुसंस्कृत जगण्याचा मार्ग शिकवला. मानवी शरीरात अशी परिपूर्णता सहज प्राप्त होत असते. तसेच मानवी नात्यात व विचारात लहानशी जाणीव किंवा उणीवदेखील पूर्णत्वास बाधक ठरते.

इंदूच्या व माझ्या बाबतीत अपत्यप्राप्तीची जबाबदारी व आनंद अगदी नैसर्गिक व उचित वेळी अनुभवता आली.

लवकर व योग्य वेळी अपत्यप्राप्तीमुळे त्यांचे संगोपन व नियोजन अधिक चांगले व मनासारखे होऊ शकले. यामुळे सेवा कालावधी संपण्यापूर्वींच किंवा निवृत्तीअगोदरच मुलांचे स्वतंत्र संसार सुरू झाल्याचे पाहता आले. आपण रचलेल्या संसारवृक्षाची प्रतिपूर्ती व परिणती सक्षम मनाने अनुभवता आली. पुढची पिढी व तिची वाटचाल मनास सुखवित आनंदाचा ठेवा बनत गेली. मुलांच्या संगोपनाचे संपूर्ण श्रेय इंदूकडेच जाते. मी त्यात फारसा सहभागी होऊ शकलो नाही.

वय व अनुभव या बाबी शिकवून किंवा अभ्यास करून वाढविता येत नाहीत. तो निसर्गाचा अबाधित हक्क आहे. वयाबरोबर विचार व विचारांतून कृती माणसाला बदलण्यास कारणीभूत असतात. तारुण्यातील ऊर्मी व गर्मी वयाबरोबर ओसरू लागते. मनातील अनेक भावना व संकल्पना नव्या रूपात तुम्हाला आकर्षित करत असल्या तरी, सामाजिक परंपरा व रूढी यांची बंधने तुमचे स्वातंत्र्य हिरावून घेत असतात. व्यक्तीव्यक्तीमधील अवलंबित्व व नाती आपणच निर्माण करतो व तद्नंतर आपणच ती जपत असतो. नाती जपण्याचा आनंदही आपणासच अनुभवावा व जाणून घ्यावा लागतो.

आयुष्यातील जवळची व दूरची अगणित नाती तुमच्या जीवनात रंग भरतात. लहानपणी प्रेमळ आई-बाबा, जिवाला जीव देणारे मित्र-मैत्रिणी, भरभरून आनंद देणारा निसर्ग, निर्व्याज प्रेम करणारे पशु-पक्षी, मोहिनी घालणारी कला, हे सर्व भरभरून देणारा समाज, आपणासाठी झटणारे समाजसेवक आणि आपला प्राणप्रिय देश, हे सर्व आपल्याला मिळाले आहेत. यांच्याच प्रेमातून आपल्याला भरभरून आनंद मिळतो, म्हणून 'या जन्मावर, या जगण्यावर शतदा प्रेम करावे.' त्याग, विश्वास, सांमजस्य, एकरूपता, आई-बाबा, मित्र-मैत्रिणी म्हणजेच प्रेमाचा सागर! समाजप्रेम, निसर्गप्रेम या सर्वांतून आनंद मिळवता येतो. या सर्वांबरोबर तो मनसोक्त लुटा, हाच खरा आयुष्याचा जीवनमंत्र व विश्वासाठीची प्रार्थना ठरते.

आनुषंगिक विचार व टिपण्या, माझ्या मनातील काही विषय, जे मला

आवडतात व ज्याविषयी तपशीलवार लिखाण करण्याचे माझ्या मनात पुन:पुन्हा घोटाळत असते, त्यांची मी ढोबळ यादी तयार केली आहे. यातील नेमके अनुभव व विचार स्पष्टपणे नजरेसमोर असले तरी, त्यांची अभिव्यक्ती साधण्यासाठी लेखनकौशल्याची गरज जाणवते. माझ्यासारख्या दगड-मातीत रमलेल्या अभियंत्याला ते कसे अवगत असणार? त्यातील काही कल्पनांचा सविस्तर तपशील मनात सतत रेंगाळत, पिंगा घालत राहतो. या जाणवणाऱ्या विषयांची यादी परिशिष्ट सहामध्ये पाहावी.

यशदायी सकारात्मकता अर्थात एक विचारधारा, अभियंत्याकडील सृजनात्मकता, ध्येयवादाने झपाटलेल्या माणसाने एक ध्येय गाठले की, दुसऱ्या लक्ष्याकडे आगेकूच करायला पाहिजे. त्यासाठी आवश्यक आहे दुर्दम्य आशावाद आणि प्रबळ सकारात्मक दृष्टिकोन. अगणित आव्हाने स्वीकारत, अनेक मोठे-मोठे प्रकल्प व जबाबदाऱ्या पार पाडत इथपर्यंत आलो. आपले आयुष्य हे सर्वस्वी, आपल्या आयुष्याकडे पाहण्याच्या आपल्या दृष्टिकोनावर अवलंबून असते. नकारात्मकतेकडून अपयश व सकारात्मकतेकडून आपली सर्वांगीण प्रगती व समृद्धी हा मंत्र सर्वत्र सारखाच लागू पडतो.

आनंदी जीवनशैलीचा शोध घेताना स्पर्धा, समृद्धी व वाढती प्रगती, आधुनिकतेमुळे हरवत चाललेले माणूसपण त्यामुळे जीवनाचा अर्थच बदलत चालला आहे. खरेतर तंत्रज्ञान व संपत्ती यामुळे जीवनाचा पोत बदलून गेला आहे. जीवन जास्त आरामदायी, सुखी व्हायला पाहिजे; पण आजूबाजूला पाहिले तर लोक सतत कोठेतरी, कशाच्यातरी पाठीमागे धावताना दिसतात. यामुळे जीवनातला समतोल नाहीसा होत चालला आहे.

तंत्रज्ञ व शास्त्रज्ञ हे मानवी जीवनाची समृद्धी व शोभा द्विगुणित करण्यात यशस्वी व्हावेत अशीच प्रार्थना मी मनोमन करीत आहे. मी मनापासून माझे काम करण्याचा प्रामाणिक प्रयत्न केला. बरे-वाईट जे घडले, ते सर्व त्या विधात्याच्या मर्जीने, साक्षीने व आशीर्वादानेच.

आयुष्याच्या वाटचालीतील काही कठीण प्रसंग अटळ असतात; पण ते वेगळी शिकवण व अनुभूती देतात. दृष्टिकोन बदलण्याची व दिशा दुरुस्तीची जाण अशा प्रसंगाने नेमकी स्पष्ट होते. व्यवहार, नाती व मानवी संबंधातील गूढ बंध अधिक व्यक्त रूपात अनुभवता येतात. जीवनाला दोन बाजू असतात. दोन्ही बाजूंचे तारतम्य व महत्त्व समजले तर जीवनयात्रा सफल बनवता येते. मोठ्या अडचणींबरोबर काही सुख व आनंद देणारे प्रसंगही अधूनमधून येत असतात. दोन्हींचेही सारखेच स्वागत केले तर इतिकर्तव्यतेचा आनंद प्राप्त करता येतो.

वेगवान जीवनपद्धतीने नेमके काय साधते? जीवनातील अनेक गोड व कडू प्रसंग सारख्याच भावनेने सांभाळता येतात का? सामाजिक परिस्थितीची जाणीव,

कामे व सेवापूर्तीसाठी करावी लागणारी धडपड ही सांगता न येणारी बाब वाटली तरी, प्रत्येकाला नेमकीच जाणवते. कोणतीतरी अस्वस्थता सतत पाठलाग करीत असते. भौतिक प्राप्ती, सुख, वैभव, प्रतिष्ठा या बाबी तुम्हाला पटो न पटो, जीवनातील यशाचे मोजमाप करतच असतात.

वैवाहिक जीवनातही आपुलकी, प्रेम, सर्वस्वाचे समर्पण या बाबी दुर्लक्षित होत असतात. भावभावनांची कदर न करता अवेहलना होऊ लागली की, आपली निरपेक्ष वृत्ती व जीवनावरची श्रद्धा छोट्या-मोठ्या निमित्ताने विचलित होऊ लागते. या मूलगामी अडचणीमुळे आयुष्य अस्वीकाराह व अवघड बनत जाते. पराभव किंवा अपयश स्वीकारणे हा मानवी स्वभावाचा सहज धर्म नाही. मनाचे बंध विस्कळीत होत एक एक नियंत्रण सुटत जाते. आई-वडिलांचा बालपणातच हरविलेला आधार, सुंदराबाई व पार्वतीबाई या मोठ्या बहिणींचा वियोग, सुदामचा अकाली मृत्यू या बाबी जीवनावर अंधाराची छाया पसरविण्यास कारणीभूत झाल्या होत्या.

बंड करणाऱ्या मनोवृत्तीला वारंवार शांत करायचे, अपमानाचे व दु:खाचे बांध जपायचे व पचवायचे यासाठी काहीतरी विसरावे लागते. प्रपंचात गुंतणे सोपे असते; पण मुक्ती किंवा यशस्विता अनुभवताना बरेच संतुलन व समर्पण साधावे लागते. अन्यथा आपल्या कृतीची शिक्षा आपल्यालाच भोगावी लागते.

प्रत्येक प्रसंगातून नेमका आदर्श शोधून स्वत:मधील अभाव ओळखता आला पाहिजे. काही दु:खे व काळज्या कुणाजवळही व्यक्त करता येत नाहीत. त्यातूनच ताण वाढीस लागतो. त्याचा परिणाम शारीरिक व मानसिक स्वास्थ्यावर होतो. त्याला गरीब, श्रीमंत, सुशिक्षित, अशिक्षित हा फरक समजत नाही. सुशिक्षित व्यक्तिमत्त्वात ही दबलेली अस्वस्थता लवकर व मोठ्या प्रमाणात दिसून येते.

कुटुंब हे व्यक्तीचे बनलेले आहे. त्यातील प्रत्येक माणसाला स्वतंत्र व स्वत:च्या अशा वेगळ्या भावना आहेत. मला माझ्या कुटुंबाने खूप दिले, ज्यातून जीवन अनुभवता आले, शिकता आले. माझ्या या कुटुंबातील सहकारी व नातेवाईक विश्वासाचे, आपुलकीचे व जिवाभावाचे होते. हे अधिक दृढ व आपलेसे होण्यातच खरा आनंद वाढीला लागत असतो. ज्याच्याजवळ कुठलाही आडपडदा न ठेवता बोलता यावे, रडता यावे आणि त्याने प्रत्येक वेळी तळमळीने सल्ला द्यावा, साथ द्यावी अशी अवस्था कुटुंबाबाहेर असूच शकत नाही व निर्माणही करता येत नाही.

आपल्या जिवलगाशी बोलणे, संवाद साधणे, दु:ख व्यक्त करणे, समान तत्त्वावर सुख-दु:खाची विभागणी व वाटप करता येणे या बाबी जीवनाला आधार व जोम देत जीवनसंघर्षाची तयारी करतात. इंदूच्या सहवासाने, मुलांच्या मायेने व कृतज्ञतेने मलादेखील आनंद व स्थिरत्व दिले; पण आई-वडील, मोठ्या भगिनी व भावाच्या वियोगाने अप्रिय किंवा अनपेक्षित, मनाला न पटणारी परिस्थिती निर्माण

केली. तशी ती स्वीकारणे भाग पडले. कधीतरी निराशा, टोकाची अवहेलना पदरी आली तरी, शारीरिक व मानसिक स्तरावर आधार मिळतो, तो कुटुंबीयांचाच. पाठीवरून फिरवलेला प्रेमाचा हात हजार शब्दांपेक्षा जास्त काम करतो. आपल्या कुटुंबातील सदस्यांमधील जादूचा सहवास व प्रेम आपणास निराशेतून आशावादाकडे घेऊन जाते. आई-वडील व ज्येष्ठांच्या छायेत दुःखातही सुखाची सावली अनुभवास येते.

स्त्री व पुरुषाला एकमेकांकडून नेमके काय हवे आहे, हे न सांगता ओळखता आले की, उद्दिष्ट सफल करता येते. एकमेकांना सांभाळून घेतले पाहिजे. सुख-दुःखं वाटता आली पाहिजेत. 'मी तुझ्यासाठी काय करू' असे धीराचे चार शब्द प्रचंड ताकद मिळवून देतात. एकमेकांना समजावून घेत, संसारातील चढ-उतार हातात हात देत एकविचाराने पार पाडण्यात प्रचंड सुख अनुभवता येते.

प्रापंचिक जीवनात एकमेकांना हवी असणारी संवेदनशीलता वाटून घेता आली पाहिजे. मन मोकळे करण्यासाठी हक्काची जागा मिळाली की, आणखी काय हवे असते एकमेकांना? स्वार्थ व परमार्थाचे गणित, जेथे स्वभावधर्मात रूपांतरित करता येते, ते कुटुंबाच्या नात्याचे खरे इंगित असते. काळ, वय व परिस्थितीनुसार कुटुंबाच्या नात्याची गरज वाढत जाते. परिपक्वतेतून त्यांचे गणित अधिक गुंतागुंतीचे पण चवीचे व आकर्षक बनू लागते. नैसर्गिक झाडावर पिकलेल्या आंब्यासारखे किंवा चिंचेसारखे. स्वाभाविकपणे, नात्यांतील बंध दृढ होतो, मोकळेपणा वाढत जातो. दृष्टी बदलली की, सृष्टी बदलण्यास सुरुवात होते. काळ हाच कठीण परिस्थितीवर रामबाण उपाय ठरतो. विसरण्याचा गुणधर्म, परिस्थिती सुसह्य बनवितो. लेट गो व डिलीटचे महत्त्व अशा प्रसंगी प्रकर्षाने जाणवते.

निवृत्तीनंतर ज्या वेळी भरपूर वेळ उपलब्ध होतो, तेव्हा डोळ्यांसमोर प्लॅटफॉर्म सोडणारी गाडी चुकलेल्या प्रवाशासारखी अवस्था सर्वसाधारण सर्वच नोकरी करणाऱ्यांची व स्वत:चा स्वतंत्र व्यवसाय करणाऱ्यांचीदेखील झालेली असते. सोनेरी क्षण व आकर्षक संधी नंतरच्या कालावधीत अपेक्षित यश व आनंद देऊ शकत नाही. जगण्यातील आव्हानात्मक व आकर्षक क्षण तुमच्यासाठी प्रतीक्षा करीत थांबविता येत नाहीत. जी आनंदाची ऊर्मी, सुखाचा सुगंध फक्त तुमच्याचसाठी असतो व तो फक्त तुम्हीच अनुभवू शकता, तो कधीही न परतण्यासाठी कायमचाच तुमच्यापासून दूर जातो. हीच तर जीवनाची खरी शोकांतिका ठरते व यामागे मुख्य कारण हे सेवा किंवा कर्तव्यच असते. वेळीच नेमकी जाण ठेवून यातील समन्वय साधता आला, तर हा आनंद व सुख सेवापूर्ती, कर्तव्यपूर्ती यामध्ये अनुभवणे नक्कीच शक्य आहे.

इंदू ही माझ्यासाठी अनमोल खजिना असली तरी, तशीच अनमोल भावना प्रत्येक पतीच्या वाट्याला येत असावी असे मला वाटते. आत्म्यातील भक्ती

दुसऱ्याच्या हृदयापर्यंत पोहोचली की, द्वैत संपुष्टात येते. नात्यातील उत्तुंगता रोमांचित झाल्याशिवाय भावना जन्म घेत नाहीत. 'नाते' हा शब्द जितका लहान, त्याची व्याप्ती तितकीच महान आहे. सारे आयुष्य व्यापून टाकणारी, आपल्या मनातील त्याची व्याप्ती तितकीच किंवा त्याहूनही महान आहे. प्रत्येक नाते समजून त्यानुसार आयुष्यातील समृद्धी वृद्धिंगत करण्याचा अनुभव घेणे आपल्याच हाती असते.

काही नाती आयुष्यासाठी आवश्यक असली तरी, घराच्या चौकटीत ती अपेक्षेनुसार उपलब्ध होत नाहीत. जन्माबरोबर रुजलेले संस्कार, हक्क, तुमचे घरातील स्थान, अभ्यासातील तुमची हुशारी, तुमचा व्यवसाय, नोकरी, निवडलेला जोडीदार, सामाजिक स्थान, जात, धर्म या सर्वांचा तुमच्या मनावरील पगडा, त्यावर आधारित तुमचे स्वत:चे नात्याचे कोष्टक, वेगळेपणा राखत तयार होत जाते. त्यातले त्यात पती किंवा पत्नी निवडायचे स्वातंत्र्य काही प्रमाणात हल्ली उपलब्ध होते; पण तेही बऱ्याच वेळा सोयी व फायदे-तोटे डोळ्यांसमोर ठेवून वापरावे लागते. रूप, उंची, वय, जात ही बंधने या स्वातंत्र्याला बंदिस्त करीत असतात.

कोणत्याही कामाची किंवा नात्याची बांधिलकी, ही काही बाहेरून लादता येत नाही. ती उत्स्फूर्तता व स्वयंप्रेरणेतूनच अधिक प्रभावी बनते. ती प्रत्येकाने आपल्या मनाने व मर्जीने स्वीकारायची असते. त्यामुळे त्यातील कष्टांचा किंवा कार्यपद्धतीचा त्रास वाटत नाही व थकवाही येत नाही. तसे नात्यांचे व सोबतीचे ओझे सहसा वाटत नाही व कंटाळाही येत नाही. कोणतेही काम किंवा नाते हे अंत:प्रेरणेने मनापासून जपले, तर त्याचा दर्जा व गुणवत्ता अत्युच्च पातळी गाठू शकते.

कामातून मिळणारा आर्थिक लाभ महत्त्वाचा असला तरी, त्यातून मिळणारे समाधान व आनंद अधिक महत्त्वाचा असतो. नात्यातून व प्रेमातून तर चिरंतन आनंद, शांती व समृद्धीची प्राप्ती होतच जाते. मांगल्य व पावित्र्याच्या भावना फुलत राहिल्याने एक वेगळे संगीत जन्माला येते व ते तुमचे स्वत:चे असते. ते एकमेव व अद्वितीयच असल्याने तितकेच रसाळ व गोड असते.

आयुष्याचे ध्येय व साध्य गाठण्याची एक वेगळी शक्ती कर्तव्यपूर्तीतून प्राप्त होते. आध्यात्मिक उंचीला स्वत:ची नेमकी ओळख होण्यास स्वत:चीच मदत होते. शासनाची सेवा करताना उदात्त भावनेतून व सामाजिक जाणिवेतून प्रकल्प अंमलबजावणी करत गेलो आणि आनंदाची व समाधानाची प्रतीक्षा करावी लागली नाही. देशसेवा व समाजसेवा केल्याचे समाधान मला माझ्या नोकरीतूनच लाभले. दुसऱ्याने चांगले म्हटल्यावर स्तुतीने व कौतुकाने हुरळून न जाता अंतिम उद्दिष्टपूर्तीकडे वाटचाल करणे श्रेयस्कर ठरते.

संकल्प आणि सिद्धीच्यामध्ये अनंत अडचणींचे डोंगर उभे असतात. ते डोंगर

पार करण्यासाठीच कर्म करणे आवश्यक आहे. पहिले पाऊल उचलणे जितके गरजेचे, तितकेच अव्याहत चालणेही जरूर असते. सुरुवात भव्य, मात्र नंतर कार्यवाही काहीच नाही, हा सर्वसाधारण अनुभव टाळता आला की, आनंद शोधावा लागत नाही. अनेक पर्याय व अनेक मागण्या यातून नेमका अभ्यासपूर्वक निर्णय घ्यावा लागतो. पाठपुरावा व विरोध एकत्र भेटले की, मगच निर्णयकाची खरी कसोटी लागते. प्रशासन व जनता यांच्यातील समन्वय या तशा बऱ्याच कठीण बाबी असतात. त्यातील निर्णयही दूरगामी परिणाम करणारा व कधी कधी धोरणात्मक बाबींशी निगडित असल्याने सर्वांना सांभाळतच मार्ग शोधावा लागतो. बिनचूक, फायद्याचा, सार्वजनिक हिताचा निर्णय घेताना परिस्थिती व स्थानाचा विचार करीतच वाट चालावी लागते.

अरुंद वाट वाकडी, जपून टाकू पाऊले।
चुकू नका, थकू नका, असेच जायचे पुढे पुढे।

हा जीवनमंत्र समजला की तुमची वाटचाल सोपी बनत जाते.

ध्येयवाद ठेवून वाटेतील सर्व अडचणींचा व खोल दऱ्याखोऱ्यांचा सामना निर्भयपणे करावाच लागतो. विश्रांतीच्या व सुखाच्या सावलीचे प्रलोभन कटाक्षाने टाळावेच लागते. 'नित्य राबल्यासी देतो श्रीहरी निवारा।' हा अंतिम विश्वास सतत मनात जागवावा लागतो. वर्तमान ज्याच्या ताब्यात नाही, त्याचा भविष्यावरही अधिकार राहत नाही. फळ काय मिळणार आहे, याच्या आशेत गुंतून पडून, लक्ष इकडे-तिकडे भरकटू दिले, तर कर्म करण्याचा आपला हक्क आपण गमावून बसतो. अपेक्षित काम पूर्ण होऊ शकत नाही.

डॉ बाबासाहेब आंबेडकर म्हणतात की, प्रामाणिकपणा हाच माणसाचा सर्वांत महत्त्वाचा गुण असतो. प्रामाणिकपणाच्या कसोटीतून जी व्यक्ती यशस्वी होते, त्या व्यक्तीवर जनतेचाही विश्वास बसतो. समाजाला संकटातून बाहेर काढण्याची क्षमता व अडचणीतून मार्ग दाखविण्याची कुवत, असामान्य बुद्धिमान व्यक्तीच समाजाला देऊ शकतात हे जरी सत्य असले, तरी समाज सामान्य माणसांचाच बनलेला आहे. त्याच्या विकासामध्ये त्या सामान्य माणसाचा सहभागही बुद्धिमान पुढाऱ्याइतकाच महत्त्वाचा आहे. प्रत्येक छोट्या घटकाने स्वतःचे काम कार्यक्षम पद्धतीने पार पाडले की समाजाची प्रगती दूर नाही.

मानसिक आरोग्य व आध्यात्मिक जाण योग्य पातळीवर संतुलित राखली की, आपल्या कल्पना, योजना व सर्व कौटुंबिक व व्यावहारिक व्यवस्था, नेमक्या समजून व जाणून घेता येतात. त्यावर कोणते उपाय करता येतील, याचाही विचार केला जातो. अवास्तव व खोट्या, काल्पनिक नात्यांच्या व संबंधाच्या मागे धावलो, तर

वैफल्याला सामोरे जाणे भाग पडते. या वैफल्यातून आत्मविश्वास कमी होत जातो.

अनपेक्षित घटना व व्यक्ती, अनेक आंदोलने व लहरी जीवनप्रवाहावर उमटतच राहतात. त्यालाच तर 'जीवन' म्हणतात. तेच आव्हान आपले खरे सामर्थ्य वाढवित असते. जीवनाकडे पाहताना त्याचे गुण व सामर्थ्य वाढविण्यासाठी दृष्टिकोन व नियोजन, सातत्याने अद्ययावत राखत गेले की, त्यातील आनंद व उद्दिष्टपूर्ती सहजसाध्य बनत जाते. सामान्यत: प्रत्येक जण जमेल तसे जगण्यासाठी तडजोड करण्याचा दृष्टिकोन ठेवून, काळ व परिस्थितीसदृश उद्दिष्ट सुधारित करीत राहतो. त्यामुळे उद्दिष्टांच्या तुलनेत प्रतिपूर्तीचा किंवा ध्येयपूर्तीचा अपेक्षित आनंद अनुभवता येत नाही.

वयाच्या प्रत्येक टप्प्यावर व आश्रम व्यवस्थेत आनंद वृद्धिंगत करण्यात खरे कौशल्य असते. वयाबरोबर हा आनंद अधिक परिपक्व व शाश्वत बनत जातो. इतरांचा वेगळा अनुभवही स्वागताह मानण्यास, पूर्ण स्वातंत्र्य अबाधित मानण्यास हरकत नाही.

नेमके ध्येय व उद्दिष्ट हेच स्पष्ट नसल्याने जे मिळाले ते नेहमीच अधिकच वाटत गेले. अपेक्षांची व उद्दिष्टांची पातळीच तळाजवळ घुटमळत असल्याने त्यापेक्षा अधिक उंची नेहमीच सुखावणारी वाटत गेली. इंदूने जी सोबत व मानसिक आधार दिला, त्यातून जिद् व अपेक्षा वाढतच गेली. तिच्या पायाने गृहलक्ष्मी गृहप्रवेश करती झाली, तसेच सरस्वतीही सबळ होत गेली. मनाचा आधार व आत्मविश्वास वाढत गेला आणि मग पुढे पुढे चालण्याचे वेडच लागत गेले. जे केले, जे साध्य झाले; त्यात माझ्यापेक्षा माझ्या अर्धांगिनीचाच वाटा मोठा आहे व प्रेरणाही महत्त्वाची आहे. याबाबत माझ्या मनात तीळमात्रही शंका नाही. मनातील उत्स्फूर्त आनंद सहज लपविता येत नाही.

आज भूतकाळात डोकावताना प्रश्न पडतो की, मला माझ्या घराने म्हणजेच कुटुंबाने काय दिले? वडिलोपार्जित व स्वकष्टार्जित घराचा एकत्रित विचार करताना दुसरे मन विचारते की, काय दिले नाही? सारेच तर दिले. न मागता तर दिलेच; पण जे मागितले, तेही सर्व दिले. वडिलोपार्जित जुन्या पिढीजात घराने तिथल्या मातीने सगळ्यात पहिल्यांदा संस्कार दिले. त्यात सर्वांचा उचित मान, भावंडांचा आदर, नात्याचा सन्मान शिकविला. अज्ञात पण अदृश्य शक्तीवर, म्हणजे स्वत:वर व स्वत:मधील परम परमेश्वरावर दृढ विश्वास ठेवायला शिकविले.

आतापर्यंत साठ वर्षांहून अधिक काळ माझ्या अंगवळणी पडला व मला बळ देत गेला. या सर्वांचे मूळ म्हणजे जीवनातील शिस्त, ती या घराने मला शिकविली. लहानपणी शिस्तीचे व कष्टाचे मोल आई-वडिलांनी स्वत:च्या कष्टातून, वागणुकीतून व विचारातून दिले होते. शिस्त असली म्हणजे कोणत्याही गोष्टीत वेळ खूप वाचतो.

परस्परातील मोकळेपणा व मोकळेपणाबरोबर शिस्त, जगण्याचे मापदंड शिकता आले व आपुलकीचे संस्कार माझ्यावर बिंबत गेले.

परिस्थितीशी जमवून घ्यायला, मला माझ्या घराने शिकविले. अंथरूण पाहून पाय पसरावेत नाहीतर ते पोटाशी लपवून घ्यावेत, हे शहाणपण याच घराने दिले. स्वाभिमान व आत्मसन्मान शिकवला. आईला आयुष्यात कधी कोणावरही रागवायला जमलेच नाही. मार्कांचे बंधन व अपेक्षा न करताही, हवे तेवढे शिकण्याची जी मोकळीक व प्रेरणा प्राप्त झाली ती, आई-वडिलांनी व घरानेच मला दिली. सतत वाचा, नवेनवे शिका असा घरचा आशीर्वाद व आशावाद सतत प्राप्त होत राहिला. माणूस समृद्ध होतो, हे त्याच्या आचारविचारांच्या अशा धनानेच. गरिबीतही श्रीमंती भेटते व ती तेथेच खऱ्या अर्थाने शिकता येते. जग व व्यवहार यांचे बाळकडू वडिलांच्या कार्यतत्परतेतून व तत्त्वनिष्ठेतून मला मिळाले. आत्मविश्वास, धीटपणा, समंजसपणा व प्राप्त परिस्थितीचा स्वीकार, घरच्या परंपरेतून व संस्कारांतून मला प्राप्त झाले.

माझ्या या गरीब व ग्रामीण धाटणीच्या घराने मला आत्मसन्मानाने, स्वावलंबनाने व सामाजिक परंपरा व मूल्यांच्या बंधनात जगायला शिकविले. खाण्यापिण्यातून, व्यायाम व खेळातून आरोग्य जपायला शिकविले. नातेवाईक, बहीण-भाऊ, शेजारीपाजारी यांच्याशी गुण्यागोविंदाने एकत्र नांदायला व राहायला शिकविले. आपल्यावर अन्याय होत असेल, तर विरोध करण्याचे व्यवहार्य तत्त्वज्ञान व सामर्थ्य घरानेच मला बहाल केले. सहनशीलता याच घराने मला दिली. सर्वांत महत्त्वाचे म्हणजे, माणूस म्हणून जगण्याचे बाळकडू या घरातच मला प्राप्त झाले. भाऊबंदांची आपुलकी व सहानुभूती राखण्यास माझी मानसिकता जोपासली. एकमेकांवर विश्वास, जो आज लुप्त होत चालला आहे, जो गरीब व श्रीमंत सर्वांना समान तत्त्वाने जोडणारा दुवा असतो, तो माणुसकीचा झरा, या घराने मला दाखविला.

एकमेकांना मदत करण्यासाठी हृदयात सतत ओलावा जतन करायला शिकविले. येथील साध्या, सरळ जीवनाने व गोड नात्यांच्या बंधनांनी माणसासाठी माणुसकी, जेथे घराचे रूपांतर मंदिरात करते, हे जीवनाचे मूलगामी तत्त्वज्ञान व सूत्र माझ्या घराने मला दिले. सोन्यापेक्षा सोन्यासारख्या माणसांचे मोल जाणायला या घरानेच मला शिकविले.

या संसारवृक्षाच्या उभारणीस सरकारी सेवेच्या वटवृक्षाने सोबत दिली व आधारही दिला. माझी शासकीय सेवा मला आधार देत सक्षम बनवत, माझे स्फूर्तिस्थान बनली. सेवेत प्रकल्पनिर्मिती, शेती व भूमातेप्रती कृतज्ञता यांना स्मरत समाजोपयोगी देशसेवेचे कर्तृत्व अनुसरता आले. पुत्रत्वाच्या भावनेतून विशाल भारत देशाची व भूमातेची सेवा घडली, हे मी माझे भाग्य समजतो. सेवेतून जीवनसिद्धी

म्हणजे, सोन्याहूनही पिवळे म्हणण्यासारखी भावनांची उत्कटता मनात जागृत होते, नियंत्रण मिळवल्याने सुप्त व दिव्य गुणांना चालना मिळते.

कोणतीही गोष्ट पायरीपायरीने शिस्तबद्ध पद्धतीने शिकल्यास एका सुंदर अनुभवाचा प्रत्यय येत जातो. चांगल्या कल्पना व अनुभव निवडून, तुम्हाला हवे ते साध्य करता येते, असे अनेकांचे अनुभव आहेत. कोणत्याही कठीण प्रसंगी धीर न सोडता त्या प्रसंगाला सामोरे कसे जावे या गोष्टीचे उत्तर, मार्गदर्शन व ठोकताळे, आपणास प्राप्त होत जातात. स्वतःचा आदर करायला शिकले की, चांगले विचार आपोआप सोबत देऊ लागतात. जीवनचक्र अंतिम क्षणापर्यंत फिरतच राहते, ते समजून घेत जगायचे जमले की, जीवनाचे प्रश्न चुटकीसरशी सुटू लागतात.

काही क्षण येतात जीवनात, का आले म्हणून घाबरायचे नसते।
जीवन हे असेच असते, काही व्यक्ती भेटतात जीवनात।
का भेटल्या म्हणून विचारायचे नसते, जीवन हे असेच असते।
जीवन हे काचेचे भांडे असते।
त्याला तडा जाऊ नये म्हणून, जपायचे असते।
तडा गेला म्हणून विचारायचेही नसते ।
कारण जीवन हे असेच असते ।
जीवन सुख-दुःखाने भरलेल्या जीवनचक्रासारखे असते।
कधी कमी होते, कधी वाढतही जाते।
असे का म्हणून फुलून जायचे नसते।
कधी दोन्हीही संपून जातात, जीवनचक्र तेथेच थांबते।
का थांबले म्हणून, विचारायचे नसते।
जीवन हे असेच असते। जीवन हे असेच असते।

आता काय करावे, असे वाटणाऱ्यांनी दिसामाजी काहीतरी वाचत जावे, हा संकल्प करावा लागतो. उपलब्ध वेळेचा उपयोग हा, चांगल्या गोष्टी ग्रहण करण्याकरीता झाल्यावर, आपल्या विचारातच आनंद सापडतो. यासाठी आपणास हा अभ्यासच करावा लागतो. अशाने चिंता संपून चिंतन सुरू होते. जगण्यासाठी एक वेगळे टॉनिकच यातून सतत मिळत राहते. सुखाचा शोध कोठे घ्यायचा याबाबत व्यवस्थापन कार्यप्रणाली सुचविते की, सुख हे नेहमीच तुमच्याबरोबर व सोबत असते. काम केले की आनंद पाठोपोठ येतोच. बऱ्याचदा काही घटना व काही प्रसंग तुमच्या मदतीस आनंद घेऊनच येतात. घरी पोहोचताच मुलांचा लडिवाळ सहवास, हे या आनंदाचे माहेरघर बनते. आई-वडील, नातेवाईक यात थोडे रमले की, आनंदाचे झरेच सर्वत्र वाहू लागतात.

तुम्ही तुमच्या गुण-दोषांसह स्वतःला संपूर्ण स्वीकारा. जीवनात फक्त आनंदच तुमचे जीवन संगीतमय व सुगंधी बनविताना तुमची सोबत करीत तुमचे स्वागत करील. दररोजची देवपूजा, तसेच सण व व्रते यांसारख्या उपासनेशी संबंधित कृतीतून नव्हे, तर कौटुंबिक आणि सामाजिक स्तरावरील धार्मिक कृतीतून होईल. शास्त्र समजावून घेऊन उचित कृती श्रद्धापूर्वक केली असता, त्या कृतीद्वारे होणारी फलनिष्पत्ती अधिक आनंददायी असते. आयुष्य श्रद्धापूर्वक जगले व जपले की न मागताच सर्व तुमच्या सेवेस हजर होते. वृद्धत्व धार्मिकतेचे प्रवेशद्वार ठरो, असा सुझ विचार मनातील सद्यस्थितीला आधार बनतात. शेवटी नियतीचे वेगवेगळे कॅनव्हास आहेत. असंख्य रंगांनी ती तुमचे, माझे, आयुष्य रंगवीत असली तरी, तिच्याही पॅलेटमध्ये मूळ तीन रंगच असतात. या मूळ रंगातून तयार होणाऱ्या असंख्य रंग छटा मीच्या डोळ्यांत व आरशात बघाव्यात. निदा फजली यांच्या पुढील ओळी अशाच उत्कट भावना व्यक्त करतात –

<blockquote>
पहले हर चीज थी अपनी मगर अब लगता है।
अपनेही घरमें किसी दूसरे घर के हम है।
अपनी मर्जींसे कहाँ अपने सफरके हम है।
रुख हवाओंका जिधर का है, उधरके हम है।
</blockquote>

अंधाऱ्या रात्री छोटी चांदणी देखील प्रकाशमान दिसू लागते. तुमचा दृष्टिकोन तुमची उंची ठरवितो. जीवनातील प्रत्येक रंग पांढऱ्या रंगातून जन्म घेतो व त्याचा अंत मात्र काळ्या रंगातच होतो. धवलता व काळेपणा हीच दोन अटळ टोके जीवनाचे सर्व रंग सामावून घेतात. भारतीय संस्कृतीत मात्र आदर, निष्ठा दाखविण्याची निःसीम परिसीमा आवश्यक आहे. समर्पण व आपुलकीतून जीवनाचे अर्थच बदलत जातात.

<blockquote>
ज्या ज्या स्थळी हे मन जाय माझे,
त्या त्या स्थळी दिसे, ते निजरूप तुझे,
ठेवितो मस्तक मी ज्या ठिकाणी,
तेथे तुझे सद्गुरू पाय दोन्ही!
</blockquote>

अशी टोकाची श्रद्धा जीवनाकडे बघण्याचा दृष्टिकोनच शिकवत जाते.

परिशिष्ट – १
परिवारातील सदस्यांचा तपशील
(पृष्ठ क्र. ३८ परिच्छेद ३ नुसार)

लेखकाचे नाव   – किसन दगडू शिंदे

जन्मतारीख   – २६ ऑगस्ट १९४६, श्रावण वद्य ३०, अमावस्या, गावचा बैलपोळा हा मोठा सण या दिवशी असल्याने तिथी सर्वांनाच विशेष स्मरणात राहिली. गावात वर्षातला हाच सर्वांत मोठा सण परंपरेने साजरा करण्यात येतो.

व्यवसाय   – अभियंता, सरकारी नोकरी

शिक्षण   – बी.ई. सिव्हिल, प्रथम वर्ग (१९७०)

वडिलांचे नाव   – दगडू म्हातारबा शिंदे

जन्म   – तारीख माहीत नाही; पण इ. स. १९००च्या दरम्यान मागे-पुढे पाच वर्षे असावी. (मृत्यू -२७ मार्च, १९६२).

शिक्षण   – इयत्ता चौथी पास

व्यवसाय   – चांभारकी, बलुतेदार, शेती, मोलमजुरी

आर्थिक स्थिती   – फारशी शिल्लक नसली तरी, कोणाचेही कर्ज किंवा उसनवारी असा प्रकार नव्हता. आर्थिक स्वावलंबन होते.

व्यक्तिमत्त्व - साधारणपणे व अपेक्षेप्रमाणे, वडील हयात असताना अत्यंत आदराने व प्रतिष्ठेने कौटुंबिक जबाबदारी पार पाडीत मनस्वी जीवन जगले. कोणाशी कधी फारसे भांडण, वादविवाद न करता इतरांना मान देत स्वत: मानाने जगण्याचे धोरण. समाजसेवेचे कसोशीने पालन करण्याचा आटोकाट प्रयत्न करणारे, धार्मिक

व सत्प्रवृत्त व्यक्तिमत्त्व होते.

आईचे नाव   – जाईबाई दगडू शिंदे (जन्म - , मृत्यू - १३ डिसेंबर, १९६४)

चुलत्याचे नाव   – सावित्रा म्हातारबा शिंदे

चुलतीचे नाव   – ताईबाई सावित्रा शिंदे

चुलत चुलत्यांचे नाव   – रामचंद्र मल्हारी शिंदे

चुलतीचे नाव   – सखूबाई मल्हारी शिंदे

बहिणींची नावे   – १) पार्वतीबाई सहादू सरवदे, मु. पो. आर्वी, ता. जुन्नर, जि. पुणे, वयाच्या ७५व्या वर्षी मृत्यू (२००७).

२) सुंदराबाई रामचंद्र जाधव, मु. पो. अवसरी (बु.॥), ता. आंबेगाव, जि. पुणे. (मृत्यू - १९९५).

३) चांगुणाबाई सहादू सरवदे, मु. पो. आर्वी, ता. जुन्नर, जि. पुणे

४) अहिल्याबाई किसनराव थोरात, मु. कोथरूड, ता. हवेली, जि. पुणे

५) जनाबाई तुकाराम खैरे, मु. पो. पोखरी, ता. पारनेर, जि. अहमदनगर

भावाचे नाव   – सुदाम दगडू शिंदे, मु. पो. महाळुंगे पडवळ, ता. आंबेगाव, जि. पुणे

चुलत भावाचे नाव   – मारुती सावित्रा शिंदे, जनवाडी, पुणे

चुलत बहिणींची नावे – १) यशोदाबाई बबनराव सोनवणे, मु. पो. चांडोली, ता. आंबेगाव, जि. पुणे (मृत्यू - २००७)

२) ठकूबाई लक्ष्मण थोरात, मु. पो. सावरगाव, ता. जुन्नर, जि. पुणे (मृत्यू - २००८)

३) यमुनाबाई महादू सोनवणे, मु. पो. थोरंदाळे (रांजणी), ता. आंबेगाव, जि. पुणे (मृत्यू - २००७)

४) रुक्मिणी कोंडिबा सोनवणे, मु. पो. खोडद, ता. आंबेगाव, जि. पुणे (मृत्यू - २००९)

५) भिकूबाई महादेव जाधव, मु. पो. अवसरी (बु.॥), ता. आंबेगाव, जि. पुणे

६) कमल शिवशंकर गंधट, मु. पो. राजुरी, ता. जुन्नर, जि. पुणे

७) विमल गजानन जाधव, मु. पो. अवसरी, ता. आंबेगाव, जि. पुणे

चुलत चुलते	– तात्यांच्या मुलांची नावे – मनोहर, हनुमान, शिवाजी, बळीराम, अरुण

चुलत चुलते   – तात्यांच्या मुलांची नावे – मनोहर, हनुमान, शिवाजी,
बळीराम, अरुण
मुली – सौ. सुशीला गायकवाड, बोरिवली, मुंबई
सौ. शारदा जाधव, मु. पो. अवसरी (बु.।।),
ता. आंबेगाव, जि. पुणे
श्री. कि. द. शिंदे यांच्या मुलांचा तपशील –
डॉ. माधवी अजित लोकरे, कोल्हापूर
राहुल किसनराव शिंदे, कोथरूड, पुणे
सौ. प्रीती भारत जाधव, कोल्हापूर

सुदाम दगडू शिंदे यांचे कुटुंबीय –
पत्नी – राजश्री सुदाम शिंदे, मु. पो. महाळुंगे पडवळ,
ता. आंबेगाव, जि. पुणे
मुले – हर्षद सुदाम शिंदे, मु. पो. महाळुंगे पडवळ, ता.
आंबेगाव, जि. पुणे. अविनाश सुदाम शिंदे, सध्या पुण्यात
शिक्षण व नोकरी

राहुलचे कुटुंबीय   – पत्नी – भारती राहुल शिंदे
मुली – केतकी व इरा

डॉ. माधवीची मुले   – सिद्धार्थ व किमया

सौ. इंदूच्या माहेरचा तपशील –
वडिलांचे नाव   – तात्यासाहेब हरी कारंडे (मृत्यू –१९८४)
निवृत्त सहायक पोलीस आयुक्त,
सिद्धेश्वर बंगला, शिवाजीनगर, पुणे
भावांची नावे   – वसंत (मृत्यू–१९७९), उल्हास,
सुरेश (बाळू) मृत्यू–२००६, कुमार (अजित), संजय
बहिणींची नावे   – सिंधू विजय भोसले, कांदिवली, मुंबई
सुशीला सदाशिव शिंदे, ठाणे

परिशिष्ट – २
लेखकाच्या जीवनक्रमातील महत्त्वाचे टप्पे
(पृष्ठ क्र. ७०, परिच्छेद ३ नुसार)

१९४६   – जन्म, महाळुंगे पडवळ, ता. आंबेगाव, जि. पुणे

१९५३   – बालपण, महाळुंगे पडवळ

१९५३ ते १९६० – प्राथमिक शिक्षण, जीवन शिक्षण मंदिर, महाळुंगे पडवळ

१९६०   – व्हर्नाक्युलर फायनलची परीक्षा

१९६१ ते १९६४ – माध्यमिक शिक्षण, हुतात्मा बाबू गेनू विद्यालय, महाळुंगे पडवळ

१९६४   – माध्यमिक शालान्त परीक्षा उत्तीर्ण, परीक्षेत मागासवर्गीयांत महाराष्ट्रात तिसरा क्रमांक (गणित १०० पैकी ९९ गुण)

१९६४ ते १९६६ – सर परशुराम भाऊ महाविद्यालय, पुणे (सायन्स विभाग)

१९६६ ते १९७० – अभियांत्रिकी शिक्षण, शासकीय अभियांत्रिकी महाविद्यालय, पुणे

१९७० ते १९७१ – कनिष्ठ अभियंता

१९७१ ते १९७३ – सहायक अभियंता, वर्ग-२

१९७३ ते १९७७ – सहायक अभियंता, वर्ग-१

१९७७ ते १९८७ – कार्यकारी अभियंता

१९८७ ते १९९७ – अधीक्षक अभियंता

१९९७ ते २००० – मुख्य अभियंता

२००० ते २००४ – कार्यकारी संचालक

२००४   – निवृत्ती

परिशिष्ट – ३
तांत्रिक पुस्तकांची यादी
(पृष्ठ क्र. २८८, परिच्छेद ३ नुसार)

1) State of Art Paper on Pipe Distribution, published by INCID (Department of Science and Technology, GOI, New Delhi)
2) Aqueduct Management System - Manual for O & M of Bridges And Aqueducts accepted by Institute of Bridge Engineers, Mumbai
3) Lining of running Canals - A new technique published in seminar at Lucknow
4) Model draft tender papers for new Irrigation Development Corporation (Five model booklets for five different types of works)
5) O & M Manual for Irrigation System Management (Under process for publication with GOM).
6) Participation for preparing outline & writeup of some Chapters of Second Irrigation Comissions report (Already published & accepted by GOM).

परिशिष्ट – ४

निवृत्तीनंतर मानसिकता तपासण्यासाठी प्रश्नमालिका
(पृष्ठ क्र. ३१५, परिच्छेद ५ नुसार)

१. सेवा कालावधीत मनापासून आवडणारी कोणती गोष्ट मनात येऊनही करता आली नाही? आता ती करणार काय?

२. कुटुंबासाठी पुरेसा वेळ निवृत्तीनंतर उपलब्ध होत असला तरी, तो देण्यासाठी मानसिकता व गरज नेमकी ध्यानात आली आहे का? जुन्याच प्रचलित मार्गाने निवृत्तीनंतरचा प्रवास चालू आहे काय?

३. आर्थिक तरतूद पुढील काळात कशी होईल व ती पुरेशी असेल का?

४. घर व शेती किंवा मालमत्ता यांची कामे व पूर्तता मनाप्रमाणे करता आली आहे काय?

५. मुलांना व नातवंडाना पुरेसा वेळ देणे जमणार का? शाळेत पोहोचविणे, आणणे, फिरायला नेणे, शिकविणे हे सक्षमतेने पार पाडता येईल काय?

६. वाचन, लिखाण व संगीत यांना न्याय देणार का?

७. घरातील बागकाम व राहत्या घरातील देखभाल दुरुस्तीची कामे करणार काय?

८. गृहिणीच्या व घरातल्या कामात मदत करणार का? गप्पागोष्टी, स्वयंपाक यात सहभाग वाढविणार काय?

९. काही सामाजिक कामासाठी वेळ देण्याचा विचार आहे का?

१०. सेवानिवृत्तीनंतर रोजचा दिनक्रम ठरविता आला आहे का? तसे वेळापत्रक

तयार केले आहे काय?

११. प्रकृतीची विशेष काळजी घेणे अधिक गरजेचे बनले आहे का?

१२. निवृत्तीनंतरची सर्व येणी व देणी पूर्वनियोजित व सुस्पष्ट आहेत का?

१३. गुंतवणूक व बँक व्यवहार यांचा अभ्यास व अनुपालन करणे, जमविणे व शिस्तीत प्रस्थापित करणे जमेल काय ?

१४. इतरांच्या आपल्याबाबत अपेक्षा व आपले संबंध, विशेषत: नात्याचे विचार नव्याने करण्यात आले आहेत काय?

१५. नेमक्या जबाबदाऱ्या व अपेक्षित वेळेचा विनियोग कसा करणार, याचा तक्ता तयार करावा.

१६. व्यायाम, प्राणायाम, फिरणे, आहार, आचारविचार याबाबत काही नेमक्या योजना व कल्पना दृष्टिक्षेपात आहेत का?

१७. सेवा कालातील काही अपुऱ्या अथवा दीर्घकालीन कामातील सहभाग आता वाढवणार काय?

१८. काही नवीन कामे व त्यांचे नियोजन सुधारित व व्यवहार्य करण्यात आले आहे का?

१९. खेळ व करमणूक, वाचन व मार्गदर्शन, शिकणे व शिकविणे यात सहभागी होणार काय?

२०. 'निवृत्त झाल्यापासून हे आणखीनच चिडचिडे झाले आहेत', नेहमीप्रमाणे असे प्रशंसोद्गार पलीकडून अहेर स्वरूपात प्राप्त होऊ लागले आहेत का?

२१. आपल्याकडे घरच्यांचे दुर्लक्ष होतेय, या समजाने मनाने बंडखोरी सुरू केली आहे का?

२२. छोट्या-छोट्या प्रसंगाने व वादविवादामुळे आपण घरात 'नो व्हेअर' झालोय अशी धारणा होऊ लागली आहे का?

२३. 'आई, तू सांग बाबांना, ते काही समजूनच घेत नाहीत,' असे संगीत घरात रोज अनुभवायला येऊ लागले आहे का?

२४. 'तूच मुलांना डोक्यावर चढवलेस; पण इतर म्हाताऱ्यांसारखा मी दयेवर जगणार नाही. भरपूर पेन्शन व आर्थिक बचत मी केली आहे. आयुष्यभर कष्ट करून हे सर्व जमविले आहे हे त्यांना नीट सांग,' असा अहंकार, मीपणा सतत उफाळून येतो का?

२५. दुखण्याने व आजारांनी परावलंबित्व वाढत आहे का?

२६. सतत काहीतरी चुकल्याचा व राहिल्याचा भास होत आहे का?

२७. निवृत्तीमुळे कंटाळा आला आहे का?

२८. अधिकार व प्रतिष्ठा यातील बदल स्वीकारण्याची व पचविण्याची मानसिक

तयारी झाली आहे का?

२९. सतत दुसऱ्यांची तुलना व स्पर्धा पाठलाग करते आहे का?

३०. कर्तव्यपूर्ती व ध्येयपूर्ती यांचे मूल्यमापन स्वत: करता आले का?

३१. आयुष्य ओझे वाटते की एका फुलासारखे मोहक सुगंधी भेट वाटते?

३२. अशा अनेक प्रश्नांचे ताण आणि गुंतागुंत मनाचा आनंद व पर्यायाने सुख यापासून दूर ठेवत आहे का?

हे प्रश्न आत्मपरीक्षणास प्रवृत्त करणारे आहेत. भावनिक, आध्यात्मिक, सामाजिक, कौटुंबिक परिमाणे या प्रश्नशृंखलेतून व्यक्त करता येण्यासारखी आहेत. गूढ विचार, तत्त्वज्ञान किंवा अनुभूती अव्यक्त ठेवतच निवृत्तीनंतरच्या जीवनाचा स्वाद वृद्धिंगत करता येईल. ही सर्व तुमची व तुमच्या विचारांची परिणती आहे. तुमचा दृष्टिकोन सकारात्मक असला, तर आयुष्य सुखी व सुंदर भासते. अंतर्मुख होऊन पूर्वायुष्यातील बाबींचा नेमका परिणाम व प्रभाव ध्यानात आला, तर संध्याकाळचा हा प्रवास सोनेरी कोवळ्या किरणांनी पुलकित होत राहील.

www.ingramcontent.com/pod-product-compliance
Lightning Source LLC
LaVergne TN
LVHW091603180726
843489LV00014B/1322